श्री
रामलीला

ॐ

श्री गणेशाय नमः!

वक्रतुण्ड महाकाय।
सूर्य कोटि समप्रभः।।
निर्विघ्नं कुरु मे देव।
सर्व कार्येषु सर्वदा।।

हे ईश्वरा, तुझी काया विशाल आणि सोंड वळलेली आहे
तुझे तेज शेकडो सूर्यांसमान आहे
मी करीत असलेल्या सर्व कार्यांत
येणाऱ्या अडथळ्यांस दूर करावे.

ॐ

श्री रामलीला

वनमाली

अनुवाद : माधुरी तळवलकर

MANJUL

मंजुल पब्लिशिंग हाउस

First published in India by

MANJUL

Manjul Publishing House

Corporate and Editorial Office

•2nd Floor, Usha Preet Complex, 42 Malviya Nagar,
Bhopal 462 003 – India

Sales and Marketing Office

•C-16, Sector 3, Noida, Uttar Pradesh 201301, India
Website: www.manjulindia.com

Distribution Centres

Ahmedabad, Bengaluru, Bhopal, Kolkata, Chennai,
Hyderabad, Mumbai, New Delhi, Pune

Published in association with
Aryan Books International

Marathi translation of *Shri Ramlila* by Vanamali

Marathi edition first published in 2024
by Manjul Publishing House Pvt. Ltd.

ISBN: 978-93-5543-777-8

Marathi translation: Madhuri Talvalkar

Printed and bound in India by Repro India Limited

ॐ

श्री रामाय नमः!

माझे वडील राम यांना समर्पित...

ते श्रीरामाचे जिवंत स्वरूप होते.

ॐ

श्री हनुमंताय नमः!

मी भगवान हनुमानास नमस्कार करते.
ते रामाची कथा,
रामायणाचे
एकमेव साक्षी आहेत.

मी प्रार्थना करते की, त्यांनी ही कथा ऐकण्यासाठी आम्हाला
कान आणि समजण्यासाठी हृदय प्रदान करावे.

वेदव्ये परे पुंसि जते दशरथात्मजा,
प्रचेतासदासित साक्षात्रमन्यात्मना।

"रामायण हे वास्तवात एक वेद आहे
त्यास ऋषी वाल्मीकी यांनी आपल्या समोर प्रकट केले
कारण ईश्वराला केवळ वेदांच्या माध्यमातून जाणले जाऊ शकते
त्यांनी स्वत:ला दशरथपुत्राच्या रूपात अभिव्यक्त केले होते."

अनुक्रमणिका

खंड ४
किष्किंधा कांड

खंड ५
सुंदर कांड

खंड ६
युद्ध कांड

खंड ७
उत्तर कांड

प्रस्तावना

परम पूज्य श्री स्वामी सच्चिदानंदजी महाराज

यापूर्वी मी माता देवी वनमाली यांचे 'संपूर्ण कृष्णचरित' हे पुस्तक वाचल्यावर ते पुनःपुन्हा वाचले. कारण ते इतके मनोहर आणि प्रेरणादायक आहे की, प्रत्येक वेळी वाचताना त्यातून अधिक आनंद मिळत असे. एक दिवस लेखिकेकडून फोन आला की, त्या 'संपूर्ण रामचरित' प्रकाशित करीत आहेत. या पुस्तकास प्रस्तावना लिहिण्यासाठी त्यांनी मला विचारले. आता लवकरच त्याची पांडुलिपी वाचण्यास मिळेल या विचाराने मला अतिशय आनंद झाला.

देवी वनमाली यांना संपूर्ण रामचरित लिहिण्याची प्रेरणा मिळाली, याचा मला अत्यंत आनंद झाला. संपूर्ण रामचरिताचे वेगळेपण हे आहे की, हे उत्तम पुस्तक वाचणारी कोणतीही व्यक्ती भावविभोर झाल्याशिवाय राहणार नाही. उच्चतम किंमत देऊन ज्याने धर्माचे रक्षण करण्याची भूमिका निभावली; अशा एका अवतारी पुरुषाच्या जीवनाशी संबंधित हे पुस्तक आहे. या पृथ्वीवर रामाला बालपण व वैवाहिक जीवनातील काही वर्षं सोडता आपल्या राहण्याच्या संबंधात ज्या परीक्षा द्याव्या लागल्या, ज्या कष्टमय मार्गातून जावे लागले ते सारे अत्यंत कठीण आणि मर्मभेदी हरोते.

लेखिकेने म्हटल्याप्रमाणे रामायण ही एक प्रेमकथा आहे. श्रीराम सीतादेवीवर फार प्रेम करीत होते. त्यांच्या मनात आपले पिता, माता, बंधू आणि आपली प्रजा यांच्याविषयी खूप प्रेम होते. परंतु धर्माबद्दलचे प्रेम या सगळ्यांपेक्षा अधिक होते. धर्मपालनासाठी त्यांनी आपली पत्नी, पिता, भाऊ साऱ्यांचे बलिदान दिले. रामायणात अशा तऱ्हेच्या वर्णन केलेल्या अनेक घटनांमध्यून संबंधित पात्रांना आकर्षक पद्धतीने पेश केले आहे. त्या आपल्या मनावर खोल ठसा उमटवतात. हे प्रसंग आपल्या भावना इतक्या उद्दिपित करतात की, असं वाटतं, जणू ते सारे प्रसंग आपल्या डोळ्यांसमोर घडत आहेत. आपल्याला असे वाटते की, आपण श्रीरामाबरोबर, अयोध्येपासून सुरुवात करून जिथेजिथे हे प्रसंग घडले तिथेतिथे आपण जातो आहोत.

रामायणाचे काही वाचक काही वादग्रस्त गोष्टींबाबत द्विधा मनःस्थितीत सापडतात. उदाहरणार्थ, श्रीरामानी आपली पत्नी सीतादेवी हिच्यावर इतके प्रेम असूनही तिचा त्याग केला. राम जेव्हा वनवासात निघाले होते, तेव्हा त्यांनी आपल्या चिंतित पत्नीला मिठीत घेऊन तिचे अश्रू ओठांनी टिपले होते. ते म्हणाले होते, ''जानकी तुझा निश्चय किती दृढ

आहे, हे मला माहीत नव्हते. मला तुझ्यापासून दूर जायचे होते म्हणून मी तुला माझ्या बरोबर येण्यास विरोध केला असे नसून, वन्य संकटांपासून तुला सावध करणे हे माझे कर्तव्य होते. प्रिये, तुला ठाऊक आहे की, तुला कष्ट पडलेले मी पाहू शकत नाही. प्रिय सीते, तुझी मोहक उपस्थिती नसेल तर मला स्वर्गसुखदेखील तुच्छ आहे. मलासुद्धा तुझ्या बरोबर जंगलातील वनमार्गांमध्यून आणि पहाडांवरून हिंडायचे आहे. म्हणून तू लवकर आपले अलंकार व उंची वस्त्रे उतरवून माझ्या बरोबर वनात येण्यास तयार हो.''

या रामानी काही वर्षांनंतर लक्ष्मणाला सांगितले की, गर्भवती सीतेला वनात एकटीला सोडून ये. हा कसला त्याग! याचे उद्दिष्ट तरी काय होते? केवळ धर्माचे पालन करणे! केवळ शैक्षणिक दृष्टिकोनातून रामायणाचे वाचन करणाऱ्यांना वालीचा वध वगैरे काही घटना वादग्रस्त वाटतात. काही भक्त असेही आहेत, जे श्रीरामाच्या अवतारी पुरुषाच्या रूपावर प्रेम करतात. ईश्वराच्या प्रत्येक कार्यास आदर्श समजतात. त्यांच्या मनात कोणताही प्रश्न उभा राहत नाही. कारण त्यांना माहीत आहे की, आपले तुच्छ विचार परमेश्वरी लीला समजू शकणार नाहीत. म्हणून त्यांचा स्वीकार करणेच श्रेष्ठ आहे. कारण सर्वोत्तम काय आहे हे ईश्वरच चांगले समजू शकतो. लेखिकेने अशा सर्व वादग्रस्त विषयांना चांगल्या तऱ्हेने समजावून देण्याचा प्रयत्न केला आहे. श्रीरामानी जे काही केले, ते धर्मपालनासाठी केले आणि म्हणून तेच मानवतेच्या हिताचे होते.

ज्यांनी श्रीकृष्णलीला वाचली आहे, ते हे पुस्तक वाचण्यास उत्सुक असतील. हे पुस्तक घरोघरी पोहोचावे अशी माझी इच्छा आहे. हे पुस्तक वाचून, ऐकून आणि श्रीरामांच्या तेजस्वी नावाचा जप करून सर्वांच्या हृदयात विशुद्ध प्रेम व निष्ठा जागृत होवो. श्रीरामांच्या शाश्वत अस्तित्वाच्या सुगंधाने घराचे वातावरण ऊर्जेने भारावून जावो आणि लोक पवित्र जीवन व्यतीत करोत.

ॐ श्रीराम जय राम, जय जय राम!

ॐ

श्री स्वामी सच्चिदानंदजी महाराज (१९१९-२००८) यांचे जन्माच्या वेळी अनंतशिवन असे नाव ठेवले होते. स्वामी रामदासांचे (प्रिय पापा) ते निष्ठावंत शिष्य होते. १९४९मध्ये ते स्वामी रामदास यांचा आश्रम, आनंदाश्रम इथे राहू लागले. तिथे त्यांना 'प्रिय पापा' याऐवजी 'सच्चिदानंद' ही उपाधी मिळाली. त्यांनी आपले जीवन आपले गुरू स्वामी रामदास आणि पूज्य माताजी (प्रिय पापांची जवळची निष्ठावान भक्त आणि आश्रमवासीयांसाठी मातेसमान) यांच्या भक्तीमध्ये व्यतीत केले. स्वामी सच्चिदानंदजींनी 'द गॉस्पल ऑफ रामदास' या पुस्तकात आपल्या गुरूंच्या दैनंदिन जीवनाचे वर्णन केले आहे. १९८९मध्ये माताजींचा आश्रम चालवण्याचे कार्य उत्तराधिकारी म्हणून त्यांच्याकडे आले. हे कार्य त्यांनी मोठ्या प्रेमाने, करुणेने व निष्ठेने केले.

प्रस्तावना

परम पूज्य श्री स्वामी सच्चिदानंदजी महाराज

रामायण ही कवी वाल्मीकी यांनी रचलेली संस्कृत भाषेतील उत्कृष्ट साहित्यिक कृती आहे. ही साहित्यकृती सौंदर्य, शैली आणि मांडणी या दृष्टींनी श्रेष्ठ आहे. रामायण आणि गायत्री मंत्र या दोन्हींचा आरंभ 'तत्' या शब्दाने होतो. गायत्री मंत्राची चोवीस बीजाक्षरे रामायणात लपलेली आहेत असे मानले जाते. प्रत्येक हजाराव्या श्लोकाचा सुरुवातीचा शब्द क्रमशः गायत्री मंत्राचा एक शब्द असतो. पवित्र रामायण हा स्वतःच एक वेद आहे असे मानले जाते. 'वेदाः प्रचेतियासात असीद साक्षात् रामायणत्मना।' आध्यात्मिक जिज्ञासू, रामायण हे जीवनातील समस्यांपासून सुटका करून घेण्यासाठी वाचतात. रामायण हे आपले कवच म्हणून काम करते असे ते मानतात. काही लोक मारुतीची शक्ती आणि त्याचं धाडस यांना आत्मसात करण्यासाठी रामायणातील पाचवा सर्ग 'सुंदर कांड' नियमितपणे वाचतात. वाल्मीकींनी लिहिलेल्या रामायणाचा संपूर्ण व सखोल अर्थ कोणीही समजू शकत नाही.

साधारणपणे महाभारत सकाळच्या वेळी, रामायण दुपारी व श्रीमद्‌भागवताचा अभ्यास संध्याकाळी केला जातो. याचे वर्णन करणारा संस्कृत श्लोक असा आहे : 'सज्जन लोक सकाळी द्यूत खेळतात. (म्हणजेच ते महाभारत वाचतात), दुपारच्या वेळी स्त्रियांसंबंधी बोलतात (रामायणात रामाची पत्नी सीता हिच्या संदर्भात) आणि रात्री चोरी करतात (अर्थात श्रीमद्‌भागवतम्).'

रामायणात अनेक विसंगती आहेत. श्रीरामाच्या राज्याभिषेकाच्या वेळी भरत अनुपस्थित होता, झाडामागे लपून वालीवर रामाने वार केला. तसेच काही बनावट आरोपांसाठी वालीला दोष दिला जातो. वाल्मीकीने रामामध्ये असे काही मानवी पैलू उत्पन्न केले आहेत की, ज्यांना समजावून घेणे अवघड आहे. एकच व्यक्ती ईश्वराची शक्ती आणि माणसाचा दुबळेपणा दोन्ही गोष्टींना एकाच वेळी व्यक्त करते. भक्तगण आदर्श पुरुषाच्या या प्रकारच्या मांडणीची एक तर पूर्णपणे उपेक्षा करतात किंवा त्याचे टीकात्मक विश्लेषण करतात. कोणत्याही तऱ्हेने पाहिले तरी रामायणामध्ये बुद्धीला अनुशासित करून ईश्वर व मनुष्य यांना एकाच व्यक्तीमध्ये अंतर्भूत करण्याचा प्रयत्न केला गेला आहे. वाल्मीकीने रामाला नेहमीच 'नारायण' ... परमेश्वर म्हटले आहे. असे म्हणतात की, रावणाला त्याच्या अंतसमयी रामातील शक्तिशाली विष्णू म्हणजेच ब्रह्मांडाच्या ईश्वराचे दर्शन झाले होते.

प्रत्येक व्यक्तीने रामायणाचे मनःपूर्वक अध्ययन करायला हवे; तरच त्यातील भाषेचे सौष्ठव आणि त्यात प्रतिपादन केलेला संदेश समजावून घेता येईल. रामायणात ईश्वराच्या कार्य करण्याचे रहस्यमय प्रकार तसेच मानवाकडून घेतल्या जाणाऱ्या निर्णयांना दाखवून, ईश्वराला खाली पृथ्वीवर उतरवले आणि पृथ्वीला वरती स्वर्गापर्यंत चढवले गेले आहे. अशा प्रकारचे मिश्रण मनुष्याच्या आकलनापलीकडचे आहे. म्हणून पंडित, कथावाचक आणि विद्वान यांच्याकडून रामायणाची अनेक तऱ्हांनी व्याख्या केली जाते.

रामायणाच्या सखोल अभ्यासाने वाचकाचे मन असामान्य मनोबल व असीम सहानुभूती यांनी भरून येते हे निश्चित. जोपर्यंत सूर्य आणि चंद्र आहेत, तोपर्यंत रामायणाचे माहात्म्य राहील असे वाल्मीकींनी म्हटले आहे. रामाचे राज्य आणि त्याचे प्रशासकीय कौशल्य यांचे आश्चर्यकारक वर्णन वाचल्यावर स्वर्गातील जीवन, तेथील परिस्थिती यांचे यथार्थ दर्शन होते. रामायण हा एक महान ग्रंथ आहे. जीवनाच्या प्रत्येक पैलूमध्ये रामाचे शौर्यपूर्ण व समर्पणाच्या मार्गाचे अपार महत्त्व आहे.

माता देवी वनमालीने रामायणातील अवघड अर्थांचा शोध घेऊन वाक्यांची डौलदार मांडणी केली आहे. आधुनिक काळातील बुद्धीअनुसार आपले लेखन आकर्षक बनवून धार्मिक समुदायासाठी विलक्षण सेवा केली आहे.

भगवान श्रीरामचंद्रांचा जयजयकार असो!

ॐ

श्री स्वामी सच्चिदानंदजी महाराज (१९२२-२००१) चाळीस वर्षे 'डिव्हाइन लाइफ सोसायटी'चे महासचिव होते. शिवानंद साहित्य प्रसार समितीचे अध्यक्ष होते. डिव्हाइन लाइफ सोसायटीच्या 'द डिव्हाइन लाइफ' या मासिकाचे ते संपादक होते. त्यांनी १९४६मध्ये स्वामी शिवानंदांकडून दीक्षा घेतली. मे २००१मध्ये त्यांचा अंत झाला. तोपर्यंत ते स्वामी शिवानंदांच्या आश्रमात राहिले. त्यांनी संस्कृत ग्रंथ व अद्वैत दर्शन यांचे गांभीर्यपूर्वक अध्ययन केले. आपले गुरू स्वामी शिवानंद यांनी लिहिलेल्या पुस्तकांवर त्यांची विशेष निष्ठा होती. त्यांनी एकूण एक्केचाळीस पुस्तके लिहिली. यात 'द रिअलायजेशन ऑफ द ॲब्सोल्यूट', 'द स्टडी ॲन्ड प्रॅक्टिस ऑफ योग', 'द फिलॉसॉफी ऑफ लाइफ' आणि 'लेसन्स ऑन द उपनिषद्स' ही पुस्तके प्रमुख आहेत.

ॐ

रामभद्राय नमः!

भूमिका

श्री राम रामेति रामेति रमे रामे मनोरमे,
सहस्रनाम तत्तुल्यं रामनाम वरानने।

"रामाचे वारंवार उच्चारण करणे हे विष्णू
सहस्रनामाचा जप करण्यासारखे आहे."

राम याच्या रूपातील पृथ्वीवरील ईश्वराच्या सातव्या अवताराची ही कथा आहे. राम रघुकुलाचे वंशज होते. मानवाच्या आदर्शाचे उच्चतम पुरुष होते. रामायण भारतात घडले पण केवळ इथल्याच लोकांना नव्हे तर विश्वभरातील लोकांच्या बुद्धीला रामायणाने मोहित केले आहे. रामाची कथा तिब्बत, तुर्की, म्यानमार या देशांमध्ये प्रसिद्ध आहे. तसेच दक्षिण आणि दक्षिणेच्या पूर्वेस असलेला अशिया विशेषतः इंडोनेशिया, मलेशिया आणि थायलंड या देशांत रामायण प्रसिद्ध आहे. भारताप्रमाणे बाली आणि थायलंडमध्ये ईश्वरी अवताराचे रूप श्रीराम यांची पूजा केली जाते.

भारताबाहेर रामायणाचे चार दिशांना प्रवाह गेले आहेत. एक धारा उत्तरेमध्ये आहे. तिब्बती आणि तुर्की पांडुलिपींमुळे हे सिद्ध होते. 'अनामकम', 'जातकम' आणि 'दशरथ कथानकम' हे अनुवाद चिनी भाषेत आहेत. त्यावरून चीनमध्येही रामायणाचे अस्तित्व असल्याचे जाणवते. दुसरी दिशा इंडोनेशियामध्ये गेली आहे. चौदाव्या शतकातील दोन प्राचीन शिवमंदिरे आणि पूर्व जावाच्या पंतारणमध्यील प्राचीन मंदिरातील शिळांवर या महाकाव्यातील दृश्ये पाहावयास मिळतात. शिवाय इंडोनेशिया व मलेशिया या देशांमध्ये रामायणाच्या कथानकावर अनेक साहित्यकृतींच्या रचना झालेल्या आहेत. या महाकाव्याची तिसरी धारा भारत, चीन, थायलंड आणि म्यानमार इथे वाहत आली आहे. सातव्या शतकातील तेथील शिलालेखांवरून वाल्मीकिकृत रामायण या क्षेत्रांमध्ये पुष्कळ लोकप्रिय असल्याचे दिसून येते. थायलंड येथे वाचल्या जाणाऱ्या रामकथेस 'राम क्यिन' असे म्हटले जाते. बर्मी रूपांतरण ही रामायणाची देशातील सगळ्यात महत्त्वपूर्ण काव्यात्मक रचना आहे. त्यास 'राम यगन' म्हटले जाते. पंधराव्या शतकात अनेक पाश्चात्त्य प्रवासी आणि धर्म प्रचारक भारतात आले. रामकथेची चौथी धारा म्हणजे त्यांनी केलेल्या काव्यपंक्ती.

त्या रामकथेशी पुष्कळच मिळत्याजुळत्या आहेत. या रचना फ्रेंच, इंग्रजी, स्पॅनिश, डच अशा अनेक युरोपीय भाषांमध्ये सापडतात.

स्थानिक पातळीवर घडलेल्या घटनांवर आधारित असलेली रामकथा जगभरात लोकप्रिय आहे, हे पाहून आश्चर्य वाटते. इतक्या वर्षांनंतर अजूनही ती सर्वांना प्रभावित करते आहे. याचे कारण हेच आहे की, ही कथा विशिष्ट सनातनी सत्यांवर आधारित आहे. त्यामुळे ती मनुष्यस्वभावाला साहजिकच आकर्षित करते. खरोखर, या वैश्विक मध्यल्यांचे आकर्षण इतके आहे की, रामाचे चरित्र संप्रदाय, धर्म, जात, देश या सर्वांच्या सीमा ओलांडून जाते. या कथेमध्ये मानवी मेंदू आणि हृदय या दोन्हींना स्पर्श करण्याची ताकद आहे.

रामायणास प्राचीन इतिहास म्हणता येईल; मात्र आधुनिक संदर्भातही त्याचा सखोल अर्थ लावता येतो. मानवी अस्तित्वाविषयी मनात गोंधळ असलेल्या युगात आपण जगतो आहोत. ईश्वराच्या अस्तित्वावर शंका घेतली जाते. सारे जग उन्मत्तपणेच वागते आहे. सत्य व प्रेम या शब्दांना काही अर्थच उरलेला नाही. वरपासून खालपर्यंत तुच्छता आणि स्वार्थ यांचे आचरण म्हणजेच नियम झाले आहेत. अशा वेळी आपण आपले पावित्र्य कसे राखू शकणार, या गोष्टीने आपण चिंतित झालो आहोत. या गोंधळात टाकणाऱ्या प्रश्नांचे उत्तर रामायणातून मिळू शकते. कारण मानवी स्वभावामध्ये इतक्या वर्षांत कोणताही बदल झालेला नाही. परिस्थिती बदलू शकते, अवतार येतात-जातात, पण मनुष्यस्वभावात परिवर्तन घडवून आणता येत नाही. मात्र समाजाच्या प्रगतीसाठी मनुष्य बदलू शकतो. आणि त्याने बदललेही पाहिजे. या पुस्तकातील व्यक्ती अनुकरणीय आहेत. राम आणि सीता यांनी आपापल्या जीवनातील परीक्षा आणि कष्ट यांचा ज्या धाडसाने सामना केला, ते वाचून आपल्याही जीवनात बदल होऊ शकतो. यातच रामाची महानता आहे. आपण कृष्णाची कथा वाचतो, तेव्हा ही ईश्वराची कथा आहे हे आपल्या लक्षात येते. कृष्ण हा असा दिव्य पुरुष होता की, त्याने प्रत्येक परिस्थितीवर आपले नियंत्रण ठेवले. तो परिस्थितीस शरण गेला नाही. म्हणूनच कृष्णाला 'पूर्ण अवतार' म्हटले जाते. रामाच्या बाबतीत वेगळी गोष्ट आहे. रामाच्या बाबतीत, ईश्वराने आपल्याला असे दाखवून दिले आहे की, सर्व दुर्बलतांसह मनुष्याचे शरीर धारण केल्यावरही धार्मिक जीवनाच्या आकांक्षा तृप्त करता येतात. रामाच्या माध्यमातून आपण हे शिकतो की, जर आपण आपल्या अहंकारावर ताबा ठेवला, जगाच्या कल्याणार्थ जगलो; तसेच समाजातील आपल्या विशिष्ट स्थानाशी जोडलेल्या जबाबदाऱ्या आणि कर्तव्ये यांनुसार कार्य केले तर आपण आपल्या दुर्बलतांवर विजय मिळवून दिव्य बनू शकतो. वाल्मीकींनी रामायणात लिहिलेले राम हे पात्र म्हणजे असा पुरुष आहे की जो नश्वरतेच्या सीमांना ओलांडून सत्य आणि सन्मान यांचे कठोरपणे पालन करून दिव्यता प्राप्त करू शकतो. कृष्णाप्रमाणे राम हा सर्व मानवी मनोभावनांच्या पलीकडे जाऊ शकला असता तर त्याचा इतका प्रभाव भारतीय मनावर पडला नसता. वाल्मीकींनी रामामध्ये एका सर्वसाधारण पुरुषात असू शकणारे आसक्ती, इच्छा, राग, प्रेम, करुणा, स्थिरता असे अनेक गुण दाखवले आहेत. त्यांनी लिहिलेल्या व्यक्तींची महानता यामध्ये आहे की, या व्यक्तींनी आपल्या वाटेत येणाऱ्या अडथळ्यांवर मात करून विजय प्राप्त केला. स्वतःला उत्तम बनवले. आपल्या

कर्तव्यास स्वतःच्या चिंतांपेक्षा वरचे स्थान दिले आणि ते महामानव बनले. आपण सगळे कितीही अपूर्ण असलो तरी या प्रकारे आपण पूर्णत्वास पोहोचू शकतो. रामायण याचसाठी इतके लोकप्रिय आहे. राम सर्व पुरुषांसाठी व सीता सर्व स्त्रियांसाठी उत्कृष्ट उदाहरण आहे. आपण सर्व जण रामायण वाचून त्याच्याशी तादात्म्यता साधू शकतो. त्यांनी जसे आपापले व्यक्तिमत्त्व संपूर्ण बनवले, तसेच आपणही आपले व्यक्तिमत्त्व संपूर्ण करण्याचा प्रयत्न करू शकतो.

रामायणामध्यली शतकानुशतके मंत्रमुग्ध करणारी आणखी एक आवडणारी गोष्ट म्हणजे रामायण ही एक सर्वतोपरी प्रेमकथा आहे. प्रेम ही गोष्टच अशी आहे की, ती कठोरातल्या कठोर हृदयाच्या तारा छेडण्यात यशस्वी ठरते. मात्र रामायण ही एक वेगळ्या प्रकारची प्रेमकथा आहे. यात मानवी प्रेमाचे धार्मिक आणि अधार्मिक दोन्ही प्रकार आहेत. पित्याचे आपल्या पुत्रावरील प्रेम, पुत्राचे माता-पित्यांवरील आणि भावंडांविषयीचे प्रेम, पती-पत्नी किंवा मित्रप्रेम; इतकेच नव्हे तर धर्माने निंदा केलेले प्रेमही यात आहे. दुसऱ्या पुरुषाच्या पत्नीची अभिलाषाही रामायणात आहे. रामायणात हे सारे उच्च पातळीवरून असामान्य पद्धतीने चित्रित केले आहे.

रामायणाचे रचनाकार वाल्मीकी ऋषी आहेत. त्यांना 'आद्य कवी' म्हटले जाते. रामायण हे आदिकाव्य होय. तसेच हे भारताचे पहिले महाकाव्य आहे. व्यासांनी लिहिलेले महाभारत हे दुसरे महाकाव्य मानले जाते.

सर्वसाधारणपणे महाकाव्यात प्राचीन काळातील महान राजे आणि योद्धे यांच्या जीवनातील प्रेरणादायक प्रसंगांचे वर्णन केले जाते. त्यांचे पराक्रम आचरणाचे नियम घालून देतात. वाचक आणि श्रोते हे सकारात्मकरीत्या प्रभावित होतात. चमत्कारिक घटनांना महाकाव्यात नेहमीची सर्वसामान्य गोष्ट समजली जाते. मनुष्याचे रूप धारण करून देवता माणसाशी संवाद करते. यामुळे सदाचाराचा विजय होतो आणि सत्य श्रेष्ठ ठरते. युनानी महाकाव्य, इलियड आणि ओडिसी महाकाव्ये या वैशिष्ट्यांचे प्रतिनिधित्व करतात. युनानी महाकाव्यांचे वर्णन त्या घटना घडून गेल्यावर बऱ्याच काळानंतर लिहिल्या गेल्या. मात्र भारतीय महाकाव्याचे रचनाकार मुख्य पात्रांचे समकालीन होते. त्यांनी वर्णन केलेल्या नाटकात त्यांची महत्त्वपूर्ण भूमिका असते.

ज्या काळात वाल्मीकींनी रामायणाची रचना केली, त्या सुमारास भारत सांस्कृतिक आणि नैतिक बाबतीत सर्वोच्च शिखरावर होता. लोक धर्म व श्रेष्ठ नैतिक मध्यल्यांनुसार जगण्याचे महत्त्व चांगल्या प्रकारे जाणून होते. राम धर्मासाठी आपले सर्वस्व बलिदान करण्यास तयार होता. त्या काळाच्या प्रभावामुळे रामासारख्या श्रेष्ठ व्यक्तीचे सर्व गुण सर्वसामान्य लोक समजू शकत होते.

कृष्णाचे जीवन संघर्षमय असले तरी त्यातून आपल्याला आनंदच मिळतो. रामाची जीवनकथा वाचल्यावर मात्र आपल्याला वाईट वाटते. या दुःखाच्या खोलीतूनच काव्य स्फुरण पावते. काव्य हे विषादातूनच निर्माण होते. सर्व युनानी नाटके दुःखान्त असतात. कारण युनानी असे मानतात की, मानवी जीवनातील केवळ दुःखी घटनाच मनुष्याच्या स्वभावाचे विरेचन करू शकतात. आणि त्यामुळेच आपला विकास करणे माणसाला शक्य होते.

वाल्मीकी असे मानतात की, शोकातूनच श्लोक निर्माण होतो. दुःख हेच काव्याचा उगम आहे. पीडा आणि विषाद हे जसे माणसाच्या अंतर्मनाची तार छेडते, तसे सुख आणि आनंद करू शकत नाही. सुरी जितकी खोल जाऊ शकते, तितके बोट पोहोचू शकत नाही. आपल्या भौतिक जगात बाळाचा जन्म रडण्याने होतो. वृद्धजनदेखील आपल्याला हुंदक्यांमध्ये सोडून जातात. आपण या दोन दुःखकारक घटनांच्या मध्यला वेळ, अश्रूंच्या सागरात व्यतीत करतो. यात बुडण्यापासून वाचणे अत्यंत कठीण होत असते.

आपण तथाकथित सुखाच्या काडीला पकडून ठेवतो. ती आपल्या भौतिक जगामध्ये आपल्या जवळून तरंगत जात असते. आपण स्वतःला बुडण्यापासून वाचवतो आणि सुखी झाल्याचा खोटा दावा करतो. आपल्या आयुष्यातील अधिकांश वेळ कोणते ना कोणते भोग आपण भोगत असतो. म्हणूनच जगातील सर्वश्रेष्ठ काव्य दुःखातून उत्पन्न झाले आहे. रामायण यास अपवाद नाही. हे करुणेचे महाकाव्य आहे. ज्या प्रकारे ते आपल्या दुःखाला मुरड घालते, ते काम इतर पुस्तके करू शकत नाहीत.

कथेस सुरुवात करण्यापूर्वी हे पुस्तक वाचताना विभिन्न परिस्थितींबाबत वाचकाच्या मनात संदेह उत्पन्न होईल अशा काही शंकांचे निरसन करणे उचित ठरेल.

तुलसीदासजींनी लिहिलेल्या रामकथेबद्दल हिंदीत कोणताही वाद उत्पन्न होत नाही. कारण तो एक फक्त स्वतःचा ईश्वर राम याच्याबद्दलची निष्ठा व भक्ती व्यक्त करणारा ग्रंथ आहे. परंतु वाल्मीकींनी लिहिलेल्या रामायणाबद्दल बरेच वाद आहेत. कारण यात अशा अनेक घटना आहेत त्या आदर्श पुरुष म्हणून रामाविषयीची आपली जी संकल्पना आहे, त्यात त्या बसत नाहीत. रामाची कथा या पद्धतीने लिहिताना वाल्मीकींचा तोच हेतू होता. रामायण वाचण्यापूर्वी आपण एक गोष्ट लक्षात घेतली पाहिजे की, वाल्मीकी काही मध्यखं नव्हते. या घटनांचे वर्णन करताना ते हे पूर्ण जाणून होते की, ज्या पात्राला त्यांना आदर्श म्हणून दाखवायचे आहे, ते यामुळे कलंकित होऊ शकते. तेव्हा प्रश्न असा आहे की, तरीही वाल्मीकींनी असे का केले? त्या संदिग्ध परिस्थितींची ते सरळ उपेक्षा करू शकले असते. केवळ त्या घटनांचे वाल्मीकी वर्णन करू शकले असते की ज्यामुळे नायक अत्यंत अनूकूल मत होण्यासारखा रंगवला जाईल. पण वाल्मीकींनी असे केले नाही. त्यामुळे आपण हे मान्य केले पाहिजे की, त्या वादग्रस्त घटना रामायणात लिहिण्याचे काहीतरी कारण तर नक्कीच असले पाहिजे. वस्तुतः हे असे का घडले याचे रहस्य कळून घेतले तर रामाचे चरित्र प्रकट होईल आणि रामायणाचा खराखुरा बोध आपल्याला होऊ शकेल.

रामकथेस प्रारंभ करण्यापूर्वी राम हे वाल्मीकींची केवळ एक कल्पना होती की ते ऐतिहासिक पात्र होते हे जाणून घेणे लाभदायक ठरेल. सर्वसाधारणपणे असे मानले जाते की, भारताचा अधिकृत असा कोणताही इतिहास लिहिलेला नाही. पण रामायण व महाभारत या काव्यांमध्ये त्या वेळच्या भारतातील इतिहासाचे विश्वसनीय विवरण वाचावयास मिळते. वाल्मीकी हे रामाचे समकालीन होते. त्यामुळे रामायण हे खरे तर त्या काळात झालेल्या घटनांचे प्रत्यक्ष वर्णन आहे. आश्चर्य हे की, जसा काळ लोटला तसे मध्यळ सत्याचा इतका अपभ्रंश झाला की, भारतातील लोकच 'राम हे काल्पनिक पात्र होते', असे समजू लागले आहेत.

पश्चिमेकडील देशांमध्यून तेथील लोक पहिल्यांदा भारतात आले, तेव्हा ते अचंबित झाले. त्यांच्या लक्षात आले की, महाकाव्यांमध्ये वर्णन केलेला भारतीय इतिहास जर खरा मानला तर याचा अर्थ असा होतो की, ज्या काळात भारतात गौरवास्पद नीतिमत्ता प्रचलित होती, त्याच काळात युरोपिअन लोक हातात ओबडधोबड हत्यारे घेऊन रानटी अवस्थेत फिरत होते. भारतावर त्यांना आपली संस्कृती लादायची होती. त्यासाठी एकच उपाय होता. भारतीयांच्या मनात हिंदू धर्मातील राम आणि कृष्ण या सगळ्यात महान देवतांचा तिरस्कार निर्माण झाला पाहिजे. राम आणि कृष्ण या दोन्ही देवता अगदी पूर्णपणे काल्पनिक आहेत; वाल्मीकी आणि व्यास यांनी स्वतःचे डोके चालवून त्यानुसार पात्रांना रंगवून ग्रंथ लिहिले हे सिद्ध करण्यासाठी पाश्चात्त्य लोकांनी अव्याहत परिश्रम केले. दुर्दैवाने इंग्रजी विश्वविद्यालयांमध्ये जे उच्च वर्गातील हिंदू शिकले, त्यांनी या गोष्टींवर विश्वास ठेवला. कारण त्यांच्या मनात असाच समज निर्माण केला गेला की, जी काही नीतिमत्ता, सभ्यता आहे त्या साऱ्याचा आरंभ युनानमध्येच झाला.

रामायणात वाल्मीकींनी जो इतिहास लिहिला आहे, तो रामाच्या संपूर्ण कुळाची स्पष्टपणे माहिती देतो. राम सूर्यवंशात जन्मले असून इक्ष्वाकू कुळाचे ते चौसष्टावे राज्यकर्ते होते. रामाच्या पूर्वजांची या ग्रंथात नावेही दिलेली आहेत. राम प्रत्यक्षातील ऐतिहासिक पुरुष होता, हे सिद्ध करण्यास आणखी कोणत्या पुराव्याची आवश्यकता आहे? पाश्चात्त्य इतिहासकार मात्र रामाला काल्पनिक ठरवण्यासाठी अडून राहिले होते.

वाल्मीकी हे फक्त आद्य कवी नव्हते, तर ते पहिले ज्योतिर्विदही होते. आपल्या असामान्य खगोलशास्त्रीय ज्ञानानुसार त्यांनी ग्रंथात दिलेल्या तिथींचा मागोवा घेणे शक्य आहे. आपल्या भूमंडळाची मांडणी त्यांनी ज्या प्रकारे ग्रंथामध्ये केलेली आहे, ती आज विज्ञानाच्या कसोटीवर खरी ठरते. अत्याधुनिक कम्प्यूटरसुद्धा वाल्मीकींच्या म्हणण्यास पुष्टी देतो. वाल्मीकींनी दशरथाची रास मीन असल्याचे सांगितले असून रेवती नक्षत्र सांगितले आहे. या दोन नक्षत्रांच्या मीलनाच्या क्षणी राम वनवासास निघाले होते. आधुनिक कालगणनेअनुसार हे मीलन इ.पूर्व पाच जानेवारी ५०८९ या दिवशी झाले. त्या वेळी वाल्मीकींच्या म्हणण्यानुसार राम पंचवीस वर्षांचे होते. वाल्मीकींनी सूर्यग्रहणाचाही उल्लेख केला आहे. हे ग्रहण रामाच्या बाबतीत खर म्हणजेच दूषण नावाच्या राक्षसाशी झालेल्या युद्धाच्या वेळी लागले होते. या प्रसंगाबाबत लिहिताना वाल्मीकी म्हणतात, "त्या वेळी अमावस्येची रात्र होती. मंगळ ग्रहाच्या एक बाजूस शुक्र होता तर दुसरीकडे बुध होता. या आकड्यांना सॉफ्टवेअरमध्ये घातले तेव्हा ती तिथी सात ऑक्टोबर इ.पू.५०७७ असल्याचे निष्पन्न झाले.

वाल्मीकींनी मांडलेल्या इतर काही खगोलीय गोष्टींचीही आपण पाहणी करू शकतो. रावणाचा वध चार डिसेंबर ५०७६ या दिवशी झाला होता. रामाने आपला वनवास इ.पू. दोन जानेवारी ५०७५ या दिवशी चैत्र मासातील शुक्ल पक्षात पूर्ण केला. ३९ वर्षांचे असताना ते अयोध्येत परतले.

भारतीय उपमहाद्वीपात तेवीस ठिकाणांमधून रामाने प्रवास केला. त्याच्या जीवनाची स्मृतिचिन्हे तेथे आढळतात. संपूर्ण हिंदू भारत तसेच दक्षिण-पूर्व अशियातील अनेक प्रदेश राम व कृष्णाची प्रत्यक्ष ऐतिहासिकता मान्य करतात. भारतातील बरेचसे सण या दोन महान

अवतारांच्या जीवनातील घटनांसंबंधातच आहेत. ही भारताची सामूहिक प्रेरणा आहे, प्राणशक्ती आहे. देशातील विविधतेस राम आणि कृष्ण हे दोन ऐतिहासिक पुरुष राष्ट्राच्या रूपात बांधून ठेवतात.

मुख्य कथा सांगण्यास सुरुवात करण्यापूर्वी आपण आता या पुस्तकातील वादग्रस्त परिस्थितींचे विश्लेषण करण्याचा प्रयत्न करू या. याकरिता आपल्याला आधी वाल्मीकींची विचारसरणी जाणून घ्यावी लागेल. वाल्मीकींच्या म्हणण्यानुसार रामाच्या चारित्र्याची प्रमुख वैशिष्ट्ये कोणती होती हे त्यातूनच आपल्याला कळू शकेल. असा विचार केला तरच आपल्याला रामाच्या जीवनातील विचित्र वाटणाऱ्या व्यवहारांमागचे कारण कळू शकेल. त्यांची बऱ्याच ठिकाणी निंदा केली जाते. त्यांना समजावून घेण्यात त्यांचे कट्टर समर्थकदेखील अयशस्वी ठरतात.

रामाची धर्मावर पूर्ण आणि स्पष्ट निष्ठा होती. हा रामाच्या पात्राचा निरपवाद आणि ठोस आधार आहे. त्याच्या चहू बाजूंनी वाल्मीकींनी रामायणाची रचना केली आहे. धर्मनिष्ठा हेच त्याचे पहिले आणि शेवटचे प्रेम आहे. या सर्वव्यापी प्रेमापुढे बाकी सर्व प्रकारचे प्रेम निष्प्रभ ठरले. कधीकधी तर ही धर्मनिष्ठा हट्टाचे रूप घेते. पण हेच त्याच्या स्वभावाचे मुख्य वैशिष्ट्य आहे. एखाद्या सचोटीच्या व्यक्तीबद्दल आपल्या मनात काही विशिष्ट अपेक्षा असतात. त्यांच्या विरुद्ध वागताना ते अनेकदा दिसतात. म्हणून रामाला समजावून घेण्यापूर्वी त्याचे हे स्वभाववैशिष्ट्य आपण लक्षात घेतले पाहिजे. उदाहरणार्थ, राम भरताला म्हणतो, ''मी धर्माच्या मार्गाचेच अनुसरण करणार. आपल्या पित्याच्या इच्छेचे पालन करणार. धर्मनिष्ठ व्यक्तीने आपल्या गुरूंच्या आज्ञेचे पालन केले पाहिजे. स्वतःशी सत्यनिष्ठ राहून स्वतःला दिलेले वचन पाळले पाहिजे.''

हिंदू परंपरांनुसार ब्रह्मांडाचे तीन नियम आहेत. ऋत, सत्य आणि धर्म. ऋत आणि सत्य या दोन नियमांचा मानवी जीवनातील अर्थ धर्म हाच आहे. जो कोणी आपले जीवन या धर्मावर आधारित जगतो, तो आपल्याशी आणि ब्रह्मांडाच्या नियमांशी सत्यनिष्ठ राहतो. आणि म्हणूनच अशा व्यक्तीस 'आदर्श पुरुष' म्हटले जाते. श्रीराम अशाच एका पात्राचे मानवी रूप आहेत. ते धर्माचा अवतार आहेत. महाभारतात ही भूमिका युधिष्ठिराने निभावली आहे. मात्र त्यास रामाइतका आदर्श म्हणता येणार नाही.

जेव्हा ऋत आणि सत्य यांचे ब्रह्मांडाचे नियम मानवाच्या मेंदूत परावर्तित होतात, तेव्हा ते विद्रूप होतात. आणि म्हणूनच आपण पाहतो की, आपल्यापैकी अनेक जण जास्तीतजास्त धार्मिक बनण्याचा अथक प्रयत्न करतात परंतु आपल्याला त्यात सफलता मिळत नाही. अगदी ईश्वराने जरी मानवाचे शरीर धारण केले तरी माया त्याला प्रभावित करते. म्हणून बऱ्याचदा श्रीराम मानवी भावनांच्या दुर्बलतेचे शिकार होताना दिसतात. उदाहरणार्थ, सीता त्यांच्यापासून दूर जाते, तेव्हा त्यांच्या भावनांचा उद्रेक होतो. आपल्या पत्नीच्या विरहामुळे ते कोणत्याही मोहित पतीप्रमाणे रडू लागतात. वाल्मीकींनी रामाची अशी अवस्था दाखवली, यामागे आणखी एक कारण होते. सीतेबद्दल त्यांच्या मनात अगाध प्रेम आहे हे वाल्मीकींना दाखवायचे होते. मात्र राजाच्या भूमिकेत असताना सत्यनिष्ठ राहण्यासाठी ते आपल्या इतक्या प्रिय असलेल्या पत्नीचादेखील त्याग करण्यास तयार होतात. रामाने हे दाखवून दिले की, राजाची पहिली निष्ठा आपले राष्ट्र आणि त्याची प्रजा

यांच्याशीच असली पाहिजे. प्रजाधर्म हा आपल्या स्वतःच्या सुखापेक्षा नेहमी मोठाच मानला पाहिजे. ही गोष्ट सरकारी पदावर असलेल्या प्रत्येकालाच लागू होते. जर सर्व राजकारण्यांनी या धर्माचे पालन केले तर प्रत्येक राष्ट्रामध्ये 'रामराज्य' येईल, हे सिद्ध करण्यासाठी रामाचे सीतेवर असलेले प्रगाढ प्रेम दाखवण्याची एकही संधी दवडली नाही. त्या युगातील परंपरा लक्षात घेतल्यास पत्नीच्या माघारी दुसऱ्या स्त्रीशी लग्न करणे अगदी स्वाभाविक होते. परंतु रामाने असा दुसरा विवाह केला नाही. यातून वाल्मीकी हेच दाखवू इच्छितात की, रामाला सीतेबद्दल कमी प्रेम होते असे नाही. परंतु रामाची धर्मनिष्ठा अधिक प्रखर होती.

वर म्हटल्याप्रमाणे रामाचे जीवन असे दर्शवते की, कोणतीही किंमत देऊन माणूस धर्माचे रक्षण करण्यास तयार झाला तर त्याला इतर अनेक आवडत्या गोष्टींचा त्याग करण्यास तयार असावे लागते. धर्म हा कठोर अनुशासक आहे. त्याच्या मार्गावरून ढळलेले त्याला चालत नाही. जी व्यक्ती डोळे झाकून धर्माच्या मार्गावरून चालत असते, तिला रामाप्रमाणे कळून चुकलेले असते की, आपल्या धारणांचे रक्षण करायचे असेल तर आपल्या अत्यंत घनिष्ठ असलेल्या आसक्तींचादेखील त्याग करावा लागतो. रामायणाची कथा फर रोचक आहे कारण, जेव्हा केव्हा रामाला धर्मवेदीवर बलिदान देण्याची वेळ येते, तेव्हा एखाद्या सामान्य माणसाप्रमाणे त्याला अतिशय क्लेश होतात. त्याला खूपच दुःख होताना दिसते. दुसरीकडे आपण हेही पाहतो की, इतके दुःख सहन करूनही तो आपल्या कठोर आदर्शांपासून जराही ढळत नाहीत. आपला प्रिय भाऊ लक्ष्मण याचाही त्याग करण्यास तो कचरत नाहीत. आपण साध्यासुध्या नैतिकतेच्या जगात राहतो. इथे स्वार्थासाठी आपल्या आदर्शांचा सहज त्याग केला जातो. लोभ आणि स्वार्थाचाच मार्ग अवलंबला जातो. त्यामुळे रामाचे वागणे काही वेळा आपल्याला विक्षिप्त वाटू शकते. पण प्राचीन भारतीय समाजातील लोक रामाला देवच मानत होते. कारण केवळ देवच स्वार्थापासून पूर्णपणे मुक्त होऊन कार्य करू शकतो. याच कारणामुळे तुलसीदासांनी रामाला देवतेच्या रूपात सादर केले. त्यामुळेच श्रीरामाचे चित्र प्रत्येक हिंदू देवळात पाहावयास मिळते. वैदिक काळापासून जे नैतिक शिक्षणाचे संस्कार भारतीयांच्या मनावर झाले आहेत, त्यांचे अनुकरण कदाचित आपण करू शकणार नाही; पण रामाच्या देवत्वाला समजावून घेण्यास हे संस्कार आपणांस मदत करतात.

दुर्दैवाने वाल्मीकींनी रामाचे अशा प्रकारचे व्यक्तिमत्त्व का चितारले हे बरेच जण समजू शकत नाहीत. रामाच्या कृत्यांमागचा महान उद्देश जाणून न घेताच रामावर टीका करीत राहतात. रामाला आदर्श पुत्र, पती, भाऊ आणि मित्र मानले गेले आहे. त्याने खरोखरच आपली प्रत्येक भूमिका कौशल्याने पार पाडली यात काही शंका नाही. मात्र तरीही त्याच्या आयुष्यातील ज्यांच्यावर त्याचे फार प्रेम होते, त्यांचा त्याग करणे त्याला भाग पडले. रामायण ही कारुण्यपूर्ण कथा आहे. ती सामान्य पातळीवरून उच्च कोटीला जाते व दिव्यतेचे शिखर प्राप्त करते. कारण कोणताही सामान्य मनुष्य निर्दयी होण्याइतका निःस्वार्थी होऊ शकत नाही. कोणतीही भूमिका असो; प्रत्येक भूमिकेत वागताना रामाने स्वतःला एकच प्रश्न विचारला, "मी धर्मानुसार वागतो आहे ना?" या अग्निपथावरून चालताना त्यांना अनेकदा स्वतःला एक प्रकारे जाळून घ्यावे लागले. आपल्या पित्यापासून ते अत्यंत प्रिय असलेल्यांचा मृत्यू त्यांना पाहावा लागला, त्यात त्यांना आपलीही भूमिका

पार पाडावी लागली. श्रीरामाचा दुःखद अंत होईपर्यंत ज्या धर्माचे ते पालन करीत राहिले, त्या धर्माच्या कठोर नियमांचे रक्षण करण्यासाठी रामांनी जणूकाही आपल्या प्रियजनांचीही यज्ञात आहुती दिली.

अयोध्या कांडामध्ये आपण पाहिले की, रामाची सावत्र आई कैकेयी रामाच्या पित्याकडून दोन वचने घेते. दशरथाने कैकेयीला वचन दिले होते की, तिचा मुलगा भरत यास राज्याभिषेक केला जाईल आणि रामाला चौदा वर्षे वनवास भोगण्यास वनात पाठवले जाईल. रामाने आपल्या राज्याभिषेकाच्या आदल्या दिवशी संध्याकाळी कैकेयीचा हा कठोर आदेश ऐकला. परंतु तो मुळीच डगमगला नाही. रामाचे वडील निरतिशय दुःखामुळे त्या वेळी काही बोलू शकले नाहीत पण रामाने कैकेयीचे मागणे आनंदाने मान्य केले. आपल्या पित्याने कैकेयीला दिलेल्या वचनाचे पालन करण्यासाठी अयोध्येचे राजसिंहासन त्यागण्यास तो तयार झाला. धर्माचरण करण्याच्या आपल्या भूमिकेशी तो एकनिष्ठ राहिला. राजविलासी जीवन, आपली नवविवाहित पत्नी, प्रिय भावंडे आणि आईवडिलांचा त्याग करून चौदा वर्षे एकटे वनात भटकण्यास तो तयार झाला. त्याच्या वडिलांना हे दुःख सहन झाले नाही व त्यातच त्यांचा अंत झाला.

ताडिका राक्षसिणीचा रामाने वध केला होता. शूर्पणखेची विटंबना केली. याबद्दलही वाद होत असतात. रामाने स्त्रियांशी असे वर्तन कसे काय केले? हे समजावून घेण्यासाठीही रामाची धर्मरक्षणाची भूमिका लक्षात घ्यावी लागेल. राम हा राजा होता. आणि ऋषींच्या यज्ञयागांमध्ये कोणतेही विघ्न येऊ नये याची जबाबदारी निश्चितपणे त्याचीच होती. राष्ट्राची समृद्धी आणि राष्ट्रकल्याणार्थ या पूजाअर्चा होणे आवश्यकच होते. ऋषिगण आपला भाग संरक्षित ठेवण्यास तसे सक्षम होते. परंतु कोणाचीही हिंसा करणे त्यांना शक्य नव्हते. कारण त्यामुळे त्यांच्या अहिंसेच्या तत्त्वाचे उल्लंघन झाले असते. तसे झाले असते तर तपश्चर्येतून प्राप्त केलेल्या अलौकिक शक्तीचा क्षय झाला असता. म्हणून ते नेहमीच अशा वेळी राजाची मदत मागत असत आणि संरक्षण देणे हा राजाचा धर्म होता. कोणतीही किंमत देऊन यज्ञ निर्विघ्नपणे पार पाडण्याचे वचन रामाने दिलेले होते आणि म्हणूनच विश्वामित्राने त्याची मदत घेतली होती. तपस्या भंग करणारा पुरुष आहे की, स्त्री यामुळे यात काही फरक पडणे योग्य नव्हते.

शूर्पणखेची कहाणी वेगळी होती. ही कामुक राक्षसीण रामावर इतकी भाळली होती की, ती त्याला सक्तीने प्राप्त करू पहात होती. तिला वाटत होते की, सीता हीच तिच्या मार्गातील एकमेव अडथळा आहे. म्हणून ती सीतेवर तुटून पडली. जर राम मध्ये आला नसता तर क्षणार्धात सीतेला तिने खाऊन टाकले असते. आपल्या निर्दोष पत्नीचे रक्षण करणे हे रामाचे कर्तव्य होते पण शूर्पणखेचा वध करणे त्याला योग्य वाटले नाही. तरीसुद्धा शूर्पणखेला काहीच शिक्षा न करता तसेच सोडून देणेही बरोबर झाले नसते. जर त्यांनी असे केले असते तर शूर्पणखा नक्कीच आणखी हट्टीपणाने वागली असती. ती पुन्हा रामाकडे आली असती व संधी मिळताच राम आपल्या पत्नीजवळ नाही असे पाहून तिने सीतेस मारून टाकले असते. म्हणून रामाने लक्ष्मणाला शूर्पणखेस विद्रूप करून धडा शिकवण्यास सांगितले.

रामानी झाडामागे लपून वालीला ठार मारले ही आणखी एक वादग्रस्त घटना सांगितली जाते. ती समजावून घेण्यासाठी रामानी सुग्रीवाला काय वचन दिले होते त्याची

आठवण करावी लागेल. राक्षसांचा राजा रावण याने सीतेचे हरण केले, तेव्हा राम फार चिंताग्रस्त झाले होते. त्या वेळी कोणतीही किंमत देऊन आपल्या पत्नीची सुटका करणे हा त्यांचा धर्म होता. हे कार्य तडीस नेण्यासाठी मारुतीने रामांना वानरांचा आत्ता राज्यावर नसलेला राजा सुग्रीव याच्याशी मैत्री करण्याचा आग्रह केला. या मैत्रीमुळे रामांना संकटकाळात सुग्रीवाची मदत घेणे शक्य झाले असते. ही मैत्री अग्नीला साक्ष ठेवून निश्चित झाली. राम आणि सुग्रीव यांनी अग्नीला तीन प्रदक्षिणा घातल्या आणि रामानी सुग्रीवाला असे वचन दिले की, ते वालीला ठार मारून सुग्रीवाला त्याचे राज्य परत मिळवून देतील. त्याच वेळी सुग्रीवानेही रामाना वचन दिले की, तो सीतेची सुटका करण्यासाठी रामाना मदत करेल. धर्माच्या प्राचीन नियमांनुसार आपली कन्या, सून किंवा लहान भावाची बायको यांच्याशी व्यभिचार केल्यास त्यास मृत्युदंड दिला जात असे. रावणाने जसे सीतेचे हरण केले होते, तसेच सुग्रीवाचा मोठा भाऊ वाली याने सुग्रीवाची पत्नी रूमा हिचे हरण केले होते. त्यामुळे राम धर्मरक्षणासाठी बालीचा वध करण्यास तयार झाले होते. ते आपल्या मित्रास दिलेल्या वचनाचे पालन करण्यासाठी बांधील होते. वालीला पदच्युत करून किष्किंधा नगरीचे राज्य ते सुग्रीवाला देतील व त्याची पत्नी रूमा त्याला परत मिळवून देतील या वचनाचे रामानी पालन केले.

आता कोणी असेही म्हणू शकते की, असे जर होते तर रामाने वालीशी समोरासमोर युद्ध का केले नाही. याचे कारण असे की, वाली हा रामाचा भक्त होता. धाकट्या भावाच्या बायकोशी अनुचित व्यवहार करणाऱ्या वालीला मारणे तर आवश्यकच होते. युद्धाच्या वेळी वालीने रामाकडे दयेची भीक मागितली असती तर राम वालीला मारू शकला नसता. रामाची द्विधा मन:स्थिती झाली असती. या सगळ्याचा विचार करून रामाने वालीला लपून ठार मारणे हाच एक उपाय आहे असा निर्णय घेतला. अशा तऱ्हेने रामाने राजा असल्याप्रमाणे न्याय करून धर्माचे रक्षण केले आणि त्याचबरोबर आपले वचन पाळून मित्रधर्माचेही पालन केले.

सीतेशी संबंधित असलेल्या अखेरच्या दोन गूढ घटनांची सर्वांनीच निंदा केली आहे. रामाने सीतेची अग्निपरीक्षा का घेतली? आणि सीतेला गरोदर असताना जंगलात का पाठवले? राम आपली पत्नी सीता हिच्यावर किती परोपरीने प्रेम करीत होता, याचे अनेक दाखले अग्निपरीक्षा घेण्यापूर्वी वाल्मीकींनी आपल्या रामकथेत दिले आहेत. रामाला सीतेपुढे कोणत्याही स्त्रीची मातब्बरी नव्हती आणि पुढेही असणार नव्हती. रामकथेत असे अनेक प्रसंग आहेत ज्यांमध्ये राम सीतेच्या विरहाने रडताना, तडफडताना दिसून येतो. एकदा तर लक्ष्मणाने त्याला म्हटलेही की, असे वागणे तुला शोभत नाही. रामाचे सीतेवर अपरंपार प्रेम होते हे दाखवण्यासाठीच वाल्मीकींनी असे प्रसंग रामायणामध्ये घातले आहेत. सीतेला जेवढे पतीकडून प्रेम मिळाले तेवढे कोणत्याही पत्नीस मिळाले नसेल. सीता जरी कामुक रावणाच्या नगरीत राहून परत आलेली असली तरी रामाला तिच्या पावित्र्याबद्दल जराही शंका नव्हती. कारण तो हे जाणून होता की, सीतेची आंतरिक शुद्धता तिचे रक्षण करेल. परंतु राजधर्मानुसार सीतेचे पावित्र्य जाहीरपणे सिद्ध होणे आवश्यक होते. रामाचा धर्म सांगतो की, राजाची पत्नीदेखी कायद्यापेक्षा मोठी नाही. रामाला सदाचारी शासक मानणाऱ्या प्रजेसमोर असे आदर्श उदाहरण घालून देणे राजाचे कर्तव्यच होते.

राजाच्या पत्नीवर संशय घेण्याजोगी परिस्थिति अजिबात असता कामा नये हे जाणूनच रामाने सीतेला अग्निपरीक्षा देण्यास सांगितले. सीता त्या अग्नीत जळू शकेल अशी क्षणभर जरी रामाच्या मनात शंका आली असती तरी त्याने तिला अग्निपरीक्षेस जाऊ दिले नसते, हे जाणूनच सीतेनेही निर्भयपणे अग्निपरीक्षा दिली. सर्व दृष्टींनी रामाचा हा निर्णय योग्यच होता हे नंतरच्या घटनांवरूनही दिसून येते. मात्र काही विघ्नसंतोषी लोक कोणत्या ना कोणत्या प्रकारची निंदा करण्यातच धन्यता मानतात. विशेषतः राजघराण्यातील व्यक्तींविषयी असे निर्गल आरोप करण्यास हे उचापती लोक तहानलेले असतात.

दुसऱ्या घटनेमध्ये राम गर्भवती सीतेला जंगलात सोडून येण्यास लक्ष्मणाला सांगतात. आजच्या आधुनिक युगात आपण स्वधर्मास विसरून भोगविलासात इतके बुडून गेलो आहोत की, अशा व्यक्तीची प्रशंसा करणे तर दूरच; पण राजधर्माचे पालन करण्यासाठी आपल्याला अति प्रिय असलेल्या गोष्टीचे बलिदान देणाऱ्यास आपण समजावूनही घेऊ शकत नाही. एका स्त्रीसाठी ज्याने आपल्या राज्याचे बलिदान केले, त्या राजाची आपण स्तुती करू शकतो, पण आपल्या प्रजेसाठी ज्या राजाने आपल्या पत्नीचे बलिदान केले, त्या हिंदू राजाबद्दल मात्र आपल्याला आदर वाटत नाही. आपण जगत असलेल्या आधुनिक संस्कृतीत जनसेवेच्या वेदीवर स्वतःच्या सुखाचे बलिदान देण्यास तयार असलेली माणसे आपल्या अपरिचित वाटतात. कारण स्वहितासाठी सार्वजनिक पदाचा दुरुपयोग करणारे राजकारणी लोकच आपण पाहिलेले आहेत. सदाचाराच्या प्राचीन संस्कृतीपासून आपण इतके दूर गेलेलो आहोत की, या प्रकारच्या पात्राची दैवी श्रेष्ठता पाहण्यास आपण असमर्थ झालो आहोत. उदाहरणार्थ, रामाच्या जीवनात सीता सोडून दुसरी कुठली स्त्री कधीच नव्हती. आपल्या पत्नीचा त्याग करण्याच्या वेळी राम तरुण होता परंतु तरीही त्याने पुनर्विवाहास नकार दिला. कारण त्याच्यासाठी सीतेच्या जागी दुसऱ्या कुठल्या स्त्रीचा विचार करणेही असह्य होते. वाल्मीकींनी रामाची जीवनयात्रा वर्णन करताना अशा बऱ्याच घटनात पुस्तकात लिहिल्या आहेत, ज्यांवरून आपण रामाकडून सीतेचा त्याग झाल्यावर त्याचा एकटेपणा आणि दुःखाने व्यापलेल्या अनेक वर्षांची कल्पना करू शकतो. आपल्या सुखाचा त्याग करून राजधर्म पाळण्यासाठी तो जन्मभर ब्रह्मचारी राहण्यास तयार होता. अश्वमेध यज्ञाच्या वेळी त्याच्या गुरूंनी त्याला दुसरे लग्न करण्याचा आग्रह केला होता. कारण पत्नीशिवाय यज्ञ पूर्ण होत नाही. पण त्याऐवजी रामाने अनुष्ठानाच्या वेळी आपल्या शेजारी सीतेची सुवर्णमूर्ती ठेवली. एवढा जबरदस्त त्याग पाहून कोणतीही व्यक्ती विस्मयचकित झाल्याशिवाय राहणार नाही.

यानंतर आपल्याला नवल याचे वाटते की, रामाने सीतेचा त्याग केला, तेव्हा तिला पूर्वकल्पना का दिली नाही. सीतेला जंगलात सोडून देण्याचे काम स्वतः न करता लक्ष्मणाला का सांगितले? सीतेचा त्याग केला त्या रात्री, त्या ठिकाणी रामाच्या जागी आपण स्वतः असतो तर...? असा विचार केल्यास आपण रामाचे मन समजू शकू. आपल्या पत्नीवर निरतिशय प्रेम असणारा कोणताही पती, इतकी भयंकर गोष्ट करताना, आपली पत्नी जेव्हा धाय मोकलून रडेल तेव्हा ते दुःख तो सहन करू शकेल? रामाचा निश्चयही सीतेला शोक करताना पाहून डळमळला असता. आणि त्यामुळे राजधर्म पाळण्यात तो कमी पडला असता. याच भीतीमुळे सीतेला जंगलात सोडण्यास तो गेला नाही. ज्या

वनात त्याने आपले आनंदाचे दिवस घालवले, त्याच वनात सीतेला त्याने एकटे कसे बरे सोडले असते? ''मला सोडून जाऊ नका,'' असा आक्रोश सीतेने केला असता तर त्या अश्रूंना रामाने कसे तोंड दिले असते? अनेक वर्षांपूर्वी सीतेने रामाबरोबर वनात येण्याचा आग्रह धरला होता. राम त्याही वेळी तिला विरोध करू शकला नव्हता. जर तो सीतेला न सांगता सकाळीच गुपचूप वनवास भोगण्यासाठी एकटाच निघून गेला असता तर कदाचित सीतेवर ही वेळ आली नसती. पण त्याही वेळी रामाने सीतेच्या हट्टापुढे माघार घेतली. या वेळीही तिचे अश्रू पाहूनही आपण आपल्या निश्चयावर ठाम राहू शकू याची खात्री रामाला वाटली नाही. त्याचे पराक्रमी हृदयही अशा प्रसंगी पाझरले असते आणि तो स्वतःचे कर्तव्य नीटपणे पार पाडू शकला नसता. सीतेला जंगलात सोडून परत येऊ शकला नसता. म्हणून रामाला एक निष्ठुर व्यक्ती समजून त्याची निंदा करण्याऐवजी, कधीतरी असाही कोणी पुरुष होता?... याबद्दलचे आश्चर्य आपल्याला वाटले पाहिजे. रामाला देव मानले तर यात नवल ते कोणते? कारण केवळ देवच इतका उदात्त होऊ शकतो.

शंबुकाविषयीची घटनादेखील आधुनिक लोकांना आवडत नाही. त्या वेळीची वर्णव्यवस्था किती कठोर होती, हे समजून घेतल्याशिवाय आपल्याला ते समजू शकणार नाही. प्राचीन वैदिक वर्णव्यवस्थेमध्ये सर्व जातींचे शांततापूर्ण सहजीवन अस्तित्वात होते. यामुळे समाजाचा गाडा सुरळीत चालत होता. प्रत्येक वर्णामध्ये स्वतःचे कडक नियम होते. या नियमांचे उल्लंघन करण्याचा प्रयत्न झाल्यास, असा प्रयत्न कठोरपणे अयशस्वी केला जाई. तसेच दोषी व्यक्तीस त्वरित दंड केला जात असे. हे नियम समाजाच्या सर्व वर्गांमध्ये परस्पर सहकार्यावर आधारित होते. आत्ता जशा जाती एकमेकांच्या प्रतिस्पर्धी समजल्या जातात, तशी अस्वस्थता तत्कालीन जातींमध्ये नव्हती. समाज सुरळीतपणे चालत राहावा, याची जबाबदारी राजावर होती. कधीकधी त्याला समाजासाठी व्यक्तीचे बलिदान निर्मम होऊन करावे लागत असे. शंबुकाचा शिरच्छेद हे त्याचेच उदाहरण होय. रामाने अयोध्येच्या लोकांसाठी आपल्या सर्वस्वाचा त्याग केला. न्यायव्यवस्थेवर अतिक्रमण करून समाजाचे तारू दोलायमान करणाऱ्या कोणत्याही व्यक्तीस मारण्यास राम तयार होता. ही घटना आपल्याला निर्दयी वाटू शकते पण वाल्मीकींनी त्याचा उल्लेख याचसाठी केला आहे की, कोणतीही किंमत देऊन राजधर्माचे रक्षण करणारा नायक त्यांना दाखवायचा होता.

अशा तऱ्हेने आपण रामामध्ये अशा अलौकिक पुरुषाची प्रतिमा पाहू शकतो की ज्याचे संपूर्ण जीवन धर्माच्या कठोर नियमपालनावरच आधारित होते. हे नियम आंधळे आहेत. सृष्टीतील इतर सर्व नियमांप्रमाणेच याही नियमात करुणेस जागा नाही. या नियमाची अवज्ञा करणे हे सर्वथा अक्षम्य आहे. अजाण बालक आगीत जळून जाऊ शकते; प्रौढ व्यक्ती मात्र आग किती धोकादायक आहे हे समजू शकते. या सृष्टीत अज्ञानी आहे म्हणून दया करण्याचा प्रश्नच उद्भवत नाही. मनुष्याच्या बाबतीत विवेकावर लोभी मनाचे अधिराज्य चालते. राम एकटा या नियमास अपवाद होता. त्याने या आंधळ्या कायद्याशी पूर्णतः निष्ठा राखली आणि त्याची मोठी किंमतही मोजली.

रामाचे जीवन सुरुवातीपासून अखेरपर्यंत करुणेने व्यापलेले आहे. तो आपल्या सर्व प्रिय व्यक्तींच्या मृत्यूस कारणीभूत ठरला. त्याच्या वडिलांचा मृत्यू पुत्रवियोगाने झाला. सीतेला दुसऱ्यांदा अग्निपरीक्षा देण्यास सांगितले, तेव्हा तिने प्राणत्याग केला. जीवनाच्या

अखेरीस एका तपस्व्याने दिलेल्या वचनामुळे आपल्या प्रिय लक्ष्मणाला निर्वासित करणे रामाला भाग पडले. त्यामुळे लक्ष्मणाने नगर सोडले व शरयू नदीत आत्महत्या केली. रामावर झालेला हा अंतिम आघात होता. रामाचे निग्रही मनदेखील या दुःखास सहन करू शकले नाही. गहन चिंतनात बुडालेला राम स्वतःलाच म्हणतो, "काहीही शिल्लक राहणार नाही, काहीही शिल्लक राहणार नाही."

ज्या प्रजेवर रामाने अतोनात प्रेम केले त्यांचा त्याग करून रामाने महाप्रयाण केले. त्याच्या मागे-मागे बऱ्याच अनुयायांनी जाऊन त्याच्या विना जिवंत राहणे अशक्य असल्याने आपले प्राण सोडले. रामाने आपले जीवन केवळ दुसऱ्यांसाठी, भारतवर्षाच्या लोकांसाठी वेचले. वडील जसे आपल्या मुलांची देखभाल करतात तशी आपल्या प्रजेची त्याने काळजी घेतली. त्याच्या जीवनात सीताहरण होण्यापूर्वी जी तेरा वर्षे होती तेवढीच त्याने आपली पत्नी आणि लक्ष्मण यांच्या समवेत सुखाने व्यतीत केली. रामाने अत्यंत धैर्याने व साहसपूर्वक, जीवनातील सर्व परीक्षा दिल्या. अगदी दुर्दम्य परिस्थितीतदेखील स्वतःसाठी निश्चित केलेल्या उच्च आचारसंहितेचे पालन केले. भारताने रामाला श्रेष्ठ मनुष्याचे, आदर्श मनुष्याचे देदीप्यमान उदाहरण मानले यात नवल नाही.

रामायणाचे वाचन करताना आपल्या मनातील नकारात्मक भावनांचे परिमार्जन होते. या महाकाव्यातील राम, सीता, लक्ष्मण, भरत, मारुती वगैरे महान पात्रांची कृपा आणि अस्सल नैतिकता यांमुळे आपल्याला वेगळीच ऊर्जा मिळते.

या अमर ग्रंथाची व्याख्या करताना लेखिकेने मुख्यतः वाल्मीकींनी वर्णन केलेल्या कथेची मदत घेतली आहे. त्याचबरोबर मोठ्या प्रमाणात चालत आलेल्या मौखिक परंपरागत कथांनाही यात समाविष्ट केले आहे. भगवान वनमाली (कृष्ण) यांनी लेखिकेला मार्गदर्शन केले आहे आणि याचे सारे श्रेय त्यांनाच जाते. श्रीरामाच्या कथेतून आपल्याला मार्गदर्शन मिळो; सदैव न्यायाने आणि सन्मानाने कार्य करण्याची प्रेरणा आम्हास मिळो ही ईश्वरचरणी प्रार्थना.

"अजानुबाहू श्रीरामचंद्राचे स्मरण करा
त्यांचा रंग निळ्या मेघासारखा आहे व केस विस्कटलेले आहेत
तसेच ते सर्व सुशोभित करणाऱ्या गोष्टींनी सजलेले आहेत
ते पिवळे वस्त्र धारण करतात आणि
धनुष्यबाण घेऊन पद्मासनात विराजमान आहेत
त्यांचे कमलनयन डावीकडे वळलेले आहेत
आणि ते सीतेच्या कमलमुखाकडे पाहत आहेत."

हरिःॐ तत्सत

ॐ

ॐ

श्री रामचंद्राय नमः!

खंड १

बाल कांड

ॐ

शाश्वताय नमः!

अध्याय १

वाल्मीकी

रामाय रामभद्राय रामचन्द्राय वेधसे,
रघुनाथाय नाथाय सीतायाः पतये नमः!
सीता-लक्ष्मण, भरत-शत्रुघ्न, हनुमतसमेता,
श्री रामचन्द्र स्वामिने नमः!

''रघुकुलाचे वंशज आणि सीतेचे पती राम यांना मी नमस्कार करतो.
रामचंद्र यांच्या बरोबरच सीता, लक्ष्मण, भरत, शत्रुघ्न
आणि हनुमान यांना मी नमस्कार करतो.''

रामायणाच्या कथेचा आरंभ करण्यापूर्वी आपण रामायणाचे रचनाकार ऋषी वाल्मीकी यांची कथा जाणून घेऊन या. असं म्हणतात की, त्यांचा जन्म ब्राह्मण कुटुंबात झाला होता. पण जन्म झाल्यावर लगेचच त्यांच्या आईवडिलांनी त्यांना जंगलात नेऊन सोडलं होतं. एका शिकाऱ्यानं त्यांना तिथून घरी आणलं आणि त्यांचं पालनपोषण केलं. अशा प्रकारे ते शिकारी आणि दरोडेखोर झाले. त्यांचा स्वभाव रानटी आणि निर्दय होता. त्यांचं नाव रत्नाकर असं होतं. संस्कृती आणि सभ्यपणा यांबाबत त्यांना काहीही माहिती नव्हती. रत्नाकर इतका क्रूर होता की, जंगलात जाताना लोक घाबरून जीव मुठीत धरून जात. दाट जंगलात तो आपली बायको आणि मुलं यांच्या बरोबर राहत असे. गावाच्या आसपासही तो कधी फिरकत नसे.

एक दिवस एक व्यक्ती आपल्याकडे येत असल्याचं त्यानं पाहिलं. एखाद्या जनावरासारखा उग्र होऊन त्या व्यक्तीला मारायला आणि तिच्याजवळचं असलेलं धन लुटायला तो त्या व्यक्तीच्या अंगावर चालून गेला. मात्र समोर असलेली व्यक्ती जराही घाबरली नाही. ती जागीच ठाम उभी राहिलेली पाहून रत्नाकरला मोठं आश्चर्य वाटलं.

रत्नाकरने यापूर्वी आपल्या आयुष्यात दोनच प्रकारची जनावरे पाहिली होती. एक म्हणजे त्याला पाहताच शेपूट घालून पळून जाणारी किंवा दुसरे होते ते दात विचकून रत्नाकरवर झडप घालत असत. त्यानं पहिल्यांदाच असा प्राणी पाहिला; जो करुणामय दृष्टीनं, निर्भयतेनं त्याच्याकडे पाहत होता. रत्नाकर प्रेम, करुणा अशा भावनांबद्दल पूर्णपणे अनभिज्ञ होता. तो क्षणभर गडबडला आणि तो धारदार सुरा धरून उगारलेला त्याचा हात जणू हवेतच गोठल्यासारखा झाला. मग त्यानं सावकाश हात खाली घेतला आणि समोरच्या व्यक्तीला विचारलं, ''अशा तऱ्हेनं निर्भय होऊन माझ्या समोर उभा राहणारा तू कोण आहेस? जे कुणी मला दिसतात, ते मला पाहताच पळून जातात आणि मी त्यांना सहज पकडतो. तू का नाही पळालास?''

''मी देवर्षी नारद आहे. मी तुला घाबरत नसल्यामुळे मी नाही पळून गेलो.''

''तू मला का नाही घाबरलास?'' शिकाऱ्यानं विचारलं, ''मी तुला मारून टाकू शकतो, याची तुला कल्पना आहे का?''

ऋषीने उत्सुकतेनं विचारलं, ''तर मग तू का नाही मारलंस मला?''

''कारण तुझ्या डोळ्यांत मी जे पाहिलं, त्यानं मी अस्वस्थ झालो.''

''काय पाहिलंस तू?''

''मला समजत नाही. ही भावना मी याआधी कधीच कुणाच्या डोळ्यांत पाहिली नव्हती. मात्र हे सुखद आहे.''

''मी सांगतो,'' ऋषी म्हणाला, ''तू माझ्या डोळ्यांमध्ये करुणा आणि प्रेम पाहिलं आहेस.''

''तुझ्या मनात माझ्याबद्दल प्रेम का आहे?'' रत्नाकरनं अचंबित होऊन विचारलं. आतापर्यंत अशी भावना त्यानं कोणाच्याच डोळ्यांत... अगदी पत्नीच्याही डोळ्यांत पाहिली नव्हती.

''कारण मी प्रत्येक वस्तूवर, प्राण्यावर प्रेम करतो.''

''तू असं का करतोस?'' रत्नाकरनं विचारलं.

''कारण प्रत्येक वस्तू आणि प्राणी, मी ज्याची पूजा करतो, ते परमेश्वराचेच रूप आहे.'' ऋषी म्हणाला, ''आता मी तुला काही प्रश्न विचारतो. तुला माहीत आहे का की, या सर्व प्राण्यांची आणि माणसांची तू हत्या करतोस; त्यामुळे तुझ्या नावावर मोठेच पाप जमा झाले आहे.''

''हो, बहुतेक मला माहीत आहे.'' शिकारी साशंकतेनं उत्तरला.

''असं असताना तू हे सारं का करतो आहेस?'' ऋषीने विचारलं.

''कारण मला माझ्या कुटुंबाचा चरितार्थ चालवायचा असतो.''

''तुझ्या कृत्यांमुळे निर्माण झालेल्या पापामध्ये ते वाटेकरी होतील?''

''हो, माझा विश्वास आहे तसा.'' शिकारी म्हणाला.

''तू जाऊन त्यांना विचारून का नाही येत?'' नारद म्हणाले, ''तू विचारून परत येईपर्यंत मी इथेच थांबून तुझी वाट पाहतो.''

शिकारी धावतच घरी गेला. त्यानं आपली बायको आणि मुलं यांना विचारलं, ते रत्नाकरच्या पापात वाटेकरी होतील का? कारण तो जी लूट करून आणत होता, त्यातला तर ते त्यांचा वाटा घेत होते.

रत्नाकरचा प्रश्न ऐकून घरातले गोंधळून गेले आणि त्याला नेमकं काय म्हणायचं आहे हे ते विचारू लागले. त्यानं आपल्या कुटुंबीयांना समजावून सांगितलं की, त्या साऱ्यांसाठीच तो ही दुष्कृत्यं करीत असतो. त्यामुळे याचं पाप तुम्हीही तुमच्या माथी घ्यायला हवं.

रत्नाकरचं बोलणं ऐकून कुटुंबीय घाबरून गेले. बायको त्याला म्हणाली की, पत्नीची देखभाल करणं हे पतीचं कर्तव्यच असतं. मुलं म्हणाली, ''आपल्या मुलांचं पालन-पोषण करणं ही प्रत्येक पित्याची जबाबदारी आहे. त्यानं स्वतः केलेल्या कुकर्माच्या पापाचा भार त्यानं स्वतःच वाहायला हवा.'' हे ऐकताच शिकारी धावतपळत नारदांकडे आला. ते हसतमुखानं रत्नाकरची वाट पाहत थांबले होते. ''काय म्हणाले ते?'' त्यांनी विचारलं, ''ज्याप्रमाणे तू मिळवलेल्या संपत्तीचा वाटा ते घेत होते, त्याप्रमाणे तुझ्या पापाचा वाटा ते उचलायला तयार आहेत का?''

खाली मान घालून रत्नाकरनं त्यांना सांगितलं की, त्याच्या पापात वाटेकरी व्हायला कोणीही तयार नाही. मग नारदांनी त्याला कर्माचा सिद्धान्त समजावून सांगितला. आपण केलेल्या कर्माचे परिणाम आपल्यालाच भोगावे लागतात; दुसऱ्या कुणासाठी आपण पापकर्म करणं म्हणजे मूर्खपणाच होय, असा उपदेश त्यांनी केला.

शिकारी विचारात पडला. दुःखी झाला. त्यानं नारदांना विचारलं, ''आता मी काय करायला हवं?''

''देवाचं स्मरण कर.'' नारदांनी त्याला सल्ला दिला, ''नामस्मरण केलंस तरच तुला मोक्ष प्राप्त होईल. केवळ ईश्वरच तुझा खरा सांगाती आहे. तो तुझा मित्र आहे. मी तुला एक मंत्र देतो. त्यामुळे तुला तप करण्यास मदत होईल.''

''मी आपला सेवक आहे. कृपा करून तुम्ही मला मार्गदर्शन करा.'' शिकारी म्हणाला आणि देवर्षींपुढे नतमस्तक झाला.

नारदांनी त्याच्या उजव्या कानात महान मंत्र 'राम' हा शब्द म्हटला. पण बिचारा रत्नाकर इतका अजाण होता की, त्याला तो उच्चारता येईना. मग नारदांनी त्याला विचारलं, ''तू 'मरा' असा शब्द म्हणू शकशील का?''

''होऽ, नक्कीच. हे मी म्हणू शकतो.'' शिकारी म्हणाला. कारण 'मरा' या शब्दाचा अर्थ वृक्ष असा होतो. आणि कितीतरी दिवसांपासून तो झाडतोडीचे काम करीत होता.

नारदांनी त्याला आशीर्वाद दिला आणि ध्यानमुद्रेमध्ये बसून सतत त्या शब्दाचा कशा तऱ्हेने उच्चार करायचा ते सांगितले. 'मरा' शब्द भराभर म्हणत गेल्याने रत्नाकर आपोआपच 'राम' असे म्हणू लागला. पूर्वसंस्कारांमुळे पुढील अनेक वर्षे तो गाढ ध्यानधारणेमध्ये तल्लीन झाला. इतका की, त्याच्या भोवती मुंग्यांनी वारूळ बांधले.

अनेक वर्षांनंतर नारद तिथे परत आले. ज्या ठिकाणी ते शिकाऱ्याला सोडून गेले होते त्याच जागेवर वारूळ बनलेले होते. त्यांनी ते वारूळ मोकळे केले आणि आत बसलेल्या व्यक्तीला जागे केले.

''उठा ऋषिवर!'' ते म्हणाले आणि विचारलं, ''तुम्हाला आठवतंय का तुम्ही कोण आहात ते?''

''होय देवर्षी,'' रत्नाकर म्हणाला, ''मी तोच शिकारी आहे, ज्याच्यावर आपण दया दाखवली होती आणि ज्याला रामनामाच्या महान मंत्राचा जप करण्यास आपण सांगितले होते.''

''आता तुम्ही शिकारी राहिलेला नाहीत. आजपासून तुम्ही 'वाल्मीकी' म्हणून ओळखले जाल. कारण तुम्ही या 'वल्कीम'मधून (वारूळ) बाहेर आला आहात.

''आपण मला जागृतावस्थेत का आणलंत, देवर्षी?'' वाल्मीकी म्हणाले, ''मी अजून काही वर्षं ध्यानावस्थेत मग्न राहू इच्छितो.''

''ध्यानधारणा करण्याचा तुमचा कालावधी संपला आहे. आता कृती करण्याची वेळ आली आहे. तुम्हाला आपल्या जीवनात अनेक गोष्टी प्राप्त करावयाच्या आहेत. जिथे गंगा नदीला तमसा नदी मिळते त्या तटावर जा आणि त्या ठिकाणी तुम्ही आपला आश्रम उभारा. लवकरच रामाची पत्नी सीता तिथे येईल. ती गरोदर आहे. अशा अवस्थेत तिचा रामाने त्याग केला आहे. सीतेची काळजी घेण्याचं काम तुम्हाला करायचं आहे. तसेच सीतामातेचे बाळ मोठे होऊन आपल्या पित्याच्या घरी जाईपर्यंत त्याचीही देखभाल करण्याचं काम तुम्ही करणार आहात.''

''हे देवर्षी,'' वाल्मीकी म्हणाले, ''हे जग म्हणजे दुष्ट लोकांनी भरलेली जागा आहे. सदाचारी गुणांनी युक्त असा एक जरी मनुष्य मला भेटला तर मी ह्या जगात पुन्हा येण्यास तयार आहे. नाही तर मी आपला ह्या वारुळामध्ये सुरक्षित राहिलेलाच चांगला. तुम्ही अशा एखाद्या माणसाला ओळखत असाल तर सांगा.''

हे सद्गुण थोडे विस्ताराने सांगण्यास नारदांनी वाल्मीकी ऋषींना सांगितले. वाल्मीकी म्हणाले, ''प्रामाणिकपणा, धाडस, पावित्र्य, कृतज्ञता, सत्यनिष्ठा, तत्त्वनिष्ठा, जीवमात्राबद्दल सहानुभूती, प्रावीण्य, कौशल्य, सौंदर्य, पराक्रम, रागावर नियंत्रण ठेवण्याची क्षमता, मत्सराचा अभाव, तसेच निडर पौरुष असे गुण असलेल्या व्यक्तीच्या प्रतीक्षेत मी आहे. हे ऋषिवर, माझी अपेक्षा जास्त आहे का, हे कृपया सांगा. हे सगळे गुण खरंच एखाद्या व्यक्तीमध्ये असतील का?''

नारदमुनी प्रसन्नतेनं म्हणाले, ''होय, मी अशा एका व्यक्तीला जाणतो. ते इक्ष्वाकू कुळात जन्मले असून त्यांचं नाव राम असं आहे.''

त्यानंतर नारदांनी वाल्मीकींना रामाची कथा थोडक्यात ऐकवली. श्रेष्ठ पुरुषामध्ये आवश्यक असलेले सर्व गुण राम यांच्यामध्ये होते. कथेच्या शेवटी नारद म्हणाले, ''राम अयोध्यानगरीत राहतात व तेथे ते शुद्ध अंतःकरणाने राज्य करतात. पृथ्वीवर धर्माची प्रतिष्ठापना करण्यासाठीच त्यांचा जन्म झाला आहे. मी म्हटल्याप्रमाणे त्यांची पत्नी सीता लवकरच इकडे येणार आहे. तिची काळजी घेणे हे तुमचे कर्तव्य आहे.'' एवढे म्हणून नारदमुनी आपली वीणा वाजवत निघून गेले.

ते गेल्यावर वाल्मीकी तमसा नदीच्या तटी पोहोचले आणि त्यांनी तिथे आपला आश्रम उभारला. लवकरच बरेच जण त्यांचे शिष्य झाले. एकदा थंडीच्या दिवसात ते नदीवर स्नान करण्यास गेले. वाटेत त्यांना क्रौंच पक्षांची जोडी प्रणयाराधनेत गुंग असलेली

दिसली. वाल्मीकी त्यांचा प्रणय कौतुकाने पाहत होते. इतक्यात एका शिकाऱ्याने, धर्मपालनाचे नियम डावलून नर पक्ष्यावर बाण मारला. रती-क्रीडेमध्ये असतानाच बाण लागून तो पक्षी जखमी झाला व चीत्कार करीत खाली जमिनीवर कोसळला. आपला प्रियकर अचानक असा दूर झाला म्हटल्यावर मादी केविलवाण्या स्वरात ओरडू लागली. आपल्या पंखांनी छाती पिटू लागली. घाबरलेली आणि चिंतित झालेली ती पक्षिणी तिथेच फडफडत राहिली. तिचे असे दयनीय रडणे ऐकून वाल्मीकींच्या मनात करुणेचा पाझर फुटला व त्यांनी त्या शिकाऱ्याला शाप दिला.

मुखातून शाप बाहेर पडताच वाल्मीकींचे मन गलबलले. पक्ष्याबद्दल करुणा व्यक्त करण्याच्या नादात व्याधाला आपण उगाचच शाप दिला असे त्यांना वाटले. आपण जसे काही वर्षांपूर्वी अगतिक होतो, तसाच हा शिकारीदेखील त्याच्या कर्मांपुढे अगतिक असणार. त्याला शाप देऊन आपण अहिंसातत्त्वाचे उल्लंघन केले असे वाटून ते व्यथित झाले. थोड्या वेळानं त्यांच्या असं लक्षात आलं की, त्यांनी जी शापवाणी उच्चारली होती, ती आठ-आठ अक्षरांच्या चार ओळींची कविता होती. या कवितेमध्ये जो छंद (वृत्त) त्यांनी वापरला होता, त्यातील सौंदर्य जाणवून वाल्मीकींना त्याचे नवल वाटले. त्यांनी आपला शिष्य भरद्वाज याला हा छंद आठवणीत ठेवायला सांगितला. त्यानंतर ऋषी वाल्मीकींनी निश्चिंतपणे स्नान केले. ध्यानधारणा केली आणि आश्रमात परतले.

त्याच वेळी शेजारच्या आश्रमातील दोन ब्रह्मचारी पळतच त्यांच्याकडे आले आणि त्यांनी सांगितले की, एक सुंदर स्त्री नदीकाठावर परित्यक्त अवस्थेत आलेली आहे. नदीत उडी मारण्याच्या तयारीत ती दिसते आहे. नारदांनी सांगितलेली रामाची पत्नी ती हीच हे वाल्मीकींनी ओळखले आणि ते घाईघाईने नदीकाठी पोहोचले. ते सीतेला बरोबर घेऊन आश्रमात आले. त्यांनी इतर ऋषी-पत्नींना सांगितले की, सीतामाईची नीट काळजी घ्या; त्यांच्या पोटात इक्ष्वाकू वंशाच्या राजसिंहासनाचा वारस वाढतो आहे.

त्यानंतर वाल्मीकी ध्यान करायला बसले. त्यांच्या मनात क्रौंच पक्षांबद्दल विषाद दाटून आला होता. तसेच इच्छा नसताना व्याधाला दिलेल्या शापामुळेही ते खंतावले होते. मग विश्वनिर्माता ब्रह्मदेव वाल्मीकींजवळ आले आणि म्हणाले, "त्या विचित्र घटनेपायी वाईट वाटून घेऊ नये; कारण याच प्रसंगामुळे राम, सीता आणि लक्ष्मण यांची कथा लिहिण्याची आपणांस प्रेरणा मिळेल." पुढे ब्रह्मदेव म्हणाले, "ऋषिवर, आपल्याला रामाच्या जीवनातील प्रसंगांवर आधारित असलेले एक महाकाव्य लिहिण्याची प्रेरणा मिळेल. त्यांचे संपूर्ण जीवनचरित्र आपल्या समोर प्रकट होईल. श्रीरामाच्या जीवनातील प्रत्येक गौरवास्पद घटना आपण पाहू शकाल. हे महाकाव्य लिहिल्यानंतर आपण आद्य कवी म्हणून प्रसिद्ध व्हाल. जोपर्यंत पृथ्वीवर पर्वत उभे आहेत, नद्या वाहत आहेत, तोपर्यंत रामाची कथा सांगितली जाईल. आपल्या यशाची पताका धरणीच्या वर आणि खाली, सर्व लोकांमध्ये फडकत राहील."

वाल्मीकींना हा असा आशीर्वाद देऊन ब्रह्मदेव आपल्या देवलोकात परतले. त्यानंतर वाल्मीकी ध्यानमग्न झाले. ईशचिंतन करू लागले आणि त्यांच्याकडून 'रामायण' हे अमर महाकाव्य रचले गेले.

एकमेकांवर खूप प्रेम करणारे दोन पक्षी नियतीने क्रूरपणे अलग केले होते. त्यामुळे वाल्मीकींच्या मनात जे दुःख उत्पन्न झाले, त्यातूनच रामायण लिहिले गेले. परस्परांवर प्रगाढ प्रेम असूनही ज्याप्रमाणे त्या दोन पक्ष्यांना एकमेकांपासून दूर व्हावे लागले, तसेच राम आणि सीतेलाही नियतीने त्यांच्यामध्ये प्रेम असूनही दूर केले होते. दोन जीवनांमधील ही समानताच सारं काही सांगून जाते.

हे महाकाव्य लिहायला बारा वर्षांचा कालावधी लागला. तोपर्यंत सीतेचे मुलगे बारा वर्षांचे झाले. राम आणि सीता यांच्या जीवनावर आधारित चोवीस हजार श्लोकांचे उत्तम महाकाव्य वाल्मीकींनी लिहिले. आता त्यांना प्रखर स्मरणशक्ती असलेल्या व्यक्तीची गरज होती. म्हणजे मग ती व्यक्ती संपूर्ण रामायण मुखोद्गत करू शकली असती. असा विचार मनात येत असतानाच आश्रमातच लहानाचे मोठे झालेले, रामाचे लव आणि कुश हे दोन पुत्र तपस्वीच्या वेशात त्यांच्या समोर आले. दोघेही संगीतात पारंगत होते. बुद्धिमान होते. त्याच दोघांना रामायण हे महाकाव्य शिकवण्याचा निर्णय वाल्मीकींनी घेतला. ते दोघे खरोखरच संपूर्ण रामायण उत्तमरीत्या शिकून त्यात तरबेज झाले. ऋषी-मुनींच्या एका पवित्र समारंभात या दोघा भावंडांनी हे महाकाव्य एका सुरात सुरेख सादर केले. दरबारातील ऋषिगण त्यांच्यावर प्रसन्न झाले आणि दोघांना त्यांनी भरभरून आशीर्वाद दिले.

याच सुमारास आश्रमात बातमी आली की राजा श्रीराम नैमिषारण्यात यज्ञ करणार आहे. या वनात अश्वमेध यज्ञ एक वर्ष चालणार आहे. वाल्मीकींना हे कळले, तेव्हा त्यांनी लव आणि कुश या दोघांना यज्ञ समारंभात सहभागी होण्यास सांगितले. त्या दोघांनी रामाच्या समोर संपूर्ण रामायण गाऊन दाखवावे, असे वाल्मीकींनी त्यांना सांगितले. त्यांच्या म्हणण्यानुसार मुलांनी रामासमोर महाकाव्यातून संपूर्ण रामायण म्हणून दाखवले. मुलांना असलेले तालाचे ज्ञान, त्यांचा समंजस सुमधुर आवाज ऐकून सारा दरबार प्रभावित झाला. सर्व जण दोघांच्या गायनात इतके समरसून गेले की, त्यांच्या डोळ्यांतून अश्रू वाहू लागले. त्यांनी गायलेली रामायणाची कथा अशी होती :

राम विनंती करतात, '

'हे परमपूज्य, कृपया देवाचे वर्णन करा.''

वसिष्ठ म्हणतात, ''ईश्वर हे असे ज्ञान आहे, ज्यामध्ये नावांचं आणि आकृत्यांचं ब्रह्मांड सामावलेले आहे.

ईश्वर म्हणजे अशी पोकळी आहे, ज्यामध्ये ब्रह्मांडाच्या अस्तित्वाचे दर्शन होते.

ईश्वरामध्ये कर्ता-कर्म यांचा कोणताही संबंध नसतो.

आपल्या मनातले चैतन्य ईश्वरामध्ये पर्वताप्रमाणे स्थिर होते.''

हरिःॐ तत्सत

ॐ

१ पुस्तकात उल्लेख केलेला वसिष्ठांचा उपदेश 'योगवासिष्ठ' या ग्रंथातून घेतलेला आहे.

ॐ

जानकी वल्लभाय नमः!

अध्याय २

अवतार

चन्द्रकान्तनानं भोजम्
चन्द्रबिम्बोपमानानम्
मथमतांगगमनम्
अमथहम्स्वदुगतिम्।

"रामामध्ये चंद्राचे वैभव आणि सीतेमध्ये त्या चंद्राचे सौंदर्य होते.
रामाची चाल हत्तीसमान दमदार होती तर
सीतेची चाल हंसासारखी डौलदार होती."

फार फार पूर्वी शरयू नदीच्या काठावरील कोसल या सुंदर प्रदेशात अयोध्या नावाचे एक दिमाखदार नगर होते. तेथील राजा दशरथ बुद्धिमान व न्यायप्रिय होता. वैवस्वत मनूचा पुत्र इक्ष्वाकू याच्या कुळात जन्मलेला तो सूर्यवंशी होता. दशरथाचा वंश पुढे वाढविण्यासाठी त्याला काही मूलबाळ नव्हते या एका गोष्टीने दशरथ दुःखी होता. दशरथाला चिंताग्रस्त पाहून त्याचे गुरू वसिष्ठ यांनी अपत्यप्राप्तीसाठी अश्वमेध यज्ञ व पुत्रकामेष्टी यज्ञ करावा असे आग्रहाने त्याला सांगितले. प्रसिद्ध ऋषी ऋष्यशृंग यांच्याकडे जावे व त्यांनी यज्ञ संपन्न करावा अशी विनंती त्यांना करण्यास वसिष्ठ ऋषींनी दशरथास सांगितले.

त्याच वेळी सर्व देवदेवता मिळून विश्वनिर्माता ब्रह्मदेव यांच्याकडे गेले आणि प्रार्थना केली की, ब्रह्मदेवांनी विष्णुदेवांना अशी विनंती करावी की, अत्यंत त्रासदायक होत असलेला राक्षसांचा राजा रावण याचा त्यांनी निःपात करावा. ब्रह्मदेवानी देवतागणाचा निरोप विष्णुदेवांकडे पोहोचवला. त्यांनी राजा दशरथाच्या चार पुत्रांच्या रूपात अवतार घेण्याचे मान्य केले. दशरथ राजाने अश्वमेध यज्ञ यशस्वीपणे पूर्ण केला व पुत्रकामेष्टी यज्ञास प्रारंभ केला.

ऋष्यशृंग यांनी कलश वर उचलून अग्नीमध्ये तुपाची समिधा घातली. विश्वाचे तारणकर्ता श्रीविष्णूंना आवाहन केले. त्याबरोबर यज्ञाच्या अग्नीमधून हातात सुवर्णपात्र घेतलेली एक दिव्य आकृती प्रकट झाली. त्यात तांदूळ, दूध व मध घालून केलेली अमृतमय खीर होती. अग्नीतून प्रकट झालेल्या दिव्य आकृतीने सांगितले की, ती खीर तिन्ही राण्यांना खावयास द्यावी. राजाने खिरीचा अर्धा भाग त्याची ज्येष्ठ पत्नी कौसल्या हिला खायला दिला. उरलेल्या अर्ध्या भागाचे पुन्हा दोन भाग केले. एक भाग आपली दुसरी राणी सुमित्रा हिला दिला आणि दुसरा भाग तिसरी राणी कैकेयी हिला दिला. उरलेला भाग पुन्हा सुमित्राला दिला. विष्णुकृपेने तीनही राण्या ही खीर खाल्ल्यावर गर्भवती राहिल्या. योग्य वेळी त्यांनी चार मुलांना जन्म दिला. ज्या प्रमाणात मातांनी खीर खाल्ली होती, त्याच प्रमाणात त्यांच्या मुलांमध्ये ईश्वराचा अंश आला. सगळ्यात आधी कौसल्येच्या पोटी राम जन्मला. त्याच्यामध्ये ईश्वराची अर्धी शक्ती अस्तित्वात होती. रामाचा जन्म चैत्र महिन्यातील पुनर्वसू नक्षत्राच्या उत्कर्षकाळात अत्यंत शुभ मुहूर्तावर झाला. त्या वेळचे पाचही ग्रह उच्चावस्थेत होते. त्यानंतर धाकटी राणी कैकेयी हिने भरतास जन्म दिला. त्याला ईश्वराचा एक चतुर्थांश भाग प्राप्त झाला होता. शेवटी मधली राणी सुमित्रा हिने दोन मुलांना जन्म दिला. लक्ष्मण आणि शत्रुघ्न अशी दोन जुळी मुले तिला झाली. राजाच्या आनंदाला पारावार राहिला नाही. त्यानं एक मुलगा मागितला; त्याला चार मुलग्यांची प्राप्ती झाली. खूश होऊन त्यानं बक्षिसांची खैरात केली. अयोध्या नगर आनंदविभोर झाले. एक महिनाभर हा आनंदोत्सव चालू राहिला.

मुलं मोठी होत होती. राजपुत्रांना ज्या प्रकारचं शिक्षण दिलं जातं, ते सर्व त्यांना दिलं गेलं. त्यांचे गुरू वसिष्ठ होते. लहानपणापासूनच राम असामान्य बुद्धिमान होता. चारित्र्यसंपन्न होता. बाकीचे भाऊ रामाचे अनुकरण करीत. सुमित्रेचा मुलगा लक्ष्मण रामाबरोबर सावलीसारखा राहात असे. क्षणभरही रामापासून तो दूर राहत नसे. भरत आणि शत्रुघ्न हे जुळे भाऊ जास्त करून एकत्र असत.

गुरूंच्या आश्रमातून ही भावंडे घरी परत आली. आल्यावर रामाने भारतवर्ष-भूमी प्रत्यक्ष जाऊन बघण्याची इच्छा प्रदर्शित केली. दशरथाने यास आनंदाने मान्यता दिली. चारही भाऊ आपल्या सैन्यासह भारतयात्रा करण्यास निघाले. मात्र यात्रेहून परत आल्यावर दशरथ राजा व रामाचे तीन भाऊ यांना राम बदलल्यासारखा वाटू लागला. तो उदास राहू लागला. आपल्या भावांबरोबर खेळावं, करमणूक करून घ्यावी यात त्याला रस वाटेनासा झाला. तो समाजापासून दूर राहू लागला. अनेक वेळा आईने आग्रह केल्यावर तो जेवणखाण करीत असे. त्याची सारी रयाच गेली. तो अशक्त वाटू लागला. वडिलांना त्याची काळजी वाटू लागली. त्यांनी रामाला पुष्कळ प्रश्न विचारले पण कोणत्याही प्रश्नाचं उत्तर देणं रामानं विनयपूर्वक टाळलं.

एक दिवस विश्वामित्र ऋषी दशरथाच्या राजदरबारात आले. राजाने त्यांना आश्वासन दिले की, त्यांची जी काही इच्छा असेल ती पूर्ण होईल. त्या वेळी मारीच आणि सुबाहू या दोन राक्षसांनी धुमाकूळ घातला होता. ते विश्वामित्रांच्या आश्रमात घुसून त्यांना यज्ञयाग, कोणतीही धर्मकृत्ये करण्यास अडथळा आणीत. तेव्हा ऋषींनी दशरथाला अशी

विनंती केली की, त्या राक्षसांचा निःपात करण्यासाठी राजाने रामाला वनात पाठवावे. हे ऐकल्यावर दशरथ गप्प झाला. काळजीत पडला. त्या वेळी रामाचे वय अवघे सोळा वर्षांचे होते. राजाने ऋषींना सांगितले की, या कामासाठी मी माझी पूर्ण सेना पाठवतो, हवं तर मी स्वतःही येतो पण ऋषींनी ते नाकारले. कारण त्या दोघांना मारून टाकण्याची ताकद फक्त रामामध्येच होती असे वसिष्ठ ऋषींचे म्हणणे होते. अखेरीस आपले गुरू वसिष्ठ यांच्या मागणीअनुसार, अनिच्छेनेच दशरथाने एका सेवकाला रामाला राजदरबारात बोलावल्याचा निरोप देण्यास सांगितले. रामाकडे पाठवलेला सेवक परत येऊन म्हणाला, ''यात्रेहून परतल्यापासूनच राम उदास आहेत. त्यांना कशातच उत्साह वाटेनासा झाला आहे. त्यांना ना कसली आशा आहे; ना कसली इच्छा राहिली आहे. हल्ली त्यांना कशातच स्वारस्य वाटत नाही.''

हे ऐकून विश्वामित्र म्हणाले, ''त्याची ही स्थिती अकारण झालेली नाही. विवेक आणि वैराग्य यांमुळे त्याची अशी मनःस्थिती झालेली आहे; पण खरं तर यामुळेच त्याला ज्ञानप्राप्ती होईल. त्याला दरबारात येण्यास सांगा.''

राम राजसभेत आला आणि त्याने आपले वडील व मुनिवर्यांना नमस्कार केला. वडिलांनी विचारले, ''प्रिय मुला, तुझ्या जवळ सारे काही असूनही तू दुःखी आणि निराश का झाला आहेस? काय झालंय तुला?''

रामाने त्यांना उत्तर दिले, ''ज्या गोष्टी मी याआधी कधीच पाहिलेल्या नव्हत्या, तशी दृश्यं मी आपल्या पवित्र भूमीच्या यात्रेस गेलो तेव्हा मला दिसली. मी त्रास आणि दुःख पाहिलं. दारिद्र्य, रोग आणि मृत्यू पाहिले. एका वेगळ्याच विचारानं मला त्रस्त केलं आहे. अशा प्रकारच्या बदलत्या सृष्टीत काय आनंद मिळू शकतो? इथे सर्व प्राणी फक्त मरण्यासाठी जन्म घेतात आणि मेल्यावर ते पुन्हा जन्म घेतात. ज्याचे मूळ दुःख आणि अज्ञान हेच आहे, असा हा घटनाक्रम मला निरर्थक वाटतो. जीवनात साऱ्या गोष्टी आपल्या मानसिकतेवर अवलंबून असतात पण मुळात आपली बुद्धी... मेंदू हीच गोष्ट मला असत्य वाटते. आणि म्हणूनच आपण त्यात अडकून पडतो. आपल्याला काही कोणी बांधून घातलेलं नाही; पण तरीही आपण स्वतंत्र नाही. जीवनसृष्टीबाबत आपण अज्ञानग्रस्त असल्याने या भवसागरात आपण अनेक जन्म निरुद्देश भटकत राहिलो आहोत. आपल्या दुःखाचा अंत कसा होईल? या गोष्टींबद्दल विचार मनात आला की, माझे हृदय विदीर्ण होऊन जाते. जोपर्यंत या प्रश्नांची उत्तरं मला मिळत नाहीत, तोपर्यंत मला खाणंपिणं, झोपणं काहीही सुचणार नाही. अशा निरर्थक गोष्टींमध्ये माझं मन रमणार नाही.''

काही वेळ राम असाच विषादाने बोलत राहिला. या नवतरुणाच्या विचारांची खोली आणि बुद्धीची कुशाग्रता पाहून सारी सभा स्तब्ध झाली. अखेरीस राम म्हणाला, ''आपल्या सैन्याविरुद्ध युद्ध करणाऱ्या व्यक्तीला मी नायक मानत नाही. माझ्या मते जो आपल्या मनावर विजय मिळवतो तोच खरा नायक होय. या संसाररूपी खड्ड्यात पडलेल्या लोकांच्या दयनीय अवस्थेचा विचार करून मला फार दुःख होते. माझे मन द्विधा मनःस्थितीत सापडले आहे. मी अनेक गोष्टींचा त्याग केला; पण तरीही मला ज्ञानप्राप्ती झाली नाही. मी काही प्रमाणात मुक्त आणि अंशतः फसलेलो आहे. एखाद्या झाडाची

वरच्या बाजूने तर छाटणी केली जाते पण त्याची मुळं अगदी सुरक्षित असतात, तसे माझे झालेले आहे. मी कशा प्रकारे परमानंदाची अवस्था प्राप्त करून घेऊ शकतो, हे मला कृपया सांगा.''

रामाचे हे सारे वक्तव्य ऐकून तेथील ऋषिगण आणि लोक विस्मयचकित झाले. यावर आता विश्वामित्र व वसिष्ठ ऋषी काय बोलतात इकडे सगळ्यांचे लक्ष लागून राहिले.

विश्वामित्र म्हणाले, ''राम, तू बुद्धिमान लोकांमध्ये निःसंशय श्रेष्ठ आहेस. तू आणखी काही जाणून घ्यावेस असे आता काही उरलेले नाही. तुझ्या ज्ञानाला पोषक अशा गोष्टी व्हायला हव्यात इतकेच. मी त्याकरिता ऋषी वसिष्ठ यांना प्रार्थना करतो की त्यांनी तुला काही उपदेश करावा. आम्हा सर्वांनाच तो प्रेरक ठरेल. वसिष्ठ खऱ्या अर्थाने मुक्त झालेले आहेत. इंद्रियसुखाचे त्यांना आकर्षण नाही. तसेच कोणतीही प्रेरणा किंवा प्रोत्साहन नसताना ते कार्य करतात.''

विश्वामित्रांची प्रार्थना ऐकून ब्रह्मर्षी वसिष्ठ यांनी रामाला आत्मज्ञान व ब्रह्मसुख यांवर उपदेश देण्यास सुरुवात केली. पुढे हा ग्रंथ 'योगवासिष्ठ' या नावाने प्रसिद्ध झाला. अनेक लोकांनी हा अमृतमय उपदेश ऐकला, तरी केवळ रामच वसिष्ठ यांच्या बोधामृताला आत्मसात करू शकला.

अशा तऱ्हेने अवघ्या सोळाव्या वर्षी राम खरोखरच मुक्तात्मा झाला. धर्माच्या शोधासाठी लागणारा निग्रह रामाच्या अंगी होता. त्याला स्वतः सुखी होण्यापेक्षाही सदाचारी जीवन जगण्याची आस होती. केवळ धर्माला अनुसरूनच माणूस शाश्वत सुख मिळवू शकतो हे राम जाणून होता.

हा महान उपदेश सांगून झाल्यावर रामाच्या वडिलांनी त्यास ऋषींच्या इच्छेअनुसार त्यांच्या बरोबर जाण्यास परवानगी दिली. लक्ष्मणदेखील बंधू राम याच्या बरोबर गेला. दोघे जात असताना दशरथ राजा व्याकूळ झाला. पण विश्वामित्रांचा राग ओढवून घ्यावा लागेल या भीतीने काहीही बोलण्याचे धाडस त्याने केले नाही.

नदीकाठी पोहोचल्यावर विश्वामित्र ऋषींनी दोघा भावांना दोन प्रकारचे मंत्र शिकवले. एक मंत्र विजयी होण्यासाठी होता तर दुसरा मंत्र भूक व थकवा यांपासून बचाव व्हावा म्हणून होता. पुढे ते एका वनात पोहोचले. तिथे बरेच ऋषी-मुनी ताडिका राक्षसिणीला घाबरून राहत होते. विश्वामित्रांनी राजकुमारांना या ताडिकेची माहिती दिली. ती स्त्री म्हणून जन्मली होती व तिच्या अंगी हजार हत्तींचे बळ होते. ती आणि मारीच व सुबाहू ही तिची मुलं वनात फिरत असत आणि जो कोणी समोर येईल त्याला मारून टाकीत असत. शिवाय ते वनात राहणाऱ्या ऋषी-मुनींनाही फार त्रास द्यायचे. त्यांच्या होमहवनादी कार्यात अडथळे आणायचे. यज्ञाच्या अग्नीत आहुती घालण्यासाठी ऋषींनी तुपाची कळशी उचलताच राक्षस यज्ञाग्नीमध्ये रक्त, हाडं, मलमूत्र टाकून तो अग्नी विझवून टाकायचे. विश्वामित्रांनी ताडिकेपासून वनात राहणाऱ्यांचे रक्षण करण्यासाठी तिला ठार मारण्यास रामाला सांगितले.

ताडिका एक स्त्री होती व म्हणून तिला ठार मारण्यासंबंधी रामाच्या मनात चलबिचल होती. ऋषी-मुनींची तिच्या त्रासातून सुटका व्हावी म्हणून रामाने तिला अधू, अपंग करण्याचे मनाशी ठरवले. त्याने आपले धनुष्य उचलले व जोरदार टणत्कार केला. तो

आवाज ऐकून ताडिकाला भयंकर राग आला व ती धावतच त्यांच्या अंगावर आली. राजकुमारांच्या अंगावर तिने मोठमोठ्या शिळा, झाडे फेकण्यास सुरुवात केली. त्या दोघांचा गोंधळ उडवून देण्यासाठी ती कधी मध्येच आकाशात दिसे तर कधी अदृश्य होई. काय करावे हे रामाला कळेना. मात्र विश्वामित्रांनी रामाला स्पष्ट शब्दांत सांगितले की, आणखी विध्वंस होण्यापूर्वीच तू ताडिकेला ठार मार. ती दया करण्यास पात्र नाही. तिला दुबळी समजू नकोस. विश्वामित्रांचा आदेश येताच रामाच्या मनातली चलबिचल थांबली. ताडिकेला ठार मारणे हे त्याचे कर्तव्य होते, हे तो जाणून होता. त्यासाठीच तर तो विश्वामित्रांबरोबर वनात आला होता. ताडिका राम-लक्ष्मण यांना मारण्यासाठी धावून येताच रामाने ताबडतोब शरसंधान करून तिला जमीनदोस्त केले. तिचा मृत्यू होताच वनातील ऋषी-मुनींनी व वनवासातील लोकांनी दोघांना धन्यवाद दिले. आपल्या प्रजेचे रक्षण करणे हा राजाचा धर्म आहे व म्हणून ताडिका स्त्री असूनही रामाने तिचा वध केला.

त्या रात्री सारे वनवासी ताडिकेच्या भयापासून मुक्त झाल्याने निश्चिंतपणे झोपले. सकाळी उठल्यावर विश्वामित्रांनी शत्रूला पराभूत करणारी अनेक शक्तिशाली अस्त्रे रामाला दिली. या अस्त्र-शस्त्रांना आवाहन करून कसे बोलावून घ्यावे याचेही शिक्षण त्यांनी रामाला दिले. मग ते राम-लक्ष्मणाला आपल्या आश्रमात घेऊन गेले. त्यांना पाहून आश्रमातील ऋषिगण प्रसन्न झाले. दुसऱ्या दिवशी विश्वामित्रांनी आपल्या यज्ञास प्रारंभ केला. हा यज्ञ निर्विघ्नपणे पार पडावा म्हणून विश्वामित्रांनी पुढील सहा दिवस दोघा भावंडांना सावध राहण्यास सांगितले. यज्ञ करण्यास सुरुवात होताच आकाशात मारीच आणि सुबाहू हे दोघे राक्षस भयंकर आरडाओरडा करू लागले. मारीच आणि सुबाहू या दोघांनी यज्ञवेदीवरच उड्या मारल्या. सगळीकडे रक्त, विष्ठा आणि हाडं टाकली. राम बाहेर आला आणि त्याने मारीचाला बाण मारला. त्याच्या प्रहाराने मारीच आठशे योजनं दूर समुद्रात पडला. त्यानंतर रामाने सुबाहूचा सहजतेने वध केला व आपल्या वचनानुसार यज्ञाचे रक्षण केले.

राजा जनक याने मिथिला नगरात धनुष्य-यज्ञ आरंभला होता. दुसऱ्या दिवशी आश्रमातील तपस्वींनी त्याविषयी सांगितले. सगळे लोक मिथिलेकडे चालू लागले. वाटेत त्यांनी विश्वामित्र यांचा जन्म कसा झाला ते राम व लक्ष्मण यांना सांगितले. इतिहासातील गंगेची कथा सांगून या भावंडांचे मन रमवले. सुर आणि असुर म्हणजे देव आणि दानव यांच्यातील समुद्रमंथनाची कथाही तपस्वींनी ह्या दोघांना सांगितली.

वाटेत त्यांना गौतम ऋषींचा आश्रम दिला. तो वैराण झाला होता. गौतम ऋषींची पत्नी हिचा गैरसमज झाल्याने तिच्याकडून न कळत गौतम ऋषींचा विश्वासघात झाला होता. त्याने क्रोधित होऊन गौतम ऋषींनी अहल्येला शाप देऊन शिळा केली होती. अहल्या तिथेच शिळा होऊन पडली होती. रामाने आश्रमात प्रवेश करून त्या शिळेस आपल्या पावलाने स्पर्श केला. त्याबरोबर शापमुक्त होऊन अहल्या आधीच्या रूपात प्रकट झाली. याच वेळी गौतम ऋषी आश्रमात परतले होते. मग गौतम ऋषी व अहल्या या दोघांनीही रामाचा सत्कार केला. त्याची सेवा केली.

राम-लक्ष्मण व त्यांच्या बरोबरच्या दलाने मिथिला नगरीत प्रवेश केला. धनुष्य-यज्ञ होणार होता. विश्वामित्रांनी सांगितले होते की, मिथिलेत श्रीशंकराचे धनुष्य आहे.

ते इतके मोठे व जड आहे की, कुणीही उचलू शकत नाही. लहान असताना जनकाची मुलगी सीता एकदा चेंडू खेळत होती. चेंडू घरंगळत धनुष्याखाली गेला. सीतेने सहजपणे ते धनुष्य थोडे उचलले व आपला चेंडू काढून घेतला. ते पाहून जनकाला मोठे नवल वाटले. त्याने तत्क्षणी निश्चय केला की, ज्याला कुणाला आपल्या मुलीशी लग्न करायचे असेल त्याने आधी ते शिवधनुष्य उचलावे व त्यावर प्रत्यंचा चढवून दाखवावी. आपलं भाग्य पडताळून पाहण्यास अनेक राजकुमार आले परंतु सर्व जण निराश होऊन निघून गेले. सीतेचा विवाह रामाशीच होणार आहे, हे विश्वामित्र जाणून होते; म्हणूनच ते रामाला घेऊन मिथिलेस आले होते. राजमहालाच्या दारात प्रवेश करताच रामाची दृष्टी महालातील एका उघड्या खिडकीवर पडली. तिथे त्यांना एका मुलीचे डोके दिसले. जणू त्या नजरेनेच आकर्षित होऊन मान वळवून सीतेने सरळ रामाच्या डोळ्यांत पाहिले. तिचे डोळे इतके तेजःपुंज होते की, ते पाहून राम दिपून गेला. त्याचे हृदय त्या सुंदर कन्येच्या डोळ्यांमध्ये हरवून गेले. मुलगी जरी वयाने लहान असली तरी तिला बरोबर कळले की, आपल्याला आपला जीवनसाथी मिळाला आहे. दोघे राजकुमार पुढे गेले. या युवकाने धनुष्य उचलून आपल्याशी लग्न करावे अशी तिने मनोमन इच्छा केली. ही मुलगी म्हणजे दुसरीतिसरी कुणी नसून जनकाची मुलगी सीता हीच होती.

काही वर्षांपूर्वी जनक राजाला यज्ञ करायचा होता. त्यासाठी तो जमीन नांगरत होता. त्या वेळी त्याला अचानक एक दबक्या आवाजातलं हसू ऐकू आलं. ते ऐकताच जनकाने लगेचच नांगरणे थांबवले. नांगरल्यामुळे झालेल्या एक खोल रेघेमध्ये जनकाला एक सुंदर मुलगी सापडली. ती फार आकर्षक होती. राजाने तिला हळूच उचलले आणि स्वतःच तिला सांभाळण्याचा निर्णय घेतला. मुलीचे नाव त्याने 'सीता' असे ठेवले. सीता या शब्दाचा अर्थ 'रेघ' असा होतो. आता ती मुलगी मोठी झाली होती. सुंदर दिसत होती.

जनक राजाने विश्वामित्र आणि राम व लक्ष्मण या दोन राजकुमारांचे सहर्ष स्वागत केले. राजाने त्यांना धनुष्य आणि आपल्या मुलीची कहाणी सांगितली. विश्वामित्रांनी जनकाला आश्वासन दिले की, राम ते धनुष्य सहज उचलून किंचित वाकवील व त्यावर प्रत्यंचा ताणून बसवील. हे धनुष्य ज्या पेटाऱ्यात ठेवले होते, ते उचलून राजसभेत आणण्यासाठी पाच हजार धष्टपुष्ट पुरुषांची गरज भासे. पेटारा राजसभेत आणून पेटाऱ्याचे झाकण उघडले. सर्व जण त्या शिवधनुष्याकडे डोळे विस्फारून पाहत होते. विश्वामित्रांनी सांगितल्यावर रामाने सहजतेने ते धनुष्य उचलले. त्याला वाकवताच ते धनुष्य मोडून पडले. त्याच्या तुटण्याच्या आवाजाने जणू मोठमोठे पर्वत कोसळले. धरणीकंप झाला व जमीन हादरू लागली. दोन राजकुमार, विश्वामित्र आणि जनक राजा एवढे सोडून बाकी सर्व जण जमिनीवर पडले. सगळे जण रामाकडे नवलानं पाहू लागले. जनक राजाला अतिशय आनंद झाला. त्याने तर अलीकडे आपल्या मुलीला योग्य असा वर मिळण्याची आशाच सोडून दिली होती. देशातील सर्व राजांनी धनुष्य उचलण्याचा प्रयत्न केला होता परंतु त्यात ते सर्व जण अयशस्वी ठरले होते. जनकाने लगेचच आपले दूत अयोध्येस पाठवले. दशरथ राजाला त्याच्या मुलांच्या लग्नाचे आमंत्रण दिले.

दशरथ राजा भरत, शत्रुघ्न व आपला मोठा लवाजमा घेऊन मिथिला नगरीस पोहोचला. दशरथाने स्वतःबरोबर अनेक नजराणे, उपहार जनक राजासाठी आणले होते.

जनकाने दशरथाचे सन्मानपूर्वक यथोचित स्वागत केले. त्यानंतर जनकाने असा प्रस्ताव मांडला की, त्याची दुसरी मुलगी उर्मिला हिचा विवाह लक्ष्मणाशी व्हावा. जनक राजाला दोन पुतण्या होत्या. त्यांची नावे होती मांडवी आणि श्रुतकीर्ती. भरताशी मांडवी हिचा विवाह व्हावा व शत्रुघ्न याच्याशी श्रुतकीर्ती हिचा विवाह करावा अशीही इच्छा जनकाने व्यक्त केली. आपल्या मुलांसाठी अशा सुरेख मुली, पत्नी म्हणून लाभणार या कल्पनेने दशरथाला आनंद झाला.

विजय नावाच्या शुभ मुहूर्तावर सर्व विवाह उत्तम तऱ्हेने पार पडले. वसिष्ठ ऋषींनी विवाहाच्या मंडपात वेदी तयार केली. तिला चंदनाचा लेप दिला. सोन्याची ताटे ठेवली. सुवर्णाची फुलदाणी, धूपपात्र, शंख तयार ठेवले. सुवर्णपात्रांमध्ये समिधा भरल्या. हळद लावलेल्या अक्षता सुवर्णपात्रात भरून सारेकाही सजवले. वेदीवर दर्भाचे गवत पसरून ठेवले. त्यानंतर वसिष्ठ मुनींनी ऋग्वेदात वर्णन केलेले विवाहासंबंधीचे पवित्र मंत्र वाचण्यास प्रारंभ केला. अलंकार व सुंदर वस्त्रांनी सजलेली आपली मुलगी घेऊन जनक राजा लग्नमंडपात आला. त्याने सीतेचा हात दृढतापूर्वक रामाच्या हाती ठेवला. सीतेने लाजून रामाकडे पाहिले. दोघांनीही ओळखले की, यापूर्वी राम मिथिलेमध्ये आले होते, तेव्हा आपण एकमेकांना नजरेने वरले होते. परस्परांवर लागलेली दष्टी ते हलवू शकत नव्हते. दरम्यान जनकाची मुलगी उर्मिला हिच्याशी लक्ष्मणाचे लग्न लागले. जनकाच्या दोन्ही पुतण्या मांडवी व श्रुतकीर्ती यांचे भरत व शत्रुघ्नशी लग्न लागले. पण राम व सीता हे दोघेही एकमेकांत इतके मग्न होते की, त्यांना हे कळलेही नाही.

मग रामाने आपली पत्नी सीता हिचा हात हातात घेऊन अग्नीभोवती तीन प्रदक्षिणा घातल्या. अग्नीच्या साक्षीने सीतेला त्याने विवाहाचे वचन दिले. त्याच्या इतर तीन भावांनीही असेच केले. हा संयुक्त विवाह मोठ्या थाटाने आणि यशस्वीपणे पार पडला.

दुसऱ्या दिवशी लग्नाचे वऱ्हाड अयोध्येच्या दिशेने मार्गस्थ झाले. वाटेत त्यांना परशुराम भेटले. ते अजिंक्य होते. त्यांचा जन्म ब्राह्मण कुळात झाला. मात्र क्षत्रियांच्या बरोबरीने त्यांच्या अंगी धाडस व पराक्रम होता. एका क्षत्रिय माणसाने परशुरामांच्या वडिलांची हत्या केली होती. तेव्हा त्यांनी प्रतिज्ञा केली की, पृथ्वीवरून मी क्षत्रिय वंशाचा नायनाट करेन. वसिष्ठ आणि इतर ऋषी-मुनींनी परशुरामाला शांत करण्याचा पुष्कळ प्रयत्न केला पण व्यर्थ! त्यांच्या रागीट स्वभावामुळे त्यांनी कुणाचेच ऐकले नाही. परशुराम हे विष्णूचे अवतार मानले जातात. राम भेटल्यावर परशुराम त्याला म्हणाले, "मी तुमच्या अचाट बाहुबळाबद्दल पुष्कळ ऐकले. तुम्ही शिवधनुष्य तोडलेत. माझ्या जवळ त्याहीपेक्षा शक्तिशाली असे विष्णुदेवांचे धनुष्य आहे. तुम्ही जर खरेच क्षत्रिय आणि शूर वीर असाल तर हे धनुष्य उचला. त्यावर प्रत्यंचा चढवा आणि माझ्याशी युद्ध करा." दशरथाने हे ऐकल्यावर तो घाबरला. 'माझ्या पुत्राला आपण सोडून द्यावे' अशी विनंती करू लागला. परंतु परशुरामांनी दशरथाचे म्हणणे न ऐकता रामाला पुन्हा एकदा युद्धासाठी आव्हान दिले. परशुरामाच्या उग्र रूपाला जराही न घाबरता रामाने ते धनुष्य उचलले व त्यावर सहजतेने प्रत्यंचा चढवली. मग परशुरामांकडे वळून राम निर्भयपणे म्हणाला, "हे ब्राह्मण! बोल, हा बाण मी कोणावर सोडू?"

परशुरामांनी आपल्या प्रभूंना ओळखले व लहान मुलाप्रमाणे विनम्र होऊन ते म्हणाले, ''हे राम, आपण स्वतःच श्रीविष्णू आहात हे मला आता कळले आहे. कारण त्यांच्या व्यतिरिक्त कोणीही ह्या धनुष्यावर प्रत्यंचा चढवू शकत नाही. माझ्या जवळ असलेल्या सर्व शक्ती मी तुम्हाला अर्पण करतो आणि मी महेंद्र पर्वतावर तपश्चर्या करण्यास जातो.''

परशुराम निघून गेल्यावर रामाने विष्णूचे धनुष्य जलदेवता वरुणदेव यांना दिले आणि वऱ्हाडासह अयोध्येकडे निघाले. अयोध्या नगरी राजकुमार आणि त्यांच्या पत्नी यांच्या स्वागतासाठी उत्सुक होती.

पुढील बारा वर्षे राम आणि सीता यांनी एकमेकांच्या सहवासात सुखाने काळ व्यतीत केला. सीता जशी रूपाने सुंदर होती, तशीच स्वभावाने सदाचारिणी होती. रामाच्या मनावर सीतेचे सौंदर्य, आकर्षण यांबरोबरच तिच्या चारित्र्यसंपन्नतेचाही प्रभाव पडल्यामुळे तो तिच्यावर निःसीम प्रेम करत होता. सीताही आपल्या आकर्षक व श्रेष्ठ पतीवर फार प्रेम करीत होती. देवतांप्रति ती कृतज्ञ होती. काळाबरोबर त्यांचे एकमेकांविषयीचे प्रेम वाढत गेले. परस्परांशिवाय एक क्षणही राहणे त्यांना कठीण झाले. अशा प्रकारे या दिव्य दांपत्यास दिवस–महिनेदेखील क्षणांप्रमाणे भासू लागले. एकमेकांच्या कमलनयनांमध्ये पाहत असताना त्यांना काळाचे भानच उरले नाही.

वसिष्ठ म्हणतात,

''ज्याप्रमाणे सागरास स्पर्श केल्यावर लाटा दिसून येतात, त्याच प्रकारे
निराकार ब्रह्मामध्ये ही सृष्टी निराकार रूपात राहते.
अनंतात अनंत उत्पन्न होते व या अनंत रूपातच ते राहते.
म्हणून सृष्टीची रचना प्रत्यक्षात झालेली नाही. ती त्याच रूपात आहे,
ज्यापासून ती उत्पन्न झाली आहे.''

हरिः ॐ तत्सत

ॐ

ॐ

राजीवलोचनाय नमः।

खंड २

अयोध्या कांड

ॐ

रघुत्तमाय नमः!

अध्याय १

राज्याभिषेकाची तयारी

रघुनाम कुलदीपं च
निमीनं कुलदीपकम्
सूर्यवंशमुद्भूतम्
सोमवंशमुद्भूतम्

(राम) रघुकुलाचे प्रकाश आणि
(सीता) चंद्रकुळाचा दीपक होती.
एकाचा सूर्यवंश आणि
दुसरीचा चंद्रवंश होता.

अयोध्यावासींचे चारही राजकुमारांवर प्रेम होते. मात्र रामांचे पिता व अयोध्येचा राजा असलेल्या दशरथाइतकाच प्रजेच्या मनात, ज्येष्ठ कुमार राम यांच्याबद्दल विशेष आदर होता. राम असामान्य होते. निसर्गाने त्यांना उदार हस्ते अनेक गुणांचे प्रदान केले होते. ते आकर्षक व सौष्ठवपूर्ण होते. अगदी लहान वयात त्यांनी पूर्ण ज्ञान प्राप्त केले होते. वशिष्ठांनी केलेल्या उपदेशास केवळ रामच पूर्णपणे आत्मसात करू शकले होते. साध्या खड्यांमध्ये हिरा चमकतो, तसे ते इतर लोकांमध्ये उठून दिसत. त्यांचे शारीरिक सौंदर्य अद्भुत होते. गुण आकर्षक होते. ते अत्यंत बुद्धिमान होते. योग्य वेळी ते मृदू व दयाळू होत असत. दुबळ्या व गरीब लोकांशी ते विनम्रतेने वागत; पण दोषी लोकांशी ते कठोरपणे वागत असत. ते सदैव संयमी व आत्म-लीन राहत असत. स्वभाव फार शांत होता. ते कधी रागाने वागत नसत. वाह्यातपणा करण्यात ते रमत नसत. खरोखर ते धर्माचरणाचे उत्तम उदाहरण होते; पण याचा त्यांच्यामध्ये अहंकार, गर्व कधीच नव्हता. कोणतीही गोष्ट ते ईश्वराचा प्रसाद म्हणून स्वीकारीत असत.

विवाहानंतर बारा वर्षे रामांनी आपल्या सुंदर पत्नीसमवेत शांत व आनंदी काळ व्यतीत केला. राज्याचा कारभार उत्तम प्रकारे चालवण्यास ते शिकत राहिले. या काळात भरत आणि शत्रुघ्न यांना कैकेयीचा भाऊ त्यांच्या घरी घेऊन गेला होता.

दशरथ स्वतः अशक्त व वृद्ध झाले होते, त्यामुळे दशरथाला वाटले की, आपला पुत्र राम सर्वगुणसंपन्न आहे, तेव्हा राज्याचा उत्तराधिकारी म्हणून त्याची लवकर नेमणूक करायला हवी. निर्णय घेतल्यावर तो प्रत्यक्षात आणण्यासाठी ते आतुर झाले. त्यांनी आपल्या मंत्र्यांशी चर्चा करून रामांच्या अभिषेकाचा दिवस नक्की केला. सर्व राजांना आमंत्रणे गेली; पण नशिबाच्या अनोख्या कारणामुळे सासरे कैकेयराजा आणि दुसरे सासरे राजा जनक, या सगळ्यात जवळच्या नातलगांना आमंत्रण देण्याचे ते विसरले. कैकेयराजांना बोलावले असते, तर स्वाभाविकच भरत व शत्रुघ्न त्यांच्याबरोबर आले असते आणि मग या कथेचा सारा घटनाक्रमच वेगळा झाला असता. दशरथाला आपल्या चुकीची जाणीव झाली, तेव्हा त्यांना बोलावण्यास फार उशीर झालेला होता. ही चूक अनवधानाने झाली की जाणूनबुजून केली गेली हे स्पष्ट होत नाही; पण असे म्हणतात की, दशरथाने स्वतःचीच अशी समजूत घातली की, भरत व शत्रुघ्न यांना लवकरच ही आनंदाची बातमी मिळेल.

सभेमध्ये सर्व राजे आणि प्रतिष्ठित नागरिक जमले होते. त्यांच्यासमोर दशरथ राजाने राज्याच्या उत्तराधिकाऱ्यास दुसऱ्या दिवशी सकाळी नियुक्त करण्याची घोषणा केली. ज्योतिषांनी उत्तम मुहूर्त काढला. पुष्य नक्षत्र उच्चावस्थेत होते. जमलेल्या सर्व राजांनी हा निर्णय अगदी योग्य असल्याचे मान्य केले.

दशरथाने आपले गुरू वशिष्ठ यांना दुसऱ्या दिवशीच्या महोत्सवाची तयारी करण्यास सांगितले. रामांना राजसभेत घेऊन येण्याचे काम सुमंत्र या मंत्र्यावर सोपवण्यात आले. रामांनी ज्या डौलात सभेत प्रवेश केला, त्यामुळे ते सर्वांच्या आकर्षणाचे केंद्रबिंदू झाले. त्यांनी वडिलांना नमस्कार केला. दशरथाने त्यांना मिठीत घेतले व एका विशेष आसनावर त्यांना बसवले. दुसऱ्या दिवशी सकाळी त्यांचा जो सन्मान केला जाणार आहे, त्याविषयी त्यांना सांगितले. हे ऐकून रामांना ना सुख झाले, ना दुःख. ती बातमी त्यांनी स्वभावतः असलेल्या शांत भावाने ग्रहण केली. मग ते आपल्या महालात परतले. नगरवासीयांना ही बातमी समजताच ते आनंदाने राजवाड्यासमोर जमून रामांचा जयजयकार करू लागले.

सभा संपली आणि राजा त्यांच्या महालात गेला. त्याने पुन्हा सुमंत्रला सांगून रामांना बोलावून घेतले. दशरथाच्या ज्योतिषाने त्याला सांगितले होते की, सध्या त्याला फार प्रतिकूल काळ आहे आणि यात त्यांचा मृत्यूही ओढवू शकतो, त्यामुळे दशरथ चिंतेत होता. त्याला लवकरात लवकर रामांचा राज्याभिषेक करायचा होता. कैकेयीशी लग्न करताना दशरथाने कैकेयीच्या वडिलांना वचन दिले होते की, त्याच्या पश्चात भरत जर त्या वेळी उपस्थित असेल, तर त्यास राज्याभिषेक केला जाईल. भरत जर आता आला, तर तो त्याचा राज्याचा अधिकार मागेल असे दशरथाला भय वाटत होते.

राम आल्यावर दशरथाने त्याला सांगितले की, राम आणि सीता यांनी रात्री उपवास करावा. दर्भाच्या आसनावर दगडाची उशी करून सावधपणे निजावे. रामांनी दशरथाचे सर्व बोलणे मान्य केले व महालात सीतेला सांगण्यासाठी ते गेले; पण सीता तिच्या महालात नव्हती. ते त्यांच्या मातेच्या महालात गेले, तर तिथे सीता व लक्ष्मणाची आई सुमित्रा याही कौसल्येबरोबर होत्या. त्यांना रामाच्या राज्याभिषेकाची बातमी कळली होती व त्या रामांच्या कल्याणासाठी प्रार्थना करीत होत्या. कौसल्या आणि सुमित्रा यांनी रामांना आशीर्वाद दिला. दुसऱ्या दिवशी लक्ष्मणाने आपल्याबरोबर असावे व आनंदात सहभागी व्हावे, असे रामांनी लक्ष्मणाला सांगितले. त्यानंतर ते सीतेला घेऊन आपल्या महालात गेले.

राज्याभिषेक होणार असल्याची बातमी वणव्यासारखी पसरली. या कार्यक्रमात भाग घेण्यासाठी सगळीकडून लोक अयोध्येस येऊ लागले. त्यांचे रामांवर फार प्रेम होते. नगर सजवण्यास सुरुवात झाली.

रामाचे नाव सांसारिक अडचणींपासून वाचण्याचा एकमेव मंत्र आहे. जी व्यक्ती हे नाव सदैव लक्षात ठेवते, तिला समस्त शक्ती सातत्याने प्राप्त होतात.

हरि:ॐ तत्सत

ॐ

ॐ

राजेन्द्राय नमः!

अध्याय २

कैकेयीची युक्ती

अयोध्यापुरनेत्रम्
मिथिलापुम्यिकम्।
राघवनमलकर्म
वैदेहीनमलक्रियम्।

"राम हे अयोध्याचे नरेश आहेत, सीता मिथिलेची राजकुमारी आहे. राम रघुकुलाचे शिरोमणी आहेत आणि सीता विदेहाची निधी आहे."

कैकेयी ही दशरथाची सगळ्यात लहान आणि प्रिय राणी होती. विवाहानंतर कैकेयी अयोध्येस आली, तेव्हा तिच्या बरोबर मंथरा नावाची एक कुबडी दासी आली होती. ती कैकेयीची सेवा करीत असे. त्या दिवशी संध्याकाळी महालाच्या सौधावरून मंथराने खाली उत्सवाची तयारी चाललेली पाहिली. संपूर्ण नगराची चाललेली सजावट पाहून तिला आश्चर्य वाटलं.

मंथरेने राजवाड्यातील एका जुन्या दासीला विचारलं, "अयोध्या नगरीत एवढा कसला आनंदीआनंद चालला आहे? विशेष काय आहे?"

दासीनं तिला लवकरच होणाऱ्या राज्याभिषेकासंबंधी सांगितले. हे ऐकल्यावर मंथरा स्तंभित झाली. धावतच आपली स्वामिनी कैकेयी हिच्याकडे गेली. कैकेयी आराम करीत होती.

"उठा राणीसाहेब, कसल्या भ्रमात बसला आहात?" मंथरा म्हणाली, "तुमच्याशी प्रेमाच्या गोष्टी करणारे तुमचे पती दशरथ यांनी तुमच्याशी कपट केले आहे. तुमच्या मुलाला आजोळी पाठवून दिले आणि आता ते रामाला राज्याचा उत्तराधिकारी म्हणून

नियुक्त करणार आहेत. तुमच्या पतीने गोडगोड बोलून तुम्हाला भ्रमित केले आहे. कपटी सापाप्रमाणे ते तुमच्याशी वागत आहेत.''

रामाच्या राज्याभिषेकाची बातमी ऐकून कैकेयी आनंदित झाली. ही शुभ वार्ता मंथराने तिला सांगितली म्हणून खूश होऊन तिने आपला हार तिला बक्षीस दिला आणि म्हणाली, ''तू मला इतकी चांगली बातमी सांगितलीस म्हणून तुला खूप धन्यवाद. राम आणि भरत दोघे मला सारखेच आहेत. महाराजांच्या निर्णयाने मला आनंदच झाला आहे.''

कैकेयीची प्रतिक्रिया पाहून मंथरेला मोठे नवल वाटले. कैकेयीने तिला दिलेला हार तिने फेकून दिला आणि तिरस्काराने म्हणाली, ''वाट्याला आलेल्या दुर्दैवाच्या बाबतीत तुम्ही इतक्या कशा अलिप्त असू शकता? माझा तर विश्वासच बसत नाही. राम राजा झाल्यावर तुम्ही तर कौसल्येची दासी झाल्यासारखे होईल. तुमचा पुत्र भरत याचं स्थानही रामाचा सेवक यापलीकडे राहणार नाही.''

कुबडी मंथरा आपल्या राणीवर कोसळणाऱ्या संकटांची मालिका आरडूनओरडून सांगू लागली. रामाच्या बाजूने कैकेयी बोलत असलेले चांगले शब्द तिच्या कानांवर पडतच नव्हते जणू! मंथरा वर्णन करीत असलेली भयंकर स्थिती आपल्यावर ओढवेल असे कैकेयीला मात्र वाटत नव्हते. असे एक तासभर झाल्यावर हळूहळू कैकेयीचाही मंथरेच्या बोलण्यावर विश्वास बसू लागला. महाराजांनी आपला मुलगा भरत याच्यावर फार मोठा अन्याय केला आहे आणि त्यासाठी मोठेच षडयंत्र रचले आहे असे तिला वाटू लागले. संगत चांगली असणे किती आवश्यक असते हे यावरून लक्षात येईल. म्हणूनच आपल्या ग्रंथांमध्ये सत्संगाचे महत्त्व सांगण्यावर भर दिलेला आहे. वाईट लोकांच्या संगतीमुळे भल्याभल्यांचे विचार दूषित होऊ लागतात.

अखेरीस संत्रस्त होऊन कैकेयीने मंथरेलाच विनंती केली की, इतक्या मोठ्या संकटातून भरताला वाचवण्यासाठी तूच आता काहीतरी मार्ग सुचव. कैकेयीला दशरथाने काही वर्षांपूर्वी दिलेल्या वचनांची मंथरेने आठवण करून दिली. एकदा दशरथ कैकेयीला लढण्यासाठी रणांगणावर घेऊन गेला होता. त्या वेळी दशरथ गंभीर जखमी झाल्यामुळे बेशुद्ध पडला. अशा बिकट समयी कैकेयीने अत्यंत कौशल्याने रथ चालवून दशरथाला ती सुरक्षित जागी घेऊन गेली होती. शुद्धीवर आल्यावर आपले प्राण वाचवल्याबद्दल कृतज्ञतेने दशरथाने तिला दोन वर मागण्यास सांगितले. ''पुन्हा कधीतरी वेळ आल्यावर मी हे वर तुमच्याकडे मागेन,'' असे दशरथाला कैकेयीने तेव्हा सांगितले व नंतर ती स्वतःही ते विसरून गेली. मंथरेने त्या वचनाची कैकेयीला आठवण करून दिली व ते आत्ता मागून घेण्यास सांगितले. एक म्हणजे भरताला राज्य मिळावे आणि दुसरे, रामाला चौदा वर्षे वनवासाला पाठवावे. यामुळे भरताला आपल्या राज्यावर चांगली पकड येण्यास पुरेसा वेळ मिळेल. मंथरा कैकेयीला क्रोधागारात घेऊन गेली. तिथे गेल्यावर केस विस्कटलेले, वस्त्र फाडलेले रडके रूप घेण्यास मंथरेने तिला सांगितले. असे केल्याने दशरथाच्या निर्णयामुळे कैकेयी किती दुःखी झाली आहे हे त्याला समजेल, असे मंथरा म्हणाली. कुबडीने तिला इतके डिवचले की, कैकेयी आता खरोखरच भडकली होती. तिने आपल्या सदसद्विवेकबुद्धीला तिलांजली दिली.

रात्र झाल्यावर दशरथ राजा आपल्या प्रिय पत्नीला रामाच्या राज्याभिषेकाची शुभ वार्ता सांगण्यासाठी तिच्या महालात आला. रोजच्याप्रमाणे कैकेयी प्रसन्न दिसत नसल्याचे पाहून तो निराश झाला. कैकेयी क्रोधागारात बसल्याचे कळल्यावर तर त्याला आणखीच दुःख झाले. राजा लगबगीने क्रोधागारात गेला. तिथे कैकेयी जमिनीवर तळमळत पडली होती. तिचे अलंकार विखरून पडले होते. केस सुटलेले, चेहरा रागाने काळानिळा पडला होता. दशरथ घाबरला.

''काय झालं, प्रिये?'' दशरथाने दुःखी होऊन विचारलं.

''तुला त्रास देण्यास कोण धजले? तुला काय कमी आहे? तुझी जी काही इच्छा असेल ती मला सांग. तुला माहीत आहे की, तू मागशील ते तुला मिळेल.''

कैकेयी म्हणाली, ''माझा अपमान झालेला नाही. मला कुणीही काही अनादराने बोललेले नाही. परंतु मला जे हवे आहे, ते मला फक्त तुम्हीच देऊ शकता. तुम्ही माझी इच्छा पूर्ण कराल असे मला तुम्ही वचन द्या. त्यानंतर मी इथून उठेन.''

दशरथाने प्रेमाने आपल्या हातांनी तिचे विस्कटलेले केस नीट केले. तिचे डोके मांडीवर घेतले आणि तिची कोणतीही इच्छा पूर्ण करण्याचे तिला वचन दिले.

आपल्या बोलण्याचा राजावर काय परिणाम होईल याची कैकेयीला कल्पना होती. तरीही मंथरेच्या सांगण्यानुसार ती कठोरपणे म्हणाली, ''हे राजन! तुम्हाला आठवतंय? एकदा युद्धामध्ये तुम्ही बेशुद्ध पडलेले असताना मी तुमचा जीव वाचवला होता. त्या वेळी तुम्ही मला दोन वर दिले होते. आता तुम्ही तुमची वचनपूर्वी करावी. त्यानुसार माझा पुत्र भरत यास तुम्ही राज्याचा उत्तराधिकारी म्हणून जाहीर करावे अशी मी तुम्हाला विनंती करते. दुसरा वर म्हणजे रामाला तुम्ही चौदा वर्षे वनवासाला पाठवावे. या माझ्या दोन इच्छा आहेत व त्या तुम्ही पुरवाव्यात. तुम्ही दिलेले वचन पाळले नाहीत तर तुमच्या श्रेष्ठ कुळाला कलंक लागेल. तुमच्या माथी वचनभंगाचे महापाप बसेल.''

इतके कठोर बोल आपली प्रिय पत्नी बोलते आहे, यावर दशरथाचा विश्वास बसेना. कैकेयीच्या बोलण्याचा त्याला एवढा मनस्ताप झाला की तो बेशुद्ध पडला.

शुद्धीवर आल्यावर राजा म्हणाला, ''हे दुष्ट स्त्रिये! तू कोणाचे ऐकून इतके भयंकर वचन मला मागते आहेस? राम निर्दोष आहे. त्याने तुझे काय बिघडवले? सारा देश रामाच्या सद्‌गुणांचे गुणगान करीत आहे. असे असताना तू त्याचा आणि या श्रेष्ठ कुळाचा नाश का करू पाहते आहेस? तुला चांगले माहीत आहे की, रामाला पाहिल्यावाचून मी एक दिवससुद्धा राहू शकत नाही. तुझ्या पतीचा जीव गेला तरी तुला चालेल? कैकेयी, कोणत्या दुष्ट शक्तीचा तुझ्यावर एवढा पगडा बसला आहे? इतकी वर्षे मी अस्तनीतला निखारा सांभाळत होतो की काय? मी तुझी ही भयंकर मागणी पूर्ण करू शकत नाही. मी तुझ्यापुढे याचना करतो. तुझे पाय धरतो.'' असे म्हणत राजा कैकेयीच्या पायांशी पडला.

कैकेयी राणीची बुद्धी मंथरेच्या बोलण्यामुळे पांगळी पडलेली होती. ती क्रूरपणे म्हणाली, ''तुम्ही मला युद्धाच्या वेळी आणि आताही आधी बोलताना, असे दोन वेळा मला वचन दिले आहे. तुम्ही तर इक्ष्वाकू कुळाचे वंशज आहात. एकदा नव्हे तर दोनदा दिलेले वचन तुम्ही कसे मोडू शकता? तुमचे कूळ आणि राजाचे पद यांचा मान न ठेवता

तुम्ही माझा विश्वासघात करता आहात. तुमचा धिक्कार असो. हे भ्रष्ट राजा, ऐक. जर रामाला तू ह्या राज्याचा उत्तराधिकारी केलेस तर याच क्षणी मी तुझ्या समोर विष खाऊन जीव देईन.'' एवढे बोलून कैकेयी खाली बसून राहिली.

राजा वेड्यासारखा गयावया करीत राहिला. सर्व राजागण राजवाड्यात एकत्र जमले होते. त्यांना जर कळले की, दशरथाने रामाला राज्याभिषेक करण्याचा निर्णय बदलून भरताला राजसिंहासनावर बसवले असून रामाला वनवासात पाठवले आहे तर ते त्याची केवढी निंदा करतील! राजा म्हणाला, ''सीतेला काय उत्तर देऊ? कौसल्येला काय सांगू?''

दशरथ कैकेयीला म्हणाला, ''तू किती दुष्ट आहेस! स्वतःच्या पतीला मारून तू काय पुत्राबरोबर राज्याचा उपभोग घेणार आहेस का? माझा कोमल, प्रिय पुत्र राम वनात जिवंत कसा राहणार? विदेहराजाच्या मुलीला आपल्या प्रिय पतीपासून दूर राहणे कसे सहन होईल?'' अशा प्रकारे शोकाकुल आणि दुःखी होऊन राजा आपल्या प्रिय पत्नीजवळ जमिनीवर पडून तळमळू लागला.

रात्र संपून अभिषेक करण्याचा शुभ दिवस उगवला. महर्षी वसिष्ठांनी आपल्या शिष्यांबरोबर नगरात प्रवेश केला. आपण आल्याचे दशरथ राजाला सांगण्यासाठी वसिष्ठांनी सुमंत्रला त्याच्या महालाकडे पाठवले. जमिनीवर कैकेयीजवळ अस्ताव्यस्त पडलेला दशरथ राजाला पाहून तो चकित झाला. कैकेयीने, ''रामाला बोलावून आण,'' असे सुमंत्रला सांगितले. सुमंत्र लगेचच गेला आणि रामाला घेऊन महालात परत आला. राम-लक्ष्मणाला नगराच्या रस्त्यांमध्यून रथातून जाताना पाहून प्रजाजनांनी त्यांचा जयजयकार केला. राजमहालात प्रवेश केल्यावर राजा आणि कैकेयी यांना वाकून नमस्कार केला. नेहमी प्रसन्न असलेल्या आपल्या वडिलांना आज निराश झालेले पाहून रामाला मोठे नवल वाटले.

''पिताश्री, मी तुमच्या दुःखास कारणीभूत झालो आहे का? तुम्ही माझ्यावर का नाराज झाला आहात?'' रामाने विचारले.

राजा काहीही बोलू शकला नाही. त्याने नजर उचलून रामाकडे पाहिलेदेखील नाही. कैकेयी म्हणाली, ''राजा तुझ्यावर रागावलेलाही नाही आणि तुझ्यावर नाराजही नाही. बऱ्याच वर्षांपूर्वी त्यांनी मला दिलेले वचन त्यांना आता पाळायचे नसल्यामुळे ते दुःखी झाले आहेत. त्यांचा तू आज्ञाधारक आणि प्रिय पुत्र असल्यामुळे ते वचनभंग करणार नाहीत हे पाहणे तुझे कर्तव्य आहे. वचनभंग करणारी व्यक्ती एका विशेष विशेष प्रकारच्या नरकात जाते.''

हे ऐकून राम आश्चर्यचकित झाला. म्हणाला, ''मी वडिलांच्या आदेशांचे पालन करणार नाही अशी त्यांना शंका तरी कशी आली? त्यांनी आगीत उडी घ्यायला सांगितली तरी मी उडी टाकेन.''

कैकेयी म्हणाली, ''हे बघ रघुवंशी, मी महाराजांकडे दोन वर मागितले आहेत. तुझ्याऐवजी माझा मुलगा भरत हा राज्यावर बसेल आणि दुसरे, तू चौदा वर्षांसाठी वनवासात जाशील. माझ्या या इच्छा पूर्ण करणे तुझ्या वडिलांना सहन होत नाही. आणि म्हणून ते इतके उदास आहेत. तुझ्याकडे पाहतही नाहीत.''

ही गोष्ट रामालाही चकित करणारी होती. परंतु त्याने चेहऱ्यावर तसे काहीही दाखवले नाही. समारंभात भाग घेण्यासाठी, उत्सव साजरा करण्याची आशा घेऊन तो आला होता. परंतु त्याला जणू विषारी सापाने डंख मारला होता. तरीही रामाच्या चेहऱ्यावर राग किंवा तिरस्कार यांचा मागमूसही नव्हता.

तो शांतपणे म्हणाला, ''हे कैकेयची राजकुमारी, मी माझ्या वडिलांची इच्छा पूर्ण करणार नाही असे कसे होईल? त्यांनी त्यांच्या तोंडाने जरी सांगितले नसले तरी तुमची इच्छा माझ्यासाठी आदेश आहे. मला फक्त माझी आई कौसल्या आणि विदेहची राजकुमारी सीता हिला भेटण्यासाठी थोडा वेळ द्या. मी आजच आपल्या इच्छेअनुसार केस मोकळे करून वनात जाण्यास निघेन.''

आपला भाऊ लक्ष्मण याच्या बरोबर राम कौसल्येकडे आला तेव्हा ती पूजा करीत होती. रामाला पाहताच ती धावत त्याच्याकडे आली. रामाला मिठी मारली आणि त्याला रत्नजडित आसनावर बसण्यास सांगितले. रामाने त्या आसनाला केवळ स्पर्श केला. आता आईला ही गोष्ट ऐकून किती दुःख होईल याची त्याला कल्पना होती; पण म्हणून ती सहज जाता जाता सांगून चालणार नव्हते. गांभीर्यपूर्वक बोलावे लागणार होते.

'माताश्री!' राम म्हणाला, ''मला एक दुःखद बातमी तुम्हाला सांगायची आहे. हे रत्नजडित सिंहासन किंवा शुभ्र छत्र आता माझ्या उपयोगाचे नाही. वडिलांच्या आदेशानुसार वल्कल वस्त्र धारण करून मला दंडकारण्यात निघावे लागणार आहे. पुढील चौदा वर्षे कंदमुळं, फळे असे खाऊन मला तिथे राहावे लागेल. माझ्या जागी आता भरत राज्य करेल.''

ही धक्कादायक गोष्ट ऐकल्यावर ती मृतवत होऊन धरणीवर कोसळली. शुद्धीवर आल्यावर कौसल्या दुःखातिशयाने म्हणाली, ''प्रिय पुत्रा, मी हे बरोबर ऐकतेय ना? महाराज इतका कठोर आदेश देऊ शकतात? तुझ्याशिवाय मी जिवंत कशी राहू? कैकेयीशी लग्न केल्यावर अनेक वर्षं राजा दशरथाने मला कधीच सन्मानपूर्वक वागवले नाही. तुझ्या जन्मानंतर मला निदान थोडे तरी श्रेय मिळाले. आता तू नसताना मला पुन्हा अपमानित केले जाईल. कैकेयीची दासी होऊन मला राहावे लागेल. मी इथे नाही राहणार. वासरामागून जशी गाय जाते तशी मी तुझ्याबरोबर वनात येणार.''

हे ऐकून रागावलेला लक्ष्मण म्हणाला, ''दादा, जो एका स्त्रीच्या पूर्णपणे कह्यात गेला आहे, अशा वृद्ध पुरुषाच्या आज्ञेचे कोण पालन करणार? बायकोची बडबड ऐकून आपल्या देवासमान असलेल्या पुत्राचा केवळ मूर्ख मनुष्यच त्याग करू शकतो. या निर्लज्ज कृत्याचा कुणाला सुगावा लागण्यापूर्वीच तुम्ही शासनाची सूत्रे हाती घेऊन स्वतः राजसिंहासनावर बसा. पुजारी आणि प्रजा- सर्व जण आपल्या पाठीशी उभे राहतील. मी नगराच्या दाराशी उभा राहतो. तुम्हाला रोखणाऱ्या कोणत्याही व्यक्तीला मी ठार मारून ठाकेन; मग तो स्वतः राजा असो की भरत. या राज्यावर फक्त आपलाच अधिकार असताना कैकेयीच्या पुत्राला हे राज्य देण्याचा अधिकार राजाला कुणी दिला? अजून बाल्यावस्थेत असलेल्या वृद्ध आणि दुष्ट पित्याचा वध करून याच क्षणी राज्याची सत्ता मी तुमच्या हाती देतो.''

कौसल्या म्हणाली, ''लक्ष्मण अगदी खरे बोलतो आहे. वनात जाण्याची परवानगी मी तुला कधीही देणार नाही. तू जर वनात गेलास तर मी आमरण उपोषण करेन.''

रामाला आपल्या आईची तडफड कळत होती पण त्याच्या हातात काहीच नव्हते. तो म्हणाला, ''हे माते, कृपा करून समजून घेण्याचा प्रयत्न कर. मी स्वतःला किंवा तुला दुःखी करून आपल्या वडिलांच्या आज्ञेचे उल्लंघन करून शकत नाही. वडिलांच्या कोणत्याही आज्ञेचे पालन करण्यास तयार असलेल्या महान पुरुषांच्या कितीतरी कथा आपल्या भूमीत घडलेल्या आहेत. मुलगा म्हणून माझेही ते कर्तव्य आहे. शिवाय माता कैकेयीलादेखील मी वचन दिले आहे. आता मी वचनभंग करू शकत नाही. मला आशीर्वाद देणे आणि माझे कर्तव्य पूर्ण करण्यास मान्यता देणे हेच आता तुझे कर्तव्य आहे.''

मग आपल्या भावाकडे पाहून राम म्हणाला, ''लक्ष्मणा, तू शूर वीर आहेस हे मी जाणतो. माझ्यावर तू खूप प्रेम करतोस; पण हे लक्षात घे की, मी आता वडिलांना वचन देऊन चुकलो आहे. म्हणजेच मी कैकेयीला दिलेल्या वचनाचेच पालन करीत आहे. हे वीर लक्ष्मणा, नीतीस अनुसरून मी हा निर्णय घेतलेला आहे. राजाज्ञेचे पालन करण्यास मला मदत करणे हे तुझे कर्तव्य आहे. माझ्या प्रिय बंधो, ही वेळ हिंसेची नाही. अशा प्रकारचे अनैतिक काम करणे तुला शोभत नाही.''

रामाने पुन्हा आईकडे पाहिले व म्हणाला, ''माते, वडिलांना दिलेल्या वचनाचे पालन करण्याची मला आज्ञा दे. चौदा वर्षांनंतर मी परत येईन. माझ्या वडिलांच्या आज्ञेचे पालन करणे हे तू, सीता आणि सुमित्रामाता सर्वांचे कर्तव्य आहे. धर्माचा सनातन नियम हाच आहे.''

रामाच्या या बोलण्यावरही कौसल्या रडत राहिली. रामाबरोबर वनात येण्याची याचना करू लागली. परंतु वेळ कमी होता आणि रामाला आणखी कुणी रोखण्याचा प्रयत्न करण्यापूर्वीच रामाने तिथून निघायला हवे होते.

राम लक्ष्मणाला म्हणाला, ''लक्ष्मणा, माझ्यावरची तुझी निष्ठा मी जाणतो. पण तू आणि आई तुम्ही दोघेही मला समजून घेत नाही. माझ्या मार्गात अडथळे उत्पन्न करून तुम्ही मलाच कष्टी करता आहात. मानवी जीवनाची धर्म, अर्थ आणि काम ही तीन उद्दिष्टे असतात. परंतु या तीन उद्दिष्टांप्रत नैतिकेतच्या मार्गावरून गेलो तरच मोक्षाची प्राप्ती होते. वृद्ध पित्याने दिलेल्या आदेशाचे पवित्र प्रतिज्ञेप्रमाणे पालन न करणाऱ्या माणसाला नीतिमान म्हणता येईल का? माझी आई त्यांची पत्नी आहे. त्यामुळे ते हयात असताना आई माझ्या बरोबर विधवेप्रमाणे एकटीच वनात येऊ शकत नाही. इथेच राहून, मी सुखरूप परत येण्यासाठी प्रार्थना करणे हेच तिचे कर्तव्य आहे. म्हणून मला अरण्यात जाऊ द्या, अशी मी तुम्हाला विनंती करतो. जीवन ही लहान गोष्ट आहे. पृथ्वीवरील एक क्षुद्र साम्राज्य प्राप्त करण्यासाठी अनैतिक मार्गाचा अवलंब करणे मी कधीही मान्य करणार नाही.''

असे म्हणून रामाने आपल्या आईला प्रदक्षिणा घातली. आपल्या भावाला म्हणाला, ''माझे वडील आणि कैकेयी यांच्याबद्दल तुला वाटत असलेल्या रागाला आवर घाल. वडिलांनी दिलेल्या वचनाचे पालन करण्यात तुम्ही त्यांना मदत केलीत यातच समाधान माना. तू मला एका बाबतीत मदत करू शकतोस. जी काही सामग्री राज्याभिषेकासाठी

मागवली होती, ती परत पाठव. माझी वनात जाण्याची तयारी विनाविलंब व्हायला हवी. मी दिलेल्या वचनापासून मागे हटतो की काय; अशी जरासुद्धा धाकधूक माता कैकेयीला वाटता कामा नये. माझ्या मनात त्यांच्याविषयी जरासुद्धा द्वेषभावना नाही. मी वनात जावे आणि शेवटच्या क्षणी माझ्याकडून राज्य करण्याचा अधिकार हिसकावून घेतला जावा हे विधिलिखित आहे. कैकेयी आणि मंथरा निमित्तमात्र आहेत. अन्यथा माझी प्रेमळ कैकेयीमाता हिच्या मनात असा विचार का आला असता? माझ्या आठवणीप्रमाणे मी कुणालाही दुःख होईल असे कधी वागलो नाही; माझ्या तीनही मातांमध्ये कधीही भेदभाव केला नाही. मात्र नियतीने जे ठरवले असेल, ते कोणीही टाळू शकत नाही. सुख आणि दुःख, भय आणि क्रोध, लाभ व हानी, जन्म नि मृत्यू हे सारे त्यांच्या ठरलेल्या वेळेला येतात. जी व्यक्ती या भावनांच्या द्वैताच्या आहारी जाईल, ती नेहमी दुःखी होईल. जे कोणी यातून निर्माण झालेल्या सुखदुःखांवर मात करील, वस्तुतः त्यालाच ज्ञानी म्हटले जाते. आज सकाळी झालेल्या प्रकाराने मी अचंबित झालो, पण तरीदेखील माझ्या मनात दुःख किंवा क्रोध नाही. म्हणून हे लक्ष्मणा, माझा सल्ला मान. माझ्या दुर्दैवासाठी दुःख करीत बसू नकोस. माझ्या वाट्याला राज्य येते की वनवास; याने मला काहीही फरक पडत नाही. तसं पाहिलं तर, वनवास हाच मला अधिक अनुकूल आहे; कारण या निमित्ताने पित्याने दिलेले वचन पुरे करण्याची मला संधी मिळते आहे.''

लक्ष्मणाचा स्वभाव रागीट असल्यामुळे रामाचे बोलणे ऐकल्यावरही त्याचे समाधान झाले नाही. पण कौसल्येच्या लक्षात आले की, राम आपल्या प्रतिज्ञेवर ठाम आहे. ती म्हणाली, ''माझ्या प्रिय पुत्रा, देव तुझे भले करो! नियती ही सर्वशक्तिमान आहे आणि तिला आपण टाळू शकत नाही. माझं म्हणशील तर, जोपर्यंत तू सुरक्षित, सुखरूप घरी येत नाहीस तोपर्यंत माझ्या जिवाला शांती नाही. तुम्ही जर तिकडे खडक आणि शिळांवर झोपणार असाल तर मला रेशमी मंचकावर झोप कशी येईल? तुम्ही फळं, कंदमुळं खाऊन जगणार असाल तर मला इथले राजविलासी भोजन आवडणारच नाही. तुम्ही वल्कल वस्त्रे नेसणार असाल तर गर्भरेशमी वस्त्रे मी कशी नेसू शकेन? तू आता परत माझ्या मिठीत येईपर्यंत मला स्वस्थता नाही. ज्या धर्माचे तू इतक्या कठोरपणे पालन करतो आहेस, तो धर्म तुझे रक्षण करो. तुझा मार्ग निर्विघ्न असू दे. तुला प्रत्येक कार्यात सफलता लाभू दे. आनंदाने जा आणि सुरक्षित परत ये बाळा. मी नेहमीच तुझ्या सुरक्षिततेसाठी प्रार्थना करेन.'' असे म्हणून कौसल्येने आपल्या दुःखाला आवर घातला आणि रामाला आशीर्वाद दिला. त्यानंतर राजमातेस सोडून राम निघाले. त्यांना आता ही बातमी सीतेला सांगायची होती.

रामासमवेत भाट असतील, लोक छत्रचामरे ढाळत असतील अशा अपेक्षेत सीता रामाची उत्सुकतेने वाट पाहत होती. तिने त्याला असे येताना पाहून ती चकित झाली. ही बातमी सीतेला कशी सांगावी या चिंतेत राम होता.

''तुम्ही कसल्या चिंतेत आहात, स्वामी?'' सीतेने विचारले, ''तुम्ही एकटेच कसे आलात? तुमच्या बरोबर चारण, भाट कोणीची कसे नाही? शुभ मुहूर्त तर जवळ आला आहे आणि अजून तुम्ही सभागृहात पोहोचला नाहीत. मला सांगा, कार्यक्रमात काही बदल झाला का?''

रामाने आपल्या पित्याने कैकेयीला दिलेल्या वचनांबद्दल सांगितले. भरताला राज्याभिषेक होणार असून रामाला वनवासात जावे लागणार आहे असे त्याने सीतेला सांगितले. तो म्हणाला, ''प्रिय सीते, माझ्या वृद्ध आईबरोबर नीट राहा. मी परत येईपर्यंत सासूसासऱ्यांची नीट काळजी घेणे आणि इथली इतर व्यवस्था पाहणे हे तुझे कर्तव्य आहे. भरत राजा होणार आहे. त्याला किंचितही दुखवू नकोस. माझ्या तीनही मातांची समभावाने काळजी घे.''

सीता विनयशील आणि आज्ञाधारक पत्नी होती. पण राम आपल्यापासून दूर जाणार ही विरहाची कल्पना ती सहन करू शकली नाही. ती ठामपणे म्हणाली, ''रघुवंशी, तुम्ही जे काही म्हणालात, ते तुम्हाला शोभत नाही. सर्व मातापिता आपापल्या नशिबाचे भोग भोगत असतात. फक्त पत्नी हीच आपल्या पतीच्या सौभाग्याची भागीदार असते. पत्नीला केवळ तिचा पती हाच आधार असतो. म्हणून जिथे कुठे जाणार असाल, तिथे मी तुमच्या बरोबर येईन. मी तुमच्या पुढे चालेन आणि तुमच्या मार्गातले काटेकुटे दूर करेन. तुमच्या जवळ राहिल्यास मला माझ्या माहेरी राहिल्याचेच सुख मिळेल. स्वामी! मीही पर्वत, सरोवरे आणि फुले पाहीन. मी तुमच्या बरोबर कसल्याही तक्रारीविना शेकडो वर्षे राहू शकते. तुमच्या पुढे मला स्वर्गसुखदेखील तुच्छ आहे. मी तुम्हाला खात्रीनं सांगते की, मी तुम्हाला भार बनून राहणार नाही. इथे जशी मी तुमची सेवा करते, तशी वनातदेखील करेन. आपण एकमेकांसमवेत निसर्गसौंदर्यात रममाण होऊ या.''

आपल्या पत्नीचे बोलणे ऐकून राम तिला म्हणाला, ''प्रिये, तू वनवासाचे आकर्षक चित्र रेखाटले आहेस; पण माझ्यावर विश्वास ठेव, असे नसते. तू कोमल, नाजूक राजकुमारी आहेस. जंगलातले पशू, राक्षस आणि विषारी जीवजंतूंनी भरलेल्या कठोर वनात राहणे तुला शक्य होणार नाही. ज्या प्रकारचे भोगविलास आणि सेवासत्कार यांची तुला इथे सवय झाली आहे, त्यातले तिथे काहीही असणार नाही. तुला त्या प्रकारच्या जीवनाची कल्पनाच नाही, म्हणून तू असे म्हणते आहेस. कृपा करून माझे सांगणे तू काळजीपूर्वक ऐक आणि वनात येण्याचा विचार सोडून दे. माझ्यावर तू भार बनून राहशील असे मला वाटत नाही पण वनात राहणे तुझ्या हिताचे नाही.''

मात्र या शब्दांनी सीता तिच्या निश्चयापासून जराही विचलित झाली नाही. ती म्हणाली, ''स्वामी, याआधीही वनभ्रमण करण्याची इच्छा मी तुमच्यापाशी व्यक्त केली होती. आता अनायासे तशी संधी आली आहे, तर तुम्ही त्यापासून मला का वंचित करीत आहात? माझ्या नशिबात वनात राहणे आहे, असे काही ब्राह्मण ज्योतिषांनी मला सांगितले होते. ती भविष्यवाणी आता खरी होण्याची वेळ आली आहे. खरं तर, मी तुमच्या सुखद सहवासात इतका मोठा काळ घालवणार आहे या कल्पनेने मला फार आनंद झाला आहे. स्वामी, मी तुमच्यावाचून एक पळभरसुद्धा राहू शकत नाही. तुम्ही जर मला आपल्या बरोबर नेण्यास तयार नसाल तर मी इथेच, आत्ता, विष खाऊन प्राणत्याग करेन. तुमच्या बरोबर वनात जाण्याचा माझा निश्चय कोणीही विचलित करून शकणार नाही. कृपा करून वनातील संकटमय जीवनाची वर्णने करून माझे मन वळवण्यात कालापव्यय करू नये.''

रामाला सीतेचे बोलणे ऐकून आनंद झाला. तो स्वतःही सीतेपासून दूर होण्याच्या कल्पनेने व्याकूळ झाला होता. केवळ आपल्या कर्तव्याला जागून त्याने सीतेस बरोबर

येण्यापासून थांबवण्याचा प्रयत्न केला होता. परंतु रामाबरोबर जाण्याबाबत ती इतकी ठाम होती की, रामाने तिची विनंती आनंदाने मान्य केली.

आपल्या व्याकूळ पत्नीला मिठीत घेऊन रामाने तिचे अश्रू पुसले आणि प्रेमाने म्हणाला, ''हे जानकी, तुझ्या उद्दिष्टांबाबत मी अनभिज्ञ होतो; म्हणून मी तुला माझ्या बरोबर येण्यास रोखत होतो. मी तुला इथे एकटीला सोडून जाऊ इच्छित नाही पण वनातील संकटांबाबत तुला माहिती देणं माझं कर्तव्य आहे. तुला दुःखी करू शकत नाही हे तू जाणतेस. तुझी आकर्षक साथ मिळत असेल तर त्यापुढे स्वर्गसुखदेखील मला तुच्छ आहे. जंगल, गवताळ वने आणि पर्वत शिखरे यांचा आनंद तुझ्या सहवासात घेणे मलाही आवडेल. तू आता आपले अलंकार आणि उंची वस्त्रे यांचा त्याग कर आणि माझ्या बरोबर वनात मोठ्या यात्रेस येण्यास तयार हो.''

आपल्या पतीच्या तोंडून असे आनंददायक शब्द ऐकून तसे वागण्यास सीता आतुर झाली.

राम आणि सीतेचा संवाद ऐकून लक्ष्मणालाही रामापासून दूर होण्याचा विचार नकोसा वाटू लागला. तो म्हणाला, ''दादा, मीदेखील तुझ्याशिवाय अयोध्येत राहू शकत नाही. मी तुझ्या बरोबर वनात येतो. तुम्हा दोघांसाठी मी मार्ग स्वच्छ करण्याचे काम करेन. त्यामुळे तुम्ही दोघेही वनातील सौंदर्याचा पूर्णत्वाने आनंद घेऊ शकाल.''

रामाने लक्ष्मणाची समजूत काढत म्हटले, ''लक्ष्मणा, तूही जर आमच्या बरोबर आलास तर वृद्ध आईवडिलांची सेवा कोण करणार? तुझे माझ्यावर फार प्रेम आहे हे मी जाणतो, पण वृद्ध आईवडिलांची सेवा करणे हे तुझे कर्तव्य आहे.''

''दादा, भरत जसा त्याच्या आईची काळजी घेईल, तशी आपल्या मातांची घेणार नाही असे तुम्हाला वाटते का? त्याच्या मदतीसाठी इथे शत्रुघ्नही राहील. त्या बाबत तुम्ही चिंता करू नये. कृपा करून सेवक म्हणून तुमच्या बरोबर येण्यास मला संमती द्यावी. मी माझी तलवार, कुदळ आणि धनुष्यबाण बरोबर घेऊन तुमच्या बरोबर येतो आणि आपल्या मार्गात येणाऱ्या वृक्षवेलींना कापून तुमचा मार्ग निष्कंटक करेन. मी अहोरात्र तुमचे आणि सीतामाईचे रक्षण करेन. दुष्टांपासून निर्भय होऊन तुम्ही जंगल आणि पर्वतशिखरांवर निवांत हिंडा-फिरा. प्रिय दादा, कृपा करून मला तुझ्या बरोबर येऊ दे, कारण मी आता तसा निश्चय करून चुकलोय.''

रामाला माहीत होते की, लक्ष्मणाची समजूत घालणे अशक्यच आहे. त्यामुळे त्याने त्याला आपल्या बरोबर येण्यास संमती दिली. आपल्या प्रियजनांना भेटून लवकर परत येण्यास त्यांनी लक्ष्मणास सांगितले. येताना बरोबर आपली दोन अजिंक्य धनुष्ये, अक्षय तरकश आणि अदम्य तलवारी घेऊन येण्यास सांगितले. आपली शस्त्रास्त्रे घेऊन लक्ष्मण परत आला. मग रामाने लक्ष्मणाला आपले गुरू वसिष्ठ यांचा पुत्र सुयज्ञ यास बोलावण्यास सांगितले. वनात जाण्यापूर्वी आपली सर्व संपत्ती त्यांना देऊन रामाला त्यांच्याकडून आशीर्वाद घ्यायचा होता.

हरि: ॐ तत्सत

ॐ

ॐ

सत्यव्रताय नमः।

अध्याय ३

वनवास

पुत्रं दशरथस्यपि
पुत्री जनकभूपते
वसिष्ठानुमताचरम्
सदानन्दमतानुगम्।।

"राम दशरथाचे पुत्र होते. सीता जनकाची कन्या होती.
राम वसिष्ठांकडून सल्ला घेत असत. सीता शतानंद
यांचा सल्ला घेत होती."

ब्राह्मण, आपले सेवक, गरीब लोक यांना राम, सीता आणि लक्ष्मण यांनी मौल्यवान भेटी दिल्या. त्यानंतर आपल्या पित्याची अनुमती घेण्यास ते निघाले. हे तिघेही या वेळी रथात नव्हते. पायी चालत ते नगराच्या गल्ल्या पार करीत होते. नगरवासी सारे पाहून हळहळत होते. म्हणत होते की, जिचा चेहरासुद्धा कधी आमच्या दृष्टीस पडला नाही, ती राजकुमारी आज सामान्य स्त्रीप्रमाणे चालली आहे. सर्व जण ज्याचे गुणगान करतात, अशा पुत्राला राजाने वनात कसे काय पाठवले? नियतीची करणी अगाध आहे. आपल्या लाडक्या राजाची अवस्था पाहून अयोध्यावासी म्हणाले, "चला, आपण सारेच त्यांच्या बरोबर वनात जाऊ या. कैकेयी आणि तिचा मुलगा भरत यांना या वैराण भूमीवर राज्य करू देत. इथे साठवून ठेवलेले अन्नधान्य खाऊन उंदीर फस्त करतील. अयोध्येचे जंगल होऊन जाऊ दे आणि आपण सारे जंगलात जाऊन रामाची नगरी वसवू."

नगरवासीयांचा विलाप ऐकला तरी राम विचलित झाला नाही. तो कैकेयीच्या महालाच्या दिशेने चालत राहिला. राम तिथे पोहोचण्यापूर्वी दशरथाने आपल्या दोन राण्यांनाही बोलावून घेतले. कौसल्या आणि सुमित्रा आपल्या दासींसमवेत तिथे येऊन पोहोचल्या. राम आल्यावर दशरथ राजा त्याला भेटण्यासाठी उठण्याचा प्रयत्न करीत होता

परंतु अशक्तपणामुळे तो खाली पडला. ते पाहून राम आणि लक्ष्मण पटकन पुढे झाले आणि त्यांनी राजाला उठवून दिवाणावर बसवले.

हात जोडून राम म्हणाला, ''राजन! कृपा करून मला वनात जाण्याची परवानगी द्यावी. माझ्या बरोबर सीता आणि लक्ष्मण यांनाही येण्याची संमती द्यावी. इथे थांबण्यासाठी मी त्यांना पुष्कळ समजावले पण ते माझ्याविना रहायला तयार नाहीत.''

शोकाकुल राजा रागाने म्हणाला, ''कैकेयीला दिलेल्या वचनांमुळे मला हे अविचारी कृत्य करावे लागत आहे. मी तुम्हाला प्रार्थना करतो की, याच क्षणी तुम्ही मला बंदिवान करा आणि तू या सिंहासनावर विराजमान हो.''

राम स्मित करीत म्हणाला, ''महाराज मला राज्य मिळावे अशी मुळीच आकांक्षा नाही. मी वनात जाऊन तुम्ही दिलेल्या वचनाचे पालन करेन. तुमच्या पाया पडायला मी परत येईन.''

कैकेयीने जोर देऊन सांगितल्यामुळे संत्रस्त राजा दशरथ कापऱ्या आवाजात रडत म्हणाला, ''माझ्या प्रिय पुत्रा, मी तुला वनात जाण्याची परवानगी देतो परंतु लक्षात ठेव, माझ्याकडून हे वचन कैकेयीने कपटाने घेतले आहे. तुम्हाला वनात जाताना मी पाहू शकत नाही. निदान आजची रात्र तरी माझ्या आणि कौसल्येच्या सहवासात राहा. तेवढे तरी सुख आम्हा आईबापांना मिळू दे.''

वडिलांची विनंती ऐकून रामाला वाईट वाटले. तो म्हणाला, ''महाराज, माझ्या ध्येयापासून मला कृपया विचलित करू नका. तुमच्या आज्ञेचे पालन करण्यात, तुमचे वचन पूर्ण करण्यात मला जो आनंद मिळत आहे तो, राज्य किंवा सुखविलासांच्या उपभोगातून मिळणार नाही. पिताश्री, तुम्ही आमची चिंता करू नका. आम्ही वनात पशुपक्ष्यांबरोबर आनंदाने विहार करू. साधुसंतांच्या संगतीत राहू. कैकेयी मातेला मी वचन दिले आहे की, मी आजच इथून निघून जाईन. मी दिलेल्या वचनाचे मला पालन करायला हवे. तुम्ही दुःखी होऊ नका. भरताला राज्य द्या. मला त्याचे कणभरही दुःख होणार नाही. माझ्यासाठी उगाच त्रास करून घेऊ नका. मी जितक्या आनंदाने या नगरात राहतो, तितकाच मी वनात राहून आनंदात असेन.''

दुःखविव्हल झालेल्या दशरथाने रामाला मिठी मारली आणि रडतरडत आशीर्वाद दिला. राम, लक्ष्मण व सीता बाहेर पडण्यासाठी वळताच दशरथाने आपला मंत्री आणि सारथी सुमंत्र याला बोलावले व म्हणाला, ''या तिघांना रथातून घेऊन जा आणि एक सैन्यदल व इतर सर्व मूल्यवान वस्तू, सामग्री त्यांच्या बरोबर दे.'' हे ऐकून कैकेयीने दशरथाला फटकारले. ती म्हणाली, ''असे करणे अनुचित होईल. कारण सगळ्या मौल्यवान गोष्टी रामाबरोबर वनात पाठवल्या तर उत्तराधिकारी होणाऱ्या भरताला केवळ एक वैराण जमीन तेवढी मिळेल.'' कैकेयीचे हे बोलणे ऐकून दशरथाचे हृदय शतशः विदीर्ण झाले. पण राम आल्या सदाचारास अनुसरून म्हणाला, ''पिताश्री, ज्या संपत्तीचा त्याग करून मी वनात चाललो आहे, त्या संपत्तीचा भार मी कशाला घेऊन जाऊ? वनवासात राहणाऱ्यांना संपत्ती किंवा सैन्य कशाचीही गरज भासत नाही. या सगळ्या गोष्टी राजाला लागतात. म्हणून भरताला यांचा उपभोग घेऊ द्या. मला हे काहीही नको.''

वनवासी घालतात तसा पोशाख, वल्कले आणण्यास कैकेयीने मंथरेस सांगितले. तिघांनाही त्या वस्त्राची एकेक जोडी दिली. रामाने लगेचच रेशमी वस्त्र काढून वल्कले परिधान केली. रामाचे शरीर या वस्त्रांनी पुरते झाकले जात नव्हते. पण म्हणून रामासारख्या महान विभूतीच्या व्यक्तिमत्त्वास त्यामुळे कोणतेही न्यूनत्व आले नाही. लक्ष्मणानेही रामाचे अनुकरण केले. वल्कले पाहून सीता गांगरून गेली. ही वस्त्रे कशी घालावीत ते तिला कळत नव्हते. तिने रामाकडे मदतीच्या याचनेने पाहिले. राम पुढे झाला आणि त्याने वल्कले सीतेच्या हातून घेऊन सावकाश सीतेच्या वस्त्रांवर लपेटून घेतली. हे सारं पाहून तिथे जमलेल्या लोकांना रडू आलं. सीतेला वनवासात घेऊन जाऊ नये अशी स्त्रियांनी रामाजवळ प्रार्थना केली.

त्या म्हणाल्या, ''कैकेयीने सीतेला वनवासात पाठवण्याची मागणी केलेली नाही. तुम्ही इथे नसलात तर निदान सीतामाईला तरी इथे ठेवावे. तिच्याकडे पाहून आम्ही समाधान मानून घेऊ. सीतामाई तुमच्या बरोबर येणार असेल तर आम्ही सर्वच जण तुमच्या बरोबर वनात येऊ.'' कैकेयीकडे पाहून त्या म्हणाल्या, ''संपूर्ण कोसल प्रदेशातील जनता रामाबरोबर वनवासात जाणार आहे. मग तुम्ही या वैराण जागेवर जरूर राज्य करा. ज्या मुलासाठी तुम्ही हे सारे करीत आहात, तो तुमचा मुलगासुद्धा तुमचा धिक्कार करेल. कारण भरताची निष्ठाही रामाशीच आहे. हे राणी, तुम्ही सीतेला वल्कले न देता अलंकार द्यायला हवेत. तुम्हाला स्वतःची लाज वाटत नाही का? असे काही तुम्ही दुष्कृत्य कराल तर तुम्हाला केवळ अपयशच येईल.''

सीता हे सारे ऐकत होती. पण ती जराही नाराज झाली नाही. ती तर पतीबरोबर जाणार असल्याने आनंदातच होती. सीताने वल्कले घातली पाहिजेत असा हट्ट कैकेयीने करू नये असे दशरथानेही कैकेयीला समजावले.

''दुष्ट स्त्रिये!'' दशरथ राजा म्हणाला, ''विदेहाच्या राजकुमारीच्या अंगावर सक्तीने ही वस्त्रे घालून तू काय मिळवणार आहेस? तिला रामाबरोबर वनात जायचे असेल तर तिला जाऊ दे; पण राजकुमारीला शोभतील अशी वस्त्रे तिला नेसू देत.''

राजाने मंत्र्याला सांगून राजकोषातून सर्वांत मौल्यवान अलंकार आणण्यास सांगितले. आपल्या मुलाच्या पत्नीच्या अंगावर त्याला ते घालायचे होते. मग सुमंत्रला सांगून रामाला वनात जाण्यासाठी राजाने रथ मागवला. सर्व स्त्रिया रडू लागल्या. कौसल्याने सीतेला मिठी मारली. वनात राहण्यासंबंधी काही सूचना तिने सीतेला दिल्या. कौसल्येला आपला विरह सहन करणे फार कठीण जाणार आहे असे सांगून रामाने दशरथाला आपल्या आईची विशेष काळजी घेण्यास सांगितले. राम, लक्ष्मण आणि सीता या तिघांनी आपल्या वडिलांना तीन प्रदक्षिणा घातल्या आणि मग ते आपल्या मातांकडे आले.

सुमित्रा सर्वांमध्ये खंबीर मनाची होती. तिने लक्ष्मणाला जवळ घेतले आणि म्हणाली, ''मुला, मी तुला आपल्या भावाबरोबर वनात जाण्याची परवानगी देत आहे. देव तुझे भले करो! रामाला पित्यासमान आणि सीतेला आईसमान मान. तुम्ही ज्या वनात जाणार आहात, ती अयोध्याच आहे असे समज. आनंदाने जा बाळा. माझा आशीर्वाद तुझ्या पाठीशी सदैव राहील.''

सुदैवाने लक्ष्मणाची पत्नी उर्मिला हिने लक्ष्मणाला वनात जाण्यास विरोध केला नाही. 'मीही बरोबर येते,' असाही हट्ट तिने धरला नाही. चौदा वर्षे वनात राहण्याचा विचार नक्कीच भयभीत करणारा होता. ज्याप्रमाणे राम असामान्य पुरुष होते तशीच सीताही असामान्य स्त्री होती. कोणतीही सामान्य स्त्री राजविलासी जीवनातील सुखसुविधांचा त्याग करून जंगलातील कठोर जीवनाचा स्वीकार करू शकणार नाही. रामावर सीतेची इतकी श्रद्धा होती की, आपल्या पतीसाठी ती काहीही करण्यास तयार होती. सीतेच्या पतीवरील या निष्ठेचे सर्व ऋषी-मुनींनी कौतुक केले. भरताची जशी रामावर दृढ निष्ठा होती, तसेच लक्ष्मणाचे जीवनही याच निष्ठेने भारलेले होते. रामाची सेवा करण्याखेरीज दुसऱ्या कोणत्याही गोष्टीत त्यांना इतके सुख मिळत नव्हते. रामाचे चरित्र समजावून घेताना हा एक गुण विशेषत्वाने लक्षात घ्यायला हवा. रामाजवळ इतके प्रबळ आकर्षण होते की, त्याच्या संपर्कात आलेली कोणतीही व्यक्ती प्रभावित झाल्याशिवाय राहत नसे. वानरे असोत की लांडगे; सर्व जण रामाच्या रूपाकडे आकर्षित होत असत. त्याचे व्यक्तिमत्त्व अत्यंत बलशाली होते. त्याच्याजवळचे प्रेम सशक्त होते. आपले नातेवाईक, संबंधित लोक यांना कोणताही भेदभाव न करता रामाकडून प्रेमच मिळत असे.

सुमंत्राने विनंती केल्यावर तिघेही सोनेरी रथात विराजमान झाले. त्या रथात शस्त्रास्त्रे आणि सीतेच्या सासऱ्यांनी दिलेली वस्त्रे व बहुमोल अलंकार ठेवले होते. रथ पुढे जाऊ लागताच सर्व नगरवासीयांनी त्याला गराडा घातला आणि ते रडत रामाची स्तुती करू लागले. रामाने सारथीला रथ वेगाने चालवण्यास सांगितले. रामाने मागे वळून पाहिले तेव्हा त्याला फार दुःख झाले. त्याचे वृद्ध आईवडील धुळीने भरलेल्या मार्गावरून रथामागे चालत येत होते. ते पाहून रामाला फार वाईट वाटले पण माघारी जाऊन त्यांचे सांत्वन करणे घातक झाले असते. आपली आई व्याकूळ होऊन रथामागे धावत येताना पाहून रामाचे दृढ निश्चयी मनदेखील भरकटू लागले. त्याने आपल्या भावनांना आवर घातला आणि सुमंत्राला रथ आणखी जोरात चालवायला सांगितला. ते क्लेशदायक दृश्य त्याला जास्त वेळ पाहवले नसते.

रामाने आपल्या जाण्याने अयोध्या निष्क्रिय करून टाकली होती. कुणाच्या घरी चुली पेटल्या नाहीत कारण त्यांच्याकडे पाहण्याचीही कुणाची इच्छा नव्हती. त्या दिवशी अयोध्येत कुणीही स्वयंपाक केला नाही कारण घासभर अन्न खावेसेही कुणाला वाटत नव्हते. गायी केविलवाण्या होऊन बसल्या होत्या. त्यांनी ना चारा खाल्ला ना आपल्या वासरांना दूध पाजले. नगरातली सगळी दुकानं बंद राहिली. कुणाच्याच मनात जेवण, करमणूक असले विचार आले नाहीत. त्या दिवशी सूर्यदेखील ढगांआड लपला. जणू राम जाताच ती अयोध्यानगरी अंधारून आली. सकाळी जी अयोध्यानगरी सजली होती, आनंदली होती ती आता शोकाकुल झाली होती. उत्सवासाठी लावलेले ध्वज दयनीयरीत्या फडफडत होते. हार, माळा तुटून खाली पडल्या होत्या. फुलं विखरून पडली होती. गल्ल्यांमधल्या रस्त्यांतून धुळीचे ढग उठत होते. नगरवासी उदास चेहऱ्याने भटकत होते. आपल्या नशिबाला दोष देत शोक करीत होते. शेवटच्या क्षणी या नशिबाने त्यांना मुक्तिदात्यापासून पारखे केले होते. ते सर्व जण कैकेयीला नावे ठेवत होते कारण त्यांच्या मते या सर्व त्रासाचे तीच मूळ कारण होती.

दशरथ टकटक आवाज करीत जात असलेल्या रथाकडे पाहत राहिला. अखेरीस रथाच्या चाकांतून उडणारी धूळ तेवढी दिसत राहिली. तो वळला आणि हळूहळू पावलं टाकत महालात आला. त्याला येण्यास कैकेयी मदत करू लागली तेव्हा त्याने तिचा हात झिडकारला. कौसल्येचा आधार घेऊन तो आत आला. अख्खी रात्र दोघेही आईवडील आपल्या नशिबाला दोष देत रडत राहिले. थोड्या वेळाने तिथे सुमित्रा आली. तिने त्यांना संयमाने राहण्याचा सल्ला दिला. ती म्हणाली, ''तुम्ही किती भाग्यवान आहात. रामासारखा धर्मात्मा पुत्र तुम्हाला लाभला. त्याने आपल्या पित्याच्या वचनाचा मान राखण्यासाठी राज्याचासुद्धा त्याग केला.''

दुसऱ्या दिवशी संध्याकाळी सुमंत्र अयोध्येस परतला. रामाबद्दल काही कळावे म्हणून दशरथ उत्सुकतेने वाट पाहत होता. पण सुमंत्राने त्यांना एवढेच सांगितले की, रामाने रात्री नदी ओलांडली व त्याला अयोध्येस परत जाण्यास सांगितले. त्याला वाटत होतं की, राम चित्रकूटच्या जंगलातच गेला असणार. त्यानंतर रामाने दिलेला निरोप सुमंत्राने दशरथास दिला.

हे सारे ऐकल्यावर दशरथ आणि कौसल्या जास्तच चिंतित झाले. दशरथाने तारुण्यात घडलेली एक गोष्ट सांगितली. नदीवर पाणी भरण्यास आलेल्या एका तरुण तपस्व्याला त्याने ठार मारले होते. घड्यामध्ये पाणी भरण्याचा आवाज ऐकून दशरथाला चुकून असे वाटले की, हा हत्तीचाच आवाज आहे. त्यामुळे गैरसमजाने दशरथाने त्या युवकाला धनुष्यातून बाण सोडून ठार मारले. त्या तरुणाचे आईवडील अंध होते आणि त्यांची देखभाल करणारे या मुलाखेरीज दुसरे कुणीही नव्हते. जेव्हा त्यांना ह्या घोर अपराधाबद्दल कळले, तेव्हा त्यांनी दशरथाला शाप दिला. त्यांच्याप्रमाणेच दशरथाचा मृत्यूदेखील पुत्रवियोगाच्या दुःखाने होईल. एवढे बोलून त्यांनी प्राणत्याग केला होता.

दुःखी राजा दशरथाने हा प्रसंग कौसल्या आणि सुमित्रा या दोघींना सांगितला आणि ते मूर्च्छित झाले. पुन्हा काही ते शुद्धीवर आले नाहीत. दुसऱ्या दिवशी सकाळी चारण आणि भाट त्यांना जागे करण्यासाठी आले पण दशरथ मृत्यू पावला होता. ही बातमी कळताच राण्या रडू लागल्या. सारी अयोध्यानगरी शोकाने जडभारी झाली. ऋषी-मुनींनी वसिष्ठ ऋषींना प्रार्थना करून सांगितले की, त्यांनी ताबडतोब भरत आणि शत्रुघ्न यांना परत बोलवावे. भरताला राज्याभिषेक करावा. कारण राज्याला राजा तर पाहिजेच. नाही तर आक्रमक सहजपणे राज्यावर स्वारी करून ते जिंकून घेतील. राजकुमारांना बोलावण्यासाठी राज्याचा दूत लगेचच कैकेय देशास रवाना झाला.

''जी व्यक्ती रामनामाचा जप करून स्वतःचे रक्षण करते, तिला पाताळात राहणारा कोणीही कधीही कसलीही इजा पोहोचवू शकत नाही.''

हरिः ॐ तत्सत

ॐ

ॐ

पितृभक्ताय नमः!

अध्याय ४

भरताची प्रतिज्ञा

अन्योन्यसदृशकारौ!
त्रैलोक्यगृदम्पतिम्!
इमौ यवम् प्रणम्याहम्!
भजम्याद्य कृतार्थतम्!

"मी या दिव्य दांपत्यास प्रणाम करतो. ते जणू
एक-दुसऱ्यासारखेच आहेत. पूर्ण संतुष्ट
होण्यासाठी मी त्यांची पूजा करतो."

या काळात अनेक नगरवासी रामाच्या रथामागे धावत गेले आणि पुन्हा परत न येण्याचा त्यांनी ठाम निर्णय घेतला. रामाने त्यांना पुष्कळ समजावले पण त्यांनी काहीएक ऐकले नाही. मग वनवासात जाणारे राम, लक्ष्मण आणि सीता हे तिघेही रथातून उतरले. तमसा नदीच्या काठापर्यंत त्यांच्या बरोबर पायी चालत गेले. त्या सर्वांनी ती रात्र तिथेच काढली. राम आणि सीता यांच्यासाठी पानांची शय्या बनवली. ते दोघे झोपले, तेव्हा लक्ष्मण आणि सुमंत्र रात्रभर पहारा देत राहिले. उजाडण्यापूर्वीच राम उठला. त्याच्या बरोबर आलेले नगरवासी गाढ झोपेत होते. त्याला वाटले, ही मंडळी उठली की पुन्हा आपल्याला परत अयोध्येस येण्याचा आग्रह करतील. म्हणून मग त्याने सीता व लक्ष्मण यांना उठवले. सुमंत्रला सांगितले की, हे लोक उठण्यापूर्वीच हे जंगल आपण सोडून जाऊ या. तिघांनी प्रयाण केले. नगरवासी सकाळी उठल्यावर पाहतात तर राम, लक्ष्मण, सीता व सुमंत्र निघून गेले होते. ते पाहून बरोबर आलेल्या लोकांना फार दुःख झाले. आपल्या नशिबाला दोष देत ते हळूहळू अयोध्येस परतले.

आता रामाचा रथ वेगाने दौडत कोसल राज्याच्या सीमा पार करून गंगेच्या तीरावर पोहोचला होता. तिथे त्यांची निषादराज गुह्य याची भेट झाली. दोन राजकुमार आणि सीतेला भेटून गुह्य आनंदित झाला. या तिघांसाठी जास्तीतजास्त सर्वोत्कृष्ट जे काही करता येईल ते त्याने केले. सकाळ झाल्यावर रामाने गुह्यला विनंती केली की, आता आम्ही ही नदी ओलांडून जातो. रामाने सुमंत्राला अयोध्येला परत जाण्यास सांगितले. पुढचा रस्ता आम्ही आता पायी जाऊ, असे त्यास सांगितले. ते ऐकून सारथी सुमंत्र खिन्न झाला. त्याने पुन्हा रामाने अयोध्येस परतावे म्हणून विनंती केली. राजा दशरथाने सुमंत्राला सांगितले होते की, रामाला तू स्वतःबरोबर परत घेऊन ये. पण रामाच्या आज्ञेचे पालन करण्याखेरीज त्याला गत्यंतर नव्हते.

राम म्हणाला, ''सुमंत्रा, माझ्या पित्याची देखभाल करण्याची जबाबदारी आता तुमच्यावर आहे. आमच्या कुटुंबाशी तुमच्याइतका निष्ठावान दुसरा कोणीही नाही. कृपया, भरताला लगेच अयोध्येस घेऊन या. त्यामुळे माझ्या वडिलांनाही थोडे बरे वाटेल. महाराजांना तुम्ही सांगा की, वनात राहण्याची किंवा अयोध्या सोडण्याची मला जराही खंत वाटत नाही. सीता आणि लक्ष्मण यांनाही त्याचा खेद नाही. चौदा वर्षे पूर्ण झाली की, मी अयोध्येस परत येऊन तुमची पायधूळ कपाळी लावीन. माझ्या मातांना माझा नमस्कार सांगा. भरत आणि शत्रुघ्न यांना माझं प्रेम द्या. सुमंत्रा, आता तुम्ही इथून परत जावे आणि माझ्या वृद्ध मातापित्यांची सेवा करण्याची जबाबदारी घ्यावी. कृपा करून आमची चिंता करण्याचे आता सोडून द्या.'' सुमंत्र अश्रूभरल्या डोळ्यांनी अगदी अनिच्छेने अयोध्येस परत आला.

गुह्य ह्याने रामासाठी एका नौकेची व्यवस्था केली आणि लगेचच त्याने राम, लक्ष्मण आणि सीता ह्यांना पवित्र नदी गंगा हिच्या पलीकडे पोहोचवले. तिथून पुढे हे तिघे जण पायी चालू लागले. सीतेला हे फार आवडले. दुसऱ्या दिवशी तिघे जण भरद्वाज मुनींच्या आश्रमात पोहोचले. हा आश्रम गंगा आणि यमुना या नदीच्या संगमावर प्रयाग येथे बांधलेला होता. एक रात्र तिघांनी या सुंदर ठिकाणी घालवली आणि मग मुनींच्या आदेशानुसार ते चित्रकूटच्या पवित्र पर्वताकडे चालू लागले. मैथिलीची (सीता) आपल्यावर जबाबदारी आहे, या बाबत राम सजग होता. कारण मिथिलेची राजकुमारी रामाबरोबर राहण्यासाठी वनातील सर्व धोक्यांचा सामना करण्यास तयार होती. वाटेत येणाऱ्या कठीण जागांवर राम सीतेला मदत करीत होता. तिचा हुरूप वाढवत होता. सीता मात्र वनातील सुंदर झुडुपे आणि फळं पाहून प्रसन्न होत होती. एखादी नवीन गोष्ट दृष्टिपथात आल्यास कुतूहलाने, उत्साहाने ती रामाकडून त्याची माहिती विचारून घेत असे. राम म्हणाला, ''लक्ष्मणा, तू कृपया सीतेच्या पुढे चाल. तिचा मार्ग निष्कंटक करीत जा. वाटेतील टोकदार खडे, काटे तिच्या नाजूक पावलांना टोचायला नकोत. मी तिच्या मागून चालत तिचे रक्षण करेन. वाटेत जर सुंदर फळंफुलं मिळाली तर ती सीतेसाठी तोडून घे.''

हे काम करण्यात लक्ष्मणाला आनंदच वाटत होता. लवकरच सीतेकडे फळाफुलांचा ढीग जमला. ती वनदेवीप्रमाणे दिसू लागली. ते चित्रकूट प्रदेशात पोहोचले, तेव्हा तिथे राहणाऱ्या ऋषी-मुनींनी खास त्यांच्यासाठी केलेल्या अनेक सुरेख वस्तू त्यांना दाखवल्या.

रामाने अनेक रोचक गोष्टी दाखवून, ऐकवून सीतेला आकर्षित केले. तो म्हणाला, ''प्रिये, ही झाडे पाहा. फळं आणि बदाम यांनी ती लगडली आहेत. त्यांवर लटकत असलेली मधाची पोवळी आणि चवदार फळं पाहा. आपण इथे कधीही भुकेले राहणार नाही. तुला इथे राजविलासी पक्कान्न तर नाहीत मिळणार; पण नैसर्गिक जेवण मात्र भरपूर लाभेल. इथे तुला सुगंधित गवत आणि फुलांच्या शय्येवर झोपता येईल. बुलबुल तुझ्यासाठी अंगाई गाईल. सकाळी जंगली कबुतर आवाज करून तुला उठवेल. मला सांग, अयोध्येच्या भाटांपेक्षा हे आवाज अधिक सुरेल नाहीत का?''

तिघे जण लवकरच चित्रकूट पर्वतावर पोहोचले. हे ठिकाण राहण्यासाठी ठीक होईल असे वाटल्यामुळे रामाने लक्ष्मणाला तिथे पर्णकुटी बनवण्यास सांगितले. लक्ष्मणाने त्यांच्यासाठी तिथे एक सुंदर आश्रम तयार केला. त्या मनोहर ठिकाणी तीन महिने ते आनंदात राहिले. राम आणि सीता एकमेकांच्या हातात हात गुंफून डोंगररांगांमधून हिंडत असत व लक्ष्मण चौफेर लक्ष ठेवीत असे. डोंगराच्या उतारावर लहानलहान रानफुलं पसरली होती. खडकांवर चांदण्याप्रमाणे चमकणारे धबधबे खाली वाहत येत होते. एक दिवस राम आणि सीता यांनी मंदाकिनी नदीत स्नान केले. हिंडून आणि पोहून आलेला थकवा दूर करण्यासाठी सीता एका झाडाला टेकून बसली. राम तिच्या मांडीवर डोके ठेवून झोपला होता. त्या वेळी एक विचित्र घटना घडली. ती बऱ्याच काळानंतर सीतेने मारुतीला सांगितली. राम मांडीवर पहुडलेला असताना हवेचा मोठा झोत आला आणि सीतेचे वरच्या अंगावरचे वस्त्र उडून गेले. त्याच वेळी तिथून एक कावळा उडत चालला होता. सीतेचे उघडे वक्षस्थल पाहून तो खाली उतरला. तिच्या गुलाबी स्तनाग्राला पिकलेले बोर समजून त्यावर चोच मारू लागला. सीतेने पुनःपुन्हा त्याला उडवून लावले. तिचे ओरडणे ऐकून राम जागा झाला पण सीतेला झालेल्या त्रासाचा त्याला अंदाज आला नाही. त्याने सीतेला चिंता करू नको असे सांगून तो पुन्हा झोपी गेला. कावळा पुन्हा खाली आला आणि जोरजोरात चोच मारू लागला. उष्ण रक्ताचे थेंब रामाच्या चेहऱ्यावर पडले, तेव्हा राम जागा झाला. त्याने पाहिले तर हा कुणी साधासुधा कावळा नव्हता. तो इंद्राचा पुत्र जयंत होता. सीतेला रडताना पाहून रामाला फार राग आला. त्याने तिथेच पडलेला एक लांब बोरूसारखा सराटा घेतला. त्याला भीषण ब्रह्ममंत्राने अभिमंत्रित केले आणि तो तीर कावळ्यावर सोडला. कावळा भयभीत होऊन पळाला. तिन्ही लोकांत त्या सराट्याने कावळ्याचा पिच्छा पुरवला. अखेरीस कावळा रामाला शरण गेला आणि त्याने रामाची क्षमा मागितली. परंतु अभिमंत्रित बाणाने कोणाचातरी वेध घेणे आवश्यकच होते. रामाचा बाण वाया जाऊन चालणार नव्हते. म्हणून त्याने त्या बाणाने कावळ्याचे प्राण घेतले नाहीत पण त्याने कावळ्याचा उजवा डोळा फोडला. दुःख आणि रागाने रडणाऱ्या आपल्या पत्नीचे रामाने मग सांत्वन केले.

राम, लक्ष्मण आणि सीता हे तिघे वनामध्ये काळ व्यतीत करीत असताना वसिष्ठांनी दूताला पाठवून भरत व शत्रुघ्न यांना अयोध्येस बोलावून आणले. नगरात प्रवेश करताच नगरवासीयांचे उदास चेहरे पाहून ते दोघे चकित झाले. भरत व शत्रुघ्न आधी राजाच्या महालात गेले. पण तिथे त्यांना ते भेटले नाहीत. मग भरत आपली आई कैकेयी हिच्याकडे गेला. आपल्या मुलाला पाहून तिला फार आनंद झाला. भरताने तिला विचारले की, प्रजा

दुःखात का दिसते आहे? वडील कुठे आहेत? तेव्हा कैकेयीने भरतालाच राज्याभिषेक करण्याचे ठरले असल्याचे सांगितले. भावाच्या वाट्याचे राज्य आपल्याला मिळणार हे कळल्यावर भरत खूश होईल असे कैकेयीला वाटले होते. परंतु कैकेयीचे बोलणे ऐकल्यावर भरताचा त्यावर विश्वासच बसेना. त्याला फार आश्चर्य वाटले की, कैकेयी त्याला किती कमी ओळखत होती. भरत म्हणाला, ''मला नव्हे, माझा सगळ्यात मोठा भाऊ राम यालाच निश्चितपणे हे राज्य मिळायला हवे. तोच राजा व्हायला हवा.''

कैकेयीने भरताला राजा दशरथाने दिलेले वचन आणि रामाच्या वनवासाला जाण्यासंबंधी सांगितले. तिला वाटले, आता तरी भरत आपली नक्कीच प्रशंसा करेल. परंतु भरताची प्रतिक्रिया पाहून ती चकित झाली. गांधीलमाशी डसल्यासारखा भरत जोरात ओरडला. आईला म्हणाला, ''हे कळल्यावर मी खरोखरच आनंदित होईन अशी आशा तुला वाटते? माझे पिता आणि माझे भाऊ यांना मी माझ्या जीवनात सर्वोच्च स्थान देतो. त्यांना दूर करून मी सिंहासनावर बसल्यावर मला फार आनंद होईल अशी कल्पना तरी तू कशी काय करू शकतेस? हे दुष्ट स्त्रिये, मी तुला आता माझी माता म्हणू शकत नाही. तुझ्या पोटी मी जन्म घेतला, हे माझे दुर्दैव. आपल्या संपूर्ण कुळासमोरच तू संकट उभे केले आहेस आणि आता तू ते नष्ट करू पाहते आहेस. हे सगळं तू कुणाचं ऐकून केलंस?'' कैकेयीपुढे उभे राहणे अशक्य होऊन तो माता कौसल्येच्या महालाकडे गेला.

भरताला येताना पाहताच कौसल्याने मान फिरवली. हे पाहून भरत फार व्यथित झाला. या प्रकरणात आपण निर्दोष असल्याचे सांगून भरत कौसल्येच्या पायांवर कोसळला. अखेरीस कौसल्येची समजूत पटली की, कैकेयीने रचलेल्या षडयंत्राविषयी भरताला काहीही कल्पना नव्हती. दुःखाला आवर घालून भरत आणि शत्रुघ्न आपल्या पित्याचा अंत्यसंस्कार करण्यास निघाले.

दुसऱ्या दिवशी वसिष्ठांनी भरताला राजदराबारात येऊन राजसिंहासन ग्रहण करण्याची प्रार्थना केली. भरताने यास जोरदार विरोध केला. तो म्हणाला, ''मी स्वतः वनात जाईन आणि रामाला परत घेऊन येईन. त्यानेच हे राजसिंहासन सांभाळावे यासाठी मी त्याचे मन उद्युक्त करेन. ही बातमी राजवाड्याबाहेर लोकांना समजली, तेव्हा सारे नगरच त्याच्या बरोबर वनात येण्यास तयार झाले. हत्ती, घोडे, रथ आणि सैनिक असा मोठा लवाजमा घेऊन भरत निघाला. त्याच्या बरोबर तीन राण्याही रामाला घेऊन येण्यास निघाल्या. सारे जण गंगातीरी पोहोचले, तेव्हा निषादराज गुह्य याने त्यांना अडवले. भरत कोणत्या हेतूने आला आहे, याबद्दल गुह्यच्या मनात शंका आली व त्यामुळे त्याने त्या सर्वांना नदी ओलांडण्यास मज्जाव केला. भरत अंतःकरणात अतिशय शुद्ध हेतू मनात ठेवून आला असल्याचे गुह्यला कळले, तेव्हा त्याने भरतास पुढे जाण्यास अनुमती दिली. तिथून ते सर्व जण भरद्वाज मुनींच्या आश्रमात गेले. मुनींनी त्यांना रामाची माहिती दिली. त्या महान ऋषींनी त्यांच्या जवळ असलेल्या असामान्य सिद्धींच्या साह्याने सर्व जणांना भोजन उपलब्ध करून दिले.

दुसऱ्या दिवशी सकाळी भरताची सेना चित्रकूटकडे निघाली. राम आपल्या आश्रमाबाहेर सीतेसमवेत बसला होता. वन्य जीवनाविषयी काही चित्रे काढून तिला

गमतीशीर माहिती देऊन तिचे मन रमवत होता. तेवढ्यात त्यांना त्या सर्व परिसरात मोठाच गलबला ऐकू आला. पक्षी ओरडू लागले. वनातले पशू सैरावैरा पळू लागले. काही अंतरावर धुळीचे ढग उठताना दिसत होते. रामाने लक्ष्मणाला हा काय प्रकार चालला आहे हे झाडावर चढून पाहण्यास सांगितले. भरताच्या नेतृत्वाखाली मोठी सेना येत असताना पाहून लक्ष्मण भयभीत झाला. त्याला वाटले की राजसिंहासनावर हक्क सांगण्यास आता दुसरा कोणीही प्रतिस्पर्धी राहू नये म्हणून भरत रामाला मारण्यासाठी एवढे सैन्य घेऊन येत आहे. इथपर्यंत पोहोचण्यापूर्वीच भरताला ठार मारावे असा विचार लक्ष्मणाने केला. परंतु रामाने आपल्या रागीट भावाचा संताप निवारण केला आणि तो भरत पोहोचण्याची वाट पाहू लागला. लक्ष्मणाच्या मनात धाकधूक होती. मात्र रामाचा भरतावर पूर्ण विश्वास होता.

भरत रामाच्या आश्रमात पोहोचला. आपल्या भावाचे विस्कटलेले केस आणि वल्कले पाहून भरताला इतके गहिवरून आले की, त्याचे पाय लटपटू लागले. रामाने पुढे होऊन त्याला सावरले; नाही तर तो पडलाच असता. भरताला जवळ बसवून त्याने आपले वडील व इतर सर्वांचे क्षेमकुशल विचारले. वडिलांच्या मृत्यूचे कळल्यावर राम फार दुःखी झाला. भरताने रामाला सांगितले की, त्याने स्वतःच परत येऊन आपल्या राज्याचा सांभाळ करावा. माझी तेवढी क्षमता नाहीय. मात्र रामाने भरताला परत अयोध्येस जाऊन आपली जबाबदारी पूर्ण करण्यास सांगितले. राम परत येईपर्यंत त्यानेच राज्य चालवावे असा सल्ला भरताला दिला. राम परत अयोध्येस येईपर्यंत मी उपोषण करणार, असे भरत म्हणू लागला. परंतु रामाने आपल्या शांत शब्दांनी भरतास सांत्वना दिली. रामाने मैत्रीपूर्ण शब्दात त्याच्या जबाबदारीची त्याला जाणीव करून दिली. मग भरत म्हणाला की, तुझ्याऐवजी मी वनात राहतो आणि तू राज्य चालव. परंतु भरताच्या या आग्रहासही रामाने नकार दिला. आता या विषयावर बोलण्यासारखं काही राहिलेलंच नव्हतं. त्या काळात मोठ्या भावाची हत्या करून राज्य बळकावणे ही गोष्ट नवीन नव्हती. पण राम धर्मात्मा होता तर भरतही त्याच्या गौरवाला शोभेल असाच भाऊ होता. अशा प्रकारे रामायण ही एक अशी प्रेरणादायी कथा आहे, जिथे प्रत्येक जण दुसऱ्याच्या हितासाठी आपल्या स्वार्थास तिलांजली देण्यास तयार होता.

यादरम्यान वसिष्ठ ऋषी तीन राण्यांना घेऊन रामाकडे आले. रामाने आपल्या आईला मिठी मारली. वडिलांच्या मृत्यूचे दुःख तिच्याशी वाटून घेतले. राम आणि लक्ष्मण यांनी प्रथेअनुसार वडिलांच्या मृत्यूचे अंतिम संस्कार पूर्ण केले. भरताला अखेरीस अयोध्येचे राजसिंहासन स्वीकारावे लागले कारण एक प्रकारे ती त्याने आपल्या भावाची केलेली सेवाच होती. भरताने रामाला भेट देण्यासाठी अनेक सुंदर वस्तू आणल्या होत्या. त्यांतील सोन्याने मढवलेल्या खडावा काढून रामाला त्याने घालायला सांगितल्या. ज्यावर मोठा भाऊ राम याचाच अधिकार आहे, त्या सिंहासनावर मी कधीही बसणार नाही, अशी प्रतिज्ञा भरताने केली. त्याने ठरवले की, खडावा सिंहासनावर ठेवून त्याच रामाचे प्रतिनिधित्व करतात असे समजून राज्य करायचे. भरताने आणखीही एक प्रतिज्ञा केली. जोपर्यंत राम, लक्ष्मण व सीता वनात राहतील तोपर्यंत तो स्वतःही नगराच्या बाहेर केस न बांधता वल्कले घालून राहील. आपल्या भावाप्रमाणे कंदमुळे व फळे खाऊनच तो जगेल. भरत म्हणाला की, मी या व्रताचे चौदा वर्षे आचरण करेन आणि त्यानंतरही राम जर अयोध्येस परत आला नाही, तर मी आत्मदहन करून घेईन.

आपल्या सद्गुणी भावाला रामाने मिठी मारली. भरत त्याच्या खांद्यावर डोके ठेवून रडत होता व राम त्याला थोपटत होता. रामाने भरताला आशीर्वाद दिला. वचन दिले की, चौदा वर्षे पूर्ण होताच तो अयोध्येस परत येईल व राज्यकारभार सांभाळेल. त्यानंतर रामाने आपली पावले खडावात सरकवली व काही क्षण तो ध्यानमुद्रेत स्तब्ध उभा राहिला. त्यानंतर त्याने पायातल्या खडावा काढून भरताकडे दिल्या. भरताने त्या खडावा मस्तकावर ठेवून रामाला तीन प्रदक्षिणा घातल्या आणि तो निघाला. रामाने आपल्या मातांना नमस्कार केला आणि त्यांचा निरोप घेतला. त्यांना सतत रडताना पाहणे रामाला सहन होत नव्हते. सर्व वृद्धजनांना व आपल्या गुरूला नमस्कार करून अश्रूभरल्या नेत्रांनी राम आपल्या पर्णकुटीत गेला. हे सगळे लोक परत जाताना रामाला पाहवले नसते.

राज्यातून आलेले सर्व जण शोकाकुल आणि निराश अवस्थेत परत अयोध्येस आले. आपण केलेले प्रयत्न विफल ठरले याचे त्यांना फार वाईट वाटत होते. आपल्या मातांना भरताने त्यांच्या महालात सोडले. अयोध्येपासून काही मैलांवर एक नंदिग्राम नावाचे गाव होते. तिथे भरताने आपले घर केले. सुवर्णाचे राजसिंहासन नंदिग्रामला आणण्यात आले. भरताने त्यावर रामाच्या खडावा ठेवल्या आणि त्यांना नमस्कार केला.

भरत आपल्या मंत्र्यांना म्हणाला, ''माझा भाऊ परत येईपर्यंत मी निष्ठापूर्वक राज्य करेन. हे शुभ्र छत्र व या खडावा थोड्या उंचावर ठेवा. कारण आता मी नव्हे, तर या खडावाच राज्य करणार आहेत. जोपर्यंत या खडावा राम पुन्हा घालणार नाहीत, तोपर्यंत मी तपस्व्याप्रमाणे जीवन कंठेन.''

तिथे जमलेल्या सर्वांनी भरताच्या प्रामाणिक, सच्च्या भावनांचे कौतुक केले. भरताने पुढील चौदा वर्षे तपस्व्याप्रमाणे व्यतीत केले. अयोध्येहून रोज मंत्री वल्कले धारण करून येत. राजापुढे नतमस्तक व्हावे तसेच ते त्या खडावांपुढे नम्र होत. राज्यकारभारासंबंधीची सर्व चर्चा या खडावांसमोर होत असे. चौदा वर्षांत अयोध्येत कोणताही उत्सव साजरा झाला नाही. संगीताचे स्वर उमटले नाहीत. राम वनात चालत होता म्हणून राज्यातील रथ हटवले गेले व सर्व जण पायी चालू लागले. राम येईल तेव्हा त्याला सुंदर बागबगिचे दिसावेत म्हणून त्यांना पाणी घातले जात होते. वनामध्ये राम, लक्ष्मण आणि सीता वनवासातील छोट्याछोट्या सुखाचे क्षण वेचत होते.

राम परत येईपर्यंतच्या काळाचे वाल्मीकींनी काही वर्णन केलेले नाही. पण भरताने सर्व सुखांचा त्याग करून किती कठोर जीवन घालवले असेल याची आपण कल्पना करू शकतो. मोकळे केस आणि वल्कले धारण करून रुचकर भोजनाचाही त्याने त्याग केला होता. असे म्हणतात की भरत रोज भिजवलेल्या गव्हाचे काही दाणे खात असे. भरत खडावांशीच गप्पा मारत असे व त्यांना सगळे सांगत असे. खडावांशी बोलल्याशिवाय तो कोणतेही कार्य करीत नसे. अशा माणसाची कल्पनाही आपण करू शकत नाही. ऋषी-मुनीसुद्धा या प्रकारचा आत्मत्याग व बलिदान करताना दिसत नाहीत. भरतास सर्वश्रेष्ठ सदाचाराचे उदाहरण मानले जाते यात काही नवल नाही.

वनातून भरत परत गेल्यावर आश्रमात औदासीन्य पसरले. रामाला सारखे भरताचे साश्रू नयन आठवत होते. भरत व त्याच्या बरोबर आलेले नगरवासी यांच्या सहवासातले

क्षण राम, लक्ष्मण व सीता विसरू शकत नव्हते. प्रसन्नतेने रसरसलेला आश्रम उदास झाला होता. या काळात रामाच्या असे लक्षात आले की, इतर आश्रमांमध्ये राहणारे ऋषिगण कोणत्यातरी अडचणीत आहेत. याबद्दल चौकशी केली, तेव्हा कळले की, जनस्थान नावाच्या ठिकाणचे राक्षस त्यांना छळतात. राक्षस नरभक्षक होते. ते आश्रमांवर आक्रमण करून तेथील तपस्वींना पळवून नेत. त्यांचा जो मुख्य नेता होता, त्याचे नाव होते खर. तो रावणाचा चुलत भाऊ होता. या जाचाला कंटाळून ऋषी–मुनींनी चित्रकूट सोडून जाण्याचे ठरवले होते.

हे कळल्यावर राम, लक्ष्मण व सीता यांनीही ते ठिकाण सोडून जाण्याचा निर्णय घेतला. ते महर्षी अत्री आणि त्यांची पत्नी अनसूया यांच्या आश्रमात गेले. अनसूया आपली तपश्चर्या आणि पावित्र्य यांसाठी विख्यात होती. दोघांनी राम, लक्ष्मण व सीता या तिघांचे प्रेमाने स्वागत केले. अनसूया सीतेला आपल्या बरोबर पर्णकुटीच्या आतल्या भागात घेऊन गेली. पतीबद्दल सीतेने जे प्रेम, निष्ठा व साहस दाखवले, त्याची तिने वाखाणणी केली. या गुणांमुळेच सीता सर्व राजविलासी सुखांचा त्याग करून वनातील संकटांना सामोरे जाण्यास आपल्या पतीबरोबर आलेली होती.

यावर सीता म्हणाली, ''माते, माझ्या पतीच्या अंगी असलेले विलक्षण गुण तुम्हाला कळले तर मी राजमहालातील सर्व सुखोपभोग सोडून त्यांच्या बरोबर वनात आले याचे तुम्हाला मुळीच आश्चर्य वाटणार नाही.'' सीतेचे उत्तर ऐकून अनसूया प्रसन्न झाली. अनसूयेने आतापर्यंत इतकी तपश्चर्या केली होती की, आता तिच्या अंगी वरदान देण्याची सिद्धी आलेली होती. हे ऐकून सीतेला नवल वाटले. अनसूयेने सीतेला जवळ घेत वरदान मागण्यास सांगितले. त्यावर सीता हसून म्हणाली, ''माते, मला वरदान मागण्याची गरजच काय? मी सर्वांत सौभाग्यशाली स्त्री आहे. सर्वांत श्रेष्ठ असे पुरुष माझे पती आहेत. होय ना?''

या उत्तराने अनसूया मंत्रमुग्ध झाली. आपली सुंदर वस्त्रे व अलंकार तिने सीतेला दिले आणि नव्या नवरीसारखे तिला नटवले. सीतेला नेहमी सुगंधित आणि पवित्र वाटेल असे अनसूयेने बनवलेले विशेष अत्तर तिने सीतेला दिले. त्यानंतर तिने सीतेला तिच्या स्वयंवराच्या वेळी घडलेल्या गोष्टी सांगण्यास सांगितले. त्या तर सीतेने अनसूयेला आनंदाने सांगितल्या. आता रात्र होऊ लागली होती. मग अनसूयेने सीतेला आपल्या पतीकडे जाण्यास सांगितले. रामाने नटूनसजून आलेली आपली प्रिय पत्नी पाहिली, तेव्हा त्याच्या डोळ्यांत आनंदाची पसंती उमटली.

त्या रात्री तिघांनी आश्रमात मुक्काम केला. सकाळी अत्री ऋषींनी रामाला दंडक वनात जाण्यास सांगितले. मात्र ऋषी–मुनींना त्रास देण्यात आनंद मानणाऱ्या राक्षसांपासून सावध राहण्यास सांगितले. आश्रमात राहणारे तपस्वी आपले त्यागमय जीवन शांतपणे व साधेपणाने जगू शकतील यासाठी रामाने राक्षसांपासून त्यांचे रक्षण करावे अशी अत्री ऋषींची इच्छा होती. रामाने त्यांची इच्छा आनंदाने शिरसावंद्य मानली. मग राम, लक्ष्मण व सीता या तिघांनी त्या दाट आणि संकटग्रस्त दंडक वनात प्रवेश केला.

रामाने विचारले, "तो रिकामा, प्रकाशित, अंधकारमय नाही
हे तुम्ही कसे म्हणू शकता?"

यावर त्यांनी उत्तर दिले, "लक्षात न आलेली पोकळीसुद्धा एखाद्या काठीच्या
तुकड्यात लपलेली असते. या सृष्टीस तू सत्य मान किंवा असत्य;
हे परम तत्त्वात अंतर्भूत आहे.

"ज्याप्रमाणे शांत समुद्रात लाटा नाही असे आपण म्हणू शकत नाही,
त्याचप्रमाणे परम तत्त्वामध्ये सृष्टी अंतर्भूत नाही असे आपण म्हणू शकत नाही.
वास्तवात सृष्टी ही परम तत्त्वापासून निर्माण होत नसून ती त्यात विलीनही
होत नाही.

"केवळ परम तत्त्व हेच आज अस्तित्वात आहे व नेहमीच राहील."

हरिःॐ तत्सत

ॐ

ॐ

दंडकारण्य-कर्तानय नमः!

खंड ३

अरण्य कांड

ॐ

रघुपुंगवाय नमः।

अध्याय १

वनवासी

कौसल्या गर्भसम्भूतम्
वेदिगर्भोदितम् स्वयम्।
पुण्डरीकांक्षलक्षम्।
स्फुरदिन्दीवरेक्षणम्।

"रामाचा जन्म कौसल्येच्या पोटी झाला
सीतेचा जन्म पृथ्वीच्या पोटी झाला
रामाचे डोळे कमळासारखे होते
आणि सीतेच्या डोळ्यात चंद्राचे तेज होते."

दंडक वन बाहेरून अंधारमय आणि निर्जन वाटत होते. राम, लक्ष्मण आणि सीता हे त्या वनात गेले, तेव्हा तिथे असलेले अनेक ऋषींचे आश्रम पाहून त्यांना आश्चर्य वाटले. यज्ञकुंडांमध्यून चंदन व धुपाचे सुवास येत होते. वन्य पशू निर्भयतेने विहार करीत होते. राम आणि लक्ष्मण यांनी आपल्या धनुष्यावरच्या प्रत्यंचा सैल केल्या. या जागी कोणताही धोका नाही, हे त्यांच्या लक्षात आले होते. तिथे भरपूर सरोवरे व वृक्ष होते. फळाफुलांनी झाडे लगडलेली होती. त्या जागेतील आध्यात्मिक जाणीव तिघांना सहज जाणवत होती. श्रीरामाची ख्याती त्यांच्या आधीच तिथे पोहोचलेली होती. ऋषी-मुनींनी मोठ्या प्रेमाने त्यांचे स्वागत केले. त्या तिघांनाही त्यांच्या आश्रमात राहण्यास आमंत्रण दिले.

दुसऱ्या दिवशी सकाळी राम, लक्ष्मण आणि सीता या तिघांनी पुन्हा यात्रेस प्रारंभ केला आणि ते जंगलाच्या आत गेले. वनाला भयंकर का मानले जाते, हे त्यांना आता समजू लागले होते. इथली जमीन खडबडीत व वैराण होती. या वनात एकही वाट नव्हती. झाडांना वेलींनी लपेटले होते. खाली झुलणाऱ्या त्या वेलींना कोणाचाही स्पर्श झाला की

बेसावध वाटसरूस त्या वेली जखडून टाकत होत्या. सापांनी भरलेली झाडे शुष्क पडली होती. गरम वाऱ्याने ती चरचरत होती. वाघ, लांडगे, कोल्हे अशी जंगली जनावरे फिरत होती. सारे पक्षी भयभीत आणि गप्प होते. चित्रकूटातल्याप्रमाणे त्यांची किलबिल ऐकू येत नव्हती. वनातील सरोवरे खोल आणि भयावह वाटत होती. या सरोवरांमध्ये एकही कमळ फुललेले दिसत नव्हते. सीतामाई आपल्या पतीजवळ आल्या आणि त्यांनी घाबरून श्रीरामांच्या वल्कल वस्त्राचे टोक पकडून ठेवले. रामांनी वळून त्यांच्याकडे आश्वासक दृष्टीने पाहिले. त्यांचा हात आपल्या हातात घेतला. सीतेने श्रीरामाचा दंड घट्ट पकडला. झाडीतून येणारे अभद्र आवाज तिला भयभीत करीत होते. सीतेला अशा प्रकारचे वन आवडणार नाही याची कल्पना रामास होती. तो सीतेस जवळ घेऊन पुढेपुढे चालला होते. मध्येच कधी दलदल लागे; कधी वाटेत झाडे पडलेली असत. अशा ठिकाणी तो सीतेस उचलून घेई. वाटेत नरभक्षक राक्षसांनी अनेक ऋषी-मुनींना खाऊन टाकलेल्या पांढऱ्या हाडांचे ढीग दिसत होते. ते तिघे सावधानतेने चालले होते. लक्ष्मण सगळ्यात पुढे होता. मागून रामाचा यांचा हात धरून सीता चालली होती. वाटेत इतस्ततः पसरलेल्या विषारी वेली व झाडे यांना कापत लक्ष्मण चालला होता.

अचानक एका विशालकाय राक्षसी आकृतीने समोरून येऊन त्यांचा मार्ग रोखला. त्याच्या हातात त्रिशूळ होता. त्यावर वाघ, हरीण आणि एका हत्तीचे शव लटकत होते. त्यातून रक्त ठिबकत होते. एक दणकट, लांब हात पुढे आला. सीतेची कंबर धरून तिला झाडांच्या फांद्यांच्याही त्याने वर उचलून धरले. सीता किंचाळत होती. त्याच्या तावडीतून सुटण्याचा प्रयत्न करीत होती. तो विशालकाय प्राणी गरजला,

''या दंडक वनात येण्याचे वेडे धाडस करणारी तुम्ही कोण मूर्ख माणसं आहात? तुमचे कपडे ऋषींप्रमाणे आहेत आणि हातात शस्त्रास्त्रे आहेत. एका स्त्रीला तुम्ही मध्ये घेतले आहे. माझे नाव विराध आहे. या वनात येण्याचा मूर्खपणा करणाऱ्यांना मी पकडतो आणि खाऊन टाकतो. आता तुमचेच मी जेवण करतो. या स्त्रीला मी माझी पत्नी बनवेन.''

आपल्या पत्नीला एखाद्या झाडाच्या पानाप्रमाणे उंच धरलेले पाहून राम क्षणभर घाबरला. सीतेस आपल्या बरोबर वनात आणून आपण अन्याय केला या जाणिवेने त्याच्या डोळ्यांत पाणी आले. पण लक्ष्मण मुळीच घाबरला नाही. तलवार घेऊन तो विराधवर चालून गेला. परंतु राक्षस विकट हास्य करीत म्हणाला, ''असा मूर्खपणा करू नकोस मनुष्या! कोणत्याही शस्त्रास्त्राने मी मरू शकत नाही. म्हणून या स्त्रीला इथे सोड आणि मग मी तुम्हाला काही त्रास न देता पुढे जाऊ देईन.''

हे ऐकून श्रीरामाला फारच राग आला. त्याने राक्षसावर सात अग्निबाण सोडले. पण ते सर्व त्याच्या छातीवर आपटून खाली पडले. राक्षसाने सीतेला खाली उतरवले. त्रिशूळ घेऊन तो रामाच्या अंगावर धावून गेला. श्रीरामाने त्या त्रिशूळाचे तुकडे केले. मग विराधने राम आणि लक्ष्मण या दोघा भावांना खांद्यावर घेतले. सीतेला तसेच रडत ठेवून तो वनाच्या अंतर्भागात निघाला. सीता जोरजोरात रडू लागली. ''त्या दोघा भावांना सोडा आणि मला तुम्ही घेऊन जा,'' असे म्हणू लागली. प्रयत्नांची शर्थ करून राम आणि लक्ष्मण यांनी राक्षसाचे दोन्ही हात कापले. त्यामुळे तो धरणीवर कोसळला; मात्र तरीही ते दोघे त्याला ठार मारू शकले नाहीत.

शेवटी श्रीराम म्हणाला, ''लक्ष्मणा, आपण याला जिवंतच जमिनीत गाडून टाकू. याला मारण्याचा हाच एकमेव उपाय आहे.''

रामाचे हे बोलणे ऐकताच विराध म्हणाला, ''आता मला समजले की तुम्ही कोण आहात. तुम्ही राम आहात. तुम्हीच मला या शापातून मुक्त करून शकता. मी खरे तर एक गंधर्व आहे. कुबेराने मला शाप दिला होता. कृपया, मला जमीनीत लवकर गाडून टाका; म्हणजे मग मी या भयानक शरीराचा त्याग करून स्वतःच्या मूळ स्वरूपात परत येईन. मला गाडल्यावर तुम्ही शरभंग ऋषींच्या आश्रमात जा व त्यांचा आशीर्वाद घ्या.''

राम आणि लक्ष्मण यांनी विराधने सांगितल्यानुसार सर्व काही केले आणि मग तो गंधर्व शापमुक्त होऊन आपल्या घरी परतला. रात्रीचा अंधार पसरू लागला. सीतेला भय वाटू नये म्हणून श्रीरामाने तिचा हात धरला. त्यामुळे सीतेचा थकवा पळाला आणि ती आश्रमाकडे चालू लागली.

तिथे पोहोचल्यावर आश्रमाबाहेर त्यांना एक दिव्य रथ उभा असलेला दिसला. त्या तिघांनी देवराज इंद्राला आश्रमातून बाहेर पडताना पाहिले. ते त्या सुवर्णाच्या रथातून बसून निघून गेले. श्रीराम, लक्ष्मण आणि सीता यांची वृद्ध ऋषी वाट पाहत बसले होते. श्रीरामास पाहून ते प्रसन्न झाले. असे म्हणतात की, इंद्राने त्याला सदेह स्वर्गात घेऊन जाण्याचा प्रस्ताव त्याच्या पुढे मांडला होता. पण तो प्रस्ताव त्याने नाकारला. कारण रामाच्या रूपातील देवाचे दर्शन घेतल्याशिवाय त्यांना पृथ्वी सोडायची नव्हती. त्यांनी श्रीरामांकडून स्नेहमय आशीर्वाद मागून घेतला आणि मग देहत्याग करून ते अग्नीत विलीन झाले.

दुसऱ्या दिवशी जवळपास राहणारे सर्व ऋषी श्रीरामास नमस्कार करण्यास आश्रमात आले. त्यांनी रामाला राक्षसांनी मारलेल्या ऋषींची हाडे दाखवली. या रोजच्या संकटातून सुटका करण्याची त्यांनी श्रीरामाला विनंती केली. ते राक्षसांचा नायनाट करतील व ऋषिगण आपली तपस्या शांततापूर्वक पार पाडू शकतील असे रामाने त्यांना आश्वासन दिले.

त्यानंतर राम, लक्ष्मण आणि सीता हे तिघे सुतीक्ष्ण मुनींच्या आश्रमात गेले. त्या मुनींना आपल्या सिद्धीद्वारे कळले होते की, राम त्यांना भेटायला येत आहे. त्यामुळे ते त्यांची वाट पाहत होते. ''पाहिजे तेवढे दिवस तुम्ही इथे राहा,'' असे मुनींनी त्यांना सांगितले पण ऋषींना दिलेल्या वचनानुसार, तिथून पुढे जाऊन इतर आश्रम पाहण्याचा त्या तिघांनी निर्णय घेतला.

रात्री विश्रांती घेतल्यावर ते तिघे वनाच्या आणखी आत जाऊ लगले. सीता आपल्या पतीला प्रेमाने म्हणाली,

''स्वामी, मी बऱ्याच दिवसांपासून धर्म शब्दाचा काय अर्थ असेल याचा विचार करते आहे. व्यक्तीचा धर्म कोणता हे समजणे नेहमीच इतके सोपे नसते. जिला आपल्या स्वतःच्या काही इच्छा नाहीत, अशीच व्यक्ती कोणतेही काम किंचितही बिघडू न देता पूर्ण करू शकते. तुम्ही आश्रमवासीयांना राक्षसांपासून वाचवण्याचे वचन दिले आहे; त्याने मी भयभीत झाले आहे. त्या राक्षसांनी तर तुमचे काहीच बिघडवले नाही; तरीही तुम्ही त्यांना मारण्यास तयार आहात. हे धर्माच्या नियमांविरुद्ध नाही का? मला वाटतं की, आता या जंगलात आपण आणखी आत जाऊ नये. वाटेत जर आपल्याला राक्षस दिसला तर तुमची

बोटं धनुष्याची दोरी खेचण्यास आतुर होतील. कारण क्षत्रियाची ही जबाबदारी आहे. परंतु आता आपण तपस्व्याचे कपडे घातले आहेत. मग आता तपस्व्याप्रमाणेच आपण वागायला हवे असे नाही का तुम्हाला वाटत? अशा प्रकारे मी तुमच्याशी बोलले याबद्दल तुम्ही मला क्षमा करावी. कारण मी जाणते की तुम्ही तर धर्मात्मा आहात. अज्ञाताच्या भयामुळे मी हे बोलण्यास प्रवृत्त झाले आहे.'' बिचाऱ्या सीतेला माहीत नव्हते की, ती जे म्हणत आहे ते खरेच आहे. रामाने राक्षसांचा नायनाट करावा यासाठी त्याच्याकडेच सारखी तशी मागणी होत राहणार होती.

आपल्या कर्तव्यपरायण पत्नीच्या तोंडून धर्मावर अशा प्रकारचा उपदेश ऐकून राम प्रसन्न झाला. तो प्रेमपूर्वक उत्तरला, ''हे जानकी, तू अत्यंत बुद्धिमान अशा जनक राजाची कन्या आहेस. त्यामुळे धर्मातील अनेक बारीकसारीक गोष्टींबद्दल तुला माहिती आहे यात नवल नाही. परंतु प्रिये, ऋषींवरील आपत्तींबाबतही तू विचार करायला हवास. सर्व संसारसुखांचा त्याग करून ते तपश्चर्या करीत आहेत. पण सध्या राक्षसांच्या अत्याचारांमुळे ते मनासारखी तपश्चर्या करू शकत नाहीत. त्यांचे मी रक्षण करावे अशी त्यांनी मला विनंती केली आहे. मी क्षत्रिय आहे, त्यांचा राजा आहे. तुला नाही वाटत की, ऋषी-मुनींचे रक्षण करणे हे माझे कर्तव्य आहे? त्यांनी विनंती केली नसती तरीसुद्धा माझी ती जबाबदारी आहे. आता त्यांना एकदा वचन दिल्यावर त्या वचनाचा भंग करण्याचा विचारसुद्धा मी करू शकत नाही. तू पत्नीधर्माचे पालन करून मला असे विचारते आहात, हे मी जाणतो. त्याबद्दल मी तुझा आभारी आहे. पण प्रिये, त्या तपस्वींचे संकट माझ्या डोक्यावर आले तरीही मी इथे नुसता उभा राहून निर्दोष ऋषी-मुनींचे भक्षण करताना त्या नरभक्षक राक्षसांना पाहू शकत नाही.'' एवढे म्हणून श्रीराम पुढे, त्याच्या मागे जानकी आणि सगळ्यात मागून लक्ष्मण चालू लागला.

राम विचारतो,
''ईश्वराचे अस्तित्व कोठे आहे आणि मी त्याला कसे प्राप्त करून घेऊ शकतो?''
वशिष्ठ उत्तर देतात,
''ज्याला ईश्वर म्हटले जाते, तो काही फार लांब नाही. तो आपल्या शरीराच्या आत विशुद्ध ज्ञानाच्या रूपात राहतो.
''तो ब्रह्मांड आहे, मात्र ब्रह्मांड ईश्वर नाही.''

हरिः ॐ तत्सत

ॐ

ॐ

जनार्दनाय नमः।

अध्याय २

पंचवटी

चन्दनाद्रबुजमध्यम्
कुंकुमार्द्रकुचस्थलीम्।
चपलंकृतहस्ताब्जम्
पद्मलंकृतपाणिकम्।।

"रामाच्या छातीवर चंदनाचा लेप लावला आहे,
सीतेच्या वक्षावर केशराची पूड लावली आहे,
रामाच्या हातातील धनुष्य शोभून दिसते आहे,
आणि सीतेच्या हातात कमळ शोभून दिसते आहे."

दंडक वनात एका आश्रमाकडून दुसऱ्या आश्रमाकडे राम, लक्ष्मण आणि सीता जात राहिले. असे अनेक महिने, वर्षं गेली. श्रीरामाची ख्याती भारतवर्षांत चहुकडे पसरली होती. त्यामुळे तो जिथे जाई तिथे त्याचे मोठ्या आनंदाने स्वागत होत असे. प्रत्येकालाच रामाला पाहण्याची, त्याचा सत्कार करण्याची संधी हवी होती. राम, लक्ष्मण आणि सीता काही ठिकाणी काही दिवस – कधी सहा महिने किंवा वर्षभर – थांबत. सुदैवाने कोणत्याच ठिकाणी त्यांना राक्षसांचा सामना करावा लागला नाही. सीता निर्भय होऊन आपल्या पतीसमवेत फिरत होती. पर्वतशिखरं, सरोवरे, पशुपक्षी यांचे सौंदर्य निरखत होती. रामलक्ष्मणाच्या नजरेस न आलेल्या अनेक गोष्टींकडे तिचे लक्ष वेधले जात असे आणि ते पाहून ती प्रसन्न होई. एखादी डहाळी, पानं ती उचलून घेई. केसात फुलं माळत असे. कधी चिमुकल्या चिमण्यांच्या घरट्यात त्या डोकावून पाहात बसे तर कधी हरणाच्या मागे पळत जाई. निसर्गसौंदर्यात ती सदैव रममाण झालेल्या असे. वनातील कठीण जीवनमानाचा तिला कधीही त्रास वाटला नाही. आपल्या राजवाड्यातील सुविधांची तिला आठवणसुद्धा

येत नसे. ती एकदा अनसूयेला म्हणाली होती की, पती नसेल तर उत्कृष्ट सुविधाही तिला वेदनामय वाटतात. पतीच्या हातात हात घालून रमतगमत हिंडणं, पतीबरोबर पर्वतशिखरावर उन्हात पहुडणं, श्रीरामाच्या वाढलेल्या केसांची वेणी घालणं यात तिचा आनंद साठवलेला होता. रामाजवळ बसून केवळ त्याचा आवाज कानांवर पडला तरी त्यात तिला सुख वाटत असे. लक्ष्मणालाही आपल्या राजविलासी जीवनाची कधी आठवण येत नसे. राम आणि सीता यांची सेवा करण्यातच त्याला आनंद मिळत असे.

एक दिवस श्रीराम जंगलात शिकार करण्यासाठी गेला होता. लक्ष्मण सरपण आणायला गेला होता. सीता एकटी होती. अंधार वाढू लागला. तिला घरात भीती वाटू लागली. घरात एकटे राहण्याची तिच्यावर पहिल्यांदाच वेळ आली होती. ती श्रीराम गेले, त्या दिशेने जंगलाची वाट चालू लागली. तिची पावलं वेली आणि काटेरी झाडाझुडपांत अडकू लागली.

ती पुढे जाताजाता हाका मारत होती, ''राम! हे राम! कुठे आहात तुम्ही?'' तिच्या डोळ्यांतून अश्रू वाहून जमिनीवर थेंब सांडू लागले. परंतु ती पुढेपुढेच जात राहिली. अखेरीस, तिच्या हाकांना उत्तर आले. राम एका वृक्षाखाली विश्रांती घेत पडला होता. सीता पळतच त्याच्या जवळ गेली आणि त्याला मिठी मारली.

''प्रिये, तू इथे का आलीस?'' रामाने सीतेस विचारले.

''बराच वेळ झाला तरी तुम्ही घरी आला नाहीत. मला भय वाटू लागलं.'' असे म्हणत सीतेने रामाच्या विशाल छातीवर डोके टेकले.

''का? तुझ्या समवेत लक्ष्मण घरात नव्हता का?'' रामाने विचारले, 'मी त्याला बजावून सांगितले होते की, तुला एकटीला घरात सोडायचे नाही.''

''लक्ष्मण सरपण आणायला बाहेर पडले. मला काही एकटीला तिथे राहवेना.''

काही न बोलता श्रीराम सीतेला घेऊन घरी निघाला. रस्ता लांब होता. सीता दमलेली होत्या. तिचा थकवा पाहून रामाने सीतेला उचलून घेतले. तिच्या गळ्यात हात घालून तो चालू लागला. उन्हाळ्यातली रात्र होती. रामाच्या अंगातून घामाच्या धारा वाहू लागल्या. घामाचे थेंब जमिनीवर पडत होते. अखेरीस ते दोघे आश्रमात पोहोचले. लक्ष्मण त्यांची वाटच पाहत होता. श्रीरामाने सौम्य स्वरात सीतेला एकटे सोडण्याबद्दल त्याला फटकारले.

पुढील आठवड्यात सीतेला पुन्हा त्याच मार्गाने जंगलात जावेसे वाटू लागले. कारण तोच एक मार्ग होता, जिथे ती अगदी एकटी चालत गेली होती. श्रीराम आणि सीता जंगलातून निघाले. जिथे सीतेचे अश्रू ओघळून सांडले होते, तिथे त्यांना काही वेगळ्या प्रकारची रोपं दिसली. श्रीरामाचे स्वेदबिंदू जिथे पडले होते, तिथेही काही नवीन झाडं उगवली होती. काही महिन्यांनी त्या रोपांची मोठी झाडं झाली. सीतेच्या लक्षात आलं की, एका प्रकारच्या झाडांवर हिरव्या रंगाची फळे लागली होती तर दुसऱ्या प्रकारच्या झाडांवर तांबूस रंगाची फळे आली होती. त्यांनी अशी फळं कधी पाहिली नव्हती. सीतेला ती पाहून फार आनंद झाला. राम हसून सीतेस म्हणाला, ''ही हिरवी फळं आहेत, त्यांना सीताफळं म्हटलं जाईल आणि तांबड्या रंगाची फळं रामफळ म्हणून ओळखली जातील.'' आजही भारतभरात ही फळे याच नावांनी ओळखली जातात.

दहा वर्षे लोटली. कुणाला कसला त्रास नव्हता. पण नंदिग्रामात राहणाऱ्या भरताला ही दहा वर्षे दहा युगांसारखी वाटली. कारण एक तर त्याच्या शिरावर राज्यकारभाराचा भार होता आणि दुसरे म्हणजे त्याचा उत्साह वाढवण्यासाठी रामही तेथे नव्हता.

त्यानंतर एकदा रामाला आठवण झाली की सुतीक्ष्णकडे पुन्हा येण्याचे रामाने त्यांना वचन दिले होते. म्हणून राम, लक्ष्मण आणि सीता तिघेही त्या मुनीच्या आश्रमात आले. त्यांची भेट झाल्यामुळे सुतीक्ष्ण मुनींना अतिशय आनंद झाला. रामाने त्यांना विनंती केली की, त्यांनी आपल्याला अगस्ती ऋषींच्या आश्रमाचा मार्ग सांगावा. मुनींनी अगस्तींच्या आश्रमाचा मार्ग त्यांना समजावून दिला. दुसऱ्याच दिवशी ते तिघे अगस्ती ऋषींचा आशीर्वाद घेण्यासाठी त्यांच्याकडे निघाले. अगस्ती ऋषींनी वनवासात आल्यानंतर अकराव्या वर्षात विंध्याचल पर्वत ओलांडला होता. दक्षिण पठाराहून ते तिघे खाली आले. तिथे त्यांची भेट आधी अगस्ती मुनींच्या बंधूंशी झाली. त्यांनी महर्षी अगस्तींच्या पराक्रमांबद्दल त्यांना सांगितले. ते म्हणाले की, अगस्ती मुनी किरकोळ यष्टी असलेले पुरुष आहेत. ते हिमालयात तपश्चर्या करतात. एकदा विंध्य पर्वतास हिमालयाबद्दल असूया वाटू लागली. आपल्याला ओलांडून जाणे कोणालाही शक्य होऊ नये म्हणून विंध्य पर्वत आपला आकार वाढवू लागला. त्याने आपली उंची इतकी वाढवली की त्यामुळे उत्तरेकडून येणारे जलद – जळाने भरलेले मेघ – यांचाही रस्ता बंद झाला. अगस्ती मुनी हिमालयाकडून विंध्य पर्वताकडे आले. त्यांनी विंध्य पर्वताची प्रार्थना केली आणि पर्वत ओलांडून जाण्याची परवानगी मागितली. विंध्य पर्वताने आपले मस्तक झुकवून मुनींना जाण्यासाठी मार्ग मोकळा केला. त्यानंतर अगस्ती मुनी दक्षिणेकडून पुन्हा परत आले नाहीत. पण विंध्य पर्वत आजही नतमस्तक होऊन त्यांच्या येण्याची प्रतीक्षा करीत आहे. अगस्तींच्या भावाने सांगितले की, त्यांनी एकदा वातापी आणि इल्वल नावाच्या राक्षसांचेही गर्वहरण केले होते. अगस्ती मुनींच्या भावाकडे या तिघांनी त्या रात्री मुक्काम केला. आणि मग दुसऱ्या दिवशी सकाळी राम, लक्ष्मण आणि सीता ठरवलेल्या दिशेने निघाले.

ज्यांच्याबद्दल इतके ऐकले होते त्या पराक्रमी ऋषींना ते तिघे भेटण्यास उत्सुक होते. आश्रमाजवळ आल्यावर त्यांच्या लक्षात आले की, इथे वावरणारे पशू-पक्षी माणसाळलेले आहेत. बाहेर आश्रमवासीयांची वल्कले उन्हात वाळत घातलेली होती. यज्ञकुंडातून येणारा सुगंध सगळीकडे पसरला होता.

आपण आल्याची सूचना ऋषींना देण्यासाठी रामाने लक्ष्मणास आत पाठवले. लक्ष्मणाने आत जाऊन तसे सांगितले. अगस्ती ऋषींना त्यांच्या आगमनासंबंधी पूर्णपणे स्पष्ट कल्पना होती. त्यांनी लगेचच आपल्या शिष्याला पाठवून तिघांना आत बोलावून घेतले. अगस्ती मुनींचा बांधा लहान चणीचा होता; मात्र त्यांचा चेहरा कठोर तपश्चर्येमुळे तेजःपुंज दिसत होता. अगस्तींच्या जवळ आल्यावरही त्यांचा लहानखुरेपणा राम, लक्ष्मण आणि सीता यांना जाणवला नाही. मुनींनी त्यांचे स्वागत-सत्कार केला आणि यज्ञ संपन्न झाल्यावर त्यांना जेवण वाढले. त्यानंतर अगस्तींना इतर देवदेवतांनी दिलेली शस्त्रास्त्रे त्यांनी श्रीरामास भेट दिली. यात मुख्यतः भगवान नारायण यांचे धनुष्य, इंद्रदेवाने दिलेला अक्षय भाता म्हणजे त्यातले बाण कधीच संपणार नाहीत असा भाता आणि नारायण यांची

चांदीची म्यान असलेली तलवार होती. रामाने अगदी विनम्रतेने सर्व शस्त्रास्त्रांचा स्वीकार केला. या शस्त्रास्त्रांची इथे काय गरज पडणार, हे काही त्यांना कळले नाही. परंतु अगस्ती ऋषी हे चांगले जाणून होते की, या शस्त्रास्त्रांची गरज पडण्याचा काळ भराभर जवळ येत चालला आहे.

अगस्ती ऋषी म्हणाले, ''हे रामा, आपला वनवासकाल पूर्ण होत आला आहे. वनातील कठीण दिवस आता संपतील. ईश्वर करो आणि आपण गौरवपूर्वक आपल्या राज्यात परत जावे. तेथे जाऊन आपला राज्यकारभार सांभाळावा.''

श्रीरामाने उत्तर दिले, ''ऋषिवर, वनातील आमचा काळ फार सुखाचा गेला. आम्हाला इथे कसलाही त्रास झाला नाही. आम्ही इथे पुरेपूर स्वातंत्र्य उपभोगले. नैसर्गिकरीत्या राहण्याचा आनंद आम्हाला इथे मिळवता आला. आपल्यासारख्या महान तपस्वींचा सहवास आम्हाला लाभला. इथल्या आश्रमातील साधी राहणी आम्हाला प्रभावित करून गेली. माझी तुम्हाला एक विनंती आहे, आता वनवासातील उरलेला काळ कंठण्यासाठी एखादे योग्य ठिकाण तुम्ही सुचवू शकाल का? जिथे नदी असेल, भरपूर फुलझाडे असतील, माणसांची गर्दी नसेल असे स्थान मिळाले तर माझी पत्नी आनंदित होईल.''

अगस्ती ऋषी म्हणाले, ''तुम्हाला आपल्या पत्नीच्या सुखाची काळजी घ्यायला हवी हे खरे आहे. कारण फार कमी स्त्रिया सुखसुविधांचा त्याग करून पतीबरोबर वनात जाण्यास तयार होतात. सीतामाई नक्कीच आदर्श पत्नी आहेत. तुम्ही त्यांच्या सुखाचा विचार करायला हवा. निशाचर आणि राक्षस यांचा निःपात करण्यासाठी तुम्हाला इथे बोलावले आहे. त्यांनी इथे स्वतःचे निवासस्थान बनवून टाकले आहे. इथून थोड्याच अंतरावर पंचवटी नावाचे ठिकाण आहे. तिथे कंदमुळे, फळे भरपूर आहेत. त्या जागी पाणी मुबलक आहे. झाडांमध्यून पशुपक्षी विहार करीत असतात. सीतामाईंना ती जागा आवडेल, असा मला विश्वास वाटतो. तुम्ही हवं तर तिथे आश्रम बांधून वनवासाचा काळ संपेपर्यंत राहू शकता. मी तुम्हाला इथेच राहावयास म्हटले असते; पण मला असं दिसतंय की, तुमची अजून बरीच कामे व्हायची आहेत. तुमचे जे कार्य आहे, ते करण्यास पंचवटी अधिक योग्य आहे.''

महर्षींची परवानगी घेऊन राम, लक्ष्मण आणि सीता हे तिघे त्यांनी सांगितलेल्या मार्गाप्रमाणे पंचवटी नावाच्या अत्यंत रमणीय स्थळावर येऊन पोहोचले. वाटेत त्यांना वृक्षावर बसलेले एक विशालकाय गिधाड दिसले. त्याचा उल्लेख याआधी अगस्ती ऋषींनी त्यांच्याजवळ केलेला होता. या तिघांना पाहून त्या पक्ष्याला फार आनंद झाला. आपले नाव जटायू असल्याचे त्याने सांगितले. त्याने असे सांगितले की, दशरथ हा त्याचा मित्र आहे. जटायूचा भाऊ संपाती. त्याला मात्र तो खूप दिवसांत भेटलेला नाही. जटायूने रामाला वचन दिले की, तो त्यांच्या बरोबर राहून त्यांचे रक्षण करेल. वन्य पशू किंवा राक्षस जर इकडे आले तर तो त्यांना आधीच तशी सूचना देईल. हे ऐकून रामाला आनंद झाला. पुढील मार्ग जटायूनेच त्याला दाखवला.

पंचवटी हे ठिकाण फार सुंदर होते. त्याच्या चारी बाजूंनी पर्वत होते. झाडे फळाफुलांनी लगडली होती. शेजारून वाहणाऱ्या गोदावरीचा आवाज येत होता. शिवाय आणखी एक

झरा जवळून वाहत होता. त्याची झुळझुळ कानांना गोड वाटत होती. रामाने झऱ्याजवळची एक जागा निवडली. तिथे चाफा, प्राजक्त, अशोक, कदंब आणि चंदन अशी पाच प्रकारची झाडे होती. रामाने तिथे आपली पर्णकुटी बांधण्यास लक्ष्मणांस सांगितले.

लक्ष्मणाने आधी देवतांकडून संरक्षण मागण्यासाठी फुलं वाहून त्यांची प्रार्थना केली. त्यानंतर त्याने फांद्या, गवत, डहाळ्या यांचे छत बनवले आणि राम व सीतामाई यांना आत बोलावले. आतली व्यवस्था पाहून दोघेही अगदी प्रसन्न झाले. लक्ष्मणाने जेवणघर, शय्यागृह आणि देवघर यांसाठी वेगवेगळे विभाग केले होते. सगळे काही सुंदर दिसत होते आणि उपयुक्तही.

श्रीरामाने हसून विचारले, ''बंधो, ही निर्मितिकला तू कुठे शिकलास? आपण असे काही गुरुकुलात तर शिकलेलो नव्हतो!''

लक्ष्मणाने उत्तर दिले, ''हृदयात प्रेम असेल तर कोणतेही काम अशक्य किंवा अवघड नसते. प्रेमातली जादू सगळ्या अडचणी दूर करून सर्व प्रकारचे ज्ञान देते.''

रामाच्या डोळ्यांत अश्रू आले. लक्ष्मणाला जवळ घेऊन तो म्हणाला, ''माझ्या प्रिय बंधो, तू अनेक वर्षे माझी सेवा केली आहेस. मी यातून कसा उतराई होऊ? तू जर सतत दक्ष राहून आमची काळजी घेतली नसतीस, तर वनवासातला काळ असह्य झाला असता.''

राम, लक्ष्मण आणि सीता यांनी या जागी बराच काळ घालवला. कधी जटायू त्यांच्याकडे येऊन आपल्या वडिलांच्या आठवणी सांगत असे. कधी हे तिघे राजवाड्यातील घटनांबद्दल जटायूशी गप्पा मारत. आता त्या गोष्टी त्यांना एखाद्या स्वप्नासारख्या वाटू लागल्या होत्या. जटायू सदैव जंगली जनावरे आणि राक्षस यांच्यावर लक्ष ठेवून होता. त्यांच्यापैकी कुणीही पन्नास फुटाच्या आत येऊ लागले तर तो जोरजोरात ओरडत असे.

शरद ऋतू होता. दिवस अजून उजाडत होता. दोघे भाऊ गोदावरी नदीत स्नान करीत होते. लक्ष्मण म्हणाला, ''का कोण जाणे, पण आज मला आपला प्रिय बंधू भरत याची फार आठवण येते आहे. तोही तिकडे शरयू नदीत गार पाण्याने स्नान करीत असेल. आपली आठवण काढत असेल. तो किती सदाचारी पुरुष आहे! आपल्याबद्दल प्रेम आणि निष्ठा व्यक्त करण्यासाठी तपस्वी बनून तो नंदिग्राम इथे राजवाड्यातील सर्व सुखसुविधा सोडून राहायला गेला आहे. मला निदान इथे तुमचा सहवास तरी मिळतो; त्याला तर तोही नाही. त्याच्याइतका सद्गुणी मुलगा कैकेयीसारख्या दुष्ट स्त्रीच्या पोटी कसा निपजला?''

श्रीरामाचे डोळे भरून आले. तो म्हणाला, 'प्रिय लक्ष्मण, तू आपल्या भरताबद्दल जरूर बोल पण मी माझ्या आईबद्दल कोणतीही अनादराची भाषा ऐकू शकत नाही. शेवटी तीसुद्धा नियतीच्या हातातले एक साधन आहे. भरताने मला परत येण्याची विनंती केली, तेव्हा भरताच्या अश्रूभरल्या नेत्रांना मीही विसरू शकत नाही. माझ्या खडावा डोक्यावर घेऊन तो रडत नगरात परतला, ते दृश्य मी तरी कसे विसरू? रात्रीच्या वेळी मला ते अनेकदा आठवते. मला वाटतं की, माझ्या नशिबात आपल्या प्रिय जनांना केवळ दुःख देण्याचेच लिहिले आहे.'' श्रीरामाने वदलेले हे शब्द अखेरीस खरे ठरले.

अशा प्रकारे राम, लक्ष्मण आणि सीतामाई यांनी पंचवटीमध्ये आपले ठरलेले कार्य, पूजा करीत आनंदाने दिवस घालवले. सीतेच्या जीवनातील ते सर्वांत आनंदाचे दिवस होते.

ती रामाच्या हातात हात घालून वनात विहार करी. राम तिच्यासाठी विविध प्रकारची फुले खुडून आणी व ती सीतेच्या केसात माळत. कधी ते दोघे पर्वतशिखरांवर पहुडून रात्री तारे पाहत राहत.

एक दिवस वनात दोघे जण फिरत असताना सीतेस काहीतरी दाखवण्यासाठी श्रीरामाने हात उचलला. चुकून तो सीतेच्या कपाळाला लागला व तिचे कुंकू फिसकटले. रामाने तिची क्षमा मागितली. लगेचच एक तांबडा दगड घासून त्याची बारीक पूड काढली. अगदी काळजीपूर्वक त्याने ती तांबडी पूड कुंकवाच्या जागी सीतेस लावली. मग हसतहसत उरलेली पूड त्याने सीतेच्या गालाला लावली. कधी वाटेत असताना जोरदार पाऊस सुरू होई. अशा वेळी श्रीराम सीतेस उचलून घेत. पाण्यातून बाहेर आले तरी सीता त्यांच्या बाहूंतून खाली उतरायला तयार नसे. मग राम तिला फेकल्यासारखे करी आणि सीता रामाला अधिकच बिलगत असे. अशा तऱ्हेने स्वप्नमय आनंदात सीतेचे दिवस जात होते. रामालादेखील निसर्गसुंदर वनात आपली आकर्षक पत्नी आणि आपला भाऊ यांच्या सहवासात राहणे फार सुखाचे वाटत होते. श्रीरामानी ज्यासाठी अवतार घेतला आणि वनवास पत्करला तो काळ भराभर जवळ येऊ लागला आहे याचे त्यांना तेव्हा भान नव्हते.

वसिष्ठ विचारतात,

"सृष्टीची रचना अज्ञानावर आधारलेली नसून ती एक ज्ञानयुक्त क्रिया आहे. मग प्रश्न असा येतो की, कोणतीही ज्ञानी व्यक्ती या प्रकारच्या निरर्थक क्रियेत का अडकून पडते? म्हणून हे स्पष्ट आहे की, सृष्टी ही केवळ आभास आहे, माया आहे. तिचे कोणतेही अस्तित्व नाही."

हरि:ॐ तत्सत

ॐ

ॐ

खरद्धमसिने नमः।

अध्याय ३

निशाचर

श्यामभीरमम्। नयनभीरमम्।
गुणभीरमम्वचनभीरमम्।
विश्वप्रणामम् कृतभक्तकामम्।
श्री रामचंद्रं सततम् नमामि।।

"मी श्रीरामचंद्रांना नमस्कार करतो,
त्यांचे नेत्र सुंदर आणि गहिऱ्या रंगाचे आहेत,
ते विलक्षण गुणवान असून मृदू भाषेत बोलतात,
आणि ते आपल्या भक्तांच्या मनोकामना पूर्ण करतात."

एक दिवस श्रीराम, लक्ष्मण आणि सीतामाई यांनी आपली नित्यकर्मे पूर्ण केली. पूजा केली. साधे जेवण घेतले आणि तिघेही चाफ्याच्या झाडाच्या सावलीत बसले. राम व सीतामाई एकमेकांजवळ बसले होते. सकाळी अंघोळ करायला ते दोघे नदीवर गेलेले असताना एका लहानशा अस्वलाला पाहून सीता कशी घाबरली होती यावरून तो तिची चेष्टा करीत होता. थोड्याच अंतरावर लक्ष्मण नदीवरून आणलेल्या लाकडांचे तुकडे करीत होता. त्या वेळी राक्षसांचा राजा रावण याची बहीण शूर्पणखा तिथून जात होती. तिची दृष्टी या दोघा आकर्षक राजकुमारांवर पडली. रामांचे शरीरसौष्ठव व त्याचे पौरुष पाहून ती मोहित झाली. रामांचे केस तपस्व्याप्रमाणे वाढलेले होते; मात्र त्याचा देह एखाद्या क्षत्रियाप्रमाणे होता. घरंदाज राजाप्रमाणे तो दिसत होता. आनंदित होऊन ती त्याच्याकडे पाहतच राहिली. त्याच्यावरून तिची नजर हटत नव्हती. श्रीराम मात्र जवळ बसलेल्या सीतेमध्ये गुंग होता. त्याचे शूर्पणखेकडे लक्ष नव्हते. शूर्पणखेला वाटले, हाच पुरुष आपल्यासाठी योग्य आहे. राक्षस नरभक्षक होते. त्यांचे आचरणही शास्त्राला धरून नव्हते. त्यांना जे आवडत असे

ते, ते हिसकावून घेत. असे करताना त्यांना आपल्या कृत्याची फिकीर नव्हती. आपला व्यवहार कितपत उचित ठरेल याची त्यांना तमा नसे. शूर्पणखेच्या मनात हा विचारही आला नाही की, तिला राम आवडले असले तरी ती रामांना आवडेल का? आपण त्यांना अनाकर्षक वाटू शकतो, असले काही तिच्या मनात आले नाही.

शूर्पणखा ही धिप्पाड होती. तिचे केस लालसर दाहक होते. तिचे लहान डोळे अत्यंत क्रूर दिसत होते. बेडकासारखी तिची त्वचा पिवळसर करड्या रंगाची होती. पोट एखाद्या नगाऱ्यासारखे आणि बेंबी बाहेर आलेली दिसत होती. तिचे फताडे कान हत्तीच्या कानासारखे दिसत होते. हातापायांची बोटे प्राण्याच्या पंज्याप्रमाणे दिसत होती. तिने नुकतेच एका सशाला मारून खाल्ले होते. त्याचे रक्त तिच्या तोंडातून ठिबकत होते. बऱ्याच वेळापासून ती सशाची एक तंगडी चघळत होती. ती तिने फेकून दिली आणि रामाजवळ आली. तिच्या मनाने आता रामाला प्राप्त करण्याचा ठाम निर्धार केलेला होता. त्याच्या जवळ बसलेली स्त्री कदाचित त्याची पत्नीही असू शकेल वगैरे तिच्या डोक्यात काही आले नाही. हत्तिणीसारखी दमदार पावले टाकीत ती श्रीरामाजवळ पोहोचली. आपल्या कठोर आणि कर्कश आवाजात म्हणाली,

''हे सुंदर पुरुषा, तुम्ही कोण आहात? तुमची वस्त्रे तपस्व्याप्रमाणे आहेत पण तुमच्या मुखमंडलावरची आभा काही वेगळेच सांगते आहे. शिवाय तुमच्या जवळ शस्त्रास्त्रेही आहेत. तुम्ही इथे कसे काय आलात?''

राम विनयाने उत्तरला, ''मी राजा दशरथाचा पुत्र राम. हा माझा भाऊ लक्ष्मण. विदेहची राजकुमारी सीता ही माझी पत्नी आहे. आता तुम्ही सांगा की, तुम्ही कोण आहात? मी तुमच्यासाठी काय करू शकतो?''

ती म्हणाली, ''मी शूर्पणखा नावाची राक्षसीण आहे. मी रावणाची बहीण. मी इथून जात होते. तुम्हाला पाहून मी तुमच्या प्रेमात पडले. माझे पती होण्यास तुम्ही आदर्श पुरुष आहात. तुमच्या जवळ बसलेली ही लहानशी बाई नक्कीच तुमच्या योग्य नाही. तिला आणि तुमच्या भावाला मी लगेचच खाऊन टाकते. मग आपण दोघे या वनात आनंदाने राहू.''

एवढे बोलून शूर्पणखेने आपला हात कमरेवर ठेवला. त्याबरोबर तिचा आकार पूर्ण झाला. एखाद्या पर्वताएवढी ती उंच झाली. सीता घाबरून रामाजवळ आली. सीतेला आश्वासकतेने जवळ घेऊन तो हसू लागला. समोरची स्त्री दिवसाढवळ्या त्याची पत्नी आणि त्याचा भाऊ यांच्यादेखत तिच्या प्रेमाचे प्रदर्शन करीत होती. त्याला वाटले की, ती गंमत करते आहे.

तो हसतहसत म्हणाला, ''प्रिये, तुमच्या प्रस्तावाने मला खरोखर सन्मानित झाल्यासारखे वाटते आहे. परंतु तुमच्या लक्षात आलेच असेल की, मी विवाहित पुरुष आहे. शिवाय, तुम्हाला कदाचित आश्चर्य वाटेल, पण मी माझ्या या लहानशा बायकोवर प्रेम करतो. माझी खात्री आहे की, दुसऱ्या कुठल्या स्त्रीबरोबर तुम्ही मला पाहू शकणार नाही. तुम्ही माझ्या या देखण्या धाकट्या भावाकडे पाहा. त्याच्या बरोबर त्याची पत्नी नाही. तुम्ही त्याच्याकडे का नाही जात?'' विचार केल्यावर शूर्पणखाला हा विचार बरोबर वाटला. ती लक्ष्मणाकडे गेली आणि त्याला आपला पती होण्यासाठी प्रार्थना करू लागली.

लक्ष्मणालाही तिचे बोलणे ऐकून हसू येत होते. पण त्याने ती चेष्टा पुढे चालू ठेवली. म्हणाला, ''मी तर रामाचा केवळ सेवक आहे. आपल्यासारखी राजकुमारी एखाद्या सेवकाबरोबर आनंदात कशी काय राहू शकते? तुम्ही म्हणालात की, तुम्ही तुमच्या इच्छेअनुरूप तुमचे रूप बदलू शकता. तुम्ही सुंदर रूप धारण करा. तुम्ही पुन्हा प्रसन्नतापूर्वक रामासमोर आपला लग्नाचा प्रस्ताव का नाही मांडत? माझी खात्री आहे की, तुमच्या बोलण्याचा त्यांच्यावर प्रभाव पडेल. कुरूप पत्नीला सोडून ते आपल्यासारख्या सुंदर स्त्रीशी नक्कीच लग्न करतील.''

शूर्पणखेला अशा हास्यविनोदाची सवय नव्हती. ती पुन्हा रामाकडे गेली आणि म्हणाली, ''मला वाटतं, तुमच्या जवळ असलेल्या या कुरूप स्त्रीमुळेच तुम्ही माझ्याकडे लक्ष देत नाही. मी तिला आत्ता लगेच खाते म्हणजे तुम्हाला तिच्यापासून मुक्ती मिळेल. त्यानंतर या प्राण्यापासून निश्चिंत होऊन आपण या वनात एकत्र राहू शकू.''

एवढा इशारा देऊन शूर्पणखेने निखाऱ्यासारख्या लालबुंद डोळ्यांनी थरथर कापणाऱ्या सीतामाईकडे पाहिले व ती तिच्या अंगावर धावून गेली. सीता घाबरून ओरडली आणि रामास बिलगली. रामाने तिला पाठीशी घातले आणि लक्ष्मणास म्हणाला, ''अशा लोकांशी चेष्टामस्करी करीत बोलणे हे चूकच आहे. सीता किती घाबरलीय बघ. या बाईला शिक्षा करून इथून तिला घालवून दे. लक्ष्मणा, आपण हिला ठार मारायला नको कारण ती एक स्त्री आहे. पण तिला आपण धडा शिकवायला हवा; तरच ती इथून जाईल आणि आपल्याला शांतपणे राहू देईल. नाही तर आपण नसताना ती पुन्हा इथे येऊन बिचाऱ्या सीतेला त्रास देईल.''

लक्ष्मणाने ताबडतोब आपली तलवार उपसली. शूर्पणखेचे नाक आणि तिचे कान कापून टाकले. संताप आणि वेदना यांमुळे किंचाळत आणि याचा सूड घेण्याची प्रतिज्ञा करीत ती तिथून जंगलाच्या अंतर्भागात पळत सुटली. तिच्या भक्कम पावलांनी सारे जंगल हादरत होते. पक्षी भयभीत होऊन आवाज करीत उडून गेले. ती पळतच जनस्थानास जाऊन पोहोचली. तिथे तिचा चुलत भाऊ खर राहत होता. त्याच्या कानांवर तिने सारी हकिकत घातली. अर्थात आपण त्या कोसल देशाच्या राजकुमारांशी कसे आणि काय बोललो-वागलो याविषयी तिने खराला काहीही सांगितले नाही.

सारे ऐकल्यावर खराने सूड घेण्याचा निर्धार केला. ज्यांनी त्याच्या बहिणीची विटंबना करण्याचे साहस केले, त्यांचा अंत करण्यासाठी त्याने आपल्याकडील चौदा पराक्रमी सैनिक पाठवले. शूर्पणखा स्वतःच त्यांना घेऊन रामांच्या आश्रमात गेली. त्या वेळी श्रीराम, लक्ष्मण आणि सीतामाई तिघेही झाल्या घटनेबद्दल चर्चा करीत होते. तेवढ्यात ते सर्व राक्षस तिथे येऊन पोहोचले. राम लक्ष्मणाला म्हणाला, ''यांच्याशी थोडी लढाई करावी लागेल असं दिसतंय. तू सीतेकडे लक्ष ठेव. मी या साऱ्यांना संपवतो.'' असे म्हणून त्या सर्वांना श्रीरामाने म्हटल्याप्रमाणे ठार केले. शूर्पणखेचा आपल्या डोळ्यांवर विश्वास बसेना. चौदा राक्षस तर सोडाच पण एका राक्षसापुढेदेखील टिकून राहणारा माणूस तिने आजवर पाहिला नव्हता. ती धावतपळत खराकडे गेली आणि गिधाडाप्रमाणे त्याच्या पुढे आरडाओरडा करू लागली.

"आता का ओरडते आहेस?" खराने विचारले, "मी तुला दिलेल्या वचनाप्रमाणे आपले सैनिक पाठवले होते. एव्हाना त्यांनी रामाला खाऊनही टाकले असेल."

शूर्पणखा चिडून म्हणाली, "तू आपल्या कुळाला कलंक आहेस. मला वाटतं, तू स्वतः रामाशी सामना करण्यास घाबरतो आहेस. तुझे सर्व सैनिक तिकडे रक्ताच्या थारोळ्यात पडले आहेत. कारण एकट्या रामाने त्या सगळ्यांना ठार केले आहे."

हे ऐकून खराला फार आश्चर्य वाटले. त्याने आपला सेनापती दूषण याच्या बरोबर चौदा हजार सैनिक देऊन त्याला रामाशी लढण्यास पाठवले. त्या दोन क्षुद्र माणसांना मारण्यासाठी खराची सशस्त्र सेना गडातून बाहेर पडली.

तिकडे आश्रमात रामास एकेक अपशकुन जाणवू लागले. थोड्याच वेळात समुद्रांच्या लाटांप्रमाणे येणाऱ्या सैन्याच्या गर्जना ऐकू येऊ लागल्या.

श्रीराम लक्ष्मणांना म्हणाला, "मला कळतंय की मी तुम्हाला स्वतःच्या शस्त्रास्त्रांचा उपयोग करण्यापासून वंचित करतो आहे. पण मला वाटतं, सीतेला घेऊन तू शस्त्रास्त्रांसह एखाद्या गुहेत जावेस. काय वाट्टेल ते झाले तरी सीतेला एकटीला सोडू नकोस; नाही तर ती राक्षसीण येऊन तिला खाईल आणि आपण दोघे इथे लढण्यात गुंतून राहू. म्हणून मी जसे सांगतो आहे, तसे कर."

लक्ष्मणाने अनिच्छेनेच रामास लढण्यासाठी एकटे सोडले व सीतेला घेऊन तो निघून गेला. लक्ष्मण आणि सीता दोघेही सुखरूप गुहेमध्ये पोहोचले आहेत, अशी खात्री झाल्यावर रामाने आपल्या धनुष्यावरील प्रत्यंचा ताणून बसवली व युद्धासाठी सज्ज झाला. धनुष्याचा टणत्कार करून त्याने राक्षसांना युद्धाचे आव्हान दिले. आपला रथ घेऊन खर रामाजवळ आला. सैनिकांनी शेकडो बाण, त्रिशूल, भाले, कुऱ्हाडी अशी अनेक प्रकारची अस्त्रे रामावर चालवली. पण श्रीराम जराही विचलित न होता एखाद्या पहाडासारखा उभा राहिला होता. त्यास काही ठिकाणी जखमा झाल्या परंतु त्याने निर्धाराने व ठामपणे आक्रमणाचा सामना करणे चालू ठेवले. ज्या कौशल्याने तो आपल्या धनुष्याचा उपयोग करीत होता, ते पाहून त्याचे शत्रूही रामांची प्रशंसा करू लागले. राक्षसांकडे येणाऱ्या शस्त्रास्त्रांचा जोर इतका जबरदस्त होता की, त्यांचा प्रहार चुकवण्यासाठी शत्रुसैन्य सैरावैरा पळू लागले. खराने आपल्याकडील सैन्याच्या अनेक तुकड्या रामाशी लढण्यासाठी पाठवल्या परंतु त्या साऱ्यांचा रामाने आपल्या घातक बाणांनी नायनाट केला. हळूहळू सैनिकांची संख्या कमी होऊ लागली. इतकेच नव्हे तर खुद्द दूषण हा सेनापतीही ठार झाला. ते पाहून खर चिंतेत पडला. मग त्याने आपल्या दुसऱ्या एका त्रिशिरा नावाच्या साहसी सेनापतीस रामावर चढाई करण्यास पाठवले. त्याने रामाच्या मस्तकावर घाव घालून त्याला जखमी केले. रामाने त्याच्या शौर्याची प्रशंसा केली पण शेवटी त्याला ठार मारलेच. खराला भीती वाटू लागली की, आता आपणही रामाच्या हातून मारले जाणार. तो रथात बसला व रामाच्या अंगावर चाल करून केला.

श्रीराम जमिनीवर उभा राहूनच हे युद्ध करीत होता. त्याने खर जवळ येताच त्याचा रथ तोडला. म्हणाला, "तुझ्यासारख्या दुष्कर्म करणाऱ्या कोणत्याही प्राण्यास जगण्याचा अधिकार नाही. तू किती निर्दोष ऋषींची हत्या केली आहेस! खरा, आज तुझा शेवटचा दिवस आहे. मरण्यास सिद्ध हो."

खर आपली गदा घेऊन रामावर धावून गेला आणि त्याने ती गदा रामाच्या अंगावर फेकली. परंतु रामाने त्या गदेचे आपल्या बाणांनी हजारो तुकडे केले. मग खराने वृक्ष उपटून त्याच्यावर फेकला पण त्यातून राम सहज वाचला. खर रागाने बेभान झाला. तो रामाशी भिडून हातांनी मारू लागला. श्रीरामाने बाण घेतला आणि इंद्रदेवांच्या शक्तीस आवाहन करून तो बाण खराच्या अनुरोधाने सोडला. खराचे प्राणोत्क्रमण झाले. ते पाहून शूर्पणखा आणि उरलेले सर्व सैन्य भयभीत झाले. त्यांनी तिथून पळ काढला. सीतेचे शांत, सुंदर उद्यान पूर्णपणे नष्ट झाले. कापलेले हातपाय, डोकी, रक्त आणि हाडे यांचा तिथे सडा पडला होता.

लक्ष्मण आणि सीता गुहेतून बाहेर आले आणि त्यांनी श्रीरामाचे अभिनंदन केले. सीता पळत जाऊन रामास भेटली. रामास सुखरूप पाहून सीता आनंदित झाली. आपल्या उत्तरीयाने तिने हलक्या हाताने रामाच्या चेहऱ्यावरचे, अंगावरचे रक्ताचे डाग पुसून काढले. तिला गहिवरून आले होते. गळा दाटून आल्यामुळे ती काही बोलू शकत नव्हती. मात्र श्रीरामाने एकट्याने इतक्या राक्षसांना ठार केले याचा सीतेला अभिमान वाटला. तरीही तिला असे वाटत होते की, ही गोष्ट इथेच संपलेली नाही. त्यांचे शांततेचे दिवस आता संपुष्टात आले आहेत.

हरिःॐ तत्सत

ॐ

ॐ

दूषण-त्रिशरो-हन्त्रे नमः।

अध्याय ४

राक्षसराज

संसारसारं निगमाप्रचारम्
धर्मावतारं हृदभूमिभारम्।
सदा निर्विकारं सुखसिन्धुसारम्
श्रीरामचन्द्रं सततम् नमामि।।

''सृष्टीचे सारतत्त्व श्रीरामचंद्रांना मी नमस्कार करतो,
वेदांमध्ये यांची स्तुती केलेली आहे
ते धर्मावतार आहेत व त्यांचा जन्म
पृथ्वीवरील भार कमी करण्यासाठी झाला आहे
ते अविचल आहेत व गुणांचा सागर आहेत.''

जनस्थानात जे युद्ध झाले, त्यातून फक्त एक राक्षस बचावला. त्याचे नाव होते अकंपन. युद्धात आपला पराभव होतो आहे, हे पाहून तो एका झाडामागे लपला. तिथून तो आपल्या साथीदारांना मरताना पाहत होता. अखेरीस घाबरून तो श्रीलंका बेटावर रावणाच्या राजधानीत आला. त्याने रावणाला सर्व हकिकत कथन केली. एकट्या व्यक्तीने आपला श्रेष्ठ सेनापती आणि पूर्ण सैन्य मारून टाकले यावर राक्षसांचा राजा रावण याचा विश्वास बसेना.

तो क्रोधाने गरजला, ''कोण मूर्ख आहे हा? त्याने जनस्थानातील माझ्या राज्यात धुमाकूळ घालण्याचे धाडस केले तरी केसे? त्याचा शेवट आता जवळ आला आहे, हे स्पष्ट दिसते आहे. मला देवांचा राजा इंद्रसुद्धा घाबरतो. त्याचप्रमाणे धनदेवता कुबेर व मृत्युदेवता यम हेदेखील मला भितात. मी स्वतः मृत्यूचा काळ आहे. माझा संताप अग्नीलादेखील नष्ट करू शकतो. ज्याने मला हे आव्हान दिले आहे त्याचे नाव सांग.''

अकंपन भयानं कापू लागला आणि अडखळत म्हणाला, ''स्वामी, तो एक पुरुष आहे.''

''पुरुष! एक मनुष्य! माझा विश्वास बसत नाही. मी तर जनस्थानकडे आलेल्या कोणत्याही सेनेबद्दल अशी बातमी ऐकलेली नाही. मग हे असे कसे घडले?''

''तिकडे कोणतेही सैन्य नाही, स्वामी. तो एकटा मनुष्य आहे. त्याने अख्ख्या सैन्याला मारून टाकले. त्याचे नाव राम आहे. तो इक्ष्वाकू कुळाचा वंशज आहे. अयोध्येचा राजा दशरथ याचा तो पुत्र आहे. तो, त्याचा भाऊ आणि त्याची पत्नी वनवासात राहावयास आले आहेत. सध्या ते पंचवटीच्या जंगलात राहत आहेत. तो सावळ्या रंगाचा आकर्षक पुरुष आहे. सिंहासारखा तो पराक्रमी आहे. तो विलक्षण धनुर्धारी आहे. त्याने एकट्याने आपले सारे सैन्य गारद केले.''

या हकिकतीवर रावणाचा विश्वास बसला नाही. तो म्हणाला, ''मी लगेचच जनस्थानात जातो आणि त्याला मारून टाकतो.''

अकंपन उत्तरला, ''स्वामी, तुम्ही असे करू नये असे मला वाटते. राम अजिंक्य आहे. मनात आणलं तर तो हे संपूर्ण ब्रह्मांड नष्ट करून नव्या ब्रह्मांडाची रचना करू शकतो. तो सर्व प्रकारच्या शस्त्रास्त्रांचे नियंत्रण करू शकतो. आपण त्याला समोरासमोरच्या न्यायोचित युद्धात कधीच जिंकू शकणार नाही. पण त्याचा पराभव करण्याचा एक उपाय मी तुम्हाला सांगतो. त्याची सीता नावाची पत्नी आहे. त्याचे तिच्यावर फार प्रेम आहे. ती त्याचे मर्मस्थान आहे. तिन्ही लोकांत सीता सगळ्यात सुंदर स्त्री आहे. देवसुद्धा तिच्या सौंदर्यावर भाळतात. ती मिथिला नगरीचा राजा जनक याची कन्या आहे. तुम्ही स्वतःसुद्धा तिचे सौंदर्य पाहून मंत्रमुग्ध व्हाल. माझं म्हणणं आहे की, तुम्ही सरळ दंडक वनात जाऊन सीतेचे अपहरण करा. रामापासून सीता दूर गेली तर तो जगू शकणार नाही. तो दुःख करून झुरतझुरत मरून जाईल. त्याचा शेवट करण्याचा हाच एक मार्ग आहे.''

आपल्या अंतःपुरात आणखी एका स्त्रीची भर पडणार या कल्पनेने रावणाला वेगळेच स्फुरण चढले. ''अकंपन, तुझी योजना फारच चांगली आहे,'' रावण म्हणाला, ''मी उद्या दंडक वनात जातो आणि स्वतःच त्या सुंदरीचे अपहरण करतो. तुला तर माहीतच आहे, मी स्त्री-सौंदर्याचा चाहता आहे. माझ्या संग्रही मी आणखी एक रत्न आणून ठेवेन.''

रावणाने आपले सुवर्णविमान मागवले. पिशाच्चांचा चेहरा असलेले मायावी गाढव त्याला जोडले. त्राटिका राक्षसिणीचा मुलगा मारीच याच्या आश्रमात तो पोहोचला. याच मारीचाला विश्वामित्राच्या यज्ञाचे रक्षण करण्यासाठी रामाने पहिल्या युद्धात शेकडो मैल दूर फेकून दिले होते. मारीच आता तपस्वी बनला होता आणि गोकर्ण नावाच्या ठिकाणी साधेपणाने राहत होता. राजा रावण आपल्याकडे आलेला पाहून त्याला आनंद झाला. त्याने रावणाचे यथोचित स्वागत केले.

अधिक बोलण्यात वेळ न दवडता रावणाने सरळ मुद्द्याची गोष्ट सांगितली, ''मामाश्री, जनस्थानमध्यील संपूर्ण राक्षसांची वस्ती नेस्तनाबूत झाली; कळले का तुम्हाला?''

हे ऐकून मारीचाला मोठे नवल वाटले व हे कसे झाले ते त्याने रावणाला विचारले.

''हे सारे एका राम नावाच्या सामान्य माणसाने केले आहे.''

रामाचे नाव ऐकताच मारीच झाडाच्या पानाप्रमाणे थरथर कापू लागला. त्याला घाम फुटला.

रावणाने त्याच्याकडे काही लक्ष दिले नाही आणि म्हणाला, ''रामाकडे अलौकिक शक्ती आहेत असं दिसतंय. नाही तर एवढा विध्वंस करणे त्याला शक्य नाही. मी असं ऐकलं आहे की, त्याची बायको सीता फार सुंदर आहे. मला वाटतं, मी तिचं अपहरण करावं आणि या कामात तुम्ही मला मदत करावी. रामाला शिक्षा करण्याचा हाच एक मार्ग आहे.''

मारीच म्हणाला, ''स्वामी, तुम्ही कुणाचा अपमान केला आहे का? असं वाटतंय की, कोणीतरी तुमचे वाईट व्हावे अशी इच्छा करीत आहे. ज्याने कोणी हा सल्ला तुम्हाला दिला, तो तुमचा सर्वांत मोठा शत्रू आहे. रामापासून सीतेला हिरावून घेणे म्हणजे नागाच्या मुखातून त्याचा विषारी दात काढून घेण्यासारखे आहे. राम जंगली हत्तीप्रमाणे आहे. त्याची तुम्ही छेड काढलीत तर तो तुमचा नायनाट केल्याशिवाय राहणार नाही. कृपा करून असा काही मूर्खपणा करू नये. मी स्वतः रामाच्या शक्तीचा अनुभव घेतला आहे. त्या वेळी तो फक्त सोळा वर्षांचा होता. आत्ता तो कसा असेल? म्हणूनच मी संन्यास घेतला आहे. मी तुम्हाला सल्ला देण्याइतका आता वृद्ध झालेलो आहे. हे बोलून मला तुमच्यापासून काही लाभ नाही आणि काही तोटा नाही. म्हणून माझे म्हणणे ऐका आणि सीतेचा विचार सोडून द्या. त्यांना वनामध्ये आरामात राहू द्या. आपण आपल्या अंतःपुरातील स्त्रियांबरोबर आनंदाने राहा. दुसऱ्या व्यक्तीच्या पत्नीची कामना करू नका.''

रामाच्या पराक्रमाच्या कथा ऐकून रावण हतोत्साह तर झाला नाहीच; पण त्यानं मारीचाचं म्हणणंही दुर्लक्षिलं नाही. तो परत लंकेस आला.

दुसऱ्या दिवशी रावण दरबारात आपल्या सुवर्णासनावर बसला होता. त्याच वेळी शूर्पणखा रडतरडत तिथे आली. रावणाने आतापर्यंत अनेक युद्धे जिंकली होती. त्याच्या गौरवगाथा अनेक होत्या. रावण आणि त्याचा मुलगा मेघनाद यांनी देवांचा राजा इंद्र यालादेखील पराभूत केले होते. रावण हा विश्रवाचा मुलगा होता. त्याने आपला सावत्र भाऊ कुबेर याचा पराभव करून त्याचे फुलांनी बनलेले सुंदर पुष्पक विमान हिरावले होते. कोणत्याही राक्षस, देवता, गंधर्व किंवा पशू यांच्याकडून तो मारला जाणार नाही असा रावणाला ब्रह्मदेवाकडून वर मिळालेला होता. रावणाच्या अंगात गर्विष्ठपणा इतका होता की, या वरदानामध्ये मनुष्याची त्याने गणना केलेली नव्हती; कारण माणूस तर त्याच्या दृष्टीने अगदीच तुच्छ होता. रावणाचे अन्याय, अत्याचार इतके वाढले की, शेवटी देवतांनी ब्रह्मदेवाकडे जाऊन त्याला साकडे घातले. त्यानंतर भगवान विष्णू यांनी देवतांसमोर प्रकट होऊन त्यांना वचन दिले की, मी पृथ्वीवर जन्म घेईन व रावणाचा अंत करेन. याच वेळी राजा दशरथ पुत्रप्राप्तीसाठी यज्ञ करीत होता. त्यामुळे विष्णुदेवाने सातवा अवतार म्हणून दशरथाचा पुत्र रामाच्या रूपाने पृथ्वीवर जन्म घेतला.

शूर्पणखा रावणासमोर पिसाळलेल्या कुत्र्याने चावल्यासारखे किंचाळत उभी होती. तिने जी कहाणी रावणाला सांगितली होती, ती खरी वाटण्यासारखी नव्हती. ती आपल्या भावाला अपमानास्पद बोलू लागली,

''तू कोणत्या प्रकारचा राजा आहेस? तू इथे मदिरा आणि मदिराक्षी यांच्यात गुंग आहेस. तुला तुझ्या जबाबदारीची काही जाणीवच नाही. जनस्थानातील तुझ्या सेनेची संपूर्ण तुकडी रामाने नेस्तनाबूत केली हे तुला माहीत नसल्यासारखेच तू वागतो आहेस.''

काही वेळ रावणाने शूर्पणखेला रडू-ओरडू दिले. मग त्याने तिला विचारले, ''कोण आहे राम? कसा दिसतो? त्याच्या जवळ कोणती शस्त्रास्त्रे आहेत?''

''राम अयोध्येचा राजा दशरथ याचा पुत्र आहे. तो दिसायला प्रेमदेवता वाटतो पण तो युद्धपारंगत असून अत्यंत धोकादायक आहे. त्याचे बाण नागाच्या दंशासारखे आहेत. त्याचा लक्ष्मण नावाचा एक भाऊ आहे. तोही चांगला पराक्रमी आहे. त्याने त्याची सारी निष्ठा रामाच्या पायाशी वाहिलेली आहे. सीतेइतकी सुंदर स्त्री मी अद्याप पाहिली नाही. तिचा रंग सोन्यासारखा रसरशीत आहे. कंबर इतकी बारीक की तू तिची कंबर एका हातात धरू शकशील. तिचे वक्षस्थळ उन्नत असून केस लांब व चमकदार आहेत. तिचे डोळे कमलदलाप्रमाणे आहे. हातापायांची नखं गोल, गुलाबी आहेत. तिन्ही लोकीं तिची कुणाशीही बरोबरी होऊ शकणार नाही. तिला पाहून ती तुला फार सुयोग्य आहे असं मला वाटलं. मी तिला उचलून आणणार होते व तुला प्रेमाची भेट म्हणून बक्षीस देणार होते. पण लक्ष्मणाने माझी अशी विटंबना केली. मी जेव्हा सीतेला घेऊन येण्यासाठी पुढे झाले, तेव्हा राम रागावला. मी स्त्री नसते तर त्याने मला ठारच केले असते. पण त्यानं मला आयुष्यभरासाठी विकलांग केले आहे. तुझ्या मनात माझ्याबद्दल थोडी जरी दया असेल, तर तू जनस्थानात आपल्या लोकांच्या झालेल्या हत्याकांडाचा सूड घेशील. त्या सुंदर स्त्रीला तुला प्राप्त करून घ्यायचे असेल तर ताबडतोब जाऊन त्या दोघा भावांना ठार मारून सीतेला पकडून आण.''

रावणाने राजसभा बरखास्त केली आणि बहिणीने सांगितलेल्या गोष्टीवर विचार करू लागला. त्याला माहीत होते की राम हा त्याच्यासाठी कोणी सामान्य प्रतिस्पर्धी नव्हता. परंतु मनात सीतेचा विचार येताच त्याचे हृदय कंपित होऊ लागले. अखेरीस त्याच्या कामेच्छेने त्याच्या विवेकावर मात केली. तो पुन्हा मारीचाच्या आश्रमात गेला. रावणाला येताना पाहून तो शंकित झाला. पण त्याने आपल्या मनातला किंतू न दर्शवता त्याने रावणाचे स्वागत केले.

''स्वामी, आपण या झोपडीत पुन्हा येण्याचे कष्ट का घेतलेत?'' त्याने विचारले.

रावण म्हणाला, ''मी तुम्हाला याआधीच तो क्षुल्लक प्राणी राम याच्याबद्दल बोललो होतो. त्याने जनस्थानमध्यील माझे सेनापती आणि त्यांची सेना यांना नष्ट केले. माझ्या बहिणीची विटंबना केली. हा माणूस नक्कीच फार दुष्ट असणार; म्हणूनच त्याच्या वडिलांनी त्याला वनात धाडले असणार. मामाश्री, केवळ तुम्हीच मला मदत करू शकता. माझ्या बहिणीने मला सांगितले की, सीता हेच रामाचे मर्मस्थान आहे. मी जर सीतेचे अपहरण केले तर रामाची स्थिती मृतवत होऊन जाईल. यासाठीच मला तुमची गरज लागणार आहे. मला वाटतं, तुम्ही सोन्याचे हरीण होऊन रामाच्या आश्रमाजवळ जावे. सीतेसमोर बागडावे, हुंदडावे. तिला मोहात पाडण्याचा प्रयत्न करावा. म्हणजे मग सीता त्या हरिणास पकडून देण्यास रामाला सांगेल. राम तुमच्या जवळ येताच तुम्ही त्याला दूर अरण्याच्या

आत न्यावे. मग आश्रमात सीता एकटी राहील. त्या वेळेत मी तिथे जाऊन सीतेचे अपहरण करेन. माझी योजना तुम्हाला कशी वाटते?''

दुसऱ्यांदा रामाला क्रोधायमान करण्याच्या कल्पनेनेच मारीचाला धडकी भरली. त्याच्या तोंडाला कोरड पडली. कंठातून शब्द फुटेना. तो अडखळत बोलू लागला, ''मुला, तू राजा आहेस आणि तुझ्या आसपास अनेक खुशमस्करे आहेत. तुझी मर्जी राखण्यासाठी तुझ्या हिताचा विचार न करता ते तुला आवडतील अशाच गोष्टी तुझ्याशी बोलतील. राम सद्गुणांचा सागर आहे. तो इंद्र आणि कुबेर यांच्याहीपेक्षा अधिक बलिष्ठ आहे. तू सीतेचे अपहरण केलेस तर त्याच्या क्रोधाची परमावधी होऊन तुझ्यावर तो तुटून पडेल. स्वतःपेक्षाही तो सीतेवर अधिक प्रेम करतो. ती स्त्री तुझ्या मृत्यूचे कारण होईल. तू सध्या आनंदात आहेस. राक्षसांचा राजा आहेस. तुला जर असेच चांगले आनंदात राहायचे असेल तर रामाला विसरून जा. अंतःपुरात तुझ्याजवळ अनेक सुंदर स्त्रिया आहेत. कुणा दुसऱ्या पुरुषाच्या पत्नीची कामना करण्याची तुला काय गरज?''

रावण तसाच शांतपणे उभा होता. मारीचाला वाटले, आपले बोलणे त्याला पटते आहे. म्हणून तो पुढे म्हणाला, ''रामाशी झालेल्या पहिल्या युद्धाचा प्रसंग तुला सांगतो. त्या वेळी तो केवळ सोळा वर्षांचा होता. एकदा महर्षी विश्वामित्र यज्ञ करीत होते. मी त्यांना त्रास देऊ लागलो. मग विश्वामित्रानी आपल्या यज्ञशाळेच्या रक्षणासाठी रामाला बोलावून आणले. आजही मला तो दिवस आठवतो. तो दिसायला रुबाबदार, तरुण आणि बलवान होता. त्याच्या हातात मोठे धनुष्य होते. मला वाटले, तो कोणीतरी सामान्य युवक आहे. मी यज्ञशाळेस अपवित्र बनवण्याचे प्रयत्न चालूच ठेवले. रामाने मला ठार मारले नाही. पण मी त्यांच्या बाणाच्या प्रहाराने शेकडो कोस दूर समुद्रात जाऊन पडलो. त्यानंतर काही वर्षांपूर्वी माझी पुन्हा रामाशी गाठ पडली. ऋषी-मुनींना मारून त्यांचे मांस खायला आपल्याला किती आवडते हे तर तुला माहीतच आहे. मी दोन राक्षसांसह हरिणाचे रूप घेतले व आश्रमात गेलो. राम येण्याच्या आत आम्ही अनेक ऋषी-मुनींना मारले. मला तर वाटत होतं की, राम माझ्याशी आधी जे वागला त्यासाठी मी त्याला मृत्युदंड देऊ शकेन. राम येताच मी आपली शिंगं खाली झुकवून रामावर धावून गेलो. रामाने आमच्यावर तीन बाण सोडले. माझे दोन्ही साथीदार मारले गेले. मी कसाबसा तिथून पळून गेलो. तेव्हापासून आपल्या जीवनात मी बदल केला. आता इथे मी तपस्वी होऊन राहतो आहे. मी इथे या वनात एकटा राहतो. मला दुसऱ्या कुणाचीही सोबत इथे नको. मांस खाणे व लोकांची हत्या करणे मी सोडून दिले आहे. आता मी फक्त कंदमुळं आणि फळं खातो. मी आता वृद्ध झालो आहे. थकलो आहे. मला आता शांततेने जगायचे आहे. माझ्या पापांचं प्रायश्चित्त मला घ्यायचे आहे. रामाच्या नावानेही मला भय वाटते. तू ही मूर्खपणाची योजना सोडून दिली नाहीस तर आपल्या दोघांचा अंत ठरलेला आहे. जनस्थानमध्ये झालेल्या प्रकाराबद्दल मला असे वाटते की, शूर्पणखेनेच काहीतरी कुरापत काढून रामाला राग येईल असे वर्तन केले असणार. तिच्या नादाला लागून तू आपल्या मृत्यूस आमंत्रण देत आहेस.''

आपण त्याच्या बोलण्याशी सहमत आहोत, असे नाटक करायचे आता रावणाने सोडून दिले. आत्मघात करण्याचा निर्णय त्याचा झालेला होता. त्याची नियती त्याला

मृत्यूकडे ओढून नेत होती. रावण रागाने म्हणाला, ''मारीच, आपल्या राजाशी बोलण्याच्या शिष्टाचारांचा तू भंग करतो आहेस. मला तुझ्याकडून कोणताही सल्ला नको आहे. तू केवळ माझ्या आज्ञेचे पालन करावेस. सुवर्णमृगाचे रूप धारण करून तू रामाच्या आश्रमात लगेचच जा. त्याला डिवचून निबिड अरण्यात घेऊन जा. सीतेच्या रक्षणासाठी लक्ष्मण थांबलाच तर एक युक्ती कर. वनातून तू रामाच्या आवाजात, ''हे सीते, हे लक्ष्मणा!'' असे ओरड. ते ऐकून सीता घाबरून जाईल. रामाच्या मदतीसाठी जाण्यास लक्ष्मणाला ती सांगेल. त्याच वेळी आश्रमात घुसून मी सीतेला पळवून नेईन. एवढे काम करून झाले की तू तुझ्या घरी परत जा. तू जर माझे ऐकले नाहीस याच क्षणी मी तुला ठार मारेन.''

मारीचाची स्थिती दयनीय झाली. पण त्याच्या पुढे दुसरा काही पर्यायही नव्हता. त्याने ओळखले की, आपला मृत्यू तर निश्चित आहे. मग आपल्या दुराचारी भाच्याकडून मरण्यापेक्षा रामाच्या हातून मेलेले काय वाईट! मारीच चिडून म्हणाला, ''रावणा, मला आपल्या दोघांचेही मृत्यू स्पष्ट दिसत आहेत. लक्षात ठेव, तू सीतेला पकडशील तेव्हाच मृत्यूची पकड तुझ्या भोवती पडलेली असेल. माझं म्हणशील तर माझी ही रामाशी होणारी तिसरी आणि शेवटची भेट असेल.''

रावणाने मारीचाचे बोलणे कानाआड केले आणि म्हणाला, ''चल, तर मग. आपण निघू या. मीच तुला रामाच्या आश्रमाजवळ सोडतो म्हणजे वेळ वाचेल.''

रावणाने मायावी गाढवांच्या पुष्पक विमानात आपल्या बरोबर मारीचाला बसवले आणि घाईघाईने रामाच्या आश्रमाजवळ ते पोहोचले.

रथातून खाली उतरताच रावणाने मारीचाला ताबडतोब आपले रूप बदलण्यास सांगितले.

वसिष्ठ म्हणतात,
''संपूर्ण ब्रह्मांड म्हणजे विशुद्ध चैतन्याशिवाय दुसरे काहीही नाही.
ते असेच होते आणि असेच आहे.
आकाराचा बोध, भाव आणि कल्पना यांबाबत शंका असली तरी
ते फक्त चैतन्यच राहते.''

हरिःॐ तत्सत

ॐ

ॐ

मायामारीचहन्त्रे नमः!

अध्याय ५

सुवर्णमृग

लीलाशरीरं रणरंगतीरम्
विश्वैकवीरं, रघुवंशधीरम्।
गम्भीरनाथं जितसर्ववाधम्
श्रीरामचन्द्रं सततम् नमामि।।

"रघुकुलाचे वंशज श्रीरामचंद्र यांना मी नमस्कार करतो,
आपल्या चपळ रूपातही ते सर्व शत्रूंचा विनाश करतात
ते युद्धात अजिंक्य आहेत
आणि त्यांचा आवाज भरदार आहे."

मारीचाने आपले रूप बदलले. तो अत्यंत मोहक अशा कांचनमृगात रूपांतरित झाला. त्याचा चेहरा देदीप्यमान पुष्कराज हिऱ्याप्रमाणे दिसत होता. त्याचे डोळे चमकत होते. त्याचे अंग सोनेरी होते आणि त्यावरील चंदेरी रंगाच्या रेघा उन्हात चमकत होत्या. त्याची सुंदर शिंगे रत्नांनी जडवल्यासारखी चमकत होती. त्याची मान लांब आणि बाकदार होती. एखाद्या ठिकाणी पाहण्यासाठी आपल्या लांब पापण्यांच्या डोळ्यांनी त्याने मान वळवली की, ते पाहून मनाला भुरळ पडत होती. हे हरीण अचानक आश्रमासमोरील उद्यानात प्रकट झाले. आपल्या चमकदार रत्नाप्रमाणे खुरांवर नाचू-बागडू लागले. गवत चावत असल्यासारखे दाखवीत ते सीतेची वाट पाहू लागले. कधी पाय पुढे करून उभे राही; जणूकाही त्याला कुणी पकडण्याचे भय वाटत होते. जवळच गवत खाणाऱ्या इतर हरणांना हे हरीण आपल्यासारखे नसल्याचे लक्षात आले व ते सर्व घाबरून तिथून निघून गेले. जुने दिवस असते तर त्यातले एखादे हरीण मारीचाने आनंदाने फस्त केले असते.

सीता अजून बाहेर आलेली नसल्याने तो कांचनमृग सारखा पर्णकुटीकडे पाहत होता. थोड्याच वेळात सीता सकाळच्या पूजेसाठी फुलं आणण्यासाठी बाहेर आली. हरीण तिच्या जवळ जाऊन खाली मान घालून गवत चावत असल्यासारखे दाखवीत शांत उभे राहिले. सकाळच्या उन्हात त्याची त्वचा अग्नीसारखी चमकत होती. हरणाला पाहताच सीता स्तब्ध झाली. तिचा आपल्या डोळ्यांवर विश्वास बसेना. इतक्या दिवसांपासून ती वनात राहत होती पण असा प्राणी तिने कधी पाहिला नव्हता. तिचे हात तर फुलं खुडत होते पण दृष्टी हरणावरून हलत नव्हती. हरीणदेखील सीतेच्या डोळ्यांसमोरच राहण्याचा प्रयत्न करीत होते. सीतेला भुरळ पाडण्यासाठी ते विचित्र हालचाली करू लागले. चपळतेने नाचू-बागडू लागले. आपली लांब मान वळवून सीतामाईकडे पाहू लागले. त्याच्या रमणीय हालचाली जवळजवळ माणसासारख्याच होत्या. सीतेने पुढे होऊन हरणाला धरण्याचा प्रयत्न केला पण ते चलाखीने निसटले. सीतेने त्याच्या पुढे गवत, पाला धरला. हरीण जवळ येऊन ते चावल्यासारखे करी परंतु सीता दुसऱ्या हाताने त्याला जवळ घेऊ लागताच ते लहान मुलासारखे पळून जाई. सीता फुलं तोडण्याचं विसरून हरणाच्या मागे मागे पळू लागली. तिची फुलांची परडी खाली पडली. त्यातली फुलं इतस्ततः विखुरली. शेवटी निराश होऊन तिने राम आणि लक्ष्मण यांना हाक मारली. सीतेची हाक ऐकून दोघे भाऊ पळतच बाहेर आले.

सीतेने आपला आकर्षक चेहरा उचलून रामाकडे पाहिले व म्हणाली, "हे नाथ! कृपा करून मला हे हरीण पकडून द्या. हे इतके चलाख आहे की, मी त्याला धरायचा पुष्कळ प्रयत्न केला परंतु ते मला हुलकावणी देऊन पळून जाते. मला माहीत आहे, तुम्ही त्याला नक्की पकडाल."

लक्ष्मणाने त्या कांचनमृगास लक्षपूर्वक पाहिले व म्हणाला, "मला खात्री वाटते की, हे हरीण नाही. हा नक्कीच आपला जुना मित्र मारीच आहे. तोच रूप बदलून आला आहे. तो हरणाच्या रूपात ऋषींना मारण्यात किती निष्णात होता, आठवतंय ना? हे हरीण म्हणजे तोच आहे. कोणतेही सामान्य हरीण इतके असामान्य व सुंदर असूच शकत नाही."

परंतु श्रीरामाने सीतेचा उत्साही चेहरा पाहिला आणि त्याचे मन पाघळले. त्याने सीतेस इतके उत्तेजित यापूर्वी कधी पाहिले नव्हते. सीतेला तो कोणत्याच गोष्टीसाठी नाही म्हणू शकत नव्हता. शिवाय तो मृग खरोखरच फार आकर्षक होता यात शंकाच नाही. राम सीतेस प्रेमाने म्हणाला, "प्रिये, तुझी इच्छा असेल तर मी या मृगाला जरूर पकडून आणतो."

तो लक्ष्मणाला म्हणाला, "मला वाटतं, तुझी शंका बरोबर आहे. हा मृग प्रत्यक्षात एखादा राक्षस असावा. सुवर्णमृग हे त्याचे मायावी रूप असावे. पण त्याला मारणे माझे कर्तव्य आहे. हा कोणीही असेल, पण मी याला धरून आणेन कारण सीतेला हा हवा आहे आणि मला तिची इच्छा पुरी करायची आहे. मी पुरुष असूनही या हरणावर इतका आकृष्ट झालो असेन तर सीता का नाही होणार? तुला तर माहीतच आहे, सीतेला सर्वच प्राणी आवडतात. एक तर मी याला जिवंत पकडेन किंवा ठार मारेन आणि लवकरच परत येईन. तोपर्यंत कृपा करून तू सीतेजवळ थांब. क्षणभरासाठीदेखील तू हिला एकटी सोडू

नकोस. धोका होऊ शकतो, सावधान राहा. संकट जवळ आल्याचे मला जाणवते आहे. मला वाटते आहे की, आपल्यावर कोणतीतरी आपत्ती कोसळणार आहे. जिवात जीव असेपर्यंत तू सीतेचे रक्षण कर. मी या हरणाला जिवंत किंवा मृत घेऊन येईन.''

श्रीरामाने आपली तलवार कमरेला बांधली. धनुष्यबाण घेऊन सीतेकडे पाहून आश्वासक हसला. सीतेने रामाकडे प्रेमाने पाहिले, कारण तिचा विश्वास होता की, राम तिच्यासाठी तो कांचनमृग नक्की घेऊन येतील. श्रीराम वनाच्या सीमेवर उभा राहिला आणि वळून त्याने एकदा सीतेकडे पाहिले. इतक्या आनंदात सीतेस तो शेवटचे पाहत होता. सीतेचे टपोरे डोळे, उत्सुक चेहरा आणि मनमोहक हसू याची आठवण त्याला सीता दुसऱ्यांदा भेटेपर्यंत अनेक महिने येणार होती.

रामाने हरणाकडे पाहिले. ते अजूनही त्याच्या समोर उड्या मारीत होते. आपण लवकरच या हरणाला पकडू याबद्दल रामाच्या मनात शंका नव्हती. त्यामुळे तो त्या बाबत निर्धास्त होता. तो हरणाच्या मागे मागे जात होता पण आजूबाजूचा कानोसा घेत होता. रावण आपल्या विमानात लपून बसला असल्यामुळे तो रामास दिसत नव्हता पण संकटाची चाहूल त्याला लागलेली होती. हरणाने आता रामाशी चलाखीने वागण्यास सुरुवात केली. ते त्याच्या अगदी हाताशी यायचे आणि राम त्याला पकडणार, एवढ्यात ते खोडकर चेहरा करून तिथून निसटू लागले. जणू ते म्हणत होते, ''तुला शक्य असेल तर पकड मला!'' राम अधीर झाला होता. पण संध्याकाळ होऊ लागल्याने त्याला काळजीही वाटू लागली. हरीण मुद्दाम त्याला जंगलाच्या आत आत नेत होते. ढग आणि चंद्र यांच्यात जसा लपाछपीचा खेळ चालतो, तसे हरीण करीत होते. ते रामाच्या समोर यायचे आणि क्षणात अदृश्य व्हायचे. कधी भयभीत डोळ्यांनी रामाकडे पाहत होते तर कधी ते आराम केल्यासारखे दाखवत होते, जणू ते आता फार थकले आहे! पण रामाने हात पुढे करताच ते रामाची फजिती केल्यासारखे एखाद्या तीराप्रमाणे लांब उडी मारून दृष्टीआड होत असे. शेवटी श्रीरामाच्या लक्षात आले की, आपण आपल्या आश्रमापासून बरेच दूर आलो आहोत. त्याच्या हेही लक्षात आले की, हे काही साधेसुधे हरीण नाही. लक्ष्मणाने म्हटल्याप्रमाणे हा राक्षस आहे. राम शांतपणे उभा राहिला. हरीण त्याच्या समोर प्रकट झाले. त्याला पकडणे शक्य नाही हे लक्षात घेऊन त्याला ठार मारण्याचेच रामाने ठरवले. त्याने धनुष्यावर बाण चढवला. प्रत्यंचा ओढली आणि त्याच्या दिशेने बाण सोडला. रामाचा बाण हरणाला अचूक लागला. पिसाळलेल्या कुत्र्याप्रमाणे ते हरीण ओरडले आणि खाली कोसळले. त्याची दोन छकले झाली. त्यातून त्याचे खरे राक्षसाचे रूप प्रकट झाले. रामाच्या लक्षात आले की, लक्ष्मण म्हणाला तसा हे साधे हरीण नसून मारीच नावाचा राक्षसच आहे. मारीच शेवटच्या क्षणाला रामाच्या आवाजात ओरडला, ''हे सीते! हे लक्ष्मणा!'' आणि तो गतप्राण झाला.

आपल्या आवाजातील साद घातलेली ऐकून श्रीराम चिंताग्रस्त झाला. त्याला कळले की, हे सगळे त्यांना आश्रमापासून दूर नेण्यासाठी केलेले एक नाटक होते. ही हाक लक्ष्मणाला मदतीसाठी बोलावण्यासाठीच मारलेली आहे. राम अतिशय भयभीत झाला. त्याला सीतेच्या सुरक्षिततेची काळजी वाटू लागली. सीतेला काही झाले तर

काय? सीतेच्या रक्षणासाठी लक्ष्मण तिथे होता हे खरे, पण या हाकेच्या आवाजाने राम उद्विग्न झाला. त्याच्या लक्षात आले की, ही हाक ऐकून सीता दुःखाने व्याकूळ होईल. तिला असे वाटणार की, राम संकटात आहे. राम भरधाव वेगाने पळू लागला पण आश्रम पुष्कळच लांब होता.

तिकडे आश्रमात सीतेने रामाची करुण आवाजातली हाक ऐकली आणि तिच्या काळजाचा ठाव सुटला. तिची खात्री झाली की, हा आवाज रामाचा आहे आणि ते संकटात आहेत. राम हे अजिंक्य योद्धा आहेत, त्यांना कोणीही पराभूत करू शकत नाही हे ती विसरून गेली. त्या करुण हाकेने सीतेचा बुद्धिभ्रंश झाला. ती लक्ष्मणाला म्हणाली, "तुम्ही स्वामींची हाक ऐकलीत ना? ते संकटात आहेत. तुम्ही तत्काळ त्यांच्याकडे जा. राक्षसांनी त्यांना घेरले असेल. त्यांचे प्राण संकटात आहेत; नाही तर ते असे ओरडले नसते. एका क्षणाचाही विलंब न करता तुम्ही त्यांच्या मदतीसाठी निघा."

लक्ष्मण आपल्या स्थानापासून जराही हलला नाहीत. हे मारीचाने रचलेले नाटक आहे, हे त्याने ओळखले होते.

सीता भय आणि क्रोधामुळे थरथर कापत होती. पुनःपुन्हा रामाच्या मदतीसाठी लक्ष्मणान जावे यासाठी त्या आग्रह करीत होती. लक्ष्मण म्हणाला, "हे सीतामाई, राम युद्धामध्ये अजिंक्य आहे हे तुम्हाला ठाऊक नाही का? त्याने एकट्याने शेकडो राक्षसांचा नायनाट केल्याचे तुम्ही स्वतःच्या डोळ्यांनी पाहिले ना? त्याच्या सामर्थ्यावर तुमचा विश्वास नाही? त्या हरणाला पाहताच माझी खात्री झाली होती की, तो राक्षस आहे. मी रामास सावधही केले होते. पण त्याने माझ्या बोलण्याकडे लक्ष दिले नाही कारण त्याला तुम्हाला खूश करायचे होते. मी तुम्हाला खात्रीपूर्वक सांगतो की, राम लवकरच परत येईल. आपण जो आवाज ऐकला तो रामाचा नव्हता; मारीचाचा होता. रामाने मला तुमच्या जवळ थांबून तुमचे रक्षण करण्याची आज्ञा केली आहे. तुमच्या सांगण्यावरून मी त्यांच्या आज्ञेचे उल्लंघन करू शकत नाही. या वेळी तुम्हाला इथे एकटे सोडणे धोक्याचे आहे. मला जवळच इथे कुठेतरी धोका असल्याचे जाणवते आहे. हाच भास श्रीरामासही झाला होता आणि म्हणूनच त्याने मला सांगितले की, काहीही झाले तरी मी तुमच्या जवळ थांबावे."

सीतेस भयंकर राग आला. तिच्या भीतीने तिच्या विवेकावर मात केली होती. तिला फक्त एवढेच वाटत होते की, तिचे पती संकटात आहेत आणि त्यांचा भाऊ मात्र त्यांच्या मदतीस जायला तयार नाही. शेवटी ती कुटीबाहेर पडत म्हणाली, "तुम्ही जात नसाल तर मी स्वतः जाते."

सीता बाहेर धावू लागताच लक्ष्मणाने तिला पकडले. क्षणभर दोघेही एकमेकांकडे स्तंभित होऊन पाहू लागले. लक्ष्मणाने आयुष्यात पहिल्यांदा सीतेचा चेहरा पाहिला होता व तिला स्पर्श केला होता. दोघेही घाबरले होते. लक्ष्मणाने लगेचच सीतेस सोडले व तिची क्षमा मागितली. पण आपल्या पतीच्या काळजीने ती इतकी विवेकशून्य बनली होती की, ती लक्ष्मणाशी विचित्र पद्धतीने बोलू लागली. नियतीचे खेळणे बनलेली बिचारी सीता!

ती म्हणाली, ''तुम्ही रामाचा विश्वासघात केला आहे. तुम्ही वनात त्यांच्या बरोबर काही गुप्त हेतूने आला आहात. तुम्ही एक तर भरतासाठी काम करता आहात किंवा तुमच्या मनात माझ्याबद्दल काही चुकीचा विचार आला आहे. तुमच्या मनात असेल की, रामाचा मृत्यू झाल्यावर मी तुम्हाला प्राप्त होईन. पण मी स्पष्टपणे सांगते की, तुम्ही ताबडतोब गेला नाहीत तर मी आत्ता इथे आत्महत्या करेन. तुम्हाला मी स्पर्श करू देणार नाही.''

सीतेने बोललेले हे विखारी शब्द ऐकून लक्ष्मण मागे सरकला. त्याने सीतेस हात जोडले आणि म्हणाला, ''सीतामाई, मी तुम्हाला नेहमी मातेसमान मानत आलो. अयोध्या सोडतानाच माझ्या आईने सांगितले होते की, तू आता राम हेच तुझे पिता आणि सीता हीच तुझी माता आहे, असे समज. तुम्ही माझ्यासाठी देवीसमान आहात. तुम्ही मला इतकं वाईट बोलूनही मला तुमचा राग नाही. कारण मी समजू शकतो की, तुम्ही आपल्या पतीच्या काळजीनेच हे बोलता आहात. यापूर्वी मी तुम्हाला असे बोलताना कधीच पाहिले नाही. तुम्ही माझ्यावर फार मोठ्या पापाचा आरोप करता आहात. मी खरे तर पूर्णतः निर्दोष आहे. त्यामुळे इथे तुमच्या समोर उभा राहून मी असले बोलणे ऐकू शकत नाही. मी माझ्या भावाच्या मागे वनात जातो. पण भीती हीच आहे की, तुमच्या जवळच संकट आहे. कृपा करून मला वनात जाण्यास भाग पाडू नका.''

सीता आपले मोठेपण विसरून एखाद्या सामान्य स्त्रीप्रमाणे छाती पिटून घेऊ लागली. ती म्हणाली की, लक्ष्मण जर आता लगेच गेला नाही, तर ती आत्महत्या करेल. तिने लक्ष्मणावर खूप आगपाखड केली. नदीत किंवा अग्नीत उडी घेईन अशा धमक्या दिल्या. लक्ष्मण घाबरला. काय करावे त्याला सुचेना. शेवटी अश्रूभरल्या डोळ्यांनी तो म्हणाला, ''ठीक आहे, मी जातो. पण त्यापूर्वी मी आपल्या पर्णकुटीभोवती गोल वर्तुळ करून जातो. कृपा करून तुम्ही या रेषेच्या बाहेर जाऊ नका. तुम्ही जोपर्यंत या रेषेच्या आत आहात, तोपर्यंत तुम्ही सुरक्षित आहात. माझी मुळीच इच्छा नसताना मी जात आहे. माझे बंधू माझ्यावर फार नाराज होतील; पण असं दिसतंय की, मी तुम्हाला आणि माझ्या भावाला एकाच वेळी प्रसन्न राखू शकत नाही.'' असे म्हणून लक्ष्मणाने आपल्या धनुष्याच्या टोकाने पर्णकुटीभोवती मंत्रभारित रेषा आखली. त्याने सीतेस नमस्कार केला आणि अगदी अनिच्छेने तो वनाकडे जाण्यास निघाला.

त्या वेळी सीतामाई फक्त इतकेच म्हणत होती, ''जा, जा, जा!'' लक्ष्मणाने पुन:पुन्हा मागे वळून पाहिले. शेवटी धिमेपणाने, उदास पावले टाकीत तो आश्रमापासून दूर जाऊ लागला.

राम विचारतात :
''जीवनमुक्त व्यक्तीची वैशिष्ट्ये काय असतात?''
वसिष्ठ उत्तर देतात,
''अशी व्यक्ती संपूर्ण जग असार आहे असे मानते.
जागृतावस्थेत असतानाही अशा व्यक्तीस गाढ निद्रेतील शांततेचा अनुभव येतो.

सुख आणि दुःखाचा अशा प्रकारच्या व्यक्तीवर काहीही परिणाम होत नाही.
जीवनमुक्त व्यक्ती कार्य आणि अकार्य यांपासून अलिप्त असते.
ती इच्छा आणि अहंकार यांपासून मुक्त असते.
जी व्यक्ती कुणालाही घाबरत नाही आणि कुणाला घाबरवत नाही अशा व्यक्तीस जीवनमुक्त म्हणावे.''

हरि:ॐ तत्सत
ॐ

ॐ

सुमित्रापुत्र-सेविताय नमः!

अध्याय ६

सीतेचे अपहरण

वेदान्वेद्यं सकलैस्त्वमन्यम्
हृदभीमनमं क्रतुशुप्रधानम्।
गजेन्द्रपालमं विगतभीमानम्
श्रीरामचन्द्रं सततम् नमामि।।

"श्रीरामचंद्रांना मी नमस्कार करतो.
वेदांमध्ये त्यांना वंदन केले जाते.
त्यांची सर्व जण पूजा करतात.
आपल्या शत्रूंचे त्यांनी गर्वहरण केले आहे.
यज्ञ करण्यात ते सर्वप्रथम असतात.
त्यांनी गजेंद्र हत्तीचे रक्षण केले असून ते अहंकारमुक्त आहेत."

ज्या पद्धतीने लक्ष्मणाला आपले ठिकाण सोडावे लागले, श्रीरामाशी विश्वासघात करणे भाग पडले, त्यामुळे लक्ष्मणाला राग आला होता. निराश वाटत होते. सीतेने बोललेले कटू वचन त्याला सहन होत नव्हते. वस्तुतः सीतेलाही इतके वाईट बोलल्याबद्दल पश्चात्ताप होत होता. परंतु रामासाठी ती इतक्या तळमळत होती की, भयाने तिच्या विवेकावर मात केली होती.

रावण जवळ लपलेला होता. दोघांमध्ये होणारे संभाषण तो ऐकत होता. लक्ष्मणाच्या जाण्याची तो प्रतीक्षा करीत होता. त्याच्या जवळ जास्त वेळ नव्हता. राम परत येण्याच्या आत सीतेला घेऊन त्याला तेथून पळायचे होते. आत्ता त्याची रामाशी युद्ध करण्याची इच्छा नव्हती. रावणाने मारीचाचा आवाज ऐकताच तो समजून चुकला की, मामाचा मृत्यू झाला आहे. मात्र त्याला त्याबद्दल काडीचेही दुःख नव्हते. रावणाचे काम तर झालेले होते

आणि त्याला तेवढेच हवे होते. लक्ष्मण तिथून जाईपर्यंत रावण बेचैन झाला होता. लक्ष्मण गेल्याबरोबर रावणाने संन्याशाचे रूप धारण केले. त्याने आपले केस मोकळे सोडले. तपकिरी रंगाची वस्त्रे घातली. पायांत लाकडी खडावा घातल्या. एका हातात छत्र व दंडा आणि दुसऱ्या हातात कमंडलू घेऊन तो झटपट आश्रमात पोहोचला. सीता आत होती. लक्ष्मणाने ओढलेली रेषा रावण ओलांडू शकत नव्हता. म्हणून सर्व संन्याशी ज्या पद्धतीने भिक्षा मागतात, तसेच तो म्हणाला, ''भिक्षाम् देहि!''

सीता बिचकतच बाहेर येऊन पाहू लागली. तिला पाहताच रावणाच्या तोंडून प्रशंसेचा स्वर निघाला. तो सौंदर्याचा चाहता होता. आपल्या अंतःपुरासाठी त्याने अनेक सुंदर स्त्रियांचे हरण केले होते. सीतेसारखी सुंदर स्त्री मात्र त्याने आजवर पाहिली नव्हती. टपोरे डोळे, जमिनीला टेकणारे केस घेऊन सीता दारात उभी होती. त्यांची त्वचा सोनेरी व ओठ गुलाबी, मऊ होते. श्रीरामाच्या भेटीसाठी ते ओठ किंचित विलग झालेले दिसत होते. सीता इतकी आकर्षक दिसत होती की काही वेळ रावण अचंबित होऊन गप्प उभा राहिला. जणू तो डोळ्यांनी तिला खाऊ पाहत होता. सीतेपेक्षा सुंदर स्त्री रावणाने अद्याप पाहिली नव्हती. त्यामुळे तिला प्राप्त करण्यासाठी त्याची तगमग होऊ लागली. मोठ्या प्रयासाने त्याने स्वतःला आवर घातला व काही वैदिक मंत्र म्हणून त्याने आपली उपस्थिती दाखवून दिली. रावण स्त्रियांना मोहात पाडण्यात पारंगत होता परंतु या वेळी सीतेच्या मोहात तो स्वतःच सापडला होता.

त्याच्या हिरव्या डोळ्यांत कामवासनेची सोनेरी ज्वाळा भडकत होती. तो म्हणाला, ''हे सुंदरी, तुम्ही कोण आहात? या वनात एकट्या का राहता? तुमच्या काळ्याभोर डोळ्यांमध्ये गहिरी जादू लपली आहे. तुमची काया अप्रतिम आहे. कोणत्या दिव्य हातांनी तुमचे कामोत्तेजक वक्ष बनवले असतील, असा विचार माझ्या मनात आला. तुमचा चेहरा, तुमचे हास्य, तुमचे दात फार सुंदर आहेत. त्यांनी मला पुरते मोहित केले आहे. तुमची कंबर अगदी बारीक आहे. मी एका हातात ही कंबर पकडू शकतो. तुमच्या केसांमधून कमलपुष्पांचा सुगंध येतो आहे. तुम्ही कोणी सामान्य स्त्री आहात यावर माझा तरी विश्वास बसत नाही. तुम्ही नक्कीच शंकराची पत्नी पार्वती किंवा इंद्राची पत्नी शची असणार. मी तुमचे रूप आणि सौंदर्य यांवर आसक्त झालो आहे. तुम्ही या वनात एकट्या राहता हे कसे शक्य आहे? हे ठिकाण तुमच्यासाठी योग्य नाही. तुम्ही तर उद्यानामधील एखाद्या शानदार महालात राहायला हवे. राक्षस आणि वन्य पशू असलेल्या भयानक वनात तुम्हाला एकटे सोडून जाणारी कोणती व्यक्ती इतकी क्रूर आहे?''

रावणाचे उत्तेजित करणारे शब्द ऐकून, त्याचे रूप पाहून सीता लज्जित झाली. मात्र हा पुरुष वृद्ध होता व त्याने संन्याशाचे कपडे परिधान केलेले होते. अशा संन्याशाला काहीही वावगे बोलणे सदाचाराविरुद्ध मानले जात असे. सीतेचे हृदय श्रीरामासाठी तळमळत होते. वनाकडून येणाऱ्या पाऊलवाटेकडे ती डोळे लावून बसली होती. सीता संन्याशाच्या रूपातील रावणाकडे दुर्लक्ष करू शकत नव्हती कारण तिला शापाचीही भीती होती.

सीतेने उत्तर दिले, ''मिथिलेचा राजा जनक यांची मी कन्या आहे. दशरथपुत्र रामाची मी पत्नी आहे. चौदा वर्षांचा वनवास भोगण्यासाठी मी माझ्या पतीसमवेत इथे आले आहे.

त्यांचे बंधू लक्ष्मण हेदेखील आमच्या बरोबर आले आहेत. मी माझ्या पतीशिवाय जिवंत राहू शकत नाही. तसेच तेही माझा वियोग सहन करू शकत नाहीत. आणि म्हणून मी त्यांच्या बरोबर वनात आले आहे. आत्ता ते वनात माझ्यासाठी एक मृग पकडण्यासाठी गेले आहेत. आपली इच्छा असेल तर ते येईपर्यंत तुम्ही त्यांची वाट पाहू शकता. तुम्हाला या लक्ष्मणरेषेबाहेरच थांबावे लागेल. या रेषेच्या आत कोणीही येऊ शकत नाही. मी तुमच्यासाठी भोजन घेऊन येते.

एवढे बोलून सीता संन्याशाचे खाणे आणण्यासाठी आत गेली. रावण सीतेच्या प्रत्येक हालचालीकडे हिरव्या अग्नीने चमकणाऱ्या लालसेने पाहत होता.

सीता संन्याशाचे पाय धुण्यासाठी पाणी, बसण्यास आसन आणि खाद्यपदार्थ घेऊन आली. संन्याशांचे स्वागत करण्याची हीच रीत होती. आपल्या समोर उभ्या असलेल्या रूपाबद्दल सीतेला कणभरही शंका आली नाही. लक्ष्मणाने आखलेली रेषा ओलांडून भोळेपणाने सीता बाहेर आली. स्वागताची तयारी केली. त्याच्या जवळ सन्मानपूर्वक उभे राहून सीतेने भोजन करण्यास सांगितले.

रावणाकडे औपचारिक गोष्टी पाळत बसण्यास वेळ नव्हता. त्याने लगेच मुद्द्याला हात घातला. तो म्हणाला, "हे राजकुमारी, तुम्ही राक्षसांचा राजा रावण याचे नाव तर ऐकले असेलच. त्याचे नाव ऐकून लोक भयाने कापू लागतात. मी तोच आहे. माझी बहीण शूर्पणखा हिच्याकडून मी तुझ्या सौंदर्याबद्दल ऐकले, तेव्हापासून मला दुसरे काही सुचेनासे झाले आहे. आता तुला पाहून मला फार आनंद झाला. शूर्पणखेने पुष्कळ काही सांगितले पण तरीही तुझ्या रूपाचे वर्णन पुरे झाले असे मला वाटत नाही. तिने जेवढे सांगितले होते, त्यापेक्षा कितीतरी जास्त तू रूपवान आहेस. मी तुझ्यावर पूर्णपणे लुब्ध झालो आहे. तुझ्याशिवाय मला दुसरी कोणतीही स्त्री नको. माझ्या बरोबर चल. मी तुला माझी महाराणी करेन. माझ्या नगरीचे नाव लंका असून ती एका बेटावर वसली आहे. ती जगातील सगळ्यात सुंदर नगरी आहे. तू आपल्यासाठी सर्वश्रेष्ठ राजमहाल निवडू शकतेस. या भयानक वनाऐवजी लंकेच्या सुंदर उद्यानात तू विहार करू शकतेस. येथील दुःखी जीवनाला सोड आणि माझ्या बरोबर चल. माझी राणी हो."

ज्याला सीतामाई संन्यासी समजत होती, त्याच्याकडून हे अपशब्द ऐकल्यावर सीतेस अत्यंत राग आला. ती जराही न घाबरता, जळजळीत नेत्रांनी, त्याचा अपमान करीत कठोरपणे म्हणाली, "दुष्टा, ऐक! मी या सृष्टीतील सर्वश्रेष्ठ पुरुषाची पत्नी आहे. तू सगळ्यात अधम पुरुष आहेस. माझ्या पतीला सोडून मी तुझ्या बरोबर येई असे तुला खरेच वाटते का? अशा प्रकारे बोलण्याचे धारिष्ट्य तरी तुझ्याकडून कसे झाले? तुझे नाव, यश व संपत्ती यांत मला काहीही रस नाही. माझे पती सद्गुणांचे भांडार आहेत. मी परपुरुषाकडे कधीही पाहणारदेखील नाही. या पापी विचारांना सोड आणि माझे पती येऊन तुला ठार मारण्याच्या आत इथून निघून जा."

सीता हे धाडसाने बोलली तरी तिच्या मनात अचानक भय निर्माण झाले. कारण ती जाणून होती की, आत्ता ती असहाय होती. एकटी होती आणि खऱ्याखुऱ्या दुष्ट माणसाच्या दयेवरच केवळ ती अवलंबून होती.

रावणाने सीतेस थरथर कापताना पाहिले. परंतु सीतेच्या मनात त्याच्याबद्दल घृणा उत्पन्न होऊ नये म्हणून त्याने जबरदस्ती केली नाही. वेळ भराभर जात होता. रावणाने सीतेला आपल्या गौरवगाथा ऐकवून प्रभाव पाडण्याचा प्रयत्न केला. तो म्हणाला, ''सीते, तुला माहीत नाही, मी किती मोठा आहे. माझ्यासाठी कोणतीही गोष्ट अशक्य नाही. मी तिन्ही लोकी विजय प्राप्त केला आहे. देवसुद्धा माझ्या समोर नतमस्तक होतात. माझ्या जवळ एक सुंदर रथ आहे. तो हवेत उडू शकतो. मी तुला धरणीवरील आणि सागराच्या वरूनही कल्पनातीत अशा अद्‌भुत गोष्टी दाखवू शकतो. तो दुबळा माणूस काय करू शकणार आहे? त्याच्या पित्याने त्याला वनवासात पाठवले. आपल्या सावत्र आईविरुद्ध बोलण्याचेसुद्धा धाडस त्याच्या अंगी नाही. तुझ्यासारख्या रूपवतीने अशा भेदरट माणसाबरोबर आपले जीवन वाया घालवता कामा नये. माझ्या बरोबर चल आणि नगरीमध्ये सुखात राहा. तुला जे हवे असेल ते सारे मी देईन.''

सीता रागाने उत्तरली, ''तू तर म्हणालास की तुझा जन्म उच्चकुळात झाला. पण अगदी अधमाधम व्यक्तीसुद्धा तुझ्यासारखे वागणार नाही. तू जर मला स्पर्श केलास तर तू जिवंत राहू शकणार नाहीस. रामाचे बाण तुझ्या छातीचा वेध घेतील. तू उगाचच स्वतःला संकटात टाकत आहेस. तुला तुझा जीव प्यारा असेल तर या क्षणी इथून निघून जा.''

रावणाच्या रागाचा पारा हळूहळू चढू लागला. त्याला याआधी कधी कोणी विशेषतः स्त्रीने विरोध केलेला नव्हता. त्याला वाटत होते की, तो सहज जिंकेल पण वेळ संपत चालला होता. त्याने सीतेला आपले महत्त्व समजावून देण्याच्या शेवटचा प्रयत्न करण्याचे ठरवले.

तो म्हणाला, ''मी तुला अखेरची प्रार्थना करतो, माझे म्हणणे ऐक आणि माझी पत्नी हो. मी वचन देतो की, मी तुला कधीही दुःखाचा वाराही लागू देणार नाही. माझ्या तुलनेत राम अगदी क्षुद्र आहे. तो केवळ एक फिरस्ता भिक्षुक आहे. त्याच्या जवळ स्वतःचे राज्यसुद्धा नाही. त्याला विसरून जा आणि माझ्या बरोबर चल.'' एवढे म्हणून त्याने आपले मायावी रूप सोडले. दहा डोक्यांचे वैभवशाली राक्षसी रूप घेऊन तो सीतेसमोर प्रकट झाला.

सीता रावणाचे राक्षसी रूप पाहून भयभीत झाली पण तिने तसे दाखवले नाही. तिच्या लक्षात आले होते की, कसेही करून ती जर लक्ष्मणरेषेच्या आत गेली तर ती सुरक्षित राहील. हळूहळू ती लक्ष्मणरेषेजवळ जाऊ लागली. त्या रेषेच्या आतच सीतेने राहावे असे लक्ष्मणाने बजावूनही आपण ते ऐकले नाही याचा तिला आता पश्चात्ताप होऊ लागला होता. रावणाकडे पाठ करून ती पळू लागली असती तर रावणाने तिला सहज पकडले असते. म्हणून ती हळूहळू रेषेकडे सरकू लागली.

सीता काय करीत आहे, हे रावणाच्या अचानक ध्यानी आले आणि त्या लक्ष्मणरेषेजवळ पोहोचण्यापूर्वीच रावणाने तिच्यावर झेप घेतली. एका हाताने सीतेचे लांब केस पकडून तिला दुसऱ्या हाताने खांद्यावर टाकले. त्याचे पुष्पक विमान झाडामध्ये लपले होते. ते त्याच्या समोर जादू व्हावी त्याप्रमाणे प्रकटले. तो रथावर आरूढ झाला. सीतेसही रथात बसवले. अवघ्या वनाचा श्वास भयाने कोंदला. जणू संपूर्ण सृष्टी त्याच्या

भयानक अपराधाने स्तब्ध झाली होती. वृक्ष पीडा होऊन करकरू लागले. तडफडू लागले. पक्षी किंचाळत सैरावैरा उडू लागले. पशूदेखील जणू रामाला बोलावण्यासाठी जंगलाच्या आत पळाले.

सीतेने रावणाच्या पकडीतून सुटण्याचे शर्थीचे प्रयत्न केले परंतु रावणाची पकड अधिक मजबूत होत गेली. सीता ओरडली, ''राम! राम! मला वाचवा. मला वाचवा.'' परंतु रामापर्यंत तिचा आवाज पोहोचला नाही. ती वेड्यासारखा आक्रोश करू लागली, ''हे राम! हे रामाचे प्रिय बंधू लक्ष्मण! हा दुष्ट राक्षस मला बळजबरीने घेऊन जात आहे. मला वाचवा! मला वाचवा!''

रथ वेगाने जमिनीपासून वर उचलला गेला. सीतेस तिला आवडणारे वृक्ष, वन दिसत होते. इथे ती रामाबरोबर फिरत होती. तिथल्या फुलांना, पक्ष्यांना सीता तिला वाचवण्याची याचना करू लागली. रावणाच्या दुष्कृत्याबद्दल सीता त्याला दोष देऊ लागली. रावणाने कशाहीकडे लक्ष दिले नाही. त्याचा रथ वेगाने दक्षिणेची वाट आक्रमत होता. आपली योजना यशस्वी झाली म्हणून तो आनंदात होता. रथात बसलेली असताना सीतेला झाडावर बसलेला जटायू दिसला. घटना घडली, तेव्हा ती जटायूने दुर्दैवाने पाहिली नव्हती, कारण त्या वेळी तो आपले डोके पंखांत दाबून झोपला होता.

सीतेच्या दृष्टीस जटायू पडताच ती ओरडली, ''हे आदरणीय, हा राक्षस मला जबरदस्तीने त्याच्या बरोबर घेऊन चालला आहे. कृपा करून तुम्ही हे रामांना कळवा.'' हुंदक्यांमुळे ती अधिक काही बोलू शकली नाही.

सीतेचा आवाज ऐकून जटायूला जाग आली. तो रथाबरोबर उडत जात रावणाशी युक्तिवाद करू लागला, ''हे रावण, तू जे करतो आहेस, ते पाप आहे. श्रीरामाने तुझे काहीही वाकडे केले नाही. हा वेडेपणा सोड, नाही तर तुला पश्चात्ताप करण्याची वेळ येईल. मी जरी वृद्ध आणि निःशस्त्र असलो तरी मी तुला सीतेस नेऊ देणार नाही. हा मूर्खपणा तू सोडला नाहीस तर माझ्याशी तुला युद्ध करावे लागेल.''

रावणाला कशाचीच चिंता नव्हती. जटायूने आपल्या विशाल पंखांनी रावणाचा मार्ग रोखून धरण्याचा प्रयत्न केल्यावर रावणाला राग आला. जटायू आपले पंजे, पंख आणि आपली चोच यांच्या साह्याने रावणाशी झुंजत राहिला. जटायूने रावणाला अनेक ठिकाणी जखमा केल्या. त्याच्या जखमांमधून रक्त वाहू लागले. रावणाने जटायूला बाणांनी विद्ध करण्याचा प्रयत्न केला पण जटायूने त्याचा मोठ्या धाडसाने प्रतिकार केला. आपल्या पंजांनी रावणाचे धनुष्य आणि त्याचे कवच तोडून टाकले.

क्रोधाने आंधळ्या झालेल्या जटायूने रथाला जोडलेल्या जादूच्या गाढवांना रथापासून विलग केले. त्यामुळे रावणाचा रथ धरतीवर येऊन पडला. त्यानंतर जटायूने गिधाडांचा युद्धघोष करीत रावणावर आक्रमण केले. आपल्या चोचीने त्याची छाती फाडली. जटायूची शक्ती आणि त्याचे साहस आश्चर्यकारक होते. रथ खाली पडत असताना रावणाने सीतेस धरून ठेवले. राक्षसांजवळ उडण्याची शक्ती असतेच. तिच्या साह्याने रावणाने सीतेस धरून पुन्हा वर झेप घेतली. त्याच्या पाठोपाठ जटायूही उडाला परंतु वृद्धावस्थेमुळे तो थकला होता, दुर्बल झाला होता. मात्र तरीही तो रावणाच्या मागे मागे गेला आणि आपल्या

चोचीने जोरजोरात रावणावर प्रहार करू लागला. अखेरीस रावणाला जमिनीवर उतरावे लागले. जटायूचे साहस पाहून तो चकित झाला होता. बेचैन झाला होता. शेवटी त्याने आपली तलवार उपसली व जटायूचे दोन्ही पंख कापून टाकले. जटायू आक्रोश करीत खाली पडला. सीता आपल्या सासऱ्यांचे मित्र जटायू याची दुर्दशा पाहून फार दुःखी झाली. रावणाच्या पकडीतून सुटून सीता जटायूजवळ पोहोचली. त्याला जवळ घेऊन रडू लागली. रावणाने सीतेस निर्दयतेने ओढून खांद्यावर टाकले व पुन्हा आकाशात उडू लागला.

सीता पुन्हा हाका मारू लागल्या, ''राम! हे राम! माझा आवाज तुम्हाला ऐकू येतो आहे का?''

तिकडे वनामध्ये रामाचा डावा डोळा लवत होता. त्याला सीतेच्या करुण हाकांची चाहूल लागत होती. तो आणखी वेगाने वनातील कच्च्या रस्त्यावरून धावू लागला.

रावण आकाशात उडाला तेव्हा सूर्य ढगांआड गेला. जणू या अपमानजनक दृश्याचा साक्षी त्याला व्हायचे नव्हते. हवा दुःखी स्वरात वाहत होती आणि त्यानंतर सगळीकडे निराशापूर्ण मौन पसरले.

अनसूयेने दिलेली पिवळी रेशमी वस्त्रे नेसलेली, दागिन्यांनी सजलेली सीता रावणाच्या रुंद छातीसमोर विजेच्या पातळ रेषेसारखी वाटत होती. सकाळीच श्रीरामाने स्वतः तिच्या केसात फुलं माळली होती. ती आता सुकून खाली पडू लागली होती. जणू ती फुलं रावणाचा क्रूर स्पर्श सहन करू शकत नव्हती. तिच्या पैंजणातले मोती निखळून पडत होते. सीतेला घेऊन जात असताना रावणाची भयकारी सावली खाली जमिनीवर पडत होती. ती सावली ज्या वन्य पशूंवर पडली, ते सारे घाबरून ओरडत होते. का कोण जाणे पण ते आपल्या पंजांनी ती सावली ओरबाडत होते. नदीत तरंगणारे मासे बाहेर उड्या मारत होते. जणू ते सीतामाईंचे रक्षण करू पाहत होते. सीता पुनःपुन्हा आपल्याला सोडण्याची याचना रावणास करीत होती परंतु त्याने सीतेस धरून ठेवले होते. सीता त्याला अपशब्द बोलून आणि धमक्या देऊन घाबरवत होती परंतु सर्व प्रयत्न व्यर्थ जात होते. सीता आपल्या बाहूत असल्यामुळे रावण इतका आनंदित झाला होता की, असे करून तो आपल्या मृत्यूलाच आमंत्रण देत आहे याची त्याला जराही कल्पना नव्हती. सीतेला आपले म्हणणे ऐकावेच लागेल या खात्रीने रावण वेगाने आकाशमार्गाने पुढे जात राहिला.

सीतेने अचानक खाली पाहिले तर पाच वानर एका पर्वतशिखरावर बसले होते. सीतेला त्या वेळी कल्पना आली नाही परंतु ते मारुतीचे पहिले दर्शन होते. पुढे त्याने सीतेच्या जीवनात महत्त्वाची भूमिका पार पाडली होती. सीतेस अचानक एक युक्ती सुचली. तिने आपले काही दागिने काढले. आपल्या वस्त्राचा एक तुकडा फाडून त्यात ते गुंडाळले आणि वानरांकडे टाकले. तिला आशा होती की जेव्हा केव्हा राम येथून जातील तेव्हा ते त्या दागिन्यांना ओळखतील. रावण त्या वेळी इतक्या खुशीत होता की, सीतेने काय केले, इकडे त्याचे अजिबात लक्ष नव्हते. एका सुंदर स्त्रीला एक राक्षस उचलून पळवून नेत असल्याचे वानरांनी पाहिले. ती स्त्री ''हे राम! हे लक्ष्मण!'' अशा हाका मारीत होती.

दक्षिणेमधील जलडमरूच्या मध्यावर रावण लवकरच येऊन पोहोचला. हे ठिकाण मुख्य भूमीपासून रावणाची लंका अलग करत होते. सीतेने समुद्र प्रथमच पाहिला. पण

तिला आता कोणत्याच गोष्टीत आनंद वा रस वाटत नव्हता. रावणाने सीतेस घट्ट धरून ठेवले कारण सीता सुटण्याचा कसोशीने प्रयत्न करीत होती. अशा वेळी सीता हातातून निसटली असती तर खालच्या उफाळत्या समुद्रात ती पडली असती.

थोड्याच वेळात रावण शानदार नगरी लंका इथे पोहोचला. रावणाने सीतेस आपल्या राजवाड्यात नेले. काही स्त्रियांना त्याने सीतेची सारी व्यवस्था पाहण्यास सांगितले. त्याला विचारल्याशिवाय कोणालाही सीतेजवळ जाऊ द्यायचे नाही असे रावणाने त्यांना बजावून सांगितले. त्याने असेही सांगितले की, सीतेस हवे ते दागिने, वस्त्र, रुचकर भोजन दिले जावे. ती जे काही मागेल ते तिला तत्काळ द्यावे असा त्याने आदेश दिला.

त्यानंतर रावणाने आपल्या आठ सेवकांना जनस्थान येथे रवाना केले. तिथून त्यांनी श्रीरामाच्या सर्व हालचालींची बित्तंबातमी इकडे कळवावी असे त्यांना सांगितले. गरज पडली तर रामास मारून टाकण्याचाही प्रयत्न करण्यास सांगितले. रावणाने स्वस्थपणे निःश्वास टाकला. त्याने रामास धडा शिकवला होता आणि तिन्ही लोकांतील सर्वांत सुंदर स्त्री स्वतःच्या ताब्यात घेतली होती. तो आपल्या रेशमी पलंगावर बसून कल्पनाराज्यात दंग होता. सीता आपले पत्नीपद स्वीकारेल तेव्हा काय होईल या स्वप्नरंजनात गुंगला होता.

रावण जास्त वेळ आरामात राहू शकला नाही. त्याच्या डोळ्यांसमोर सीतेचा आकर्षक चेहरा येत होता. सीतेला भेटून पुन्हा एकदा तिच्याशी बोलण्याचा निर्णय त्याने घेतला. तो अनेक स्त्रियांना ओळखत होता. आधी त्यांनीही प्रतिकार केला होता. परंतु नंतर त्यांनी माघार घेतली होती. यास सीताही अपवाद असणार नाही याबद्दल त्याला खात्री होती. सुरुवातीला सीतेचे अपहरण करण्यामागे रामाला शिक्षा देण्याचाच त्याचा हेतू होता. पण आता सीता आपल्याकडे आल्यानंतर त्याला तिची इतकी भुरळ पडली होती की, तो आता दुसऱ्या कशाचाही विचार करू शकत नव्हता. त्याची आसक्ती ज्वालेसारखी भडकली होती. तो सीतेजवळ पोहोचला. सीता जमिनीवर बसली होती. तिच्या भोवती राक्षसिणींचा गराडा होता. जणू एखाद्या हरिणाच्या पाडसाभोवती कोल्ह्यांचा गराडा पडावा तसे ते वाटत होते. अश्रूंनी भिजलेला सीतचा उदास चेहरा झुकलेला होता. तिचे सुंदर डोळे लांब पापण्यांनी झाकल्यासारखे दिसत होते. रावण आला तरी सीतेस वर पाहण्याचीही इच्छा झाली नाही.

कसेही करून सीतेस प्रभावित करण्याचे रावणाने ठरवले होते. त्याने आपल्या नगरीच्या सौंदर्याबद्दल सांगण्यास सुरुवात केली; ''हे सुंदरी, या लंकानगरीचे वैभव पाहा. इथले राजमहाल सोन्याचे बनविले आहेत. इथले खांब दागिन्यांनी मढविले आहेत. छतांवर, उद्यानांमध्ये फुले आहेत. कमलपुष्पांनी भरलेल्या सरोवरांमध्ये हंस विहरत असतात. संपत्तीच्या बाबतीत रामाची माझ्याशी तुलनाच होऊ शकत नाही. तो एक दयनीय मनुष्य आहे. वल्कले धारण करून तो वनवाशाचे जिणे जगतो आहे. तो इथपर्यंत येऊन तुला कधीही घेऊन जाऊ शकणार नाही. समुद्राने वेढलेली ही नगरी अभेद्य आहे. त्याची वाट पाहण्यात आपले जीवन वाया घालवू नकोस. माझ्या प्रेमाचा स्वीकार कर. मी तुला हवे तिथे घेऊन जाईन. तुला हवे ते देईन. आपण आकाशात विहार करू व तेथून मी तुला तिन्ही लोकांचे दर्शन घडवेन. या तीनही लोकांत माझ्याइतका पराक्रमी पुरुष कोणीही

नाही. मला रोखण्याचे धाडस कोणाच्याही अंगी नाही. माझी राणी होशील तर मी सारी सृष्टी तुझ्या पायाशी आणून ठेवेन.''

हृदय विदीर्ण झाल्याप्रमाणे आपला चेहरा झाकून घेत सीता रडू लागली. रावणाने दयापूर्ण दृष्टीने तिच्याकडे पाहिले व म्हणाला, ''असे रडू नको. रडण्याची तुला गरजच काय? सारे जग मी तुला देईन असे म्हटले ना मी? इतकेच नव्हे तर माझी दहाही मस्तके मी तुझ्या पायाशी अर्पण करण्यास तयार आहे. मी काय म्हणतो आहे, याचा अर्थ कळतोय ना तुला? कधीतरी कोणी मला असे म्हणताना ऐकले आहे? आजपर्यंत रावण कधीही नतमस्तक झालेला नाही आणि स्त्रीपुढे तर नाहीच नाही. पण तुझ्या सौंदर्याने मी मंत्रमुग्ध झालो आहे. हे प्रिये, माझे म्हणणे ऐक आणि माझा स्वीकार कर.''

रावणाचा प्रेमालाप संपताच सीतेने क्रुद्ध नजरेने त्याच्याकडे पाहिले आणि अपमानकारक स्वरात ती म्हणाली, ''तू माझ्या रामांना जाणत नाहीस म्हणून असे बोलण्याचे धाडस करतो आहेस. ते धर्माची प्रतिमा आहेत. सत्याचे अवतार आहेत. मी सर्वस्वाने त्यांच्यावर प्रेम करते. तू मला, त्यांच्या पत्नीला स्पर्श केलात तर ते तुला याबद्दल कधीही क्षमा करणार नाहीत. राम तुम्हाला सोडणार नाहीत. ते व त्यांचे बंधू लक्ष्मण दोघेही इथे येऊन तुमचा वध करतील याबद्दल मला जराही शंका नाही. तू स्वतःला पराक्रमी समजतोस पण माझ्या दृष्टीने तू घाबरट आहेस. माझ्या पतीला वनात पाठवून तू माझे अपहरण केलेस. तू रामाचा सामना करण्यास घाबरतोस. तू फक्त भित्राच नाही तर चोरही आहेस. सावध हो. तुझा अंत जवळ येत चालला आहे; अन्यथा तू असे नीच कृत्य करण्यास धजावला नसतास.

हे ऐकून रावणाचा संताप झाला. अपमानाने आणि रागाने त्याचे ओठ थरथरू लागले. तो ओरडला, ''पुरे, फार वटवट केलीस. विचार करण्यासाठी मी तुला बारा महिन्यांचा अवधी देतो. या दरम्यान तू माझ्या प्रस्तावास होकार दिलास तर तू अवघ्या सृष्टीची राणी होशील. तसे केले नाहीस तर तुझ्या मांसाचे तुकडे माझ्या सकाळच्या न्याहरीत असतील.'' अशी धमकी देऊन रावण महालातून बाहेर पडला. सीतेस अशोकवनात अहोरात्र कडक पहाऱ्यात ठेवण्याचा त्याने आदेश दिला.

हरिः ॐ तत्सत

ॐ

ॐ

सीतापतये नमः!

अध्याय ७

शोकसंतप्त राम

सुग्रीवमित्रमं, परमं पवित्रम्
सीताकलत्रं नवमेघगात्रम्।
कारुण्यपत्रं शतपत्रनेत्रम्
श्रीरामचन्द्रं सततम् नमामि।।

"करुणामयी कमलाक्ष श्रीरामचंद्रांना मी नमस्कार करतो.
ते परम शुद्ध आहेत.
पहिल्या पावसातील मेघांप्रमाणे त्यांचा वर्ण आहे.
ते सुग्रीवाचे मित्र आणि सीतेचे पती आहेत."

तिकडे वनात श्रीरामाच्या मनात शंकांचे काहूर उठले होते. राम आणि सीता यांचे एकमेकांवर इतके प्रगाढ प्रेम होते की, वियोगाच्या वेळातसुद्धा ते परस्परांच्या संपर्कात होते. सीतेला वाटणारे भय, राम जिथे होता तिथे त्याला जाणवले होते. जास्तीतजास्त वेगाने राम पळत येत होता. मारीचाने काही विचित्र हेतूनेच स्वतःचे प्राण संकटात टाकले असणार हे त्याने ओळखले होते. रामास वाटेत काही अपशकुनांना तोंड द्यावे लागले. कोल्हेकुई ऐकू येत होती. पुरुषांचा डावा डोळा लवणे अशुभ समजतात. रामाचा डावा डोळा सारखा लवत होता.

तो पंचवटीस पोहोचताच लक्ष्मण चिंताग्रस्त होऊन त्याच्याकडे येत असताना दिसला. "तू सीतेला एकटे सोडून कशाला आलास? सीतेजवळच थांबून राहण्यास मी तुला बजावले होते ना? तू बरोबर म्हणाला होतास. तो मृग म्हणजे खरं तर मारीच होता. त्याने कुटिल हेतू पूर्णत्वास नेण्यासाठी मला भुलवून आत वनात नेले होते. सीता आपल्याला जिवंत सापडेल ना? मला भीती वाटते. मी मारीचाला माझ्या आवाजात हाका मारताना ऐकले, तेव्हाच माझ्या लक्षात आले की, हा एक प्रकारचा अनिष्ट संकेत आहे."

लक्ष्मण मूकपणे रामाचे बोलणे ऐकत राहिला. राम म्हणाला, ''राज्य नसल्यामुळे मी भिक्षुक, गरीब झालो होतो. पण सीतेने आपल्या सर्व सुखांवर पाणी सोडून माझ्या बरोबर येणे पसंत केले. ती माझ्याशिवाय राहू शकत नाही आणि मीही तिच्याविना जिवंत राहू शकत नाही. माझी सीता जिवंत तर असेल ना? तिचा मृत्यू झाला तर मीही प्राणत्याग करेन. म्हणजे शेवटी माझा वनवास व्यर्थच गेला का? आमचा मृत्यू झाल्यास कैकेयीला तर आनंद होईल पण माझ्या आईचा मात्र दुःखाने मृत्यूच होईल.''

अशा प्रकारे शोकमग्न स्थितीत दोघेही आश्रमात आले. राम फार दमला होता. भुकेने आणि तहानेने व्याकूळ झाला होते. कारण बराच वेळ त्याने त्या हरणाचा पाठलाग केला होता. पर्णकुटीत पोहोचताच त्याने सीतेस हाक मारली पण काही उत्तर आले नाही. केवळ वाऱ्याने होणारी पानांची सळसळ ऐकू येत होती. तो बाहेर धावला. आपल्या सर्व आवडत्या ठिकाणी जाऊन तो हाका मारू लागला, ''जानकी! हे जानकी! तू माझ्यापासून लपून का राहते आहेस? मी भुकेला, दमलेला आहे हे तुला माहीत नाही का? माझ्यासाठी तू स्वयंपाक का नाही केला? माझ्याशी अशी चेष्टामस्करी करू नकोस. गंमत करण्याची माझी आत्ता मनःस्थिती नाही. प्रिये, माझ्या जवळ ये. मला आता आणखी काहीही सहन होत नाही.''

अखेरीस गलितगात्र होऊन तो जमिनीवर बसला. म्हणाला, ''ज्याची भीती वाटत होते, तेच झाले. सीतेचे अपहरण झाले आहे. किंवा तिला कुणीतरी जिवंत खाल्ले आहे.'' लक्ष्मण त्याच्या शेजारी गप्प उभा राहिला. त्याच्या डोळ्यांतून अश्रूंचा पूर वाहत होता.

रामाने लक्ष्मणाकडे पाहिले आणि म्हणाला, ''तुझ्यावर सीतेची जबाबदारी सोपवल्यामुळेच मी तिला एकटे सोडून गेलो होतो. तू तिला सोडून का आलास?''

भरलेल्या गळ्याने लक्ष्मण म्हणाला, ''मारीचाने तुमच्या आवाजात मारलेली हाक सीतामाईंनी ऐकल्यावर त्या घाबरल्या. मला तुमच्या मदतीसाठी जाण्यास सांगितले. मी जाण्यास नकार दिला, तर त्या मला इतके कटू बोलल्या की, मला सहन झाले नाही. मी तुमचा शत्रू आहे आणि त्यांच्याविषयी माझ्या मनात कामवासना आहे असा त्यांनी माझ्यावर आरोप केला. हे ऐकून माझे हृदय विदीर्ण झाले. तरीही मी येथून हललो नाही. पण त्यानंतर त्यांनी नदीत बुडून किंवा फास लावून आत्महत्या करण्याची मला धमकी दिली. अखेरीस असह्य होऊन मी त्यांना एकटे आश्रमात सोडून बाहेर पडलो. मात्र निघण्यापूर्वी मी आपल्या पर्णकुटीभोवती मंत्रभारित रेषा आखली. त्या लक्ष्मणरेषेच्या आतच थांबण्यास बजावून सांगितले. त्या रेषेच्या आत राहिल्या असत्या तर त्या सुरक्षित राहिल्या असत्या.''

राम लक्ष्मणास म्हणाला, ''तू सीतेला एकटीला सोडलेत हे बरोबर नाही केलेस. माझ्यामुळे ती खूप चिंताग्रस्त झाल्यामुळे तुला ती असे म्हणाली असेल. पण तू तर मला चांगल्या प्रकारे ओळखतोस. माझ्यावर कोणतेही संकट येऊ शकत नाही. तरीही तू सीतेला एकटे सोडलेस. का केलेस तू असे?''

राम अत्यंत शोकाकुल होऊन पुनःपुन्हा हा एकच प्रश्न विचारीत होता. शरद ऋतूतील सरोवराप्रमाणे आश्रम वैराण आणि उजाड वाटत होता. वृक्ष रुदन करीत आहेत असे वाटत

होते. फुलं सुकून गेली होती आणि हरणं उदास झाली होती. त्यांना गवत खाण्याची इच्छा नव्हती. झाडांच्या डहाळ्यांवर बसलेले पक्षी आपल्या उदास डोळ्यांनी रामाकडे पाहत होते. त्यांच्या कंठातले सूर जणू लुप्त झाले होते!

दुःखाने राम म्हणाला, ''प्रिये, तू गेल्यापासून फुलं कुठं नाहीशी झालीत कळत नाही. दररोज गोड आवाजात गाणारे सर्व पक्षी कोण जाणे कुठे गेलेत.''

श्रीरामाचे सांत्वन करणे अशक्य होते. तो एका वृक्षाकडून दुसऱ्या वृक्षाकडे जात सीतेबद्दल विचारत होता, ''माझ्या प्रिय सीतेने जाताना तुमच्याकडे काही निरोप नाही दिला? ती कुठे गेली हे तुम्ही मला नाही सांगणार?''

तेवढ्यात एक हरीण रामाच्या जवळ आले. त्याने तोंडाने रामास स्पर्श केला. रामाने त्याच्याकडे पाहिल्यावर त्याच्या डोळ्यांतून आसवं झरू लागली. तो त्याला म्हणाला, ''माझ्या प्रिय पत्नीचे डोळे अगदी तुझ्यासारखेच कोमल आणि कारुण्यपूर्ण होते. तू माझे सांत्वन करतो आहेस? ती कुठे गेली ते तू मला सांग ना...''

राम पुन्हा सैरावैरा धावत म्हणू लागला, ''लक्ष्मणा, मी सीतेशिवाय जिवंत राहू शकत नाही. मी तिला बरोबर न घेता अयोध्येस परत जाऊ शकत नाही. सीता नसेल तर मी माझ्या राज्याचा भोग कसा घेऊ शकेन? लक्ष्मणा, तू परत जा. त्यांना सांग की रामाचा मृत्यू झाला आहे. सीतेने माझ्यावर पूर्ण विश्वास ठेवला पण मी तिचे रक्षण करू शकलो नाही. ती माझी प्रिय पत्नी होती. पण मी तिला वाचवू शकलो नाही. आता जगून काय उपयोग आहे?'' अशा प्रकारे विलाप करीत असताना रामाचे शरीर अग्नीप्रमाणे तप्त झाले. मन दुःखमग्न झाले होते. आरामात बसणे किंवा स्थिर उभे राहणे त्याच्यासाठी कठीण झाले होते.

लक्ष्मणाने रामाला कधीही अशा अवस्थेत पाहिले नव्हते. तो रामास हळुवारपणे म्हणाला, ''प्रिय बंधू, असे दुःखीकष्टी होऊन हार मानू नका. हे वन पुष्कळ मोठे आहे. सीतामाईंना लपवून ठेवण्यासारख्या इथे पुष्कळ जागा आहेत. कदाचित त्यांना एखाद्या गुहेत लपवले असेल. आपण तिथे जाऊन नीटपणे सीतामाईंचा शोध घ्यायला हवा. नदीतटांवर, झाडांखाली बसायला त्यांना आवडायचे. आपण त्यांना अशा ठिकाणी शोधले पाहिजे. तुम्ही निराशेतून बाहेर पडा. आपण त्यांचा शोध लावू.''

असे म्हणून लक्ष्मणाने दुःखाने निष्क्रिय झालेल्या रामास प्रेरित करण्याचा प्रयत्न केला. रामाने स्वतःला सावरले. महामानवाप्रमाणे लक्ष्मणाबरोबर सीतेचा व्यवस्थित शोध घेण्यास त्याने सुरुवात केली. लक्ष्मणाने सांगितले की, सीतेस आश्रमातून निघून फार वेळ झालेला नाही. त्यामुळे सीतामाई फार दूर गेल्या नसणार. सीतेचे अपहरण विमानातून झाले असेल अशी तो कल्पनाही करू शकत नव्हता. त्याने सर्व संभाव्य जागा शोधल्या पण सीतेचा कुठेही पत्ता लागला नाही. दुःख आणि थकवा यांनी रामाची अवस्था बिकट झाली होती. तो अगदी कमजोर, हताश होऊन जवळजवळ एक तासभर जमिनीवर पडून राहिला. त्याची अगदी रया गेली होती. त्याच्या चेहऱ्यावरील धैर्य आणि शांती असलेले भाव हरवले होते. काय करावे लक्ष्मणास सुचत नव्हते. आपल्या भावाला भानावर आणण्यासाठी त्याने केलेले सर्व उपाय निरुपयोगी ठरले होते.

''लक्ष्मणा, मला वाटतं या पृथ्वीवर माझ्यापेक्षा पापी दुसरे कोणी नसेल. म्हणूनच माझ्या बाबतीत अशा एकापाठोपाठ दुर्भाग्यपूर्ण गोष्टी होत आहेत. हे संकट तर सर्वांहून भयंकर आहे. मला वाटतं, मी वेडा होऊन जाईन. मी माझे राज्य गमावले, माझ्या वडिलांना मी वंचित झालो. राक्षस आणि वन्य पशूंनी भरलेल्या या वनात एखाद्या भिक्षुकासारखा मी भटकतो आहे. माझी प्रिय पत्नी जवळ होती तेव्हा मी सारे काही सहन करत होतो. पण आता कोणा राक्षसाने माझ्या पत्नीलाही पळवून नेले आहे. तिला तो किती त्रास देत असेल! हा दगड पाहा. संध्याकाळच्या वेळी आम्ही इथे बसून अनेक गोष्टींबद्दल गप्पा मारायचो. आता मी हे दुःख सहन करू शकत नाही. हे दुःख माझे शरीर पोखरून काढते आहे. माझी मती आता कुंठित झाली आहे. सूर्य तरी किती निर्दय आहे! सीतेला कुठे नेले हे त्याला तर नक्कीच माहीत असणार पण तो ते सांगणार नाही. हा वारा सर्वत्र वाहतो. आत्ताही तो माझ्या सीतेच्या चेहऱ्यावरून फिरत असेल. तो तिचे अश्रू सुकवत असेल. पण तोही सीता कुठे आहे ते मला सांगत नाही.'' अशा प्रकारे पुनःपुन्हा शोकावेगाने बोलून राम म्हणाला, ''हे जानकी! हे वैदेही! हे मैथिली! तू परत येशील ना?''

लक्ष्मणाला रामाची दुरवस्था पाहवेना. कृष्णाने कुरुक्षेत्राच्या रणभूमीवर अर्जुनाला, आपली भीती आणि विषाद यांना सोडावे असा उपदेश केला होता, त्याचप्रमाणे लक्ष्मणाने रामाजवळ तशी प्रार्थना केली. पण सगळे प्रयत्न निष्फळ ठरले.

''चला बंधू, दुःख सोडून उठा. साहसी लोकांच्या गळ्यातच विजयश्री यशाची माळ घालते. प्रयत्न करतात, तेच सफल होतात. उठा, आपण जाऊन त्यांना पुन्हा शोधू या.''

पण लक्ष्मणाच्या बोलण्याचा रामावर काहीही परिणाम झाला नाही. तो आपल्या दुःखात पूर्णपणे बुडाला होता. लक्ष्मणाचे बोलणे त्याच्या कानांत शिरत नव्हते. लक्ष्मण न कळत सीतेच्या अपहरणास कारणीभूत ठरला होता. त्यामुळे त्याचे दुःख दुहेरी होते.

श्रीराम वारंवार विलाप करीत राहिला. ''माझे राज्य माझ्याकडून हिसकावून घेतले गेले, तेव्हा सीता माझ्या बरोबर होती. आता मला कोण धीर देणार? लक्ष्मणा, मी तिच्याशिवाय हे कठोर जीवन कसे जगू?'' हरणाकडे पाहून तो म्हणाला, ''सीता तुझी मैत्रीण होती. तुझ्यावर तिचे प्रेम होते. ती कुठे गेली आहे, ते तूसुद्धा मला सांगणार नाहीस का?''

हरीण दक्षिण दिशेस काही अंतर पळत गेले आणि पुन्हा येऊन उभे राहिले. लक्ष्मणाच्या ते लक्षात आले. ते हरीण काहीतरी संकेत देत होते.

'रामा,' लक्ष्मण म्हणाला, ''हे हरीण आपल्याला काही सांगू पाहत आहे. मला वाटतं, सीतामाईंना दक्षिण दिशेस नेले असावे. आपण तिकडेच जाऊन तपास करावयास हवा.''

लक्ष्मणाने आग्रह केल्यावर दोघे भाऊ हळूहळू लक्ष ठेवीत दक्षिणेकडे चालू लागले. रामास वाटेत अचानक कमळाच्या सुकलेल्या पाकळ्या, फुलं दिसली. ते पाहताच राम मोठ्यानं म्हणाला, ''अरे लक्ष्मणा, ते पाहा. या फुलांना मी ओळखतो. आज सकाळी मी नदीवर गेलो होतो, तेव्हा ही फुलं तिथून खुडून आणली होती आणि सीतेच्या केसांत माळली होती. सीते, माझी प्रिय पत्नी... कुठे आहेस तू?'' असे म्हणून त्याने ती फुलं उचलून हातात घेतली व त्यांवर आपले ओठ टेकले. त्याच्या डोळ्यांत अश्रू दाटले. आणि अचानक त्याचे दुःख क्रोधामध्ये परावर्तित झाले.

खदिरांगारासारखे डोळे पर्वतावर रोखून तो म्हणाला, ''मी तुला चिरडून टाकीन. माझ्या क्रोधाने मी या नदीतल्या पाण्याला शुष्क करून टाकेन. माझी पत्नी कुठे आहे हे जर तू मला सांगितले नाहीस मी सारी पृथ्वी खाक करून टाकेन.''

श्रीरामाचा हा क्रोधाविष्कार पाहून लक्ष्मण घाबरला. तो पुढे झाला आणि रामाला त्याने जमिनीवर पडलेले मोठमोठे खड्डे दाखवले. हे तर रावणाच्या पावलांचे ठसे होते. सीतेने सुटकेसाठी प्रयत्न केला, तेव्हा पळून जाऊ पाहत होती. तिच्या पावलांचे मृदू ठसेही तिथे उमटले होते. ते पाहून रामाचा शोक अनावर झाला. परंतु लक्ष्मणाने त्याला मोडलेले धनुष्य आणि तुटलेला रथ दाखवला.

श्रीरामाने अनेकवार सीतेस हाका मारल्या. नंतर तो लक्ष्मणास म्हणाला, ''हे बघ लक्ष्मणा, सीतेच्या अंगावरील दागिने आणि तिची फुलं जमिनीवर पडली आहेत. असे दिमाखदार धनुष्य कुणाचे असू शकते? इथे एक शुभ्र छत्रही पडलेले दिसते आहे. हे तर फक्त राजाच वापरतो. सीतेचे अपहरण करण्याचे दुस्साहस कोणत्या राजाने केले असेल? दोन गाढवं इथं मरून पडली आहेत. रथ चालवणारा नक्कीच कोणीतरी राक्षस असणार. त्याला जर त्याच्या सेनेच्या पराजयाचा वचपा काढायचा असेल तर तो सूड त्याने नक्कीच उगवला आहे. कारण सीतेशिवाय मी जिवंत राहू शकत नाही. लक्ष्मणा, कैकेयीने मला वनात जाण्याचा आदेश दिला, तेव्हा तू बरोबर म्हणाला होतास. तुला आठवतं? मी फार नम्र आहे आणि माझा विनय व धर्मनिष्ठा माझा भित्रेपणा ठरेल असे तू म्हणाला होतास. मी संयम ठेवून मानवतेच्या हितासाठी भिक्षुकाची भूमिका स्वीकारली. धर्माबद्दल अतूट आस्था दाखवणारे एक उदाहरण मला दाखवून द्यावयाचे होते. पण देवांनीसुद्धा मला समजण्यात चूकच केली. लक्ष्मण, सावधान! मी आजपासून बदललो आहे. मी आपली विनम्रता आणि करुणा विसरून निर्मम आणि भयानक प्रतिस्पर्धी बनेन. मी तिन्ही लोकांतील प्राण्यांना नष्ट करेन. माझ्या क्रोधात अग्नी आणि वायू हेदेखील नष्ट होतील आणि सारा देवगण असहाय होऊन मला पाहत राहील.''

असे म्हणून रामाने आपल्या धनुष्यावर बाण चढवला. लक्ष्मण त्याच्या पाया पडून सृष्टीचा विनाश करू नये म्हणून याचना करू लागला.

''हे माझ्या प्रिय बंधू रामा, तुमच्या मनात तर नेहमी जगाच्या कल्याणाचाच विचार असतो. तुम्ही अशा प्रकारे कोपायमान कसे होऊ शकता? तुमच्या व्यक्तिमत्त्वात चंद्राचे आकर्षण, सूर्याचे तेज आणि पृथ्वीमातेचे धैर्य एकवटले आहे. आपल्या रागाला तुम्ही त्यावर मात कसे करू देता? तुम्ही आणि सीतामाई दोघे मूर्तिमंत धर्म आहात. दुष्टपणा तुमचे काहीही बिघडवू शकत नाही. अखेरीस धर्माचाच विजय होतो. इथे नक्कीच कोणतीतरी लढाई झाली आहे. त्या दुरात्म्याचा ठावठिकाणा लावून त्याला शिक्षा देण्याची तुमची जबाबदारी आहे. जी सृष्टी निर्दोष आहे, तिच्यावर राग काढू नका. सीतामाईंना कुठे नेले हे आपण शोधून काढले पाहिजे. तिन्ही लोकांत आपण सीतामाईंना शोधले पाहिजे. तरीसुद्धा त्या आपल्याला सापडल्या नाहीत, तर तुम्ही खुशाल सृष्टीला नष्ट करू शकता, पण त्याआधी नाही. हे नरसिंहा, राज्याभिषेकाच्या आदल्या दिवशी तुम्ही काहीही न बोलता सर्व परीक्षा दिल्यात. वनवासातील कष्ट सहन केलेत. आता संयम सोडून कसे

चालेल? तुम्ही इतरांसाठी एक उदाहरण घालून द्यायचे आहे. तुम्हीच जर हार मानलीत तर इतर सामान्य माणसं स्वतःला अशा संकटात कशी सावरतील? संकट आलेच नाही अशी कोणती व्यक्ती आहे? आपल्या कुळाचा इतिहास साक्षी आहे. अनेक राजांच्या जीवनात कष्ट आले आणि त्यांनी मोठ्या धाडसाने त्यांना तोंड दिले. कोणतीही व्यक्ती आपल्या कर्मापासून दूर जाऊ शकत नाही. मी तर तुम्हाला नेहमी ईश्वराचे रूप मानले आहे. दुःखामुळे तुमच्यातील ईश्वर निष्क्रिय झाला आहे. पण तुम्ही दुःखाला विवेकापेक्षा वरचढ होऊ देऊ नका. मनावर संयम ठेवा. विवेकाने वागा. तुम्हाला ज्याने हे क्लेश दिले, त्या दुष्टाला शोधून काढा आणि त्याला शिक्षा द्या. एका क्षत्रियाचा हाच धर्म आहे.''

श्रीरामाने शांतपणे लक्ष्मणाचे म्हणणे ऐकून घेतले. मग त्याने सावकाश धनुष्यावरची दोरी सैल केली. आपला बाण पुन्हा भात्यात ठेवला. ''तू बरोबर म्हणतो आहेस लक्ष्मणा! मी काय करायला हवं, तूच सांग. मी तुझा सल्ला मानेन. माझी बुद्धी तर आता काही काम करत नाही. आपल्या दोघांसाठी तुलाच विचार करावा लागेल.'' तो म्हणाला.

ते दोघे पुढे चालू लागले. थोड्या वेळातच ते विशालकाय जटायूजवळ पोहोचले. सुरुवातीस त्यांना वाटले की, हा कोणी राक्षस आहे. पण जवळ गेल्यावर त्यांच्या लक्षात आले की, तो त्यांचा मित्र जटायू होता. मृत्यूपूर्वी श्रीरामाचे दर्शन व्हावे म्हणून तो व्याकूळ झाला होता.

जटायू मरणासन्न होता. त्याच्या तोंडातून रक्त वाहत होते. तो प्रयत्नपूर्वक म्हणाला, ''राम, तुम्ही इथे तुमचा वेळ वाया घालवू नका. राक्षसराज रावणाने माझ्या जीवनाचा अंत केला आहे. आपली पत्नी सीता हिचे अपहरण केले आहे. मी त्याला रोखण्याचा पुष्कळ प्रयत्न केला. त्यात मी काहीसा सफलही झालो परंतु त्याने माझ्यावर तलवारीने वार केला. सीतामाईंना घेऊन तो दक्षिण दिशेस पळून गेला. तुम्ही त्याच्या राज्यात जा. तिथे तुम्हाला सीतामाई नक्की मिळतील.''

आपल्या मित्राच्या मृत्यूस न कळत आपण कारणीभूत ठरल्यामुळे रामास वाईट वाटले. जटायूने मोठ्या धैर्याने युद्ध केले पण रावणाच्या शक्तीपुढे तो हरला. रामाने खाली बसून जटायूची गळाभेट घेतली आणि तो रडू लागला.

''हे लक्ष्मणा,'' तो म्हणाला, ''आपण सीतेला तर गमावलेच आहे आणि आता आपल्या या मित्राचाही मृत्यू आपल्याला पाहावा लागणार आहे. माझ्याइतका कमनशिबी या दुनियेत दुसरा कोणी नसेल. मला तर वाटतं, मी समुद्राला जरी स्पर्श केला तरी माझ्या करंटेपणाने तो सुकून जाईल. नियतीने मला दुःखाच्या खोल डोहात ढकलले आहे. मला कळत नाही, मी यातून बाहेर कसे पडणार...!''

जटायूजवळ बसून राम त्याला प्रेमाने कुरवाळू लागला. जटायू मरणोन्मुख झालेला होता. रामाने त्याला पुन्हा एकदा विचारले, ''शक्य असेल तर मला सांग की, हे सगळं कसं झालं? रावणाचे मी काहीसुद्धा वाकडे केलेले नसताना तो माझ्याशी असे का वागला? एवढा मोठा गुन्हा त्याने माझ्या बाबत का केला? तो कसा दिसतो? कुठे राहतो?''

रामास निस्तेज पडलेल्या जटायूकडून उत्तराची फारशी अपेक्षा नव्हती. अतीव दुःखामुळे राम बोलत होता. पण रामाचे दुःख पाहून जटायू कष्टपूर्वक हळूहळू म्हणाला,

''पुत्रा, माझे प्राण जाऊ पाहत आहेत. मी केवळ इतकेच सांगू शकतो की, तो एखाद्या चक्रीवादळाप्रमाणे अत्यंत वेगाने दक्षिणेकडे जात होता. पण तुम्ही धीर धरा. कारण ज्या वेळी रावणाने सीतामाईचे अपहरण केले, तो काळ विजयकाळ मानला जातो. त्या काळात हरवलेली गोष्ट निश्चितपणे परत मिळते. जर रावण ज्योतिषपंडित असेल तर हा अंदाज घेण्याचे तो विसरलेला दिसतो. आपल्याला सीतामाई नक्की मिळेल. तुम्ही रावणाचा वध कराल. तेव्हा कृपया दुःखी होऊ नका. माझी तुम्हाला विनंती आहे की, तुम्ही मला तुमच्या जवळ घ्या. माझा अखेरचा क्षण आलेला आहे. मी तुमच्या पवित्र हातांमध्ये प्राण सोडले तर मला मोक्ष मिळेल.'' त्यानंतर जटायू शांत झाला आणि रामाच्या हातात असताना त्याने प्राण सोडले. मृत्यूसमयी जटायूचे डोळे रामाकडे लागलेले होते. त्यामुळे जटायूला मोक्षप्राप्ती झाली.''

रामाचे हृदय विदीर्ण झाले. जटायूबरोबर घालवलेले चांगले क्षण त्याला आठवत होते. तो लक्ष्मणास म्हणाला, ''लक्ष्मणा, जटायू आपल्याला पित्यासमान होते. त्यांचे अंतिम संस्कार आपण योग्य तऱ्हेने केले पाहिजेत. तू थोडी लाकडे जमा करून आण. जटायूने माझ्यासाठी आपले प्राण दिले. मी माझ्या हातांनी त्याचे अंतिम संस्कार करेन.''

श्रीरामाने सावकाश जटायूचे मृत शरीर उचलून गोदावरीच्या नदीकाठावर नेले. योग्य ठिकाण पाहून तिथे दर्भाचे गवत पसरले. लक्ष्मणाने लाकडाची चिता रचली. रामाने जटायूचे शव प्रेमपूर्वक चितेवर ठेवले.

''हे पक्षीराज!'' राम म्हणाला, ''ईश्वर करो आणि स्वर्गलोकात जिथे कठोर तपस्या करणारे लोक आहेत, तिथे आपणास जागा मिळो.'' असे म्हणून श्रीरामाने जळत्या लाकडाने स्वतः चितेस अग्नी दिला. मग त्याने आपल्या पूर्वजांना आहुती दिली. योग्य त्या मंत्रांचे पठण केले. अंतिम संस्कार पूर्ण झाल्यावर दोघा राजकुमारांनी नदीत स्नान केले आणि उदास मनाने ते पुढील वाट चालू लागले.

वसिष्ठ म्हणतात,

''जेव्हा आपण जागे होतो, तेव्हा सृष्टीचा भास उत्पन्न होतो.

जेव्हा हा आभास संपतो, तेव्हा विशुद्ध चैतन्य शिल्लक राहते.''

हरिःॐ तत्सत

ॐ

ॐ

महायोगिने नमः।

अध्याय ८

कष्टदायक यात्रा

मन्दारमालं वचनेरसालम्
गुणैर विशालं ह्रदसप्तालम्।
क्रव्यतकालं सुरलोकपाम्
श्रीरामचन्द्रं सततम् नमामि।।

"श्रीरामचंद्रांना मी नमस्कार करतो.
श्रीराम शुभ्र फुलांचा हार घालतात
ते सर्वगुणसंपन्न आहेत. त्यांचा आवाज मधुर आहे.
श्रीराम हे देवतांचे साहाय्यक आहेत.
त्यांनी एकाच बाणाने सात ग्रंथाल वृक्ष भेदले होते."

जटायूशी झालेल्या भेटीमुळे श्रीरामाच्या मनात थोडी आशा जागृत झाली. सीतेस कोठे नेले आहे, हे तरी निदान आता त्याला कळले होते. सीतेस शोधून काढणं आता त्याच्यावर होतं. तसा प्रयत्न करण्यासाठीची दिशाही आता त्याला मिळाली होती. रामाच्या विचारांमध्ये परिवर्तन झालेलं पाहून लक्ष्मणाला दिलासा मिळाला. त्याने आपल्या भावाला इतके रागात असलेले कधी पाहिले नव्हते. त्याला तसे पाहून तो खरोखरच भयभीत झाला होता. जटायूने त्याला रावण दक्षिणेस गेल्याचे स्पष्ट शब्दांत सांगितले असल्यामुळे राम लगेचच त्या दिशेने निघाला. हा मार्ग उदासीनतेने भरलेला होता. याआधी त्या मार्गावरून जात असताना सीता त्यास अनेक प्रश्न विचारीत असे. ती कधी फुलं वेचत असे तर कधी पशुपक्ष्यांना पाहण्यासाठी मध्येमध्ये थांबत असे.

श्रीरामास काही बोलावेसे वाटत नव्हते. लक्ष्मणही त्याच्या बरोबर मूकपणे चालत होता. दोघे आपापल्या उदास विचारांमध्ये हरवले होते. लांडगे, वाघ यांनी भरलेल्या

निबिड वनात ते आत-आत जात होते. तिथे सर्वत्र भयानक दाट अंधार पसरला होता. लक्ष्मण पुढे पुढे वाट करीत चालला होते व त्याच्या मागून राम चालत होता. या ठिकाणी कुठेही ऋषींचे वास्तव्य दिसत नव्हते. ते लवकरच एका गुहेजवळ पोहोचले. त्या गुहेच्या दाराशी एक विशालकाय भयावह राक्षसीण उभी होती. ती जवळ आली आणि ती शूर्पणखेप्रमाणेच लक्ष्मणास म्हणाली, ''माझे नाव अयोमुखी आहे. तुमच्याशी विवाह करण्याची माझी इच्छा आहे. माझ्या बरोबर चला. आपण कुठेतरी दूर जाऊ या.''

लक्ष्मणाचे धैर्य गळाले. त्याच्या मनात आत्ता वेगळ्याच भावना होत्या. सीतामाईची चिंता वाटत होती. जटायूच्या मृत्यूचे दुःख सलत होते. रामाच्या वागण्याचे आश्चर्यही वाटत होते. अयोमुखीशी काहीही न बोलता लक्ष्मणाने आपली तलवार उपसली व तिचे कान, नाक आणि वक्ष कापून टाकले. ती दुःख आणि क्रोधाने ओरडत तिथून पळाली. दोघेही पुन्हा गप्पपणे पुढे चालू लागले.

लक्ष्मणास धोक्याची जाणीव झाली आणि त्याने रामास सावध केले. तेवढ्यात सारे जंगल चिरत जाणारा एक भयानक आवाज ऐकू आला. थोड्याच वेळात समोर एक प्रचंड मोठा राक्षस उभा राहिला. त्याला डोके नव्हते. त्याचे तोंड त्याच्या पोटावर होते. त्याच्या छातीवर डोळा होता. रागारागाने तो या दोघांकडे पाहत होता. गुहेसारख्या त्याच्या तोंडातून त्याची भलीमोठी जीभ बाहेर लोंबत होती. जणू आता समोरच्या भोजनाचा फडशा पाडण्यासाठी तो जिभल्या चाटत होता. त्याचे हात वृक्षासारखे लांब होते. राम-लक्ष्मणाजवळ त्याच्यापासून सुटका करून घेण्याचा मार्ग नव्हता. त्याने आपले हात लांबवून दोघांना पकडले आणि आपल्या पोटावरील मुखाजवळ त्यांना आणले.

लक्ष्मण दुःखविव्हल होता. तो म्हणाला, ''बंधो, हा राक्षस मला खाईपर्यंत तुम्ही इथून तुमच्या रक्षणार्थ निघून जा आणि सीतामाईंना शोधण्याचा प्रयत्न जारी ठेवा.''

रामाने लक्ष्मणाला धीर दिला. राक्षसाला मेजवानी मिळणार असल्याने तो फारच खूश झाला होता. तो म्हणाला, ''मनुष्याचे मांस खाऊन मला बरेच दिवस झाले. जनावरांच्या मांसापेक्षा हे मांस जास्त रुचकर असते. तुम्ही आता माझ्यापासून वाचत नाही.''

राम लक्ष्मणास म्हणाला, ''एकापाठोपाठ एक संकटे आपल्यावर कोसळत आहेत. मला आता वाटत आहे की, हा राक्षस आपल्याला खाऊन टाकणार. नियती हा असा शत्रू आहे की, त्याला आपण जिंकू शकत नाही.''

लक्ष्मण म्हणाला, ''आपण ह्या राक्षसाचे हात कापले पाहिजेत.'' हे ऐकताच त्या राक्षसाने ताबडतोब त्याला तोंडात कोंबण्याचा प्रयत्न केला. परंतु त्यापूर्वीच रामाने त्याचा उजवा हात तर लक्ष्मणाने त्या राक्षसाचा डावा हात कापला. राक्षस भयानक किंकाळी फोडत खाली पडला. त्याच्या पडण्याच्या धक्क्याने काही वृक्षही पडले. राक्षसाला कळले की, हे दोघे काही सामान्य माणसे दिसत नाहीत. मग त्याने त्यांची चौकशी केली. दोघांनीही त्याला आपली ओळख करून दिली.

त्यांचा परिचय कळल्यावर तो कबंध नावाचा राक्षस अगदी प्रसन्न झाला. म्हणाला, ''मी ऋषींच्या शापामुळे राक्षस झालो आहे. आधी मी तुम्हा दोघांसारखाच सुंदर होतो. पण वेशांतर करून ऋषींना चिडवत असे, त्यांना घाबरवत असे. एक दिवस त्यांना

घाबरवण्यासाठी मी हे भयानक रूप धारण केले. ते पाहून त्यांनी मला शाप दिला की, उर्वरित आयुष्यातही मला याच रूपात राहावे लागेल. शापमुक्त करण्यासाठी मी त्यांना विनंती केली, तेव्हा ते म्हणाले, ''जेव्हा दशरथपुत्र राम या वनात येऊन तुझे हात कापतील, तेव्हाच तुला मुक्ती मिळेल. आता तुम्ही आला आहात. हे रामा, मी तुम्हाला विनंती करतो की कृपा करून, तुम्ही माझे अंत्यसंस्कार करावेत. म्हणजे मग मी शापमुक्त होईन व माझ्या पहिल्या रूपात मी परत येईन.''

राम म्हणाला, ''माझी पत्नी सीता हिला रावण नावाच्या राक्षसाने पळवून नेले आहे. याबद्दल तुम्ही मला काही सांगू शकता का?''

कबंधाने त्याला सांगितले की, त्याला आता विस्मरण झाले आहे. तो जर पुन्हा पहिल्या रूपात आला तर त्याला काहीतरी आठवेल व तो त्याला सांगू शकेल. त्याने श्रीरामास सांगितले की, एक मोठा खड्डा खणून त्यात त्याला टाकावे व जाळावे. त्याप्रमाणे रामाने केल्यावर त्याचे अगडबंब शरीर जळून गेले व त्यातून धनू नावाची एक आकर्षक व्यक्ती उत्पन्न झाली.

त्याची स्मृती परत आली व तो म्हणाला, ''तुमच्या पत्नीला सोडवून आणण्यासाठी एका व्यक्तीची तुम्हाला मदत होऊ शकेल. तिचे नाव सुग्रीव आहे. सुग्रीव वानरांचा राजा आहे. तो वालीचा भाऊ आहे. वालीने सुग्रीवाला राज्यातून हाकलून दिले आहे. सध्या सुग्रीव आपल्या चार सहकाऱ्यांसमवेत पंपा सरोवराजवळील ऋष्यमूक पर्वतावर राहतो आहे. तो फार पराक्रमी आणि शूर आहे. तो तुम्हाला चांगली मदत करेल. तुम्ही दुःखी होऊ नका. सरळ पंपा सरोवरास जा. ऋष्यमूक पर्वताच्या पायथ्याशी राहणाऱ्या सुग्रीवाला भेटल्यावर त्या रमणीय ठिकाणी तुम्हाला शांती मिळेल. हे राम, तुम्ही त्यांच्याकडे जावे. तुमच्या कार्यात तुम्हाला निश्चित यश येईल. मातंग मुनींची एक वृद्ध शिष्या तिथे तुमची वाट पाहत आहे. तिचे नाव शबरी आहे. आता मला तुम्ही देवलोकी जाण्याची परवानगी द्यावी.'' असे म्हणून तो दिव्य पुरुष अंतर्धान पावला.

या अनपेक्षित भेटीत राम-लक्ष्मणांना शांतिदायक संदेश मिळाला. त्यामुळे ते आनंदित झाले आणि त्यांनी शबरीच्या आश्रमात जाण्याचे ठरवले.

दोन दिवसांच्या प्रवासानंतर दोघे जण पंपा सरोवराजवळ पोहोचले. सरोवराच्या काठावरच शबरीचा आश्रम होता. शबरी वृद्ध होती आणि वृद्धत्वामुळे तिच्या अंगावर सुरकुत्या पडल्या होत्या. तिचे लांब वाढलेले केस जमिनीला टेकत होते. ती अनेक वर्षांपासून श्रीरामाची प्रतीक्षा करीत होती. त्याला पाहताच तिने त्याला ओळखले. रामाने तिची आपुलकीने विचारपूस केली. तिच्या तपश्चर्येविषयी विचारले.

शबरीने नम्रतापूर्वक श्रीरामास नमस्कार केला व म्हणाली, ''प्रभो, माझ्या तपश्चर्येचे फळ आज माझ्या समोर आहे. तुमची दृष्टी माझ्यावर पडली; यानेच मी पवित्र झाले. मला आता नक्कीच मोक्ष मिळेल. इतकी वर्षे मी ज्या ऋषींची सेवा केली, ते सर्व जण स्वर्गलोकात गेले. त्यांनी मला इथेच तुमची वाट पाहण्यास सांगितले होते. इतक्या वर्षांपासून मी तुमची वाट पाहते आहे. रोज वनात जाऊन मी तुमच्यासाठी फळं घेऊन येते.''

शबरीने आत जाऊन फळांची टोपली आणली. त्यात बोरे होती व ती चाखलेली दिसत होती. गोड बोरं तिने आपल्या देवासाठी वेगळी ठेवली होती. कुणाला आपलं उष्टं खाण देऊ करणं शिष्टसंमत मानलं जात नाही. पण शबरी ही आदिवासी असल्याने तिला या प्रथा माहीत नव्हत्या. तिने एवढेच लक्षात ठेवले होते की, आपल्या देवाला उत्तम फळे मिळाली पाहिजेत. शबरीने रामाला बसवले आणि त्याच्या शेजारी बसून तिने स्वतः त्याला फळं भरवली. शबरीने दिलेली सर्व फळे रामानं खाल्ली. कारण त्यानं तिचं मन ओळखलं होतं. मात्र ते पाहून लक्ष्मणाला नवल वाटलं. लक्ष्मण आश्चर्यानं पाहत होता आणि राम गालातल्या गालात हसत फळं खात होता. त्यानंतर शबरीने परलोकात जाण्याची परवानगी मागितली.

राम शबरीला म्हणाला, ''तुम्ही खरंच पूर्ण ज्ञानी आहात. तुमच्या सर्व इच्छा पूर्ण होतील. ज्या ऋषींची तुम्ही इतक्या निष्ठेने सेवा केलीत, तिथे तुम्हाला नक्कीच ऋषींच्या जागी स्थान मिळेल.'' श्रीरामाचे हे शब्द ऐकून शबरी आनंदित झाली. ती ध्यानमुद्रेत बसली आणि आपल्या तपोबलाने तिने प्राणत्याग केला.

शबरीचे देहावसान झाल्याचे पाहून दोघे भाऊ सरोवराच्या काठाने चालू लागले. तिथले पावित्र्य पाहून दोघेही निःशब्द झाले होते. ऋषींच्या तपश्चर्येच्या लहरींचा प्रभाव इतका प्रबळ होता की, वाघ आणि कोकरं निर्भय होऊन एकमेकांबरोबर हिंडत होते. या जागी रामाच्या व्याकूळ मनःस्थितीस शांती मिळाली. पण जास्त वेळ इथे घालवून चालणार नव्हते. ऋष्यमूक पर्वतावर जाऊन तातडीने सुग्रीवास भेटणे आवश्यक होते.

लवकरच ते एका वेगळ्या सरोवराच्या काठावर पोहोचले. इथेही भरपूर निसर्गसौंदर्य होते. फुलांनी बहरलेल्या झाडांची कमतरता नव्हती. सरोवराच्या काठावर गवत, फुलं यांची दाटी झाली होती. मोर नृत्य करीत होते. पक्षी मधुर स्वरात कूजन करीत होते. हे सारे पाहून रामाचे मन इतके भरून आले की, त्याने लक्ष्मणास सांगितले, ''आता इथून पुढे मी येऊ नाही शकत. तूच सुग्रीवाला जाऊन भेट. हे ऐकून लक्ष्मणास मोठेच आश्चर्य वाटले. त्याने विचारलं, ''काय झालं? का येत नाही तुम्ही?''

''इथलं निसर्गसौंदर्य पाहून माझ्या मनात सीतेच्या विरहाचं दुःख अधिकच वाढू लागलं आहे. मी तिच्याशिवाय राहू शकत नाही. हे ठिकाण तिला किती आवडलं असतं. सीतेला भेटल्यावाचून माझ्या मनाला शांती मिळणार नाही. तूच माझ्या वतीनं सुग्रीवाला भेट. मी इथे माझ्या पत्नीच्या आठवणींत रमतो. वसंत ऋतू आहे हा लक्ष्मणा! या ऋतूत माझ्या पत्नीच्या आठवणी मला आणखीच येत राहतात. प्रतिदिनी माझ्या मनात सीतेबद्दलचे प्रेम वाढत जाते. कमलपुष्पांनी भरलेल्या या सरोवराचे सौंदर्य पाहा. ही फुलं तोडून सीतेच्या केसांत माळायला फार आवडायचं. माझे हृदय कामदेवाच्या बाणांनी विद्ध होते आहे. माझे मन विदेहीच्या राजकुमारीशिवाय कुठेच लागत नाही. सुगंधित वारे माझ्या चेहऱ्यावर फुलांच्या पाकळ्यांप्रमाणे फिरते आहे. जणू सीताच मला स्पर्श करते आहे! कोकिळेच्या कूजनावर वारा जणू नाच करतो आहे. झाडांवरील फांद्या बघ; कशा एकमेकींना लपेटून बसल्यात. जणू त्या एकमेकींना मिठी मारत आहेत. चंदनाच्या सुगंधाने माझे शरीर सुगंधित होते आहे. सीतेला हा सुवास फार आवडतो. मी शोकसागरात बुडून चाललो आहे. आता यातून मला केवळ सीताच सावरू शकेल. पण ती माझ्यापासून

फार दूर गेली आहे. लक्ष्मणा, या पक्ष्यांना पाहा. ते सर्व जण जोडीने उडत आहेत. हाय! सीते, तू कुठे आहेस? लक्ष्मणा, मी सीतेच्या विरहाने व्याकूळ झालो आहे. माझे शरीर जळते आहे. मला तिचे टपोरे काळेभोर डोळे, मधुर आवाज आणि मनोहर स्पर्शाची फार आठवण येते आहे. मी तिच्यापासून वेगळा होऊन कसा जगू? तिलाही हा ऋतू फार आवडतो आणि तीही माझ्यासारखीच दुःखी असेल. लक्ष्मणा, मला सीतेची फार काळजी वाटते आहे. मी आशा करतो की, ती आत्महत्या करणार नाही. माझे जीवन आता तिच्या हातात आहे आणि तिचे जीवन माझ्या हातात आहे. आम्ही दोघे एकमेकांशिवाय राहू शकत नाही. इथली प्रत्येक गोष्ट माझ्या मनात सीतेची आठवण जागवते आहे. मी हे दुःख सहन करू शकत नाही.''

लक्ष्मणास आधी वाटत होते की, राम आपल्या दुःखातून बाहेर पडले आहेत. पण आता त्याला असे वाटेना. रामाची कशी समजूत घालावी हे त्याला कळेना. आपल्या भावाच्या मनात सीतामाईंबद्दल इतक्या उत्कट भावना असतील याची त्याने कधी कल्पनाच केलेली नव्हती. आपली पत्नी उर्मिला हिच्याबद्दल एवढ्या तीव्र भावना आपल्या मनात नाहीत याने त्याला बरे वाटले. तो तिला विनासायास सोडून रामाबरोबर वनात आला. त्याचे पूर्ण आयुष्यच रामाशी बांधलेले होते. आपण सतत रामाबरोबर असतो यातच त्याला आनंद होता. शेवटी रामाची समजूत काढत लक्ष्मण म्हणाला, ''सीतामाई किती चांगल्या आहेत आणि त्यांच्यासारखी दुसरी स्त्री असूच शकत नाही हे मी जाणतो. पण आपण असे भावनांच्या वादळात कसे फसता आहात? एका क्षणाचाही विचार न करता तुम्ही राज्याचा त्याग केलात व शांतपणे वनवास पत्करलात. तुम्ही सिंहासारखे साहसी आहात. तुम्ही इतके शोकमग्न का होत आहात? आपण चालत राहिलं पाहिजे. सीतामाईंचे अपहरण करणाऱ्याला शोधून काढायला हवे. त्याला चांगली शिक्षा द्यायला हवी. शिवाय तुम्ही सुटका करण्यासाठी याल म्हणून सीतामाई तुमची प्रतीक्षा करीत असेल असे नाही का तुम्हाला वाटत? तुम्ही दुःखी होऊन नुसते बसून राहिला असाल असं तर तिला वाटत नसणार. कसेही करून तुम्ही त्यांचा पत्ता लावाल अशी त्यांना आशा असेल. म्हणून तुमचा निग्रह आणि साहस सोडू नका. विरहाचा विचार करीत राहिलात तर दुःख वाढतच जाईल. दुःखाचा त्याग करा. आपल्याला सीतामाईंना शोधून काढायचे आहे. रावणाने त्यांना या लोकी किंवा इतर दुसऱ्या कुठल्या लोकात जिथे कुठे कैद करून ठेवले असेल तिथे आपण शोध घेतला पाहिजे. उठा, दुःखाचा त्याग करा. निर्भय व्हा आणि दृढतापूर्वक शांत मनाने चला. उत्साहाने प्रयत्न केल्यास आपण हवे ते साध्य करू शकू.''

लक्ष्मणाचे बोलणे ऐकून राम सावरला. आपली निराशा झटकून तो उभा राहिला आणि ठामपणे पावले टाकीत ऋष्यमूक पर्वताच्या दिशेने चालू लागला. राम उत्सुकतेने धबधबे, पक्षी, फुलं पाहत होता. पण आता तो काही बोलत नव्हता. आपले मन सैरभैर होऊ नये याची तो काळजी घेत होता. कोणतीही किंमत देऊन सीतेला वाचवणे हे सगळ्यात महत्त्वाचे होते. लवकरच ते दोघे पर्वताजवळ पोहोचले. त्यांनी पर्वत चढण्यास सुरुवात केली. चढत असताना वाटेत कुणी सुग्रीवासारखी व्यक्ती दिसते का, हे पाहत ते चालले होते.

''राम इच्छापूर्ती करणाऱ्या वृक्षांच्या खऱ्याखुऱ्या उद्यानासारखे आहेत.
ते सृष्टीस मोहित करतात. आपल्या दुःखांचा अंत करतात.
राम हेच आपले दैवत आहे.''

हरिःॐ तत्सत

ॐ

ॐ

सप्ततल प्रणेत्रे नमः!

खंड ४

किष्किंधा कांड

ॐ

सदाहनुमदाश्रिताय नमः!

अध्याय १

प्रसिद्ध भेट

बुद्धीरबालं यशोधरायम्
निर्भयत्वं अरोगता।
अजड्यं वाक्पादुत्वं च
हनुमद् स्मरणाद् भवेत।।

"मारुतीरायांचे स्मरण केल्याने आपल्याला
बुद्धी, धैर्य, प्रसिद्धी, निर्भयता, स्वास्थ्य, ऊर्जा
आणि वाक्पटुत्व प्राप्त होते."

ऋष्यमूक पर्वताच्या शिखरावर सुग्रीव आपल्या चार मंत्र्यांबरोबर बसला होता. दोन अनोळखी व्यक्ती पर्वत चढून येत असल्याचे त्याने पाहिले. त्याचा भाऊ वाली याने त्याला इतक्या वाईट तऱ्हेने मारपीट केली होती की त्याला सदोदित वालीच्या गुप्तहेरांची भीती वाटत असे. पर्वतशिखरावर आपल्यासाठी त्याने असे स्थान निवडले होते की, तिथे बसून तो सगळीकडचे पाहू शकत होता. जवळपास दहा मैलांच्या प्रदेशातील प्रत्येक हालचालीची बित्तंबातमी त्याला लागत असे. त्या दोन आकर्षक युवकांना येताना पाहून तो काळजीत पडला. ते दोघे वालीचे गुप्तचर असतील असे त्याला वाटू लागले. मारुती त्याचा प्रमुख मंत्री होता. त्याने आपल्या स्वामींना शांत करण्याचा प्रयत्न केला. त्याच्या मनातली भीती काढून टाकण्याचा प्रयत्नही केला पण सुग्रीव अस्वस्थ झाला होता.

"हे दोघे तपस्व्याच्या वेशात आहेत पण तू पाहा, त्यांच्याजवळ धनुष्यबाणही आहे. कमेरला बांधलेल्या तलवारींची चमक इथूनही दिसते आहे. यांना माझी हत्या करण्याच्या हेतूनेच वालीने पाठवले असणार अशी मला खात्री वाटते. हे हनुमंता, मी तुला विनंती करतो की, तू जाऊन त्यांना भेट. इथे येण्याचे त्यांचे उद्दिष्ट काय आहे, ते जाणून घे.

त्यांच्याशी प्रेमाने बोल. त्यांनी या निर्जन ठिकाणी येण्याचे खरे कारण काय आहे ते नीट विचारून घे.''

मारुतीराय पवनपुत्र होते. ते अत्यंत शक्तिशाली आणि बुद्धिमान होते. ते आपल्या इच्छेने कोणतेही रूप धारण करू शकत होते. त्यांनी ब्रह्मचाऱ्याचे रूप घेतले. मग ते रामलक्ष्मण यांच्या जवळ जाऊन पोहोचले. त्यांच्याशी गोड आवाजात बोलू लागले. ही भेट नक्कीच महत्त्वपूर्ण होती. गणपतीनंतर हिंदू देवतांमध्ये मारुतीराय सर्वप्रिय आहेत. रामाशी असलेल्या अतूट निष्ठेसाठी ते प्रसिद्ध होते. मात्र ही त्यांची पहिलीच भेट होती.

श्रीरामांचे एक असे प्रिय वैशिष्ट्य होते की, कुणीही त्यांना भेटल्यावर त्यांच्याकडे आकर्षित झाल्याशिवाय राहत नसे. या भेटीत मारुतीराय रामांना म्हणाले, ''आपण कोण आहात, ते मला सांगा. तुम्ही दिसायला तपस्वी दिसता पण तुमच्याकडे शस्त्रास्त्रे आहेत. एखाद्या महालात असण्याऐवजी तुम्ही या पर्वतावर का फिरता आहात? मी बऱ्याच वेळापासून तुम्हाला पाहतो आहे. तुम्ही कुणाच्या शोधात आहात का? तुम्ही दोघेही देखणे आहात पण तुमच्या चेहऱ्यावर औदासीन्य आहे. मी आधी माझी ओळख करून देतो. मी पवनपुत्र मारुती आहे. वानरांचा राजा सुग्रीव यांचा मी मंत्री आहे. त्यांना त्यांचा भाऊ वाली याने राज्याबाहेर हाकलून दिले आहे. ते या पर्वतावर राहतात. त्यांना तुमच्याशी मैत्री करायची आहे. तुम्ही इथे कोणत्या कारणाने आला आहात हे जाणून घेण्यासाठी त्यांनी मला धाडले आहे. मी खरं तर वानर आहे पण मी कोणतेही रूप धारण करू शकतो.''

मारुतीरायाचे बोलणे ऐकून रामास हुरूप आला. तो लक्ष्मणास म्हणाला, ''लक्ष्मणा, मारुतीराय अत्यंत निष्ठावान आणि वेदांचे ज्ञानी आहेत असे वाटते. सुग्रीव यांच्याशी मैत्री करण्याची आपली इच्छा आहे, त्यांचेही तेच उद्दिष्ट आहे असे दिसते. कृपया, तू यांच्याशी बोल आणि बाकी सारी माहिती विचारून घे.''

लक्ष्मण म्हणाला, ''आम्ही दोघे सुग्रीव यांच्याशी मैत्री करण्याच्या हेतूनेच इथे आलो आहोत. तुमची इच्छा असेल तसे करण्याची आमची तयारी आहे.''

लक्ष्मणाचे उत्तर ऐकून मारुतीरायांना आनंद झाला. दंडकारण्यासारखे भयानक अरण्य ओलांडून, अशा निर्जन ठिकाणी येऊन, सुग्रीवाशी मैत्री करण्याचे कारण त्यांनी विचारले.

लक्ष्मणाने प्रथेअनुसार आपल्या वंशाची ओळख करून दिली आणि ऋष्यमूक पर्वतावर येण्याचे कारणही सांगितले. ''अयोध्येचा राजा दशरश यांचा पुत्र राम यांचा मी धाकटा भाऊ आहे. रामांना चौदा वर्षे वनावासास पाठवले आहे. माझ्यासाठी राम हेच माझे प्रभू आहेत. त्यांची इच्छा पूर्ण करणे हा माझा धर्म आहे. म्हणून मी त्यांच्या बरोबर वनात आलो आहे. त्यांची पत्नी सीतामाई याही आमच्या बरोबर आल्या होत्या. परंतु राक्षसांचा राजा रावण याने त्यांचे अपहरण केले. आम्हाला असं कळलं की, आपले स्वामी सुग्रीव हे आम्हाला सीतामाईंचा शोध घेण्यास मदत करतील; म्हणून आम्ही इथे आलो. नियतीची करणी पाहा, जे दीनदुबळ्यांना आश्रय देतात, त्याच रामांना आज स्वतःसाठी कोणाचीतरी मदत घेणे भाग पडते आहे.''

मारुतीने त्याची कहाणी लक्षपूर्वक ऐकली. मग म्हणाला, ''माझे स्वामी सुग्रीव हे सध्या फार मोठ्या संकटात आहेत. त्यांच्या पत्नीचे त्यांच्या भावाने अपहरण केले आहे.

आता त्यांना या निर्जन पर्वतावर राहणे भाग पडले आहे. मी तुम्हाला त्यांच्याकडे घेऊन जातो. माझी खात्री आहे की, ते तुम्हाला नक्कीच मदत करतील. मात्र हे पर्वतशिखर बरेच उंच आहे. मी तुम्हा दोघांना माझ्या खांद्यावर बसवून तिकडे घेऊन जातो.'' असे म्हणून मारुतीने त्या दोघांना सहजतेने आपल्या पाठीवर बसवले आणि त्यांना घेऊन मारुती सुग्रीवाकडे आला. त्या दोघांशी कशा प्रकारे भेट झाली, हे सुग्रीवास सांगितले. रामलक्ष्मण कशासाठी इकडे आले आहेत, तेही सांगितले. त्यांन सुग्रीवास सुचवले की, या दोघा भावंडांशी मैत्री करावी व शक्य तेवढी त्यांना मदत करावी. या दोघांना वालीने पाठवलेले नाही हे कळल्यावर सुग्रीवास बरे वाटले व त्याने दोघांचे यथोचित स्वागत केले.

सुग्रीवाने हात पुढे करीत रामास म्हटले, ''या, आपण आपले मैत्रीसंबंध असे काही प्रस्थापित करू या की त्यांना कोणीही तोडू शकणार नाही.''

रामाने सुग्रीवाचा हात हातात घेतला. त्यानंतर मारुतीरायाने अग्नी प्रज्वलित करून फुलांनी त्याची पूजा केली. राम आणि सुग्रीव यांनी अग्नीभोवती तीन प्रदक्षिणा घातल्या आणि सदैव मित्र राहण्याची शपथ घेतली. रामाने अशी प्रतिज्ञा केली की, तो वालीचा वध करेल व सुग्रीवास त्याचे राज्य परत मिळवून देईल. सुग्रीवानेही रामास त्याची पत्नी मिळवून देण्याची शपथ घेतली. मग मारुतीरायाने झाडाच्या डहाळ्यांचे आसन बनवले व दोघे भाऊ त्यावर बसले. सुग्रीवाने रामास आपली दुःखाने व्यापलेली कहाणी ऐकवली.

''माझा भाऊ वाली याने माझ्या पत्नीला कैद करून मला राज्यातून हाकलून दिले. त्याच्यापासून कसाबसा बचाव करीत मी या पर्वतावर आलो. या पर्वतावर वाली येऊ शकत नाही कारण त्याला ऋषींनी तसा शाप दिला आहे. तुम्हाला मी विनंती करतो की, माझे राज्य आणि माझी पत्नी मला परत मिळवून देण्यास मदत करावी.''

सुग्रीवाची कथा ऐकून राम हळवा झाला. त्याची स्वतःची कथाही काही वेगळी नव्हती. त्याने सुग्रीवास मदत करण्याचे वचन दिले.

सुग्रीव पुढे म्हणाला, ''माझे मंत्री मारुती याने तुमच्याबद्दल मला सगळे सांगितले आहे. आणि मी तुम्हाला वचन देतो की, तुमची पत्नी शोधण्यासाठी मी तुम्हाला मदत करेन. काही दिवसांपूर्वी आम्ही पाच जण या पर्वतावर बसलो होतो. तेव्हा आकाशमार्गाने एक राक्षस एका सुंदर स्त्रीला घेऊन जाताना आम्ही पाहिले. 'हे राम! हे लक्ष्मण!' असे ती स्त्री ओरडत होती. ती तुमचीच पत्नी असणार. आम्हाला पाहून तिने एका वस्त्रात काहीतरी गुंडाळून आमच्याकडे फेकले. आम्ही ते सांभाळून ठेवले आहे. हे पाहा.''

असे म्हणून सुग्रीवाने ते गाठोडे रामास दाखवले. त्यातील पिवळे वस्त्र पाहताच रामाचा चेहरा उतरला. त्याचे हात कापू लागले. त्यात बांधलेले दागिने पाहून तर तो अवाक झाला व लक्ष्मणास म्हणाला, ''मी कसेबसे माझे दुःख गिळले होते पण आता माझ्या पत्नीचे हे दागिने पाहून माझे दुःख पुन्हा उफाळून आले. कृपा करून सांग की, हे दागिने सीतेचेच आहेत ना? दुःखाश्रूंनी मला नीट दिसतही नाही.''

लक्ष्मण म्हणाले, ''मी सीतामाईच्या चेहऱ्याकडे नजर वर करून कधी नीटसे पाहिले नाही. त्यामुळे गळ्यातला हार मी ओळखू शकत नाही. पण हे पैंजण त्यांचेच आहे. मी रोज त्यांच्या पाया पडत असल्यामुळे मी ते चांगले ओळखतो.''

त्या दिवशी सुग्रीवाने कायकाय पाहिले, हे मोठ्या उत्सुकतेने रामाने सुग्रीवास विचारले. त्याने रावणाबद्दलही माहिती विचारली. सुग्रीव रामास म्हणाला की, दुर्दैवाने त्याला रावणाबद्दल जास्त काही माहिती नाही. त्यांनी फक्त इतकेच पाहिले की ती स्त्री अत्यंत दुःखात होती. तिच्या हाका मारण्यावरून कळत होते की, तिचे अपहरण होते आहे. सुग्रीवाने रामास वचन दिले की, काहीही असले तरी आपण लवकरच सीतामाईंना मुक्त करू या.

''तुम्ही आशा ठेवा. धीर धरा. कृपा करून दुःखी होऊ नका.'' सुग्रीव म्हणाला. त्याचा स्वभाव अगदी मृदू होता. श्रीरामाचे दुःख त्याला पाहवत नव्हते. ''एक मित्र आपल्या मित्राचे दुःख स्वतःचेच मानतो. मला तुमचं दुःख सहन होत नाही. तुमची पत्नी शोधण्याचा मी पुरेपूर प्रयास करेन यावर विश्वास ठेवा.''

त्यानंतर सुग्रीवाने आपल्या हकालपट्टीबद्दल रामास सविस्तर सांगितले, ''वाली माझा मोठा भाऊ. माझ्या वडिलांनी त्याला राजा म्हणून नेमले. वाली किष्किंधामध्ये राहतो. एक दिवस दुंदुभी नावाच्या राक्षसाने रेड्याचे रूप घेऊन वालीला युद्धासाठी ललकारले. दुंदुभीला युद्ध करण्याची फार खुमखुमी असते. त्याने एकदा समुद्राला आव्हान दिले होते पण समुद्राने त्याला आपल्या लाटांनी मागे ढकलले. दुंदुभीचे पुढचे लक्ष्य हिमालयराज हिमवान होते. त्यानेही दुंदुभीला बर्फ आणि गारांच्या मुसळधार पावसाने जेरीस आणले.

''शेवटी दुंदुभी किष्किंधेस आला. त्याने वालीला युद्धासाठी आव्हान दिले. बराच वेळ युद्ध झाल्यानंतर वालीने त्याची मान मुरगळली आणि त्याच्या निर्जीव शरीराला उचलून मैलोगणती लांब असलेल्या पर्वतावर फेकून दिले. त्याचे शव हवेत असताना त्यातून रक्ताचे काही थेंब मातंग ऋषींच्या यज्ञवेदीवर पडले. ते ऋषी त्या वेळी तिथे तपश्चर्या करीत होते. ऋषींनी वालीला असा शाप दिला की, जर तो कधी त्या पर्वतावर गेला, तर त्याच्या मस्तकाची छकले होतील. म्हणून मी ह्या पर्वताच्या आश्रयास आलो; कारण वाली इथे येऊ शकत नाही.

''दुंदुभीच्या मुलाचे नाव मायावी असे होते. तो वालीचा सूड घेण्यासाठी किष्किंधा नगरीत आला. त्याने वालीला युद्धासाठी आव्हान दिले. मी आणि वाली बाहेर आलो तर मायावी पळाला. आम्ही मायावीचा पाठलाग केला. तो एका गुहेत घुसला. वालीही त्याच्या पाठोपाठ गुहेत घुसला. मला त्याने बाहेर प्रतीक्षा करण्यास सांगितले. मी गुहेबाहेर एक वर्ष वाट पाहिली. एक दिवस गुहेतून रक्ताचा ओघळ बाहेर आलेला मी पाहिला. मायावीची किंकाळीही मोठ्यांदा ऐकू आली. मला वाटले, माझा भाऊ मारला गेला. बाहेर येऊन मायावी मलाही ठार करेल या भीतीने मी एका मोठ्या शिळेने गुहेचे दार बंद केले. मी उदास मनःस्थितीत किष्किंधेस परत आलो. सगळ्यांना घडलेली हकिकत सांगितली. मग वालीच्या मंत्रिगणाने मला राज्याभिषेक केला.

''यानंतर बराच काळ गेला आणि एक दिवस वाली परत आला. मी राजा झाल्याचे पाहिल्यावर तो फार संतापला. मला तो पुष्कळ अद्वातद्वा बोलला. त्याला वारशाने मिळालेले राज्य मी हडप केले आणि त्यासाठीच मी सारे कारस्थान रचले असा त्याने माझ्यावर आरोप केला. मी त्याला प्रेमाने समजावण्याचा प्रयत्न केला. जे घडले, ते त्याला

सांगितले. 'आता तूच राज्यावर बैस,' असेही मी म्हणालो. पण त्याने माझे काहीही ऐकले नाही. त्याने मारून-हाणून मला राज्यातून हाकलून दिले. माझ्या पत्नीस आपली पत्नी म्हणून त्याने त्याच्याकडेच ठेवले. मी अनेक वर्षे भिक्षुक होऊन फिरत राहिलो. अखेरीस या पर्वतावर वाली कधीही येऊ शकत नाही म्हणून इथेच आसरा घेतला. हे रामा, माझ्या भावाने मला दिलेले दुःख, माझा केलेला अपमान मी कधीही विसरू शकणार नाही.'' असे म्हणून सुग्रीव जोरजोराने रडू लागला.

श्रीरामाने त्याचे सांत्वन केले. वालीला मारून सुग्रीवस त्याचे राज्य परत मिळवून देण्याचे त्याला वचन दिले. सुग्रीवाचा रामावर विश्वास होता हे खरे; पण वाली अत्यंत बलशाली असल्याने त्याला पराभूत करणे रामास शक्य होईल का याबद्दल तो साशंक होता.

सुग्रीव म्हणाला, ''वालीच्या अंगी हजार हत्तींचे बळ आहे. तो चालताचालता सहज गंमत म्हणून बाजूची झाडे उपटून फेकतो. पर्वतशिखर उपटून लांब समुद्रात फेकून देऊ शकतो. चला, मी तुम्हाला दुंदुभीचा भलामोठा सांगाडा दाखवतो. इथून तो काही फार लांब नाही.''

असे म्हणून सुग्रीव रामास घेऊन त्या सांगाड्यापाशी आला. त्याने रामास ग्रंथालचे सात मोठे वृक्ष दाखवले. त्या सातही वृक्षांना एकाच वेळी हलवून वाली हसत त्याची पाने खाली पाडत असे.

वालीचे हे सगळे पराक्रम लक्ष्मण मजेत ऐकत होता. त्याच्या लक्षात आले की, सुग्रीवास रामाच्या शक्तीवर शंका आहे. तो सुग्रीवास म्हणाला, ''मला वाटतं, तुम्हाला रामांच्या पराक्रमाबाबत शंका आहे. तुम्हीच सांगा, रामांनी असे काय केले म्हणजे त्यांच्या सामर्थ्यावर तुमचा विश्वास बसेल?''

सुग्रीवाने ओशाळे होऊन मान खाली घातली. कारण लक्ष्मणाने त्याच्या मनातला भाव बरोबर ओळखला होता. ''कृपया, गैरसमज करून घेऊ नये,'' तो म्हणाला, ''मी वालीचा एवढा धसका घेतला आहे की, रामासारखा कोणी सडसडीत, सुंदर पुरुष वालीचा पराभव करेल यावर माझा विश्वास बसत नाही. तुम्हाला हे समोरचे भलेमोठे सात वृक्ष दिसतात ना? वाली एकाच बाणाने वृक्षाचा भंग करतो. राम असे करू शकतील? ते दुंदुभीचा सांगाडा एका पायावर पेलू शकतील? रामांनी जर ह्या दोन गोष्टी करून दाखवल्या तर मी त्यांच्या बाबतीत निःशंक होईन.''

सुग्रीव रामास म्हणाला, ''मी तुमची परीक्षा घेतो आहे, किंवा तुमच्याकडून शक्ति-प्रदर्शन करून घेऊन तुमचा अपमान करतो आहे असे कृपा करून समजू नका. तुम्ही वालीचा सामना करू शकाल याची मला खात्री पटल्याशिवाय तुमची वालीशी भेट व्हावी असे मला वाटत नाही.''

रामाने आत्मविश्वासाने स्मितहास्य केले व म्हणाला, ''मी तुझी भीती समजू शकतो. तुला माझ्याबद्दल विश्वास वाटावा यासाठी मी प्रयत्न करेन.'' असे म्हणून राम दुंदुभीच्या सांगाड्याजवळ आला. त्याने एका पायाने त्याचा सांगाडा उचलला आणि दहा मैल दूर फेकून दिला. सुग्रीव प्रभावित झाला पण तरीही त्याच्या मनात अजून धाकधूक होतीच.

''वालीने दुंदुभीचे शरीर उचलले, तेव्हा त्याचा नुकताच मृत्यू झाल्याने तो जड होता. या ग्रंथाल वृक्षांपैकी कोणत्याही एका वृक्षाचा तुम्ही बाणाने भेद केलात तर माझे समाधान होईल.''

रामाने हसून आपल्या धनुष्यावर बाण चढवून तो सोडला. तो बाण सोनेरी विजेसमान चमकत गेला आणि एकाच वेळी सातही वृक्षांना चिरत गेला. श्रीरामाच्या बाणांनी सातही वृक्ष कापले जाऊन धरणीवर कोसळले.

हा अद्‌भुत पराक्रम पाहून पाचही वानर आनंदाने वेडे झाले. सुग्रीवाची शंका दूर झाली. त्याने रामांची गळाभेट घेऊन त्यांच्या शक्तीवर शंका घेतल्याबद्दल त्यांची क्षमा मागितली.

''आपण ताबडतोब किष्किंधेला जाऊन वालीला ठार करू या.'' सुग्रीव उत्साहाने म्हणाला.

रामाने त्याचे म्हणणे मान्य केले. तो म्हणालो, ''आधी तुम्ही वालीकडे जाऊन युद्धासाठी त्याला आव्हान द्या. मी झाडामागे लपून थांबतो आणि संधी मिळताच मी वालीचा वध करेन.''

राम विनंती करतात, '

'हे परमपूज्य, कृपया देवाचे वर्णन करा.''

वसिष्ठ म्हणतात, '

'ईश्वर हे असे ज्ञान आहे, ज्यामध्ये नावांचं आणि आकृत्यांचं ब्रह्मांड सामावलेले आहे.

ईश्वर म्हणजे अशी पोकळी आहे, ज्यामध्ये ब्रह्मांडाच्या अस्तित्वाचे दर्शन होते.

ईश्वरामध्ये कर्ता-कर्म यांचा कोणताही संबंध नसतो.

आपल्या मनातले चैतन्य ईश्वरामध्ये पर्वताप्रमाणे स्थिर होते.''

हरि:ॐ तत्सत

ॐ

ॐ

वालीप्रमथनाय नमः!

अध्याय २

सुग्रीवाशी मैत्री

लक्ष्मीविलासं जगतम्निवासम्
भूदेव वासं शरदिन्दुहासम्।
लंकाविनाशं भुवनाप्रकाशम्
श्री रामचन्द्रं सततं नमामि।।

"मी श्रीरामचंद्रांना नमस्कार करतो
त्यांच्याजवळ लक्ष्मीचा निवास आहे
ते पृथ्वीचे ईश्वर आहेत
त्यांचे हास्य शरद ऋतूतील चंद्राप्रमाणे तेजस्वी आहे
ते संपूर्ण जगाचे प्रकाश आहेत
त्यांनी लंकेस पराभूत केले."

खरे तर सुग्रीव भयानं कापत होतो. पण तो गडाच्या दारावर पोहोचले आणि त्याने गर्जना करून वालीला द्वंद्वासाठी पाचारण केले. वालीचा आपल्या कानांवर विश्वास बसेना. त्याला वाटले, सुग्रीव नक्कीच वेडा झालाय; नाही तर त्याने असे धाडस केले नसते. वाली उपहासाने हसू लागला. सुग्रीवाने वालीला पुन्हा द्वंद्वयुद्धाचे आव्हान दिले. वालीने निश्चय केला की आता याला धडा शिकवलाच पाहिजे. तो गर्जना करीत बाहेर आला. नगराच्या दाराबाहेर तो आला, तेव्हा असे वाटले की जणू एखादा पर्वतच चालत येतो आहे. सुग्रीव घाबरून थरथर कापू लागला पण तो तसेच ठामपणे उभा राहिला. राम त्याच्या मदतीसाठी येतील याची त्याला खात्री होती. नगरद्वाराजवळ दोघेही एकमेकांना भिडले. राम आणि लक्ष्मण दोघे झाडांमागे लपून बसले होते. राम दोघांकडे लक्षपूर्वक पाहत होते. पण दोघा भावांमध्ये इतके साम्य होते की, वाली कोणता आणि सुग्रीव कोणता हे त्यांना

ठरवता येईना. सुग्रीव जरी मोठा योद्धा होता, तरी वालीशी त्याची बरोबरी नव्हती. वालीने काही क्षणांतच सुग्रीवास खाली पाडले. रामास काय करावे कळेना. आपल्या हातून गडबडीत सुग्रीव मारला जाऊ नये अशी त्याला भीती होती. बिचाऱ्या सुग्रीवाकडे पळ काढण्याशिवाय दुसरा पर्याय राहिला नाही. तो ऋष्यमूक पर्वताकडे पळत सुटला. वालीने त्याचा पाठलाग केला. 'पुन्हा असे धाडस केलेस तर मी ठार मारेन,' अशी सुग्रीवाला धमकी दिली.

राम, लक्ष्मण आणि मारुतीराय जखमी सुग्रीवाजवळ पोहोचले. झाल्या प्रसंगाने सुग्रीव साहजिकच नाराज झाला. तो म्हणाला, ''तुम्ही जर वालीला मारणार नव्हतात तर मला कशाला त्याच्याशी युद्ध करायला लावलेत? तुम्ही हे मला आधीच सांगितले असतेत तर माझा असा अपमान तरी नसता झाला.''

रामाला पश्चात्ताप होत होता. वालीला मारण्याचे त्याने सुग्रीवास वचन दिले होते. बाण न मारण्याचे त्याने कारण सांगितले.

''तुम्ही दोघे आकाराने आणि अंगाने सारखे दिसत होतात. इतकेच नव्हे तर तुमच्या युद्धकौशल्यातही साम्य होते. माझ्याकडून चुकून तुम्ही मारले जाऊ नये म्हणून मी बाण सोडला नाही. तसे जर झाले असते तर ती माझ्याकडून घोडचूक झाली असती. तुम्ही चिंता करू नका. धीर धरा. आता लक्ष्मण तुमच्या गळ्यात एक हार घालेल. त्यावरून मी तुम्हाला बरोबर ओळखेन. कृपा करून तुम्ही धीर धरून पुन्हा एकदा त्याला युद्धासाठी आव्हान द्या. मी वचन देतो की, ह्या वेळी बरोबर शरसंधान करेन.''

मग राम, लक्ष्मण आणि मारुतीराय झाडांच्या मागे लपले आणि सुग्रीवाने पुन्हा एकदा नगरद्वाराशी उभे राहून गर्जना करीत वालीला युद्धासाठी बोलावले. त्या वेळी वाली आपल्या राणीजवळ होता. सुग्रीवाची आरोळी ऐकून त्याला आश्चर्य वाटले. तो फार खुशीत होता, पण सुग्रीवाचा आवाज ऐकून हिंसक घृणेने त्याचे मन भरून गेले. त्याने रागाने गर्जना केली व आता मात्र सुग्रीवाचा पुरताच बीमोड करायचा असा त्याने निश्चय केला. बऱ्याच काळापासून सुग्रीव त्याच्या मार्गात काटा बनून राहिला होता पण आता त्याचा शेवट करण्याची वेळ आली होती. सुग्रीव मेला तर त्याची पत्नी रूमा ही राजरोसपणे वालीची पत्नी झाली असती. त्या काळी असा नियम होता की, धाकट्या भावाच्या पत्नीस आपली मुलगी समजावे. त्यामुळे आपण अनैतिक काम केले आहे याची त्याला टोचणी होतीच. सुग्रीवाच्या मृत्यूनंतर मात्र तो रूमाला आपली पत्नी करून घेऊ शकत होता. कारण त्या वेळी आपल्या मृत भावाच्या पत्नीच्या रक्षणार्थ तिच्याशी लग्न केले तर ते नैतिक मानले जात होते. असा सगळा विचार करून तो राजवाड्यातून बाहेर पडू लागला. पण त्याला त्याची पत्नी तारा हिने रोखले.

ती म्हणाली, ''स्वामी, ह्या वेळी तुम्ही तुमच्या भावाशी युद्ध करायला जाऊ नका. तुम्ही त्याला आत्ताच मारून पळवले आहे. तरीसुद्धा युद्धाला लगेच परत येण्याचे त्याचे धाडस कसे झाले? नक्कीच त्याला कुणाचीतरी कुमक मिळाली असणार. आपला मुलगा अंगद याने मला नुकतेच सांगितले आहे की, दशरथपुत्र राम आणि लक्ष्मण इकडे आले आहेत. त्यांनी सुग्रीवाशी मैत्री केली असून त्याला मदत करण्याचे त्यांनी वचन दिले

आहे. मी असे ऐकले आहे की, राम हा अत्यंत सदाचारी मनुष्य व महान योद्धा आहे. ते जर सुग्रीवाला मदत करणार असतील तर तुमचा विजय होणे कठीण आहे. लक्षात घ्या, आधीच तुम्ही सुग्रीवास अकारण राज्यातून हाकलून दिले आहे. त्याची पत्नी ताब्यात घेऊन तुम्ही तिच्यावर अन्याय केला आहे. कृपया, तुम्ही सुग्रीवाशी मैत्री करा आणि त्याला परत बोलावून राज्याभिषेक करा. शेवटी तुम्ही मोठे आहात. इतरांसमोर आदर्श घालून देणे हे तुमचे काम आहे. तुम्ही असे केल्यास श्रीरामांशीही तुमची मैत्री होईल. कृपा करून माझा सल्ला ऐका आणि रामांशी शत्रुत्व घेऊ नका. मला फार भीती वाटते आहे."

ताराच्या बोलण्याचा वालीवर काहीही परिणाम झाला नाही. वालीची घटका भरली होती. त्यामुळे तो पुन्हा सुग्रीवाशी लढून त्याचा निःपात करण्यासाठी निघाला. तो म्हणाला, "मी त्या भेकड माणसाशी मैत्री करू शकत नाही. त्याचा शेवट जवळ आला आहे. मी आता त्याची अरेरावी सहन करू शकत नाही. रामाचे म्हणशील तर मी असे ऐकले आहे की, ते मूर्तिमंत सन्मान आहेत. माझे काही त्यांच्याशी वैर नाही. त्यामुळे मी त्यांना कशाला घाबरू?"

वाली हे विसरला होता की, राम जसे सन्माननीय आहेत, तसेच ते धर्मावतारही आहेत. वाली मोठा भाऊ असूनही त्याने धाकट्या भावजयीला आपल्या ताब्यात घेतले होते. तिच्याशी त्याने दुर्वर्तन केले होते. असे कुकृत्य राम कधीच सहन करणार नाही.

ताराने एकदा आपल्या पतीची गळाभेट घेतली आणि त्याच्या रक्षणासाठी ती प्रार्थना करू लागली. दुःखी मनाने ती आपल्या महालात परतली. आपल्याला आता पुन्हा पतीचे दर्शन होणार नाही याची तिला चाहूल लागलेली होती.

वाली गडगडाटी गर्जना करीत बाहेर आला. दोघा भावांमध्ये भीषण युद्ध झाले. सुग्रीव आपल्या पुऱ्या ताकदीने लढत होता. गर्जना आणि किंकाळ्या यांच्या आवाजांनी वातावरण भरून गेले होते. राम त्यांची लढाई लक्षपूर्वक पाहत होता. सुग्रीव स्वतःच्या सामर्थ्याने वालीला बहुधा पराभूत करेल असे त्याला वाटत होते. पण त्याच्या लक्षात आले की आपला मित्र वालीपुढे कमजोर पडतो आहे. मदतीच्या आशेने तो इकडेतिकडे पाहतो आहे. आता रामास नको असलेले काम करावे लागणार होते. त्याने मित्राला तसे वचन दिले होते. त्याने धनुष्यावर बाण चढवला आणि टणत्कार करीत बाण सोडला. नेम अचूक लागला. वाली किंकाळी फोडत धरणीवर पडला. रक्तबंबाळ होऊनही त्याने आपला रुबाब सोडला नव्हता. राम आणि लक्ष्मण झाडांमागून बाहेर आले आणि वालीकडे आले.

वाली त्यांच्याकडे पाहत राहिला. ते जवळ येताच तो म्हणाला, "मी माझ्या भावाशी युद्ध करीत होतो. त्याच वेळी एकाच बाणात विशाल वृक्षाप्रमाणे मी खाली कोसळलो. राम, माझे तुमच्याशी काही वैर नव्हते. पण तुम्हाला झाडामागे लपून मला मारणे योग्य वाटले. असे का केले तुम्ही? असे करून तुम्हाला काय मिळाले? तुम्ही एका सम्राटाचे पुत्र आहात. महान सद्गुणांनी युक्त आहात. लोक तर म्हणतात की, तुम्ही पराक्रमी, उदार आणि धर्मनिष्ठ आहात. संपूर्ण जीवन धर्मानुसार घालवण्यासाठी तुम्ही प्रसिद्ध आहात. तुम्ही तुमचाच सिद्धान्त विसरलात? सुग्रीवाने मला दुसऱ्यांदा लढण्यास ललकारले, तेव्हा तारा मला सावधान करण्यासाठी म्हणाली होती की तुम्ही कदाचित सुग्रीवाला मदत

करीत असाल. पण तुम्ही अधर्माचे कृत्य करणार नाही असा मला विश्वास असल्याने मी भयभीत झालो नाही. तुम्ही या भूमीचे राजे आहात आणि आम्ही लहानसहान गोष्टींवरून लढणारे वानर आहोत. आमच्या भांडणात पडण्याचे तुम्हाला कारण काय? राम, मी निर्दोष असताना तुम्ही माझी हत्या केलीत. तुमचे हे कृत्य नेहमीच चुकीचे समजले जाईल. हे धर्माच्या सर्व नियमांविरुद्ध आहे. तुमची पत्नी हरवली आहे व तिला प्राप्त करून देण्याचे वचन माझ्या भावाने तुम्हाला दिले आहे. परंतु त्याच्या आधी तुम्ही माझ्याकडे आला असतात तर मी अगदी सरळपणे तुम्हाला मदत केली असती. एका दिवसात मी तुमची पत्नी परत आणू शकलो असतो. याआधीसुद्धा मी एकदा रावणाला पराभूत केलेले आहे.'' एवढे म्हणून वानरांचा राजा वाली थकून गप्प बसला.

रामाने असे का केले असा प्रश्न अनेकदा विचारला जातो. आपल्या सर्व प्राचीन ग्रंथांमध्ये अशी द्विधावस्था दाखवणारे प्रसंग का चित्रित केले जातात? आपल्या नायकांना अशा वादग्रस्त परिस्थितीत ते का अडकवतात? महाभारतातही आपल्याला हेच पाहावयास मिळते. आपल्या बांधवांना, नातलगांना मारण्याचा कठीण प्रसंग अर्जुनावर आला होता. या कठीण प्रश्नाचे श्रीकृष्णाने दिलेले उत्तर म्हणजेच भगवद्‌गीता आहे.

अशा कठीण प्रसंगांना तोंड देण्याची वेळ अनेकदा आपल्यावर येते हे खरे आहे. आपण त्यांचा सामना कसा करतो, हे आपला दृष्टिकोन आणि आपले धार्मिक सिद्धान्त यांवर अवलंबून आहे. रामाने वालीला स्वतः आव्हान का दिले नाही; असा प्रश्न अनेकदा विचारला जातो. शक्तीच्या बाबतीत राम वालीपेक्षा कितीतरी सरस होते हे वाल्मीकींनी आधीच दाखवून दिले आहे. म्हणजे रामांना वालीकडून पराभवाचे भय नव्हते. राम असे वागले याची बरीच कारणे आहेत. वाली वस्तुतः महात्मा होता. त्याने जर रामाला समोर पाहिले असते तर त्याने नक्कीच रामाशी युद्ध केले नसते. उलट त्यांच्याशी सख्यत्व जोडण्याचा त्याने प्रयत्न केला असता. असे झाले असते तर रामांनी सुग्रीवाला दिलेले वचन ते पाळू शकले नसते. श्रीरामांनी आधीच अग्नीभोवती प्रदक्षिणा घालून सुग्रीवाशी मैत्रीचे बंधन बांधले होते. आता ते तोडू शकत नव्हते. शिवाय राम ज्यासाठी रावणाशी लढायला निघाले होते, तोच अपराध वालीनेही केला होता. वालीने सुग्रीवाच्या पत्नीचे अपहरण केले होते. भावाच्या पत्नीचे अपहरण केल्यास, त्यास मृत्युदंडाची शिक्षा धर्मसंमत होती. राम धर्मावतार असल्याने ही शिक्षा वालीला देणे त्यांना क्रमप्राप्तच होते. या सगळ्या गोष्टी लक्षात घेऊन स्वतः वालीला युद्धासाठी पाचारण करणे रामांना उचित वाटले नाही. कारण त्यांना माहीत होते की, समोर येताच वाली त्यांना शरण आला असता. आणि शरण आलेल्यास धर्मानुसार रामांना क्षमा करावी लागली असती. हीच गोष्ट घडताना पुढे रावणाशी होणाऱ्या युद्धातही आपण पाहतो. याचाच अर्थ, राम वालीला मारू शकले नसते. आणि त्यांनी सुग्रीवांना तर तसे वचन दिलेले होते. याच कारणांमुळे रामांनी वालीशी लढण्यास सुग्रीवाला पाठवले.

वालीला रामाची निंदा करण्याचा अधिकार आहे, हे जाणत असल्यामुळे रामाने त्याचे सर्व बोलणे धीराने ऐकून घेतले. वाली पूर्णपणे थकून गेल्याचे पाहून राम करुणापूर्ण नेत्रांनी त्याच्याकडे पाहत रागावून म्हणाला, ''धर्म-अधर्म यांबद्दल सगळं

काही माहीत असल्यासारखं तू बोलत आहेस. तुझा धाकटा भाऊ सुग्रीव सद्‌गुणी आहे. त्याच्याशी तू पुत्रवत वागायला हवे होते. पण तू त्यांना मारून पळवून लावलेस. त्याची पत्नी रूमा तू हिरावून घेतलीस. या भूमीच्या कायद्यानुसार जो आपली मुलगी, बहीण व भावजय यांच्याकडे कामुक दृष्टीने पाहतो, त्यास मृत्युदंड दिला जातो. भाऊ हयात असताना तू त्याच्या पत्नीशी व्यभिचार करीत आहेस. हे शाश्वत धर्माचे उल्लंघन आहे. मी धर्माचे पालन केलेले असताना मी धर्माचे उल्लंघन केल्याचा दोष तू मला का देता आहेस? लक्ष्मणाइतकाच सुग्रीव मला प्रिय आहे. मी त्याला मित्र मानलेले आहे. त्याचे राज्य व पत्नी त्याला मी परत मिळवून देईन, असे मी त्याला सगळ्यांसमोर वचन दिले आहे. मी माझे वचन कसे मोडणार? मी फक्त माझ्या वचनाचे पालन केले आहे. असे असताना मी अधर्म केल्याचे तू म्हणू शकत नाहीस. माझ्या जागी तू असतात तर तूही हेच केले असतेस.''

वालीने रामाच्या बोलण्यावर विचार केल्यावर राम बरोबर बोलत आहेत हे त्याच्या लक्षात आले. ज्याला आपला मुलगा मानायला हवे होते, त्याच्यावर आपण अत्याचार केले; याचा त्याला पश्चात्ताप होऊ लागला. आपल्या भावजयीचे अपहरण करणे हे पापच आहे हेही त्याला माहीत होते. तो हुंदके देत म्हणाला, ''हे राम, तुमचे म्हणणे बरोबर आहे. मला शिक्षा मिळायला पाहिजे पण मला स्वतःची चिंता नाही. माझ्या अपराधांसाठी मला मृत्युदंडच मिळायला हवा; पण मला माझा एकुलता पुत्र अंगद याची चिंता आहे. कृपा करून तुम्ही त्याला तुमचा पुत्र समजून त्याची काळजी घ्या. कृपया, माझी पत्नी तारा हिला माझा भाऊ सुग्रीव याच्याकडून अपमानित होण्याची वेळ येऊ देऊ नका. ती माझी फार चांगली पत्नी आहे. तिने मला युद्धावर जाऊ नये असे सांगितले होते. पण आता मला असे वाटते आहे की, माझा मृत्यू तुमच्या हातून व्हावा असे विधिलिखित होते व म्हणूनच मी तिचे ऐकले नाही.''

श्रीरामाने वालीची समजूत घालत अंगदची पूर्ण काळजी घेतली जाईल असे त्यास वचन दिले. ''तुला जसा अंगद आहे, तसाच तो मला व सुग्रीव यांनाही आहे. तू निश्चिंत होऊन प्रस्थान करावेस.''

रामाने वालीच्या शेजारी बसून आपल्या हातांनी त्याला गोंजारले. रामाच्या कोमल हातांच्या स्पर्शातून आपल्यामध्ये अनंत शांती सामावत असल्याचे वालीला जाणवले. रागाच्या भरात वाली रामाला जे काही बोलला, त्याबद्दल त्याने श्रीरामाची क्षमा मागितली. त्यानंतर त्याचे प्राणोत्क्रमण झाले.

आपल्या पतीचा मृत्यू झाल्याचे कळताच तारा आपला पुत्र अंगद याला बरोबर घेऊन बाहेर धावत आली. मात्र सुग्रीवाकडून तिला काही त्रास होऊ नये म्हणून इतर वानरांनी तिला रोखले आणि अंगदबरोबर पळून जाण्यास सांगितले. तारा तिरस्काराने म्हणाली, ''माझ्या पतीचा मृत्यू झाला आहे आणि मी माझा जीव वाचवावा अशी तुम्ही अपेक्षा करीत आहात? त्यांच्या पश्चात माझ्या जीवनाला काय अर्थ आहे? मला राज्याचा लोभ नाही. सुग्रीव मला मुलासारखा आहे. मला माझ्या पुत्राची भीती वाटत नाही. मला माझ्या पतीकडे गेले पाहिजे.'' असे म्हणून तारा धावतपळत वालीजवळ आली आणि

ओक्साबोक्शी रडू लागली. अंगदही रडू लागला. ते पाहून राम, लक्ष्मण आणि सुग्रीव साऱ्यांनाच दुःख झाले.

वालीकडे पाहून तारा म्हणाली, ''मी तारा आहे, प्रभू. माझ्याशी तुम्ही बोलत का नाही? या खडबडीत जमिनीची शय्या तुमच्यासाठी योग्य नाही. चला, आपण आपल्या महालात जाऊ. तिथे मी तुमच्च्यासाठी केलेली रेशमाची गादी तयार आहे. माझं हृदय नक्कीच फार कठोर आहे; अन्यथा तुमचा मृत्यू झालेला पाहूनही त्याचे स्पंदन थांबत कसे नाही? मी तुम्हाला जाऊ नका म्हणून सांगत होते. का ऐकले नाहीत माझे? माझ्या मुला, अंगद, तू आपल्या प्रिय पित्याचे अंतिम दर्शन घे. तुझ्या नशिबात काय आहे कोण जाणे! रामाने तर आपले वचन पाळले व तुझ्या वडिलांना परलोकात पाठवले. सुग्रीवा, आता हे राज्य तुझे आहे. तुझा शत्रू तर मारला गेला आहे. तू तुझ्या पत्नीसमवेत इथे आता राहू शकतोस. तुझ्या सर्व इच्छा पूर्ण होतील. मला आशा आहे, आता तरी तुला बरे वाटेल,'' असे म्हणून तारा ओक्साबोक्शी रडू लागली. ते दृश्य पाहणे सगळ्यांनाच क्लेशदायक वाटत होते.

मारुतीराय ताराजवळ गेले आणि म्हणाले, ''प्रत्येकाला आपल्या भल्याबुऱ्या कर्मांची फळे मिळत असतात. माणसाचे जीवन पाण्यावरील बुडबुड्याप्रमाणे आहे. आपली सगळ्यांचीच अवस्था दयनीय आहे. कोणी कोणासाठी दुःखी व्हायचे? या जगात सारेच नश्वर आहे. त्यामुळे दुःख करणे निरर्थक आहे. तुमचा पुत्र तुमच्या बरोबर आहे. त्यामुळे प्राणत्याग करणे वगैरेचा विचार करणेही चुकीचे आहे. तुमचा मुलगा, तुमची प्रजा यांना तुमच्याकडून अनेक आशा आहेत. अंगद नक्कीच राजा बनेल. त्याला आता आपल्या वडिलांचे अंत्यसंस्कार करू द्या. तो त्याचा पुत्रधर्म आहे. त्यानंतर युवराज म्हणून त्याची नेमणूक होईल. तुम्ही ज्ञानी स्त्री आहात. तुम्हाला हे चांगले माहीत आहे की, मृत्यू अटळ आहे. जीवन नश्वर आहे. म्हणूनच जिवंत असताना माणसाने जास्तीतजास्त चांगली कर्मे करावीत. आता तुम्ही फक्त स्वतःच्या मुलाचा विचार करायला हवा.''

वालीने मोठ्या कष्टाने आपले डोळे उघडले आणि तो आपल्या भावाला म्हणाला, ''सुग्रीवा, मी जे काही तुझ्याशी वागलो, त्याबद्दल मला क्षमा कर. प्रेमाने राहण्याचे आपल्या नशिबात नव्हते. या राज्याबरोबरच तू माझा पुत्र, माझी अमाप संपत्ती आणि यश यांचा स्वीकार कर. आता माझी अखेरची इच्छा ऐक. हा माझा मुलगा अंगद आहे. तो मला प्राणांहून प्रिय आहे. त्याला तू स्वतःचा पुत्र मान. रावणाशी जेव्हा तू युद्ध करशील, तेव्हा हा माझा मुलगा तुला त्याचा पराक्रम दाखवून देईल. श्रीरामांना दिलेले वचन विसरू नकोस. त्यांची पत्नी शोधण्यास त्यांना मदत कर. त्यांनी तुझ्यासाठी, आपल्या मित्रासाठी आपले अपयशदेखील सहन केले. म्हणून शक्य असेल ती सर्व मदत तू त्यांना कर. माझी पत्नी तारा फार बुद्धिमान आहे. राज्यकारभार चालवताना तिचा सल्ला जरूर घे. ह्या बाबतीत ती फार चांगला सल्ला देते. शेवटी तू माझ्या या सोन्याच्या हाराचा स्वीकार कर. हा दिव्य हार आहे. माझ्या मृत्यूनंतर तो निष्प्रभ होईल. म्हणून माझे प्राणोत्क्रमण होण्याच्या आतच तो माझ्या गळ्यातून काढून घे. तू तो तुझ्या गळ्यात घाल. आता या हाराचा मला काहीच उपयोग नाही.''

वालीचे हे शब्द ऐकून सुग्रीव रडू लागला. त्याच्या विजयाचा आनंद विरजून गेला.

वालीने आपल्या मुलाला जवळ बोलावले व तो म्हणाला, ''मुला, बदललेल्या परिस्थितीचे भान ठेव. सुग्रीवाचे ऐकत जा. सुखदुःखे येतील तशी सहन कर. सुखाने हुरळून जाऊ नकोस आणि दुःखाने खचू नकोस.''

काही क्षणांतच वालीचा मृत्यू झाला. ताराला आवरणे कठीण झाले. सुग्रीवही दुःखाने व्याकूळ झाला. तो रामाजवळ जाऊन म्हणाला, ''राम, तुम्ही तुमचे वचन पाळलेत. वालीचा आता मृत्यू झाला आहे. त्याच्या पत्नीचे दुःख आणि अंगदाच्या डोळ्यांतली निराशा पाहून माझ्या भावाच्या सिंहासनावर बसावे असे मला आता वाटत नाही. वालीने माझ्याशी अनेकदा युद्ध केले आणि प्रत्येक वेळी मला धमकावून सोडून दिले. खरं तर तो कोणत्याही क्षणी मला ठार मारू शकला असता. त्याची हत्या करावी अशी इच्छा मीही ठेवायला नको होती. मी पापी आहे. राज्य करण्याचा मला अधिकार नाही. तुम्हाला दिलेले वचन मी मोडणार नाही. मारुतीराय तुम्हाला मदत करतील. पण मी आपल्या भावाच्या चितेत प्रवेश करून स्वतःचे जीवन संपवू इच्छितो.''

तारा रामाला म्हणाली, ''तुम्हीही तुमच्या पत्नीपासून दूर आहात. विरह किती असह्य असतो याची आपल्याला कल्पना आहे. वालीलाही असाच त्रास होत असेल ना? माझ्यावर एक उपकार करा. ज्या बाणाने तुम्ही वालीला मारलेत, त्याच बाणाने मलाही ठार मारा. म्हणजे मीही वालीबरोबर परलोकात जाईन.''

हे ऐकून रामाला दुःख झाले. ताराची समजूत घालत ते म्हणाला, ''तू एका नायकाची पत्नी आहेस. तू दुःखी होता कामा नये. वेदांनुसार सारे काही ब्रह्मदेवाच्या इच्छेअनुसार होत असते. अपण नियतीला बदलू शकत नाही. केवळ नियतीच्या सामर्थ्यानेच सर्व घटना होत असतात. नियतीपासून कोणाचीही सुटका नाही. ती कोणाशीही पक्षपात करीत नाही. वाली आता स्वर्गलोकात पोहोचलेला आहे. त्याने आपल्या पराक्रमानेच तो प्राप्त केला आहे. या नैराश्यातून बाहेर पड. वडिलांचे अंत्यसंस्कार करण्यास आपल्या मुलाला सांग.''

लक्ष्मणानेही सुग्रीवास गरजेअनुसार सर्व कामे करण्यास सांगितली. मग वालीला एका सजलेल्या पालखीत निजवून चितेजवळ नेले गेले. अंगदाने चितेस अग्नी दिला. सर्व अंत्यसंस्कार संपल्यावर सगळ्यांनी नदीत स्नान केले. सर्व जण किष्किंधा नगरीत परतले.

सुग्रीव अजून या धक्क्यातून सावरलेला नव्हता. त्यामुळे सारे वानर रामास त्यानेच राज्यकारभार हाती घ्यावा म्हणून सांगू लागले. मारुतीरायांनी किष्किंधा नगरीत प्रवेश केला व रामास राज्याभिषेक समारंभात येण्याचे आमंत्रण दिले.

राम म्हणाला, ''वडिलांना दिलेल्या वचनानुसार, मी वनवासाची चौदा वर्षे पूर्ण केल्याशिवाय नगरीत प्रवेश करू शकत नाही. सुग्रीवालाच आत घेऊन जा व त्याचा राज्याभिषेक करा.'' तो सुग्रीवास म्हणाला, ''जा आणि राज्याचा कारभार सांभाळा. राजकुमार अंगद याची युवराज म्हणून नियुक्ती करा.''

श्रीराम मग लक्ष्मण आणि इतर लोकांना म्हणाला, ''वर्षा ऋतूतील हा पहिला महिना श्रावण मास आहे. मी आणि लक्ष्मण वर्षा ऋतूचे पुढील चार महिने वनातील गुहेतच

व्यतीत करू. कार्तिक महिन्यात पावसाळा संपेल. मग तुम्ही मला दिलेल्या वचनाबद्दल विचार करू.''

सुग्रीवास नगरीत नेऊन त्याला राज्याभिषेक करण्यात आला. मग अंगद याची युवराज म्हणून नेमणूक केली. सुग्रीवास त्याची पत्नी परत मिळाली. पुढील चार महिने त्यांनी आनंदाने घालवले.

राम आणि लक्ष्मण प्रश्नवण नावाच्या पर्वतावर निघून गेले. तिथे पावसाळ्याचे चार महिने नीटपणे राहता येईल अशी गुहाही त्यांना मिळाली.

वसिष्ठ म्हणतात :

''डोक्यातून विचारांची ऊर्जा नाहीशी करून 'मी'पणा संपवला जातो,
तेव्हा जे काही शिल्लक राहते, तोच ईश्वर होय.''

हरि:ॐ तत्सत

ॐ

ॐ

सौम्याय नमः!

अध्याय ३

सीतेचा शोध

श्री रामचन्द्र कृपालु भज मन
हरण भव भय दारुणम्।
नव कंज लोचन कंज मुख,
कर कंज पद कंजारुणम्।।

"हे मना, तू भगवान श्रीरामचंद्रांच्या करुणेचे गीत गा
त्यांचे नेत्र, चेहरा आणि चरण हे कमलासमान आहेत
श्रीराम या कठोर जगाविषयीचे भय दूर करतात."

रामलक्ष्मण यांच्या गुहेच्या चारही बाजूंनी सुंदर वृक्ष होते. त्यांवर बहरलेल्या वेली लपेटल्या होत्या. अगदी रमणीय ठिकाण होते ते. दोघे भाऊ जिथे कुठे पाहत, तिथे केवळ निसर्गसौंदर्यच दिसत होते. सीतेस असे वातावरण फार आवडायचे. त्यामुळे साहजिकच रामास तिची सारखी आठवण येऊ लागली. हे दृश्य पाहून सीता हर्षभरित झाली असती. तिचे निखळ सुख पाहून श्रीरामही आनंदित झाला असता. सीतेचा विचार मनात आला की रामास झोप येत नसे. लवकरच वर्षा ऋतूस प्रारंभ झाला. इंद्राने आपले जलद्वार उघडले आणि मुसळधार पाऊस पडू लागला. विजा चमकू लागल्या. राम आणि लक्ष्मण दोघांना गुहेतून बाहेर पडणे मुश्किल झाले. सक्तीने लादलेला हा एकांतवास फार कष्टप्रद होता. रामाचे कशातही लक्ष लागत नव्हते. सीतेचे काय झाले असेल याचीच तो चिंता करीत असे. एकदा श्रीरामाने डोंगराआडून निस्तेज चंद्र उगवताना पाहिला आणि त्याचे दुःख उचंबळून आले. लहान मुलासारखा तो रडू लागला. लक्ष्मणाने त्याची समजूत घालण्याचा प्रयत्न केला.

"बंधो, जी व्यक्ती आपले मानसिक संतुलन हरवून बसते, ती आयुष्यात काहीही प्राप्त करू शकत नाही, असे तुम्ही मला कैकदा सांगितले आहे. आपल्याला आता इथे

थोडे दिवस थांबावे लागले. पावसाळा संपताच आपण सीतामाईंच्या शोधार्थ बाहेर पडू. त्या राक्षसाला मारून सीतामाईंना मुक्त करू. आपण दुःख करू नये.''

लक्ष्मणाचे हे सांत्वनाचे बोलणे ऐकून रामास दिलासा वाटला. तो म्हणाला, ''लक्ष्मणा, तुझ्या मनात माझ्याबद्दल अतीव प्रेम आहे. तू अगदी योग्य बोलत आहेस हे मी जाणतो. मला हेही माहीत आहे की, दुःखाने मनुष्य दुबळा होतो. मी यातून बाहेर पडण्याचा प्रयत्न करेन. माझ्या प्रिय पत्नीची आठवण आली की मी अधीर होऊन जातो. पण आता निराशेच्या विचारांवर मात करण्याचा मी पुरेपूर प्रयत्न करेन.''

खरं तर लक्ष्मणालादेखील अशा प्रकारची सक्तीची निष्क्रियता त्रासदायक वाटत होती. दोघांनीही प्रयत्नपूर्वक आपल्या आतुर मनावर संयम ठेवला. अखेरीस चार महिने संपत आले. आकाश पूर्ववत निरभ्र झाले.

मारुतीराय सदैव आपल्या कर्तव्याप्रति दक्ष असायचे. ठरवलेली मुदत संपताच ते सुग्रीवाकडे गेले आणि रामास दिलेल्या वचनाची त्याला आठवण करून दिली. परंतु अनेक वर्षे परागंदा अवस्थेत काढल्यामुळे सुग्रीव आता नव्या आयुष्यातील विलासामध्ये दंग होता. पुष्कळ काळ त्यला चांगले भोजन मिळालेले नव्हते. स्त्रियांचा सहवास मिळाला नव्हता. त्यामुळे त्याला त्याशिवाय दुसरे काही सुचत नव्हते. त्याने सर्व राज्यकारभार आपल्या मंत्रिगणावर सोपवला व स्वतः मदिरा आणि मदिराक्षी यांमध्ये गुंगून गेला. ताराही दार्शनिक स्त्री असल्यामुळे आपल्या पतीच्या मृत्यूचे दुःख तिने दारूत बुडवले. सुग्रीवाने दिलेल्या सर्व सुखसोयी आणि संरक्षण यांचा पूर्ण उपभोग ती घेत होती. वानरजात नैतिकतेसाठी कधीच प्रसिद्ध नव्हती.

मारुतीराय सुग्रीवाजवळ गेले आणि त्यांनी सुग्रीवास आपल्या कर्तव्याची आठवण करून दिली. ''स्वामी, श्रीरामांनी तुमची पत्नी आणि राज्य तुम्हाला परत मिळवून दिले. तुमचेही त्यांच्या बाबतीत काही कर्तव्य आहे, हे तुम्ही विसरलात का? आता तुमच्यावर असलेल्या त्यांच्या ऋणातून उतराई होण्याची वेळ आली आहे. कृपया, तुम्ही आता इतर आवडी पुरवण्याऐवजी आपल्या कार्यावर लक्ष द्या. श्रीराम इतके सदाचरणी आहेत की, ते तुम्हाला तुमच्या कर्तव्याची आठवण करून देणार नाहीत. म्हणून तुम्हीच सारी व्यवस्था करायची आहे आणि त्यानंतर श्रीरामांना तसे कळवायचे आहे. श्रीरामांना राग येईल असे वागू नका. ते जर क्रोधित झाले तर तुम्हाला कोणीही वाचवू शकणार नाही.''

हे ऐकल्यावर सुग्रीव आपल्या बेहोशीतून बाहेर पडला. त्याने आपला सेनापती नील याला सर्व वानरसेना किष्किंधामध्ये एकत्रित करण्याची आज्ञा दिली. तो म्हणाला, ''संपूर्ण सेनेस सांग की, पंधरा दिवसांत इथे उपस्थित रहावे लागेल.'' एवढे सांगून सुग्रीव पुन्हा आपल्या उपभोगांमध्ये मग्न झाला.

वर्षा ऋतू संपला होता. शरदामधला पौर्णिमेचा चंद्र आकाशात सोनेरी गोलाप्रमाणे झुलत होता. त्या चंद्राला पाहून रामाला सीतेची आठवण सतावू लागली. तो उद्विग्न होऊन उठला.

लक्ष्मण फळे घेऊन परतला, तेव्हा त्याला आपला भाऊ असहाय अवस्थेत असलेला दिसला. सुग्रीव युद्धाची काहीच कशी हालचाल करीत नाही, याबद्दल राम लक्ष्मणाजवळ

राग व्यक्त करू लागला. तेव्हा लक्ष्मण म्हणाला, ''प्रिय बंधो, अशा प्रकारे शोकाकुल होणे आपल्याला शोभत नाही. दुःख करण्यात आपली शक्ती वाया घालवू नका. माझा विश्वास आहे की, सुग्रीवाने सीतामाईंचा शोध घेण्यास सुरुवात केली असणार. सीतामाईंना काहीही होणार नाही. त्या ज्वालेप्रमाणे आहेत. जो कोणी त्यांना स्पर्श करण्याचा प्रयत्न करेल, त्याला त्या जाळून भस्म करतील.''

रामासही लक्ष्मणाचे म्हणणे पटले. तो म्हणाला, ''वत्सा, तुझे ज्ञानाचे बोल मला नेहमीच दिलासा देतात. मी पुन्हा दुःखी झालो याचा मला खेद वाटतो. या ऋतूच्या सौंदर्यामुळे माझ्या मनात पत्नीबद्दलचे विचार येऊ लागले. माझे हृदय सीतेला भेटण्यासाठी व्याकूळ झाले आहे. तीही माझ्याप्रमाणेच विरहात तळमळत असेल. सारस पक्ष्यांचे आवाज ऐकणं आणि त्यांच्यासारखाच स्वतः आवाज काढणं तिला आवडायचं. इथली फुलं कितीही सुंदर असली तरी सीता नसेल तर मला ही फुलं नसल्यासारखीच आहेत. असा अन्याय कुठपर्यंत चालणार? हे चार महिने मला चार वर्षांसारखे वाटले. सुग्रीवाने अजूनही कोणाला माझ्याकडे पाठवले नाही. मला तर वाटतंय की, तो आपले वचन विसरून गेला आहे. वानरांचा राजा राजवैभवात आपल्याला पूर्ण विसरून गेला असे दिसतेय. लक्ष्मणा, तू त्याच्याकडे जा आणि त्याला विचार की, माझ्या धनुष्याचा टणत्कार त्याला ऐकायचा आहे का? वालीचा केलेला वध व आपल्याला दिलेले वचन याची त्याला आठवण करून दे. पाऊस आता थांबला आहे. सुग्रीव अजूनही भोगविलासांच्या स्वप्नातून जागा झालेला दिसत नाही. उशीर होत चालला आहे आणि मी सुग्रीवाची वाट पाहून कंटाळलो आहे. हे लक्ष्मणा, लवकर जा. त्याला सांगा की, वचनाचं पालन कर किंवा मग माझ्या बाणांचा सामना करण्यास तयार राहा.''

लक्ष्मणाचा स्वभाव आधीच तापट. त्यात आपल्या भावाची व्याकूळ अवस्था पाहून त्याला आणखीच राग आला. त्याने बाणांचा भाता खांद्याला बांधला. धनुष्य हाती घेतले आणि म्हणाला, ''सुग्रीवाला राजा होण्याचा अधिकार नाही. सत्तेच्या नशेत तो सदाचाराचे नियम विसरून गेला आहे. मी जाऊन त्याला यमसदनी धाडतो. सीतामाईंना शोधण्याच्या कार्यास लाग, असे मी अंगदाला सांगतो.''

लक्ष्मणाचा आविर्भाव पाहून रामानेच आपल्या रागाला आवर घातला व त्याला म्हणाला, ''तिकडे जाऊन रागाच्या भरात असले काही तू करू नकोस. मित्रत्वाने वाग.''

लक्ष्मण आवेशाने किष्किंधा नगरीकडे निघाला. त्याच्या क्रुद्ध चालण्याने पृथ्वी कंप पावत होती. नगरात प्रवेश करण्याच्या मार्गावर एक गुहा होती. परवानगी न घेता कुणी आत जाऊ नये म्हणून तिथे काही वानरांचा पहारा बसवला होता. लक्ष्मणास पाहताच काही वानरांनी वृक्ष उचलले. त्यावर लक्ष्मण आणखीच रागावला. ते पाहून वानर घाबरले आणि ते सैरावैरा पळू लागले. रागावलेल्या लक्ष्मणाबद्दल सांगण्यासाठी ते धावतपळत सुग्रीवाकडे गेले. तिथे ते आपल्या भावाची पत्नी तारामती हिच्या मिठीत धुंद होऊन पडले होते. वानर तिथून पळत अंगदाकडे गेले. अंगद ताबडतोब प्रवेशद्वाराकडे गेला आणि लक्ष्मणाचा राग शांत करण्याचा प्रयत्न करू लागला. लक्ष्मणाने अंगदाला त्याच्या काकाला बोलावून आणण्यास सांगितले. राजमहालातून संगीताचे गोड स्वर कानांवर

पडत होते. हास्यविनोदाचे आवाज ऐकू येत होते. ते ऐकून हे चार महिने रामाने किती दुःखात घालवले हे लक्ष्मणास आठवले आणि त्याचा राग अनावर झाला. अंगद घाबरून काकांकडे धावला. त्यांना व आपल्या मातेस लक्ष्मण आल्याचे त्याने सांगितले. काय चालले आहे याचे सुग्रीवाला भान नव्हते. तो आपल्या पायांवर नीट उभेही राहू शकत नव्हता. मारुतीराय पुन्हा सुग्रीवाकडे आला. त्यांनी बाहेर येऊन लक्ष्मणाचा राग शांत करावा असे त्याला सुचवले.

''ते का माझ्यावर नाराज आहेत? त्यांचा मी काय अपराध केला?'' धुंदीत असलेल्या सुग्रीवाने दबक्या आवाजात विचारले.

मारुतीरायांनी सुग्रीवास सांगितले, ''राम आपल्यावर नाराज झालेले नाहीत. पण आपण फार वेळ वाया घालवलात हे तर तुम्हाला मान्य असेलच. आपल्या भोगविलासात ऋतूंचे भान आपल्याला राहिले नाही. श्रीराम आपल्या पत्नीच्या शोधमोहिमेवर जाण्यासाठी एकेक दिवस मोजत आहेत. ते दुखावलेत. म्हणून त्यांनी लक्ष्मणांस आपल्याकडे पाठवले आहे. कृपया, लक्ष्मणांना भेटून त्यांच्याशी प्रेमाने बोलावे.''

लक्ष्मणासमोर जाऊन बोलण्याचे धाडस सुग्रीवास होईना. लक्ष्मणास शांत करण्यासाठी त्याने ताराला विनविले. त्याला माहीत होते की, स्त्री समोर असल्यास तिच्यावर तो राग काढणार नाही. ताराही धुंदीतच होती. तिची चाल अस्थिर झाली होती. केस, वस्त्रे अस्ताव्यस्त झाली होती. लक्ष्मणाने तिला पाहून आपली दृष्टी दुसरीकडे वळवली.

तारा लक्ष्मणाजवळ आली आणि आपल्या मादक आवाजात म्हणाली, ''राजकुमार, तुम्ही इतके का भडकला आहात? तुम्हाला इतका राग येईल असे कृत्य कोणा मूर्खाने केले आहे?''

लक्ष्मण म्हणाला, ''तुमचे पती सर्व धर्मसिद्धान्त विसरून गेलेले दिसत आहेत. भोगविलासात बुडून गेलेल्या सुग्रीवाला- त्याने माझ्या भावाला एक वचन दिले होते, याचीही आठवण राहिलेली नाही. तुम्हाला जर आपल्या पतीच्या हिताची काळजी असेल तर तुम्ही त्यांना जाऊन सांगा की, आता या भोगविलासातून बाहेर या आणि श्रीरामांना मदत करा. कृतघ्नता श्रेष्ठ पुरुषांचाही नाश करते. ज्याला आम्ही मित्र समजलो, त्यानेच आमचा विश्वासघात केला आहे.''

तारा आपल्या मधुर आवाजात आणि गोड शब्दांत म्हणाली, ''राजकुमार, कृपा करून तुम्ही सुग्रीवाचा इतका राग करू नका. कामभावना अत्यंत शक्तिशाली असते हे तर तुम्हाला माहीतच आहे. ऋषी-मुनींनासुद्धा हा मोह आवरत नाही तिथे एका वानराची काय कथा! त्यातून त्यांचा स्वभाव चंचल आहे. अनेक वर्षांपासून ते अशा सुखांपासून वंचित होते. कृपया त्यांच्या स्वभावातून झालेल्या दुर्लक्षाबद्दल त्यांना क्षमा करावी. त्यांनी आधीच संपूर्ण वानरसेनेला इकडे येण्यास कळवले आहे. लवकरच देशभरातून हजारो वानर सीतामाईंचा शोध घेण्याच्या उद्देशाने इथे एकत्र जमणार आहेत. कृपया आत या आणि सुग्रीवांची भेट घ्या.''

असे म्हणून तारा लक्ष्मणास आतल्या महालात घेऊन गेली. सुग्रीव काही न बोलता हात जोडून उभा राहिला. लक्ष्मणाने त्याच्यावर पुष्कळ वाक्ताडन केले. ताराने पुन्हा त्यात

हस्तक्षेप केला आणि आपल्या पतीची बाजू घेतली. ती म्हणाली, ''हे राजकुमार, श्रीरामांसाठी सुग्रीव, आपली पत्नी रूमा आणि मी, आम्हा दोघींचाही त्याग करू शकतात. त्यांनी आपली पूर्ण निष्ठा रामांना वाहिली आहे. सुग्रीवांची सेना कोणत्याही क्षणी इथे येऊन पोहोचेल. कृपा करून शांत व्हा आणि विश्वास ठेवा की, सर्वकाही तुमच्या मनासारखे होईल.''

या आश्वासनामुळे लक्ष्मणाचा राग थोडा शांत झाला. लक्ष्मण शांत झाल्याचे पाहून सुग्रीवाने त्याची क्षमा मागितली. मग दोघेही श्रीरामास भेटण्यासाठी गेले. सीतामाईंच्या शोधाची सारी तयारी झालेली असल्याची त्याला हमी दिली.

रामास नमस्कार करून सुग्रीव म्हणाला, ''तुम्ही माझ्यासाठी ईश्वरासमान आहात. माझ्यासाठी तुम्ही जे काही केलेत, ते मी कसे विसरू शकेन? कृपया तुम्ही मला कृतघ्न समजू नका. लवकरच हा पर्वतपायथा वानरांनी भरून जाईल. सीतामाईंना शोधण्यासाठी मी जगभरात त्यांना पाठवून देईन. लवकरच सीतामाई तुम्हाला मिळतील, यावर विश्वास ठेवा.''

सुग्रीवाने म्हटल्याप्रमाणे दहा दिवसांत सारा पर्वतपायथा वानरांनी भरून गेला. कोणाची शेपटी सिंहासारखी होती तर कोणी काळ्या तोंडाचे होते. कोणाचा पृष्ठभाग लाल होता तर कोणाच्या अंगावर सोनेरी व पांढरे केस होते. हिमालयापासून दक्षिणी समुद्रापर्यंत देशाच्या संपूर्ण भागातून आलेले लक्षावधी वानर तिथे पोहोचले. जगातील सर्व वानर सुग्रीवाच्या बोलावण्यानुसार जमले होते. आपल्या राजाच्या चारही बाजूंना उभे राहून ते आपल्या राजाच्या आज्ञेची वाट पाहू लागले. त्यांच्या बरोबर जांबुवंत नावाचे एक वृद्ध काळे अस्वलही आले होते. त्याच्या नेतृत्वाखाली अस्वलांची सेनाही तैनात होती. जाबुवंत आपल्या बुद्धिमत्तेसाठी प्रसिद्ध होता. सगळे वानरदेखील त्याला सन्मानपूर्वक वागवत असत.

सुग्रीवाने आपला सेनापती विनत यास बोलावले. त्याला सांगितले की, त्याने पूर्वेकडील जंगले, पर्वत आणि गुहा तपासून पाहाव्यात. सीतामाईंचा शोध घेऊन महिनाभरात परत यावे. नाही तर त्याला ठार मारण्यात येईल. एका तुकडीस पश्चिमेकडे तर दुसऱ्या एका दलास उत्तर दिशेस पाठवले गेले. सुग्रीव मारुतीरायांना म्हणाला, ''तू असामान्य आहेस. एक तुकडी घेऊन दक्षिण दिशेकडे जावेस. माझी खात्री आहे, तू नक्कीच सीतामाईंना शोधून काढशील.''

हनुमान दक्षिण दिशेकडे जाणार आहे हे कळल्यावर रामास आनंद झाला. मारुती खरोखरच रामाकडून आलेला दूत आहे याची सीतेस खात्री पटवण्यासाठी रामाने आपल्या बोटातील इक्ष्वाकू वंशाचे चिन्ह असलेली अंगठी काढून त्याच्या हातात दिली. शेवटी राम त्याला म्हणाला, ''हनुमान, मी तुझ्यावर पूर्णपणे विसंबून आहे हे लक्षात ठेव. सीतेस शोधण्यासाठी शक्य ते सर्व प्रयत्न कर. तू या कार्यात यशस्वी होशील याची मला खात्री आहे.''

उत्तर, पूर्व आणि पश्चिम दिशेस पाठवलेले सर्व वानर महिनाभरात परत आले. त्यांनी दुःखाने सांगितले की, सीतामाईंचा कुठेच पत्ता लागला नाही. सुग्रीव रामास म्हणाला की, सीतामाई नक्कीच दक्षिणेत सापडतील. कारण त्याने सीतामाईंना त्याच बाजूला जाताना पाहिले होते. त्याने रामाना असेही आश्वासन दिले की, एखादे अशक्य काम असेल तर ते पवनपुत्र हनुमानच शक्य करून दाखवतो.

मारुतीच्या दलाने दक्षिण दिशेतील सर्व वने आणि गुहांमध्ये शोध घेतला. त्यांची ठरवून दिलेली मुदत संपत आली. तो निराश होऊ लागला. शिवाय त्याला कित्येक दिवसांत नीटसे खायलाप्यायलाही मिळाले नव्हते. अचानक त्यास एक गुहा दिसली. तिच्या दारावर बरेच पक्षी उडत होते. त्याने तिकडे जाण्याचा निश्चय केला. मारुती पुढे चालू लागला. त्याच्या मागे अंगदही चालू लागला. त्याच्या मागे उरलेले वानर पुढच्याची शेपटी धरून चालू लागले. तेवढ्यात त्या गुहेच्या उतारावरून ते घसरले. खाली एका उद्यानात ते उतरले होते. ते उद्यान स्वर्गासमान सुंदर होते. तिथे अनेक सुंदर महाल होते. रत्नांप्रमाणे चमकणारी सरोवरे होती. अखेरीस त्यांना एक तपस्विनी दिसली. त्यांनी तिला या जागेबद्दल विचारले. तिने सांगितले की, राक्षसांचा शिल्पकार मय याने हे ठिकाण तयार केले आहे. तो फार मोठा जादूगार होता. तपस्विनीने सांगितले की, इथे दिसणारे सारे दृश्य मायाजाल आहे. त्या जागेच्या संरक्षणासाठी ती तिथे राहते. तिचे नाव स्वयंप्रभा होते. ती त्यांच्याविषयीही जाणून घेण्यास उत्सुक होती पण तिने आधी त्यांना फळे व मद्य देऊन पोटभर जेवू घातले. त्यानंतर मारुतीने तिला सीतामाईंच्या शोधाची कहाणी सांगितली. गुहेतून बाहेर जाण्याचा मार्ग तिला विचारला. ती म्हणाली, ''जे कुणी या गुहेत प्रवेश करतात, त्यांना कुणाच्यातरी मदतीशिवाय इथून बाहेर पडता येत नाही. म्हणून मग तिने आपल्या यौगिक शक्तीचा उपयोग करून त्या सर्वांना गुहेबाहेर पोहोचवले. एका बाजूला मलय पर्वत होता आणि दुसऱ्या बाजूस समुद्र होता. यातील हव्या त्या मार्गाने जाण्यास स्वयंप्रभाने त्यांना सांगितले.

सर्व वानर हताश होऊन समुद्राकडे पाहत होते. सुंदर उद्यानात बरेच दिवस घालवल्यामुळे आता त्यांना ठरवून दिलेले दिवसही संपले होते. सुग्रीव राजाच्या कोपाला तोंड द्यावे लागेल या भीतीने कोणी किष्किंधा नगरीस परत जाण्याचेही धाडस करीत नव्हते. मग अंगदाने सर्व वानरांची बैठक बोलावली. तो म्हणाला, ''आपल्याला दिलेला वेळ आता संपला आहे. आता परत जाण्यात काही अर्थ नाही कारण आपल्याला ठार मारले जाईल. त्यापेक्षा भुकेल्या अवस्थेत या समुद्रकिनाऱ्यावर प्राणत्याग करणे बरे. महाराजांच्या मनात माझ्याबद्दल प्रेम नाही. ते मला फार मोठी शिक्षा देतील. त्यांच्या रागाला तोंड देण्यापेक्षा मी इथेच मरून जाणे पसंत करेन.''

बाकीच्या सगळ्या वानरांचे म्हणणे पडले की, मरून जाण्यापेक्षा आपण पुन्हा त्या उद्यानात जाऊन आरामात राहू. ते ऐकल्यावर नेमके काय करावे असा प्रश्न अंगदाला पडला. मग मारुती बोलण्यासाठी पुढे आला. त्याला गुहेत जाऊन सुखसुविधा मिळवण्यात रस नव्हता. भुकेले राहून मरूनही जायचे नव्हते.

''आपण परत जाऊन सुग्रीवांची क्षमा मागू.'' मारुती म्हणाला, ''त्यातच आपला मान राहील.''

अंगदाला मात्र आपल्या काकांची फार भीती वाटत होती. त्यामुळे परत जाणे ठीक होईल हे काही त्याला पटत नव्हते. सागरतटावरच प्राणत्याग करण्याचे त्याने ठरवले. ''ज्यांना माझ्या बरोबर यायचे असेल त्यांनी यावे, बाकीच्यांसाठी दुसरा पर्याय आहेच.'' एवढे बोलून समुद्रकिनाऱ्यावरील गरम रेतीवर त्याने अंग टाकले आणि मरण्यासाठी तयार झाला. उरलेल्या वानरांनीही त्याचे अनुकरण केले.

रघुकुलास प्रिय असलेल्या श्रीरामांचा जयजयकार असो.
त्यांच्या उजव्या बाजूस लक्ष्मण उभे आहेत.
डाव्या बाजूस जनकाची मुलगी आहे.
समोर हनुमान बसले आहेत.

हरि:ॐ तत्सत
ॐ

ॐ

श्यामांगाय नमः!

अध्याय ४

गिधाडाची सूचना

यत्र यत्र रघुनन्द कीर्तनम्
तत्र तत्र कृतमस्तकंजलीम,
बश्पवारिपरिपूर्ण लोचनम्
मरुतिं नमति राक्षसन्तकम्।।

''जेथे रामाच्या नावाचा जप होतो,
तेथे अश्रुपूर्ण नेत्रांनी, मस्तक खाली झुकवून
राक्षसांचा नाश करणारे हनुमान राहतात.''

जवळच असलेल्या एका गुहेत संपाती नावाचे एक वृद्ध गिधाड राहत होते. तो जटायूचा भाऊ होता. वृद्ध झाल्यामुळे तो शिकार करू शकत नव्हता. त्यामुळे बऱ्याच दिवसांत त्याला काही खायला मिळालेले नव्हते. वानरांचा आरडाओरडा ऐकून तो गुहेतून बाहेर आला. मृत्यूची प्रतीक्षा करीत समुद्रतटावर पडलेले वानर त्याने पाहिले.

''आज माझे नशीब चांगले दिसतेय. कित्येक दिवसांत मी काही खाल्लेले नाही. आज इथे पडलेले अनेक स्वादिष्ट वानर मला आता खायला मिळतील.'' एवढे बोलून ते गिधाड खुरडत वानरांजवळ आले. त्याला पंख नव्हते. वानरांनी त्याचे बोलणे ऐकल्यावर सर्व जण भयभीत झाले. ते मरण्यास तयार असले तरी जिवंतपणी गिधाडाने आपल्याला खावे अशी तर काही त्यांची इच्छा नव्हती.

अंगदाला आपल्या नशिबाचे वाईट वाटले. तो हनुमानांना म्हणाला, ''आमचं नशीब तरी पाहा. हा पक्षी साक्षात यमराजच वाटतोय. तो इथे आपल्याला मारण्यासाठी येतो आहे. असं म्हणतात की, सर्व पशुपक्षी श्रीरामांवर प्रेम करतात. तो वृद्ध जटायूदेखील रामासाठी प्राण देण्यास तयार होता...''

संपातीने आपल्या भावाचे नाव ऐकताच तो म्हणाला, ''तुम्ही कोण आहात? जटायूबद्दल तुम्हाला काय माहिती आहे? त्याचा मृत्यू कसा झाला? मला सगळे नीट सांगा.''

जटायूला आपले सगळे सांगावे की नाही, याबद्दल आधी त्याचे मन साशंक होते. पण नंतर त्याने संपातीला सारी हकिकत सांगितली. आपल्या भावाच्या मृत्यूविषयी ऐकल्यावर संपातीचे डोळे भरून आले. तो रडू लागला. अंगदाने त्याला विचारले की, तो जटायूला कसे काय ओळखतो?

संपाती म्हणाला, ''जटायू माझा धाकटा भाऊ होता. आम्ही तरुण होतो तेव्हा आम्हा दोघांत कोण जास्त उंच उडते याची चढाओढ लागली. आम्ही उडतउडत सूर्याजवळ पोहोचलो. तिथे प्रचंड उष्मा होता. मी जटायूला आपल्या पंखांनी झाकून घेतले. त्यामुळे जटायू तर वाचला पण माझे पंख जळून गेले. मी इथे येऊन पडलो. तेव्हापासून मी जटायूला पुन्हा कधी पाहिले नाही.''

त्यानंतर अंगदाने संपातीला श्रीरामाची कहाणी ऐकवली. दक्षिणेत येण्याचे कारण सांगितले. रावणाच्या बाबतीत काही माहिती आहे का, ते त्याने संपातीला विचारले.

संपाती म्हणाला, ''सीतामाईंना घेऊन जाताना मी त्या राक्षसाला पाहिले आहे. त्याने सीतामाईंना घट्ट पकडले होते. त्या त्याच्यापासून सुटण्याचा प्रयत्न करीत होत्या. रडतरडत राम आणि लक्ष्मण यांना हाका मारत होत्या. रावण कुठे राहतो हे मी तुम्हाला सांगतो.''

हे ऐकल्यावर वानरांच्या मनात आशेचा किरण चमकला. ते सगळे त्या वृद्ध गिधाडाभोवती जमले आणि त्यांनी सर्व काही सांगावे अशी त्यांना विनंती केली.

संपाती म्हणाला, ''रावण हा विश्रवाचा पुत्र आहे. लंकानगरी ही त्याची राजधानी आहे. तो एका बेटावर राहतो. सीतामाईंना त्याने तिथेच कैद करून ठेवले आहे. मी माझ्या गिधाडाच्या नजरेमुळे लंका पाहू शकतो. तुमच्यापैकी कोणी समुद्र ओलांडू शकत असेल तर तोसुद्धा माझ्याप्रमाणे सीतामाईंना पाहू शकेल.'' त्याचे बोलून होताच एक चमत्कार घडला. त्याच्या अंगावर दोन पंख उगवून आले. त्याने श्रीरामकथा ऐकल्यास त्याला त्याचे पंख परत मिळतील असे त्याला वरदान मिळाले होते. संपाती अगदी तरुण पक्ष्याप्रमाणे आकाशात उडू लागला.

सर्व वानर समुद्रतटावर बसून समुद्र ओलांडून जाण्याच्या योजनेवर विचार करू लागले. त्यांना फार अगतिक वाटत होते. पण अंगदाने त्यांना प्रोत्साहन देत विचारले की, इतके लांब उड्डाण करून कोण समुद्र पार करू शकेल? वानर-दलातही उत्साह पसरला. कोणी म्हणाले, ''मी दहा मैल उडत जाईन''; कोणी म्हणाले, ''वीस मैल'' तर कोणी तीस मैल. अंगद म्हणाला की, तो स्वतः उड्डाण करून समुद्र ओलांडू शकतो पण तो परत नाही येऊ शकणार.

त्यावर त्या दलातील वृद्ध अस्वल जाबुवंत हनुमानाजवळ आला आणि म्हणाला, ''तुम्ही कुठल्या विचारांमध्ये हरवला आहात? तुम्ही तर पवनपुत्र आहात! सामर्थ्याच्या बाबतीत तुम्ही राम, लक्ष्मण, सुग्रीव यांच्या बरोबरीचे आहात हे तुम्हाला माहीत आहे ना?'' असे म्हणून जांबुवंताने हनुमानास त्याची कथा सांगितली.

''पुंजिकस्थला नावाची एक अप्सरा होती. तिला असा शाप मिळाला होता की, ती पृथ्वीवरील वानरांच्या राजाची कन्या म्हणून जन्म घेईल. त्या जन्मात तिचे नाव अंजना होते. आपल्या सौंदर्यासाठी ती प्रसिद्ध होती. तिचा विवाह केसरी नावाच्या वानराशी झाला. ती आपल्या इच्छेअनुसार मानवाचे रूप घेऊ शकत होती. एक दिवस ती मानवी रूपात किष्किंधेजवळील पर्वतांमध्ये हिंडत होती. त्या वेळी तिला पवनदेवाने पाहिले. त्याला ती सुंदर स्त्री फार सुंदर वाटली. तो तिच्या प्रेमात पडला. वाऱ्याच्या एका मोठ्या झोताने त्याने अंजनाची वस्त्रे उडवून टाकली. तिच्या सौंदर्याने मोहवश होऊन त्याने तिच्याशी दुष्कर्म केले.

''यास अंजनाने विरोध केला, तेव्हा पवनदेव म्हणाले, 'हे सुंदरी, घाबरू नकोस. तू एका अत्यंत तेजस्वी जीवाला जन्म देशील. तो माझ्यासारखाच शक्तिशाली असेल. त्याच्यामध्ये असामान्य साहस, बळ, ऊर्जा आणि बुद्धी असेल.' हे ऐकल्यावर अंजनाचे समाधान झाले. त्या दिवशी तिने एका सुंदर वानराला म्हणजेच तुम्हाला जन्म दिला. तुमचे केस पांढरे होते. तोंड तांबडे होते आणि डोळे तांबूस सोनेरी होते. तुमची माता दुसऱ्या एका वानराची पत्नी असल्यामुळे तिने तुम्हाला एका गुहेत सोडले आणि ती किष्किंधेस परत गेली.

''दुसऱ्या दिवशी सकाळी तुम्हाला फार भूक लागली. सूर्योदय झालेला पाहून तुम्हाला तो सूर्य म्हणजे सोनेरी आंबा आहे असे वाटले. तो घेण्यासाठी तुम्ही आकाशात उड्डाण केलेत. तुमचे पिता वायुदेव यांनी तुम्हाला पोळू नये म्हणून प्रयत्न केला. ती वेळ सूर्यग्रहणाची होती. त्यामुळे राहू नावाचा ग्रह सूर्याला ग्रासण्यासाठी येत होता. त्याला पाहून तुम्ही राहूला धरायला गेलात. राहूने इंद्राजवळ तुमची तक्रार केली. मग तुमचा समाचार घेण्यासाठी इंद्र आपल्या हत्तीवर बसून आला. एका लहानशा वानराने एवढे उपद्व्याप केल्याचे पाहून त्याने आपल्या वज्राने तुमच्यावर प्रहार केला. जखमी होऊन तुम्ही खाली पडलात आणि तुमच्या हनुवटीस मार लागला. त्यामुळे तुमचे नाव 'हनुमान' पडले. तुमचे पिता वायुदेव यांना याचा फार राग आला. त्यांनी जगात वाहणेच बंद केले. तेव्हा मग ब्रह्मदेवाने त्यांना शांत केले. तुम्हाला असे वरदान दिले की, तुम्ही युद्धात नेहमीच अजिंक्य राहाल. इंद्रदेवालाही आपल्या कृत्याचा पश्चात्ताप झाला. म्हणून त्याने तुम्हाला इच्छामरणाचा वर दिला. त्यानंतर तुमचे वडील तुम्हाला घेऊन शंकराच्या निवासस्थानी कैलास पर्वतावर घेऊन गेले. शंकराने तुम्हाला अनेक गोष्टींचे शिक्षण दिले. यातील एक म्हणजे तुमच्या इच्छेअनुसार तुम्ही आपले रूप बदलू शकता. शंकराच्या नंदीनेही तुम्हाला काही कला शिकवल्या. त्यामुळे तुम्ही निष्णात विद्वान झालात. वेदांचे ज्ञानी झालात. त्याचबरोबर तुम्हाला त्यांनी विनयशीलतेची शिकवण दिली. त्यामुळे कुणी आठवण करून दिल्याशिवाय तुम्हाला आपल्या शक्तीची जाणीव होत नाही. आपल्या शक्तीस ओळखा. रावणाच्या नगरीपर्यंत उड्डाण करा. तिथे पोहोचून आम्हाला या संकटातून वाचवा.''

जांबुवंताचे बोलणे ऐकून हनुमानास अचानक आपल्या अंगी असलेल्या शक्तींची जाणीव होऊ लागली. त्याने आपला आकार वाढवण्यास सुरुवात केली. लवकरच मारुती

इतके विशाल झाला की, त्याचे डोके आकाशाला लागले आहे असे वाटू लागले. सर्व वानर हे पाहून अवाक झाले.

आपला आकार वाढवून हनुमान म्हणाला, ''वायू अत्यंत शक्तिशाली आहे. तो सर्वव्यापी आहे. मी त्याच वायूचा पुत्र आहे. कोणतेही कार्य मला अशक्य नाही. मी काही क्षणांतच समुद्र ओलांडून श्रीरामांच्या पत्नीस भेटेन. शक्य झाल्यास त्यांना परत घेऊन येईन.''

हनुमान उत्साहाने एका पर्वतशिखरावरून दुसऱ्या शिखरावर झेप घेऊ लागला. पर्वतांना खड्यासारखे चुरडू लागला. वानर 'आ' वासून पाहातच राहिले. मग हनुमानाने एका पर्वतशिखरावर बसून श्रीरामांचे स्मरण केले. स्तब्ध झालेल्या वानरांसमोर समुद्र ओलांडण्यासाठी उड्डाण करण्यास तो तयार झाला.

राम विचारतात :

''ईश्वराची प्राप्ती कशी होते?''

वसिष्ठ उत्तर देतात :

''या ब्रह्मांडातील असत्यामध्ये स्वतःला स्थापित करूनच ईश्वरप्राप्ती होऊ शकते. ही सृष्टी आकाशातील निळाईप्रमाणे मिथ्या आहे. द्वैतवादी एकात्मकतेला जसे मानतात, त्याच प्रकारे अद्वैतवादी स्वतःही द्वैतवादाला मानतात. सृष्टीला असत्य मानूनच ईश्वरास प्राप्त करून घेता येते.''

हरिः ॐ तत्सत

ॐ

ॐ

सुंदराय नमः!

खंड ५

सुंदर कांड

ॐ

जगद्‌गुरुवे नमः!

अध्याय १

लंकेपर्यंत उड्डाण

मनोजवं मारुततुल्य वेगम्
जितेन्द्रियं बुद्धिमतं वरिषठम्
वातात्मजं वानरयुधमुख्यम्
श्री राम दूतं शिरसा नमामि।।

"श्रीरामाच्या दूतांस मी नमस्कार करतो.
त्यांची गती विचारांहूनही अधिक वेगवान आहे
ते वायुप्रमाणे चपळ आहेत
आपल्या इंद्रियांवर त्यांनी विजय प्राप्त केला आहे
ते अत्यंत बुद्धिमान आहेत
हनुमान हे वानरांमध्ये श्रेष्ठ असे वायुदेवाचे पुत्र आहेत."

हनुमानाने पर्वतशिखरावर उभे राहून तेथील अधिष्ठाता देवतांना नमस्कार केला. मग तो 'राम, राम, राम' हा पराक्रमी मंत्र म्हणू लागला. त्याने रामावर एकाग्रचित्त केले. एकदा आपल्या शरीराला झटका दिला आणि जोरात गर्जना केली. त्याने आपली शेपटी फणाधारी सर्पाप्रमाणे फिरवली. हनुमानाने आपले हात खडकावर ठेवले आणि गुडघे वाकवले. मग त्याने आपली मान किंचित पुढे केली. श्वास रोखून धरला आणि राममंत्राचा जप करीत मोठ्ठे उड्डाण केले. समुद्रापार असलेल्या सीतामाईंना आपण नक्की शोधून काढू असा त्याचा विश्वास होता. त्याच्या उड्डाणाने काही वृक्ष उन्मळून पडले. काही त्याच्या बरोबर घसटत गेले. त्यातून पडलेली फुलं समुद्रावर सांडली. हनुमान गर्जना करीत ढगाप्रमाणे हवेला चिरत पुढे जाऊ लागला. जलदेवता वरुण यास वाटले की, आपण त्याला काहीतरी मदत करावी. म्हणून वरुणाने मैनाक पर्वतास पाण्यातून वर येण्यास सांगितले. हनुमानास

तिथे काही काळ विश्रांती घेता यावी असा त्याचा हेतू होता. हनुमानाने मैनाकला वरती येताना पाहिल्यावर त्याला वाटले की, हा आपल्या मार्गात अडथळा आणतो आहे. त्याने पर्वताला ढकलण्याचा प्रयत्न केला. तेव्हा पर्वताने एका स्त्रीचे रूप धारण केले. हनुमानास ती स्त्री म्हणाली की, हनुमानाने विश्रांती घ्यावी यासाठी पर्वतास विश्रामस्थळ म्हणून वरुणराजाने पाठवले आहे. हे ऐकल्यावर हनुमानास आनंद झाला; पण त्याने ही मदत नाकारली. कारण त्याला घाई होती. देवतागण हनुमानाच्या दृढतेची परीक्षा घेत होते. त्यांनी सर्पांची माता सुरसा हिला त्याचा मार्ग रोखण्यास सांगितले. ती महाकाय राक्षशीण होऊन आली आणि हनुमानास रोखण्याचा प्रयत्न करू लागली.

ती म्हणाली, ''माझ्या तोंडातून बाहेर पडल्याशिवाय इथून कोणीही पुढे जाऊ शकत नाही.'' हे ऐकून हनुमानाने आपला आकार वाढवण्यास सुरुवात केली. त्याच प्रमाणात सुरसानेही आपले तोंड पसरण्यास सुरुवात केली. अचानक हनुमानाने आपला आकार अंगठ्याएवढा करून सुरसाच्या तोंडात प्रवेश केला आणि वेगाने बाहरे पडला.

''मी आपली अट पूर्ण केली आहे. आता मला जाऊ द्या.'' हनुमान म्हणाला.

सुरसा त्याच्यावर प्रसन्न झाली आणि तिने त्यास वाट करून दिली. त्यानंतर हनुमानास एक समुद्री राक्षस भेटला. त्याने हनुमानाच्या सावलीवरून त्यास पकडण्याचा प्रयत्न केला. पण हनुमान खाली आला आणि त्याला मारून त्याने पुढे कूच केले. लवकरच पुढे काही अंतरावर जमीन असल्याची लक्षणे त्यास दिसू लागली. त्यास वाटले आता आपले गंतव्य ठिकाण आले.

त्याने विचार केला, एवढा मोठा आकार घेऊन आपण लंकेत प्रवेश केला तर सगळ्यांचे लक्ष आपल्याकडेच वेधले जाईल. म्हणून मग त्याने एका लहानशा वानराचे रूप घेतले आणि तो एका डोंगरावर उभे राहून लंकेचे निरीक्षण करू लागला. त्या सुंदर नगरीभोवती चारही बाजूंनी खंदक होते. तिचा इतका कडेकोट बंदोबस्त केलेला होता की, तिथे प्रवेश करणे जवळजवळ अशक्य होते. तिथले महाल सायंकाळच्या प्रकाशात चमकत होते. पूर्ण पर्वत वृक्ष, फुलझाडे आणि झाडी यांनी आच्छादला होता. लंकेमधले रस्ते अगदी स्वच्छ होते. रस्त्याच्या दोन्ही बाजूंनी गवत उगवले होते. ही लंकानगरी पर्वतावर वसवली असल्याने ढगांमध्ये झुलत असल्यासारखी वाटत होती. हनुमान हळूहळू खडकांवरून उड्या मारत उत्तरेकडील दरवाजापाशी आला. तिथे भयानक राक्षसांचा पहारा बसवला होता. हनुमानाच्या लक्षात आले की, कोणत्याही सेनेला लंकेत घुसणे अशक्य होते. श्रीराम आपली भव्य वानरसेना घेऊन समुद्र कसा ओलांडणार हा तर सगळ्यात पहिला प्रश्न होता. हनुमानाप्रमाणे समुद्र ओलांडून येणे तर त्यांना शक्य नव्हते. समजा, काहीतरी करून समुद्र ओलांडला, तरी ते या अभेद्य गडावर प्रवेश कसा करणार? सागरतटावर आलेला कुणीही चौकीत असलेल्या पहारेकऱ्यांना लगेचच दिसणार.

हनुमानाच्या मनात विचार आला, 'माझे वडील वायुदेवदेखील कुणालाही कळू न देता या नगरीत प्रवेश करू शकणार नाहीत.' आता हनुमानासमोरचे मुख्य काम सीतामाईंना शोधून काढणे हेच होते. अंधार होईपर्यंत तो थांबला आणि त्याने आपला आकार आणखी थोडा लहान म्हणजे मांजरीइतका केला. तिथे सात मजली आणि आठ मजली असे दोन भव्य महाल होते. त्याचे खांब रत्नांनी आणि पोवळ्यांनी चमकत होते. दरवाजालाही

बहुमोल रत्ने जडवली होती. धूपदाणीतून धूप जळण्याचा सुगंध येत होता. रात्र होऊन चंद्रचांदण्या उगवण्याची हनुमान वाट पाहू लागला. तो इतका लहान झाला की, दारांच्या फटीतूनही तो आत जाऊ शकत होता. पण तो असे करू लागताच दारावर पहारा देणाऱ्या एका राक्षशिणीने त्याला पाहिले.

''कोण आहात तुम्ही?'' तिने विचारले, ''तुम्ही वानरासारखे वाटता आहात. इथे का आला आहात? खरं सांगा, नाही तर मी तुमचा जीव घेईन. माझ्या परवानगीशिवाय लंकेत कोणीही प्रवेश करू शकत नाही.''

हनुमानांनी विनयाने म्हटले, ''आपण कोण आहात ते मला सांगा. तुम्ही असा क्रुद्ध चेहरा करून का उभ्या आहात?''

राक्षशिणीने रागाने उत्तर दिले, ''माझे नाव लंकिनी आहे. मला इथे राजाच्या आज्ञेवरून उभे केले आहे. जो कुणी अकारण आत घुसण्याचा प्रयत्न करेल, त्याला मारले जावे असा मला आदेश आहे. इथे येण्याचे कारण तुम्ही सांगितले नाहीत, तर मी तुम्हाला ठार मारेन.''

या धमकीने जराही विचलित न होता हनुमान म्हणाला, ''देवी, मी लंकानगरीच्या सौंदर्याबाबत पुष्कळ काही ऐकले आहे. मी ही नगरी पाहण्यास आलो आहे. मी फक्त लंकेचे वैभव पाहण्यास आलो आहे. त्यानंतर मी इथून निघून जाईन. मी काही इथे राहायला आलेलो नाही.''

हनुमानाच्या गोड बोलण्याचा लंकिनीवर काहीही परिणाम झाला नाही. ''तू मूर्ख वानर आहेस. आत जायचे असेल तर तुला आधी माझ्याशी लढावे लागेल,'' असे म्हणून तिने हनुमानाच्या तोंडावर एक बुक्की मारली.

हनुमान काहीही बोलला नाही. त्याने आपल्या डाव्या हाताने लंकिनीला एक ठोसा दिला. फार काही जोरात मारले नव्हते, पण तेवढ्यानेही लंकिनी धाडकन खाली पडली. मांजरीसारख्या बारक्या वानराकडून आपल्याला एवढा मार लागला याचे तिला फार आश्चर्य वाटले.

लंकिनी म्हणाली, ''मला ब्रह्मदेवांनी अजिंक्य राहण्याचे वरदान दिले होते. मात्र एक वानर मला पराजित करू शकतो असे सांगून त्यांनी मला सावध केले होते. त्यांनी म्हटले होते की, असे जेव्हा होईल, तेव्हा तो राक्षसांचा अंत होण्याचा प्रारंभ असेल. मला वाटतं, रावणाचा अंत जवळ आलेला आहे. तुम्ही बहुतेक सीतामाईंचा शोध घेण्यास इथे आला आहात. तुम्ही आत जाण्यास माझी संमती आहे. जे काही करायचे असेल ते तुम्ही करू शकता.'' एवढे बोलून लंकिनी त्या नगरीतून बाहेर पडली.

नगरीच्या प्रमुख पहारेकऱ्यापासून सुटका झाल्यानंतर हनुमानाने त्या दिमाखदार नगरीत प्रवेश केला, तेव्हा तो मुग्ध झाला. तिथे सगळीकडे त्याला सौंदर्यच दिसत होते. स्त्रियांच्या पैंजणाची छुमछुम कानांवर पडत होती. रेशमी व उंची वस्त्रांची सळसळ ऐकू येत होती. सगळीकडे संगीतमय वातावरण होते. चमेली आणि चंदन यांच्या सुवासाने वातावरण सुगंधित झाले होते. नगरातील घरे चंद्राच्या धवलतेमध्ये चमकत होती. रस्त्यांवर सैन्य गस्त घालत होते पण हनुमानाच्या अतिशय लहान आकारामुळे त्याला कोणी पाहू शकले नाही. कुबेर या आपल्या भावाकडून रावणाने हस्तगत केलेले ते देखणे विमानही

त्याने पाहिले. त्याचे नाव पुष्पक होते. कारण ते विमान फुलांनी बनवलेले होते. हनुमानाने अशा अनेक अद्‌भुत गोष्टी पाहिल्या.

अखेरीस हनुमान सगळ्यात सुरेख दिसणाऱ्या महालात पोहोचला. ''हा नक्कीच रावणाचा महाल असणार,'' त्याने विचार केला. त्याच्या दारावर अत्यंत सुंदर नक्षी काढलेली होती. त्यावर रत्ने आणि माणीक जडवले होते. हनुमानाने हळूच आत प्रवेश केला. आतमध्ये भरपूर सोने, दागिने होते. त्यांच्या प्रकाशाने ते दालन झगमगत होते. जणू कुबेराची सारी संपत्ती तिथे ठेवलेली होती. सर्व वातावरण हास्यविनोद, आनंदाचे होते. शेकडो मादक स्त्रिया इतस्ततः बसलेल्या होत्या. काही जणींचे केस विस्कटलेले होते. काही जणी दागिने घालून गालिचावर लोळत पडल्या होत्या. काही स्त्रिया नृत्य करीत होत्या. काही जणी खाण्यापिण्यात दंग होत्या. काहींच्या कपाळावरचे कुंकू त्यांच्या प्रेमिकांच्या स्पर्शाने फिसकटले होते. त्यांचे कंबरपट्टे सैल झालेले दिसत होते. वस्त्रे चुरगळली होती व गळ्यातील माळा कुस्करल्या होत्या. त्यांच्या पुष्ट उरोजांमध्ये असलेले मोती चांदण्यात चमकत होते. कानांत सोन्याचे डूल झुलत होते. काही स्त्रिया आपल्या मदोन्मत्त प्रियकराचे लाड करीत होत्या. काही जणी त्यांच्या घामेजलेल्या अंगावर चंदनाचा लेप लावीत होत्या. काही स्त्रिया वस्त्रविहीन होत्या. काही जणी आपल्या प्रेमिकाचे चुंबनाने स्वागत करण्यास आतुर झाल्या होत्या. काही चांगल्या स्त्रिया आपल्या पतीच्या मिठीत होत्या. त्यांच्या अंगावरचे कपडे सुंदर व अभिरुचिपूर्ण होते. त्या फुलांनी सुगंधित झाल्या होत्या. त्यांचे सुंदर डोळे, लांब पापण्या आणि तिरप्या नजरा पुरुषांवर भुरळ टाकण्यासारख्या होत्या. रावणाने जगभरातील आकर्षक स्त्रियांचे अपहरण करून त्यांना लंकेमध्ये आणून ठेवले होते. त्याने आपल्या विमानात बसून तिन्ही लोकांचे निरीक्षण केले होते. तिथून नाग, गंधर्व, दैत्य, दानव आणि ऋषी यांच्या कन्यांचे अपहरण केले होते. रावणाला त्यासाठी त्या मुलींकडून आणि मातापित्यांकडून अनेकदा शाप दिले गेले होते. सगळ्यांनी अपहरणाच्या वेळी विरोध केला होता. विलाप केला, आत्महत्या करण्याच्या धमक्या दिल्या; पण अखेरीस सर्व जणी रावणाच्या अंकित झाल्या. कारण रावणाचे शृंगारलीलांमध्यील प्रावीण्य जगप्रसिद्ध होते. इतक्या सगळ्या आकर्षक स्त्रियांना पाहून हनुमानास रावणाचा आणखीच राग आला. इतक्या सगळ्या सुंदर स्त्रिया मिळूनही रावणाचे समाधान झाले नव्हते. सीतामाईंचे अपहरण करून त्याने आपणहून स्वतःच्या मृत्यूस निमंत्रण दिले होते. बहुतेक स्त्रिया मदिरेच्या धुंदीत होत्या. त्या सर्व स्त्रियांना पाहिल्यावर, 'या स्त्रिया कितीही सुंदर असल्या तरी त्यांमध्ये सीतामाई असू शकणार नाहीत,' असा निष्कर्ष हनुमानाने काढला. श्रीरामांनी सीतामाईंचे जे वर्णन हनुमानास सांगितले होते, त्यावरून त्याच्या मनात सीतामाईंची एक प्रतिमा तयार झाली होती. त्याला खात्री होती की, त्या प्रतिमेप्रमाणे यांतली कोणतीही स्त्री नव्हती.

हनुमानास अचानक एका दिमाखदार मंचावर स्फटिक, हस्तिदंत, चंदन आणि सुवर्ण यांनी बनवलेला एक दिवाण दिसला. विश्वास बसू नये इतका तो सुंदर होता. हनुमान काही वेळ त्याची मनातल्या मनात प्रशंसा करीत होता. मग त्यावर लावलेले पांढरेशुभ्र छत्र त्याच्या दृष्टीस पडले. जवळ गेल्यावर हनुमानाच्या लक्षात आले की, त्या अति सुंदर मंचकावर रावण झोपला होता. तो अत्यंत तेजस्वी होता. त्याचे बाहू पीळदार व बळकट होते. त्याची रुंद छाती पांढऱ्या रेशमी वस्त्राने झाकली होती. त्याच्या शेजारी एक

रूपवान स्त्री झोपली होती. ती इतकी सुंदर दिसत होती की, तिला दागिन्यांची वगैरे काही आवश्यकताच नव्हती. तिची सोनेरी त्वचा आणि सौंदर्य पाहून हनुमानास वाटले की, ह्याच त्या सीतामाई. पण नंतर त्याच्या मनात विचार आला की, श्रीराम जवळ नसताना त्या इतक्या आरामात झोपू शकणार नाहीत. रेशमी वस्त्रे आणि दागिन्यांनी त्या सजल्या नसत्या. सीतामाई रावणाच्या राणीवशात नसणार, असा हनुमानास विश्वास होता.

हनुमान एका दालनातून दुसऱ्या दालनात फिरत राहिला. परंतु त्याला कुठेही सीतामाईंचा पत्ता लागला नाही. मादक स्त्रियांना पहुडलेले पाहताना त्यास लाज वाटत होती. मात्र त्याला एक गोष्ट निश्चितपणे जाणवली की, इतक्या सुंदर स्त्रियांमध्ये फिरल्यावरही त्याचे मन पूर्णपणे विरक्त होते. ते जराही विचलित झाले नव्हते. हनुमान इतर वानरांपेक्षा वेगळा होता. तो ब्रह्मचारी होता. त्याने कधीही कोणत्याच स्त्रीशी संबंध येऊ दिला नव्हता.

हनुमानाने महालातील सर्व ठिकाणे शोधली आणि मग तो उद्याने, लताकुंज यांमध्ये सीतामाईंचा शोध घेण्याचा प्रयत्न करू लागला. रात्र होऊ लागल्यावर हनुमान अधीर झाला. त्याला सीतामाईंचा सुगावा लागेना. त्याच्या मनात येऊ लागले की, सीतामाईंनी आत्महत्या तर केली नसेल? राक्षसांनी त्यांना खाऊन टाकले असेल का?

'सीतामाईंचा मृत्यू झाला आहे असे जर श्रीरामांना कळले तर ते प्राणत्याग करतील.' हनुमानाच्या मनात विचार आला. त्याने ठरवले की, मृत्यू असो की कैद– त्यांचा काहीतरी तपास लागल्याशिवाय आपण इथून जायचे नाही. तो मनात म्हणाला, ''सीतामाईंबद्दलची कसलीच बातमी घेऊन जाता आले नाही तर तसे परत जाण्यापेक्षा सरळ मी संन्यास घेईन.''

अखेरीस त्याला आणखी एक वाटिका दिसली. त्यात भरपूर अशोकवृक्ष होते. आधी तर ही वाटिका त्याच्या दृष्टीस पडली नव्हती. हे एकच ठिकाण जे त्याने आतापर्यंत पाहिले नव्हते. तो बागेच्या भिंतीवर उतरला आणि खाली पाहिले. ते नक्कीच रावणाचे आवडीचे ठिकाण असावे कारण त्या बागेची उत्तम निगराणी केलेली दिसत होती. तिथे अनेक दुर्लभ वृक्ष आणि फुलं होती. काही फार सुंदर नक्षीदार पायऱ्या होत्या. त्या शुभ्र रेती असलेल्या सरोवरापर्यंत जात होत्या. रात्र उलटून चालली होती. सीतामाईंचा अजूनही काही मागमूस लागत नव्हता. हनुमानाच्या उड्या मारण्याने पक्षी घाबरून आकाशात उडत होते व भयाने चीत्कारत होते. हे पाून हनुमान एका मोठ्या वृक्षाच्या पानांमागे लपून बसला. तिथून एक दिमाखदार चबुतरा दिसत होता. सीतामाई इथे कदाचित येतील अशी त्याला आशा वाटू लागली.

वसिष्ठ म्हणतात :

''नियम व संकल्पनांपासून ज्या व्यक्तीचा स्वभाव मुक्त आहे पण मृत नाही
आणि जिचे मन शरद ऋतूतील आकाशाप्रमाणे शुद्ध आणि स्वच्छ आहे,
अशी व्यक्ती म्हणजे विशुद्ध चैतन्याचे स्वरूप असते.''

हरि:ॐ तत्सत

ॐ

ॐ

शूराय नमः।

अध्याय २

अशोक वाटिका

सर्विघ्ननिवारकं शुभाकारम्
पिंगाक्षमाकाशपाहम्
सीतान्वेषणातत्पारम् कविवारम्
कोटीन्दुसूर्यप्रभम्
लंकाद्वीपाभयंकरम् सकलदम्
सुग्रीवसम्मानितम्
देवेन्द्रसमस्त देवाविनूथम्
काकुत्स्तदुतं भजे।।

"श्रीरामाच्या दूतास मी वंदन करतो.
ते आपले सर्व दुःख दूर करतात
आणि शुभाशीर्वाद देतात
त्यांचे डोळे किंचित तांबूस रंगाचे आहेत
सहस्रावधी सूर्य आणि चंद्र यांच्या दीप्तीप्रमाणे ते तेजस्वी आहेत
इंद्रापासून ते सर्व देवतागण त्यांची प्रशंसा करतात
ते सीतामाईंना शोधणाऱ्या वानरांमध्ये सर्वश्रेष्ठ वानर आहेत.
त्यांनी लंकाद्वीपास भयभीत केले होते.
सुग्रीवांना प्रसन्न केले होते."

सीतामाईंना वृक्ष आणि फुलं फार आवडतात असे श्रीरामाने हनुमानास सांगितले होते. त्यामुळे सीतामाई या वाटिकेत फिरतफिरत येतील अशी आशा हनुमानास होती. फुलझाडे, झरे, सरोवरे असलेली ही वाटिका खास सीतामाईंसाठीच तयार केल्यासारखी वाटत होती.

मावळणाऱ्या चंद्रप्रकाशात हनुमानाला एक देऊळ दिसले. त्याचे पांढरे खांब चांदण्यात चमकत होते. या देवळाच्या पायऱ्या पोवळ्यांनी बनवल्या होत्या. फरशा सोन्याने मढवल्या होत्या. लक्षपूर्वक पाहिल्यावर हनुमानास सीतामाई दिसल्या. त्यांना पाहताच श्रीरामांची पत्नी सीता त्या ह्याच, अशी हनुमानास ओळख पटली. त्या द्वितीयेच्या चंद्राप्रमाणे अशक्त व थकलेल्या वाटत होत्या. त्यांनी बऱ्याच दिवसांत जेवण केलेंले नाही हे स्पष्ट दिसत होते. धुक्याने झाकलेल्या ज्वालेप्रमाणे त्यांचे सौंदर्य दिसत होते. त्यांनी एक पिवळे रेशमी वस्त्र नेसले होते पण त्यांच्या अंगावर एकही दागिना नव्हता. त्यांच्या डोळ्यांतून अश्रू वाहत होते आणि दुःख हाच त्यांचा एकमेव सोबती होता. त्यांच्या लांब काळ्या केसांच्या वेण्या खालपर्यंत लोंबत होत्या. सीतामाईंभोवती कुरूप राक्षशिणींचा गराडा होता. या राक्षशिणींचे रूप अगदी भयानक होते. त्यातील काही राक्षशिणींना एक डोळा आणि एक कान होता. काही जणींना कानच नव्हते. कोणाचे नाक डोक्यावर होते. काहींच्या डोक्यावर केस होते तर काही जणींना टक्कल होते. काही राक्षशिणींना कुबड होते. काही जणींची तोंडं बकरीसारखी, कोल्हिणींसारखी दिसत होती. काही जणींचा तोंडवळा उंट आणि घोड्यांच्या तोंडासारखा दिसत होता. शिकारी कुत्र्यांच्या मधोमध एखादे हरीण असावे तशा सीतामाई त्यांच्या मध्ये बसल्या होत्या. आजवर त्यांना कधी दुःखाचा वाराही लागलेला नव्हता आणि आज त्यांच्या जवळ दुःखाशिवाय दुसरे काहीही नव्हते. त्यांच्या डोळ्यांत खोलवर अगतिकता दिसत होती.

हनुमानाने विचार केला, ''नक्कीच ह्या सीतामाई आहेत. अंगावर दागिने नाहीत, जुनी जीर्ण वस्त्रे, अशक्त आणि क्षीण झालेले शरीर यांतूनही त्यांचे असामान्य सौंदर्य लपत नाही. श्रीरामांनी वर्णन केल्याप्रमाणेच त्या दिसत आहेत. रेखीव भुवया, बिंब बोराप्रमाणे, लाल ओठ, बारीक कंबर आणि कमळाप्रमाणे डोळे हे सारे त्यांच्या दुःखाच्या पडद्याआडूनही दिसते आहे.

सीता तपस्विनीप्रमाणे दुःखात बुडालेली, असहाय अवस्थेत फरशीवर बसली होती. श्रीरामांनी ज्या दागिन्यांबद्दल सांगितले होते, ते सारे झाडावर लटकत होते. आपल्या पतीपासून बळजबरीने वेगळे केल्यावरही तिच्या मनात केवळ श्रीरामांचे वास्तव्य होते. तिचे ओठ सतत 'राम, राम' हाच जप करीत होते. याच स्त्रीसाठी श्रीराम दुःखी होते. हनुमानास हे स्पष्टपणे कळले की, सीतामाईंचे तन, मन आणि आत्मा केवळ श्रीरामांसाठीच होते.

''सीतामाई फक्त रामांसाठी आहेत आणि त्यांच्याच आहेत. त्यांचे परस्परांवरील प्रेम इतके प्रगाढ आहे की त्यावरच हे दोघे अजूनपर्यंत जिवंत राहिले आहेत.'' हनुमानाने मनातल्या मनात त्यांना नमस्कार केला आणि म्हणाला, ''प्रभू, मी सीतामाईंना शोधून काढले आहे.''

आपल्या पतीपासून बळजबरीने वेगळे केलेल्या विदेहनगरीच्या राजकुमारीला पाहून हनुमान गहिवरला. ''नियतीच सर्वशक्तिमान आहे,'' हनुमानाच्या मनात विचार आला, ''तसे नसते तर या निर्दोष स्त्रीला अशा प्रकारचे दुःख का सहन करावे लागले असते? त्यांचे पराक्रमी पती श्रीराम आणि त्यांचे बंधू लक्ष्मण सीतामाईंचे रक्षण करीत होते. यांच्या पतीने जनस्थानावर हजारो राक्षसांना यांच्यासाठीच मारले होते. आता मात्र सीतामाई

भयानक राक्षशिणींच्या गराड्यात रावणाच्या कैदेत आहेत. त्या एकांतात रडूसुद्धा शकत नाहीत. ही वाटिका इतकी सुंदर आहे पण तिच्याकडे पाहण्याचीही त्यांना इच्छा नाही. त्यांचे डोळे जणू त्यांच्या हृदयातच आहेत आणि त्यांच्या हृदयात श्रीराम वसले आहेत.''

रात्र संपत आली होती. सकाळ होताच रावणासाठी भाटांनी गायलेल्या वेदांचे स्वर हनुमानाच्या कानावर पडले. उषःकालाचे स्वागत करण्यासाठी सनई, बासरी वाजवली जात होती. जागे होताच रावणाच्या मनात सर्वांत आधी सीतेचा विचार आला. रावणाला अनेक स्त्रियांबरोबर राहण्याचा अनुभव होता. पण एवढा विरोध त्याच्या आयुष्यात कोणाही स्त्रीकडून झालेला नव्हता. सीतेच्या विरोधामुळे रावणाची ईर्षा अधिकच वाढली होती. हे त्याच्यासाठी एक आव्हान होते आणि कोणतीही किंमत देऊन त्याने ते आव्हान स्वीकारले होते. आपल्याबद्दल आकर्षण वाटणार नाही आणि म्हणून ती फार काळ विरोध करीत राहील अशी कोणतीही स्त्री नाही याची त्याला खात्री होती. सीतेस पराजय स्वीकारण्यास थोडा जास्त वेळ लागतो आहे इतकेच. यापूर्वीही काही स्त्रियांच्या बाबतीत असे झाले होतेच.

रावण फिरतफिरत अशोक वाटिकेकडे आला. हातात चवऱ्या आणि सोन्याचा दिवा घेऊन शंभर स्त्रिया रावणाबरोबर चालत होत्या. त्या सर्व जणी रावणावर प्रेम करीत होत्या. मात्र मद्याच्या प्रभावामुळे त्या अजूनही गुंगीतच होत्या. त्या साऱ्या जणी सीतेस पाहण्यास आणि रावणाशी ती काय बोलते हे जाणून घेण्यास उत्सुक होत्या. हनुमान वृक्षावर बसून हे सर्व पाहत होता. त्याने रावणाला निद्रित अवस्थेत पाहिलेले होते. आता जागृतावस्थेत तो अधिक रुबाबदार वाटत होता.

रावणाची चाहूल लागताच सीता भीतीने आणि दुःखाने कापू लागली. रावणाकडे पाहण्याचीही तिला घृणा वाटत होती. परंतु तसे काही न दाखवता ती धैर्याने बसून राहिली. चांगल्या फुललेल्या वृक्षाची फांदी तुटून पडावी तशी त्या फरशीवर बसली होती. अंगावरचे वस्त्र अपुरे असल्याने तिने दोन्ही हातांनी वक्षस्थल झाकून घेतले होते. रावणाच्या कामुक आणि तीक्ष्ण नजरेपासून वाचण्यासाठी तिचा प्रयत्न चालला होता.

सीता स्वतःला रावणाच्या दृष्टीपासून लपवू पाहत असल्याचे बघून रावण तिला म्हणाला, ''तुझ्या सौंदर्याला माझ्यापासून लपवण्याचा तू का प्रयत्न करीत आहेस? मी जिथे पाहतो, तिथे मला तुझेच सौंदर्य दिसते. तुझ्याइतकी आकर्षक स्त्री तिन्ही लोकांत दुसरी नाही याची मला खात्री आहे. माझ्या प्रेमाचा सन्मान कर आणि माझा पती म्हणून स्वीकार कर. तुला हे अयोग्य वाटते आहे; पण राक्षसांच्या नियमांनुसार दुसऱ्याच्या पत्नीस आपली पत्नी करणे हे शिष्टसंमत आहे. तुला असं वाटतं का की, मी बळजबरीने तुला माझी पत्नी होण्यास भाग पाडू शकणार नाही? तुझ्यावरच्या अतीव प्रेमामुळे मी तसे करीत नाही. तू स्वेच्छेने माझा स्वीकार करावास असे मला वाटते. तू स्वतःला इतके कष्ट का देत आहेस? तुझे सुंदर केस कडक झालेत. तुझे वस्त्र मळले आहे, फाटले आहे. तू खात नसल्याने दुबळी झाली आहेस. चल, सुंदर रेशमी वस्त्रे परिधान कर. दागिने घाल. ही कडक जागा तुझ्यासारख्या सुंदर स्त्रीने बसण्यासारखी नाही. प्रिय सीते, माझे सांगणे ऐकून माझ्या प्रस्तावाचा तू स्वीकार का नाही करीत? यौवन आणि सौंदर्य फार कमी वेळासाठी मिळते. उगाच दुःखी होऊन त्यांना वाया घालवू नकोस. शोक करणं सोडून दे आणि

माझ्या प्रेमाचा स्वीकार कर. मी तुला जगातील सर्वांत सुखी स्त्री करेन. माझी पट्टराणी करेन. तुझ्या अतीव आकर्षक रूपावरून मी माझी दृष्टी हलवू शकत नाही. मला रात्रंदिवस तुझाच चेहरा दिसतो. मी तुझ्या प्रेमासाठी वेडा झालो आहे, हे तुला कळत नाही का? तुला भेटल्यापासून मला माझ्या बाकीच्या राण्यांकडे पाहावेसेसुद्धा वाटत नाही. तुझे वस्त्र मळके फाटके आहे. अंगावर एकही दागिना नाही पण तरीही मी तुझ्याकडे आकर्षित होतो आहे. तू माझे वैभव पाहिले आहे. मला पाहत आहेस. त्या तुलनेत रामाकडे काय आहे? तो तर फक्त एक भिक्षुक आहे. वल्कले नेसतो. त्याच्या जवळ त्याचं राज्यसुद्धा नाही. माझ्यावर विश्वास ठेव, तू आता त्याला कधीही पाहू शकणार नाहीस.''

रावणाने प्रवेश केल्यापासून सीता खाली मान घालून बसली होती. रावणाने त्याचे उत्कट प्रेम व्यक्त केल्यावर तिने तोंड फिरवले. तिला रावणाची भीती वाटत होती. रावणाच्या कामुक बोलण्याने ती वैतागल्या होती. परंतु आपला स्वाभिमान तिने घट्ट पकडून ठेवला होता. सीतेने वर न पाहता गवताची एक काडी उचलली. आपल्या समोर ती अशी काही ठेवली की, जणू ती रावणाला जरब देत होती. यातून तिला असे सुचवायचे होते की, रावणाला तिच्याबद्दल काहीही वाटत असेल, मला त्यामुळे शष्पही फरक पडत नाही.

''मी श्रीरामांची पत्नी आहे. माझ्याबद्दल मनात कामवासना ठेवणे हे धर्मविरुद्ध आहे. हा अधम विचार सोडून आपल्या पत्नीकडे लक्ष द्यावे. त्यांना सुखी ठेवा. मी तुमच्यासाठी नाही.'' रावणाकडे पाठ फिरवून ती म्हणाल्या, ''तू तुझ्या कुळाचा नाश का करू पाहतो आहेस? राज्यकारभार करणारा शासक आपल्या इच्छांचा गुलाम झाला तर त्याचे राज्य नष्ट होते. लंकेचा विनाश निश्चित आहे. तू मला धन आणि दागिने यांचे आमिष दाखवतो? प्रकाशाला जसा सूर्य वाटतो, तसेच मला श्रीराम वाटतात. तू मला रामाकडे परत पाठव. तसे झाले तरच मला तुझ्याबद्दल काही चांगले वाटेल. माझे प्रेम तुला मिळेल अशी आशा मात्र तू सोडूनच दे कारण माझे प्रेम पूर्णपणे फक्त रामांसाठीच आहे. लवकरच राम आणि लक्ष्मण इथे पोहोचतील आणि बाणांनी तुझा नाश करतील. म्हणून सावधान हो.''

रावण म्हणाला, ''तू सर्व स्त्रियांपेक्षा अगदी भिन्न आहेस. बहुतेक सर्व स्त्रिया मी दिलेल्या भेटवस्तू व माझी प्रशंसा यांनी प्रसन्न होतात. पण मी तुला जितके जास्त देऊ करतो आहे, तितकी तू माझ्यापासून दूर जात आहेस. तुझ्यावरील प्रेमामुळे मी रागावर काबू ठेवू शकतो याबद्दल तू स्वतःला भाग्यवान मान. नाही तर पुष्कळ आधी मी तुझा वध करून टाकला असता. विचार करण्यासाठी मी तुला बारा महिन्यांची मुदत दिली होती. आता केवळ दोन महिने शिल्लक राहिले आहेत. त्यानंतर एक तर तू मला वश झाली पाहिजेस नाही तर माझ्या नाश्त्यासाठी तयार राहिले पाहिजेस.'' एवढे म्हणून रावण सीतेकडे रागारागाने पाहू लागला. त्याच्या क्रोधाविष्ट डोळ्यांमधून हिरव्या ज्वाळा चमकत होत्या. त्याच्या तीक्ष्ण दृष्टीने सीतेचे जीर्ण वस्त्र जणू चिरले जात होते. सीता मनातून घाबरली होती पण तिने रागाने उत्तर दिले, ''माझ्याशी अशा प्रकारे बोलण्याची तुझी हिंमतच कशी झाली? मी तुला आधीच सावध करते आहे. तुझा मृत्यू निश्चित आहे. तू

स्वतःला पराक्रमी समजतोस कारण तू देवांना पराभूत केले आहेस. पण तू माझ्या पतीच्या अनुपस्थितीत माझे अपहरण केलेस. पराक्रमी माणसे असे वागत नाहीत.''

रावणाबरोबर आलेल्या काही स्त्रियांना सीतेबद्दल सहानुभूती वाटत होती. पण काहीही बोलण्याचे त्यांचे धाडस झाले नाही. त्यांच्यातल्या काही स्त्रियांनी या संधीचा उपयोग करून घेण्यासाठी रावणाच्या गळ्यात आपले कोमल हात टाकले. सीतेच्या ऐवजी त्या स्वतः रावणाचे मन रिझवण्याचा प्रयत्न करू लागल्या. पण रावणाने त्यांना झिडकारले. त्याने राक्षशिणींना सांगितले की, त्यांनी प्रेमाने किंवा बळजबरीने सीतेस विचार बदलण्यास भाग पाडावे. धमकी देऊन रावण दाणदाण पावले टाकीत तिथून बाहेर पडला.

रावण गेल्याबरोबर राक्षशिणी सीतेवर ओरडू लागल्या. तिला वाईटसाईट बोलू लागल्या, ''तू किती मूर्ख आहेस. राजांचा राजा रावण याची पत्नी बनण्यास तू नकार देतेस? त्यांच्या आदेशावरून झाडांवर फुलं येतात. मेघ बरसतात. त्यांची इच्छा नसेल तर चंद्रसूर्य उगवणार नाहीत. त्यांचे म्हणणे ऐकून त्यांची पत्नी होण्यास तू का संमती देत नाहीस?''

आणखी एक राक्षशीण म्हणाली, ''तू खूप सुंदर आहेस. मला तुला खाऊन टाकावेसे वाटते आहे. चला, आपण सगळ्या मिळून हिची मेजवानी करू. दारू घेऊन या. मग आपण हिचे तुकडे करून मजेत खाऊ.''

रावण येण्यापूर्वी सीतेने ज्या भावना दाबून ठेवल्या होत्या त्या सगळ्या उसळून बाहेर आल्या. हृदय विदीर्ण होईल अशा प्रकारे ती रडू लागली. ज्या झाडावर हनुमान लपून बसला होता, त्याच झाडाचा आधार घेऊन ती म्हणाली, ''हे राम! हे राम! आपण कुठे आहात? इथे का येत नाही? ठरलेल्या वेळेआधी मृत्यूसुद्धा येत नाही हे आता मला कळले आहे. नाही तर मी माझ्या प्रिय रामापासून वेगळी होऊनही या लंपट पुरुषाच्या महालात, भयानक प्राण्यांमध्ये असताना जिवंत तरी कशी राहिले आहे?''

हनुमानास तिचे दुःख पाहणे असह्य झाले पण सीतामाईंजवळ जाण्याचे त्याला धाडस होईना. मग त्रिजटा नावाच्या एका समजूतदार राक्षशिणीने इतरांना गप्प राहण्यास सांगितले. सीतामाईंना त्रस्त करू नका असे सांगितले. ती म्हणाली की, तिला एक स्वप्न पडले होते. त्यात तिने पाहिले की, श्रीराम आणि सीतामाई पांढऱ्या वस्त्रात आहेत. विजयी होऊन ते दोघे हत्तीवर बसून येत होते. रावण पराभूत झाला होता. त्याच्या अंगावर काळी वस्त्रे होती आणि तो खालमानेने चालला होता.''

आत्तापर्यंत सीता इतकी रडली होती की, तिच्या डोळ्यांत आता अश्रू शिल्लकच राहिले नव्हते. दुःखी आणि एकट्या पडलेल्या सीतेच्या सहनशक्तीचा आता अंत झाला होता. तिने प्राणत्याग करण्याचे ठरवले. त्या वृक्षाचा आधार घेऊ लागताच तिचा डावा डोळा आणि डावा खांदा फडफडू लागला. स्त्रियांच्या बाबतीत हा शुभ शकुन मानला जातो. त्रिजटेचे बोलणे खरे होणार होते का? श्रीराम तिला मुक्त करण्यास येणार होते का?

सीतामाई भिणार नाहीत अशा प्रकारे त्यांच्या जवळ कसे जावे यावर हनुमान विचार करीत होता. इतक्या भयानक प्राण्यांमध्ये राहिल्यामुळे सीतेस आता कोणाचाच विश्वास राहिला नव्हता. 'वानराच्या रूपात मी खाली उडी मारली, तर त्या घाबरतील. त्या ओरडल्या तर राक्षशिणी सावध होतील. आणि मग ठरल्याप्रमाणे काहीच करता येणार

नाही.' तेवढ्यात त्याला एक युक्ती सुचली. सीतामाई सदैव श्रीरामांच्या विचारात असतात हे लक्षात घेता हनुमानाने ठरवले की, श्रीरामांची स्तुतिस्तवने आपण गाऊ या; म्हणजे मग सीतामाईंचा आपल्यावर विश्वास बसेल. त्याने समोर न येता लपलेल्या जागेवरूनच बोलण्यास सुरुवात केली.

वृक्षाखाली बसलेल्या सीतेच्या कानांवर अचानक मधुर शब्द पडले, ''आपल्या पराक्रमाने प्रसिद्ध असलेले दशरथ नावाचे एक राजा होते. त्यांना चार पुत्र होते. त्यांतील ज्येष्ठ पुत्राचे नाव राम होते. सर्व पुरुषांमध्ये राम उत्तम आहेत. ते आपला भाऊ आणि पत्नी यांच्या समवेत दंडकवनात गेले. एक दिवस दोन्ही भाऊ आश्रमात नसल्याची वेळ साधून रावण त्यांच्या आश्रमात घुसला व रामाची पत्नी सीता हिचे अपहरण केले. श्रीरामांनी दुःखी होऊन देशभर आपल्या पत्नीचा शोध घेतला. अखेरीस वानरांच्या राजाशी त्यांनी मैत्री केली. त्या राजाने त्यांना मदत करण्याची तयारी दाखवली. वानरांना सीतामाईंचा शोध घेण्यास चारही दिशांना पाठवले गेले. त्यांच्यापैकीच मी एक आहे. ती स्त्री मला मिळाली आहे. श्रीरामांनी सांगितल्याप्रमाणेच सीतामाई मनोहर, आकर्षक आणि सुंदर आहेत.'' एवढे बोलून हनुमान गप्प झाला.

हे ऐकताच सीता आश्चर्य आणि आनंदाने विभोर झाली. आपले विस्कटलेले केस नीट एका बाजूला करून तिने वर वृक्षाकडे पाहिले. निराश झालेल्या हृदयात आशेचा किरण घेऊन येणाऱ्या प्राण्याला ती शोधू लागली. दाट पानांमध्ये लपलेले हनुमान तिला दिसू शकला नाही. तिने चहुबाजूंस पाहिले पण कुठेच कोणी दिसले नाही. दरम्यान राक्षशिणी सीतेची समजूत घालून दमल्या होत्या. काही जणी रावणाकडे परत गेल्या होत्या तर उरलेल्या गाढ झोपल्या होत्या.

हनुमान सावकाश खालच्या फांदीवर उतरला. तिथून तो सीतेस दिसू शकला असता. अखेरीस सीतेच्या उत्सुक डोळ्यांनी हनुमानास पाहिले. आशा आणि आनंद घेऊन आलेल्या रामाचे दूत हनुमान याला तिने पाहिले. लहानसा वानर वृक्षाच्या डहाळीला चिकटून बसला होता. त्याचे केस पांढरे आणि तोंड लाल होते. तो गोड दिसत होता. त्याचे डोळे तरळणाऱ्या सोन्याप्रमाणे होते. वृक्षावर बसलेला हनुमान अगदी भोळा दिसत होता. पण तरीही सीतेच्या मनात शंका होती. गेल्या काही महिन्यांत सीतेचा खूपदा छळ झाला होता. तिला अनेक प्रकारे भंडावून सोडले जात होते. त्यामुळे आता प्रत्येक गोष्टीबद्दल तिच्या मनात संशय यायचा की, ही रावणाची एखादी नवीन चाल तर नसेल? सीतेस वाटले की, आपण स्वप्नच पाहतो आहोत. म्हणून तिने मदतीसाठी राम आणि लक्ष्मण यांना हाक मारली. सीतामाईंची अवस्था हनुमानाने जाणली. त्याला वाटले, आता आपण सीतामाईंपुढे प्रकट झाले पाहिजे. त्याने हळूच खाली उडी मारली आणि हात जोडून सीतामाईंपुढे उभे राहिला. आपल्या मधुर स्वरात तो म्हणाला,

''हे देवी, आपण कोण आहात ते मला सांगा. आपण मळलेली वस्त्रे नेसली असली तरी राजकुमारीसारख्या दिसता. कमळाच्या पाकळीवर दवबिंदू असावेत तसे आपल्या पापण्यांवर अश्रूंचे थेंब दिसत आहेत. आपण इथे एकट्या का आहात? आपल्या दुःखाचे कारण काय आहे? आपण जर रावणाने बळजबरीने पळवून नेलेल्या सीतामाईच असाल,

श्रीरामांच्या पत्नी असाल तर माझे बोलणे लक्षपूर्वक ऐका. आपण खरेच श्रीरामांची पत्नी सीतामाई वाटता आहात. कोणतीही स्त्री तुमच्यासारखी सुंदर नाही. मला खरे सांगा, आपण सीतामाई आहात?''

हे शब्द ऐकून सीतेस फार आनंद झाला. ती म्हणाली, ''होय, मी राजा दशरथांची सून असून रामांची पत्नी आहे. माझे वडील विदेह राज्याचे राजा आहेत. माझे नाव सीता आहे. मी माझ्या पतीबरोबर वनात राहत होते. तिथून रावणाने माझे हरण केले आणि मला तो इथे घेऊन आला. त्याची इच्छा मी मान्य करावी यासाठी रावणाने मला आता दोन महिन्यांचा अवधी दिला आहे. त्यापूर्वी जर राम इथे आले नाहीत, तर मी माझ्या जीवनाचा अंत करून घेईन.''

सीतामाईंचे बोलणे हनुमानाने नीट ऐकून घेतले. मग विनयाने म्हटले, ''हे देवी, मी आपल्या पतीचा दूत म्हणून इथे आलो आहे. आपले पती जिवंत आहेत, व्यवस्थित आहेत. तुमचे क्षेमकुशल जाणून घेण्यासाठी ते माझी वाट पाहत आहेत. ते तुमच्या विरहाने अहोरात्र दुःखात असतात. मला त्यांनी हे सांगण्यासाठी पाठवले आहे की, रावणाला ठार मारून तुम्हाला इथून मुक्त करण्यासाठी ते लवकरच येतील.''

इतकी आनंदाची बातमी ऐकून सीतेस सुखच सुख वाटले. कैक महिन्यांपासून ती निराशेच्या अंधकारात जगत होती. आपली येथून कधीकाळी सुटका होईल ही आशा आता मावळत आली होती. मात्र हनुमानाचे बोलणे ऐकून तिच्यात जणू नवजीवन संचारले. ती म्हणाली, ''आशा सोडली नाही तर आज ना उद्या त्याला सुख मिळतेच असे म्हटले जाते. आज मला ते अगदी खरे वाटते आहे.''

हनुमान थोडासा सीतेच्या जवळ आला. सीतेचे मन पुन्हा कातर झाले. रावणाने तिला अनेकदा असा त्रास दिला होता. त्यामुळे जवळ येणाऱ्या प्रत्येक प्राण्याबद्दल तिला शंका वाटत असे. रामाचे गुणगान गाऊन सीतेस पथभ्रष्ट करण्यासाठी तर रावणाने ही चाल खेळली नसेल ना; असे तिला वाटू लागले. तिच्या घशाला कोरड पडली. हातपाय गार पडले. ज्या फांदीला धरून ती उभ्या होती ती सोडून ती खाली बसली. सीतामाईंच्या मनाची काय उलघाल झाली असेल याची कल्पना हनुमानास आली. त्याने सीतामाईंना लोटांगण घातले आणि पुन्हा मान वर करून पाहिलेही नाही.

सीता भयकंपित होऊन हनुमानाकडे शंकित नजरेने पाहत म्हणाली, ''रावणा, याआधी तू संन्याशाचे रूप घेऊन माझा घात केलास. आता काय तू वानराच्या रूपात आला आहेस काय? पण आता त्याचा काही उपयोग नाही. मला आता अधिक त्रास देणे सोडून दे.''

हनुमान काही न बोलता गप्प उभा होता. सीता पुढे म्हणाली, ''तू जो कुणी आहेस असे सांगत आहेस, कदाचित तोच असशील. मला तुझ्याबद्दल विश्वास वाटतो आहे. कृपा करून मला रामाबद्दल असे काहीतरी सांग की, ज्यामुळे मी निःशंक होईन.'' सीता आशा आणि आशंका यांच्यामध्ये हेलकावे खात होती. तिची स्थिती दयनीय झाली होती.

हनुमानाने श्रीरामांबद्दल आणखी काही मधुर वचने बोलण्यास सुरुवात केली. त्या गोष्टी तर अगदी हृदयस्पर्शी होत्या. ''हे देवी, माझ्यावर विश्वास ठेवा. अयोध्येचे महाराज

तुमचे पती श्रीराम यांनीच मला तुमच्याकडे पाठवले आहे. ते कामदेवाप्रमाणे आकर्षक आहेत. सिंहासारखे पराक्रमी आहेत. त्यांच्या शत्रूंसाठी ते मोठे संकट आहेत पण आत्ता ते आपल्या विरहाने व्याकूळ झाले आहेत. वानरांचा राजा सुग्रीव यांचा मी मंत्री आहे. माझे नाव हनुमान आहे. मी बऱ्याच दिवसांपासून तुमचा शोध घेत होतो. आपल्याला भेटण्यासाठी मी समुद्र ओलांडून आलो आहे. माझे ध्येय पूर्ण झाले आहे. मला आता लवकरात लवकर परत जाऊन हा आशादायक संदेश श्रीरामांना द्यायचा आहे. ते माझ्या परतण्याची उत्सुकतेने वाट पाहत असतील. लवकरच तुम्ही राम आणि लक्ष्मण यांना विशाल सेनेसह लंकेत प्रवेश करताना पाहाल. ते आपल्याला मुक्त करतील.''

अखेरीस हनुमान हा खरंच रामाचे दूत आहे यावर सीतेचा विश्वास बसला. त्यानंतर तिने हनुमानास रामाबद्दल सारे काही सांगण्याची विनंती केली. सीतेने विचारले की त्यांचे अपहरण झाल्यावर रामांनी काय केले, ते कुठे गेले? लंकेस पोहोचण्यास त्यांना किती वेळ लागेल, असे पुष्कळ काही सीतेने हनुमानास विचारले. श्रीरामांबद्दलची हकिकत ऐकण्यास ती उत्सुक होती. हनुमानाने तिला जे काही सांगितले, ते तिने मनापासून ऐकले. श्रीरामांबद्दल बोलल्यामुळे हनुमानही प्रसन्न झाला. ऋष्यमूक पर्वतावर वानर बसलेले असताना त्यांनी सीतामाईंचे हरण होताना पाहिले, सीतामाईंनी खाली टाकलेले दागिने त्यांनी रामांना दाखवले– अशा आतापर्यंतच्या सर्व घटना हनुमानाने सीतामाईंना सांगितल्या. सारे सांगितल्यावर हनुमान सीतामाईंसमोर हात जोडून उभा राहिला. सीता फार आनंदित झाली. रामांनीच हनुमानास पाठवले आहे यावर आता तिचा पुरता विश्वास बसला. सीतेच्या डोळ्यांतून आता दुःखाश्रूंऐवजी सुखाचे आसू वाहू लागले. ती मूक झाली.

हनुमान आदरपूर्वक म्हणाला, ''देवी!आता मला जाण्याची आज्ञा द्यावी. आपण जे जाणून घेऊ इच्छित होतात, ते सारे काही मी तुम्हाला सांगितले आहे. विश्वास ठेवा, राम लवकरच इथे येऊन तुमची सुटका करतील. ही रघुवंशाची चिन्हांकित अंगठी आहे. माझी ओळख पटवण्यासाठी तुम्हाला दाखवण्यासाठी श्रीरामांनी ती माझ्याकडे दिली होती.'' एवढे म्हणून हनुमानाने श्रीरामांनी दिलेली अंगठी सीतेस दिली. ही अंगठी तर सीता चांगलीच ओळखत होती. तिच्यावर सीतेचे प्रेम होते.

ती मौल्यवान वस्तू हातात घेऊन सीता कितीतरी वेळ तिच्याकडे पाहत राहिली. जणू ती अंगठी घालणारा हात भेटावा म्हणून ती व्याकूळ झाली होती. तिच्या डोळ्यांतून पुन्हा अश्रू वाहू लागले. तिच्या क्षीण झालेल्या हृदयात ज्याने नवीन आशा जागवली त्या हनुमानाकडे ती कृतज्ञतेने पाहत होती.

'हनुमान!' ती म्हणाली, ''खरंच, तू सर्व प्राण्यांमध्ये श्रेष्ठ आहेस. शेकडो मैल विशाल समुद्र उल्लंघून या अत्यंत कडेकोट बंदोबस्त असलेल्या गडावर तू प्रवेश केला तरी कसा? तुझ्याकडे नक्कीच काही जादूच्या शक्ती असणार. माझे आईवडील आणि इतर कुणाहीपेक्षा प्रिय असलेल्या माझ्या पतीबद्दलही तू मला सारे काही सांगितलेस. आपल्या राज्यातून निघून आल्यावर इतकी वर्षे ते माझ्या बरोबर वनात भटकत राहिले. हे संकट येईपर्यंत आम्ही सर्व जण फार आनंदात होतो. मला आशा आहे की, ते अजूनही निराश झाले नसतील. कृपा करून त्यांना सांग की, केवळ त्यांना भेटण्याच्या आशेवर मी अजून जिवंत राहिले आहे.''

"देवी, आपण इथे आहात हे जर श्रीरामांना माहीत असते तर ते केव्हाच तुम्हाला घेऊन जाण्यासाठी इथे आले असते. ते धड खातपीत नाहीत. नीट झोपत नाहीत. त्यांना दुसऱ्या कोणत्याही गोष्टींचे भान नाही. ते सतत तुमच्याच विचारात असतात. त्यांना थकव्यामुळे थोडी जरी झोप लागली तरी ते रडत उठतात आणि "सीते, सीते!" असे म्हणून रडू लागतात. तुमची आवडती गोष्ट त्यांना दिसली तर ते उसासे टाकू लागतात. मग त्यांची समजूत घालणे कठीण होऊन बसते."

रामदेखील आपल्याला भेटायला आपल्याइतकेच उत्सुक आहेत हे ऐकून सीतेला फार आनंद झाला. आपल्या प्रकृतीची राम काळजी घेत नाहीत हे कळल्यामुळे मात्र ती अस्वस्थ झाली. "तू सांगितलेले ऐकून मला आनंदही होतो आहे आणि दुःखही! हनुमान, त्यांच्या दुःखाबद्दल ऐकून मला वाईट वाटते. सुख आणि दुःख दोन्ही माणसाच्या पूर्वजन्मातील कर्मांचा परिणाम आहे. मला घेऊन जाण्यासाठी ते वेळेवर येतील की नाही कुणास ठाऊक! मला फक्त दोन महिने जिवंत राहायचेय. मला कैद करून दहा महिने झाले आहेत. विचार करण्यासाठी मला एक वर्ष दिले होते. त्यानंतर मी त्या निशाचराचे भोजन होईन."

सीतामाईंना अजून दोन महिने इथे असेच राहावे लागणार ही कल्पना हनुमानास सहन होत नव्हती. तो म्हणाला, "देवी! श्रीराम नक्कीच लवकर येतील पण तुम्हाला एकटे सोडून जाण्यास माझे मन धजावत नाही. आपण माझ्या बरोबरच चला. या क्षणी मी सागर ओलांडून आपल्याला श्रीरामांजवळ घेऊन जातो. आपण फक्त आदेश द्या."

लहानशा वानराचा हा प्रस्ताव ऐकून सीतेस भरून आले आणि तिला हसूही आले. ती म्हणाली, "प्रिय वानर, तुझ्या सदाचारी वृत्तीमुळे तू ही अशक्य गोष्ट बोलत आहेस. तुझ्यासारखा लहान प्राणी मला आपल्या पाठीवर बसवून इतका विशाल समुद्र कसा ओलांडू शकणार?"

हनुमान हसून म्हणाला, "देवी! आपण माझ्या क्षमतेबद्दल शंका बाळगू नये. मी माझा आकार हवा तितका वाढवू शकतो." असे म्हणून हनुमानाने आपला आकार वाढवण्यास सुरुवात केली. थोड्याच वेळात तो विशाल पर्वताएवढा दिसू लागला. त्याचा आकार प्रचंड आणि शरीर खडकाप्रमाणे कणखर झाले.

"गरज पडली तर मी ही संपूर्ण लंकानगरी सागरापार नेऊ शकतो. तेव्हा काळजी करू नका. माझ्या बरोबर चला. मी आपली श्रीरामांशी भेट घालून देतो आणि त्यांना प्रसन्न करतो."

हनुमानाचा अति विशाल आकार पाहून सीता स्तब्ध झाली. म्हणाली, "तुझ्याजवळील शक्तींना ओळखण्यात माझी चूक झाली. पण तुमच्या बरोबर मी येण्याबाबत मला नीट विचार करावा लागेल. कदाचित तुझ्या अति वेगवान गतीने मला चक्कर येऊन मी समुद्रात पडेन. इथल्या दुष्ट राक्षसांनी आम्हाला पाहिले तर ते आपला पाठलाग करतील. मला धरून परत घेऊन जातील. मग अशा वेळी तर माझी अवस्था आणखी बिकट होऊन जाईल. तूही त्यामुळे संकटात पडशील आणि श्रीरामांकडे जाऊ शकणार नाहीस. शिवाय जर तूच मला इथून मुक्त केलेस तर त्याचे श्रेय श्रीरामांना मिळणार नाही. अशा स्थितीत

माझ्या पतींनी स्वतः इथे यावे आणि राक्षसांना मारून माझी सुटका करावी हे योग्य ठरेल. मी सदैव माझ्या पतीला माझ्या ह्रदयात स्थान दिले आहे. त्यामुळे स्वेच्छेने मी कोणत्याही परपुरुषाला स्पर्श करू इच्छित नाही. रावणाने बळजबरीने मला स्पर्श केला पण त्या वेळी मी असहाय होते. माझ्याकडे दुसरा काही पर्यायच नव्हता. हनुमान, तू लगेच परत जा आणि राम व लक्ष्मण यांना शक्य तितक्या लवकर घेऊन ये. असे होईल तेव्हाच माझ्या दुःखांचा अंत होईल.''

हनुमान सीतामाईंचे बोलणे ऐकून प्रसन्न झाला. तो म्हणाला, ''देवी, केवळ एक शुद्ध आत्माच असा विचार करू शकतो. माझी रामावर अतूट निष्ठा आहे, मी आपल्यालाही प्रसन्न करू इच्छितो म्हणून मी हा प्रस्ताव मांडला. मी आता ताबडतोब परत जातो आणि राम व लक्ष्मण यांना सारी हकिकत सांगतो. आपल्याला त्यांना काही विशेष निरोप द्यायचा आहे का?''

जुन्या गोष्टी आठवून सीतेचे डोळे भरून आले. ती म्हणाली, ''हनुमान, एकदा आम्ही चित्रकूट पर्वताजवळच्या मंदाकिनी नदीत अंघोळ केली. त्यानंतर ते माझ्या मांडीवर डोके ठेवून विश्रांती घेत होते. या गोष्टीचे त्यांना स्मरण करून द्या. त्यांना झोप लागली होती. त्या वेळी एका कावळ्याने मला चोच मारली. मी त्याच्यावर मातीचे ढेकूळ फेकून मारले पण त्याचा काही उपयोग झाला नाही. तो पुन्हापुन्हा मला चोच मारत राहिला. मी रडू लागले. रामांना जाग आली. त्यांना सारी गंमत वाटली. त्यांनी माझी समजूत घातली आणि मांडीवर पुन्हा झोपले. तो दुष्ट कावळा परत आला आणि पुन्हा चोच मारू लागला. माझ्या वक्षातून रक्ताचे थेंब ओघळून रामांच्या चेहऱ्यावर पडले. त्यामुळे ते जागे होऊन उठून बसले. त्यांना फार राग आला. ते इकडेतिकडे पाहू लागले. तेव्हा त्यांना तो खोडसाळ कावळा दिसला. रामांनी कावळ्याला ओळखले. तो इंद्राचा पुत्र जयंत होता. रामांनी पटकन खाली पडलेली दोरी उचलली आणि ब्रह्मशक्तीला आवाहन करून मंत्रभारित अस्त्र त्याच्या अंगावर सोडले. कावळा भयभीत होऊन उडाला. पण ते अस्त्र त्याचा पाठलाग करीत राहिले. कावळ्याला कुठेच आसरा मिळाला नाही. तो परतून रामांजवळ आला. त्याने आपले अस्त्र परत घेण्याची रामांना विनंती केली. खरं तर कावळ्याचे कृत्य मृत्युदंड देण्यासारखेच होते. पण रामांनी त्याला क्षमा केली. मात्र रामांनी एकदा ब्रह्मास्त्रास आवाहन केल्यावर कुठे ना कुठे ते लागल्यावरच परत येते. म्हणून मग त्या ब्रह्मास्त्राने कावळ्याचा उजवा डोळा फोडला. हनुमान, मला त्रास देणाऱ्या एका कावळ्यावर त्यांनी ब्रह्मास्त्र सोडले. पण या राक्षसाने मात्र माझे अपहरण केल्यावरही ते गप्प बसले, असा कसा पुरुष असू शकतो?''

हनुमानाने सीतेस खात्रीपूर्वक सांगितले की, श्रीराम त्यांच्या बाबतीत विरक्त किंवा अलिप्त नाहीत. सीतामाई कुठे आहेत हे त्यांना कळण्याचा अवकाश, ते ताबडतोब त्यांना घेऊन जाण्यास येतील.

त्यानंतर सीता म्हणाली, ''एकदा माझ्या कपाळावरचे कुंकू त्यांच्या हाताने फिसकटले होते. त्यांनी तिथल्याच एका तांबड्या दगडाचा चुरा करून माझ्या कुंकवाच्या जागी तो लावला होता. गमतीने तोच चुरा त्यांनी माझ्या गालावरही लावला होता. त्या क्षणांचीही त्यांना आठवण करून द्या.''

सीतेने लक्ष्मणास आशीर्वाद दिले. म्हणाली, ''माझ्या गैरहजेरीत जर कोणी रामांची चांगली काळजी घेणारे असेल तर ते लक्ष्मणच होत. ते त्यांना वडील व मला आई मानून प्रेम करतात. त्यांचा राग सहन करण्याचे धाडस कुणाच्याही अंगी नाही. त्या दोघांना इकडे शक्य तितक्या लवकर येण्यास सांगा. हनुमान, मी दोन महिन्यांनंतर क्षणभरही जिवंत राहणार नाही.''

असे म्हणून सीतेने आपल्या वस्त्रात बांधलेला एक मस्तकी धारण करण्याचा दागिना काढला. हनुमानास तो देत ती म्हणाली, ''हा रामांना द्या. ते जेव्हा तो पाहतील, लाल कुंकू आणि कावळ्याची गोष्ट ऐकतील तेव्हा त्यांची खात्री पटेल की आपली भेट झाली होती. कारण ही गोष्ट फक्त आम्हा दोघांनाच माहीत आहे. हनुमान, आता माझे जीवन तुझ्यावर अवलंबून आहे. परत जायलाच हवे का तुला? तू असलास म्हणजे मला दिलासा मिळेल.''

अचानक सीतेच्या मनात शंका आली आणि ती म्हणाली, ''श्रीराम आणि त्यांची सेना हा समुद्र उल्लंघून इथे येऊ शकतील याची तुला खात्री वाटते?''

हनुमानाने सीतेस आश्वासन दिले की, सारे काही शक्य आहे. त्यांनी निश्चिंत राहावे. त्याने सीतामाईंना धीर देण्याचे सर्वतोपरी प्रयत्न केले पण पहिल्यांदाच ओळख झालेल्या त्या चेहऱ्याला दूर जाताना पाहून सीता आपले अश्रू आवरू शकली नाही. मात्र तिला हेही माहीत होते की, हनुमानास तिच्या जवळ कुणी पाहिले तर त्यात मोठाच धोका होता. म्हणून सीतेने अखेरीस हनुमानास जाण्यास संमती दिली.

वसिष्ठ म्हणतात :

''जो भाव प्रकृती आणि स्व-भाव नसतानादेखील योग्य ऋतूंमध्ये गवत किंवा वृक्ष उगवण्यामध्ये असतो, तो भाव म्हणजेच विशुद्ध चैतन्य होय.''

हरि:ॐ तत्सत

ॐ

ॐ

महाभुजाय नमः।

अध्याय ३

हनुमानाचा क्रोध

क्यथा श्री रामदूत पवनतनुभवा
पिंगालक्षशिखावन
सीताशोकपरिहरि दशमुख विजयी
लक्ष्मणप्राणदाता।।

"त्यांना रामाचे दूत म्हटले जाते
वायुदेवांच्या पुत्राचे नेत्र तांबूसलाल आहेत.
त्यांनी सीतेचे दुःख दूर केले
आणि दशाननास पराभूत केले
लक्ष्मणाच्या जीवनाचेही रक्षण केले."

लंकेमध्ये सीतामाईंना ज्या प्रकारची वागणूक दिली जात होती, त्याने हनुमानास इतका राग आला की परत जाण्यापूर्वी रावणासमोर आपले शक्तिप्रदर्शन करण्याचे त्याने ठरवले. रावणाला त्याच्या शत्रुसेनेचे सामर्थ्य दाखवून देण्याची त्याची इच्छा होती. रावणाला अद्दल घडवण्याचा सगळ्यात उत्तम मार्ग म्हणजे त्याचे आवडते उद्यान नष्ट करणे. हनुमानाने तोच निर्णय घेतला. त्याने हा विनाश क्रमाक्रमाने व्यवस्थित पूर्ण केला. एखाद्या भयानक तुफानाप्रमाणे त्याने प्रत्येक वृक्ष उपटून आपल्या पायाखाली चिरडला. झाडांच्या वेली उपसल्या. देवळांची तोडफोड केली. सरोवरांमध्ये अशोकवृक्षांची भुरकट पाने टाकली आणि पाण्यात त्यांना कुस्करून सगळे पाणी गढूळ करून टाकले. लहान टेकड्यांना चिरडले आणि रावणाचे प्रिय उपवन उजाड करून पूर्णपणे नेस्तनाबूत केले. उपवन बरबाद केल्यावर तो वाटिकेच्या तोरणद्वारावर चढून बसला. थोड्याच वेळात त्याच्या अपेक्षेप्रमाणे सगळीकडे गडबड उडाली. पक्षी भयकंपित होऊन ओरडू लागले. हरणे व मोर करुण आवाज करीत सैरावैरा पळू लागले.

हा सगळा गोंधळ ऐकून सीतेच्या पहाऱ्यावर बसलेल्या राक्षशिणी उठून बसल्या आणि काय चाललंय ते पाहू लागल्या. त्यांनी अवाढव्य वानराला पाहिले. हा कोण आहे असे त्यांनी सीतेस विचारले. तिने आपल्याला काहीच माहीत नसल्याचे सांगितले. राक्षशिणींनी ही बातमी रावणाला सांगितली. त्या म्हणाल्या, ''एक प्रचंड मोठा वानर आला आहे. त्याने सगळी वाटिका उजाड केली. तो सीतेशी बोलताना पाहिले होते, पण ती आता म्हणते आहे की, तिला काहीच माहीत नाही.''

आपल्या आवडत्या वाटिकेची अशा प्रकारे वासलात लावल्याचे कळल्यावर रावण अत्यंत क्रोधित झाला. त्याने पहारेकऱ्यांना त्या वानराला पकडून आणण्याचे आदेश दिले. सैनिकांना आपल्याकडे येताना पाहून हनुमान खूश झाला. कारण आपली ताकद दाखवण्याच्या संधीची तो वाटच पाहत होता. सैनिकांनी त्याला चारी बाजूंनी घेरले. त्याला मारण्याचा प्रयत्न करू लागले. पण हनुमानाने आपला आकार वाढवला. पहिलवानासारखे दंड थोपटत गर्जना करीत तो म्हणाला, ''मी श्रीरामांचा सेवक हनुमान आहे. एक सहस्र रावण मिळूनसुद्धा माझा सामना करू शकत नाहीत. मी लंकेला नष्ट करूनच परत जाईन.''

त्याने तोरणातून एक सळई काढली आणि त्याला पकडायला येणाऱ्या राक्षसांना मारमारून बेजार केले. रावणाने ही बातमी ऐकली तेव्हा त्याचा आपल्या कानांवर विश्वास बसेना. त्याने आपल्या सेनापतीच्या तरुण पुत्रास, जंबुमाली यास बोलावले आणि त्याच्या बरोबर सैन्याची तुकडी पाठवून हनुमानास पकडण्याचा आदेश दिला. हनुमानाने त्याला लगेचच ठार मारले. त्यामुळे सैनिकांमध्ये घबराट पसरली. त्यानंतर रावणाने आपल्या इतर मंत्री–पुत्रांना पाठवले पण हनुमानाने त्या सर्वांना मारून टाकले. महालापर्यंत जाणाऱ्या मुख्य राजमार्गावर रक्ताचे ओहोळ वाहू लागले. त्यांत मृत राक्षसांचे कापलेले हातपाय, छिन्नविच्छिन्न शरीरे वाहू लागली. या विलक्षण घटनेने रावण स्तंभित झाला. त्याने आपला सगळ्यात लहान मुलगा अक्षय यास पाठवून हनुमानास जेरबंद करून आणण्यास सांगितले. उगवत्या सूर्यासारखे सोनेरी कवच घालून तो तरुण योद्धा विजय मिळवण्यासाठी निघाला. दोघांमध्ये भयंकर युद्ध झाले. हनुमान त्याच्या पराक्रमाने प्रभावित झाला. हनुमानाला त्याला ठार मारावेसे वाटत नव्हते पण युद्धामध्ये दयेला स्थान नसते. हनुमानाने आधी त्याच्या सगळ्या घोड्यांना मारले. मग त्याचा रथ नष्ट केला. कुमार अक्षयने त्याच्यावर झेप घेतली तर त्याला हनुमानाने हवेतच धरले आणि जमिनीवर आपटून त्याचा प्राण घेतला. आपल्या प्रिय पुत्राच्या मृत्यूने रावणाला फार दुःख झाले. त्याने आपला मोठा मुलगा मेघनाद यास बोलावले. त्याला 'इंद्रजित' असेही म्हटले जाते. कारण युद्धात त्याने इंद्राला पराभूत केले होते. रावणाने इंद्रजितला त्या वानरास धडा शिकवण्यास धाडले. हनुमान हा असामान्य वानर आहे असे रावणाला वाटू लागले. रावणाची सेना त्याला पराभूत करण्यास पुरी पडत नव्हती. इंद्रजित हा अजिंक्य योद्धा होता. तो उत्साहाने हनुमानाशी लढण्यास निघाला.

इंद्रजितने हनुमानावर एकापाठोपाठ अनेक बाण सोडले. परंतु प्रत्येक वेळी हनुमानाने स्वतःला मोठ्या कौशल्याने वाचवले. त्याची शक्ती पाहून इंद्रजित चकित झाला. त्याच्या लक्षात आले की, हनुमानास मारणे अशक्य आहे. मग त्याने हनुमानास जखमी करण्यासाठी दिव्यास्त्राचा उपयोग केला. नागपाश नावाच्या या दिव्यास्त्राच्या प्रहाराने हनुमान खाली

पडला. त्याला वाटले, जणू त्याचे हातपाय बांधले होते. हनुमान या धक्क्यातून लगेचच सावरला पण त्याने बेशुद्ध असल्याचे नाटक केले. कारण त्याला एकदा रावणाकडे जायचेच होते. दोरखंडाने हनुमानाच्या शरीरास स्पर्श करताच मंत्राचा सूक्ष्म प्रभाव समाप्त झाला. हनुमानाने स्वतःच्या सुटकेचा काहीच कसा प्रयत्न केला नाही हे मात्र इंद्रजितला कळेना. इंद्रजित द्विधा मन:स्थितीत होता पण त्याने ही बातमी आपल्या वडिलांना कळवली.

हनुमानास लाथा मारत, ओढत दरबारात आणले गेले. रावण आपल्या मंत्रिगणासह तिथे बसला होता. हनुमानाला वाटलं, खरंच, रावणाचं व्यक्तिमत्त्व रुबाबदार होतं. त्याने अगदी तलम रेशमी वस्त्रे धारण केली होती. सागरातून उठणाऱ्या लाटांप्रमाणे ती वस्त्रे दिसत होती. त्याच्या गळ्यात अनेक बहुमूल्य रत्नजडित माळा होत्या. हातात बाजूबंद घातले होते. त्याचे हिरवे डोळे विचित्र प्रकारे चमकत होते. त्याने गुरकावून हनुमानाकडे पाहिले. काही क्षण हनुमान रावणाच्या रूपावर मोहित झाला. त्याला वाटले, रावण जर सदाचारी असता तर तिन्ही लोकांवर राज्य करण्यास तो समर्थ होता.

हनुमानाच्या तपकिरी लाल डोळ्यांना पाहून रावणाच्या मनात एक अनामिक भीती उमटली. भगवान शिवदेवांनी रावणाची इच्छा पूर्ण केली नव्हती, हे रावणाला आठवले. त्यामुळे रावणाला इतका राग आला होता की, त्याने कैलास पर्वताखाली आपले बोट ठेवले आणि ते एकीकडे झुकवले. यामुळे पार्वती भयभीत झाली. पार्वतीमाईंना शंकरांनी धीर दिला. रावणाचे गर्वहरण करण्यासाठी त्यांनी आपल्या पायाच्या अंगठ्याने पर्वतास खाली दाबले. त्यामुळे रावणाचे बोट पर्वताखाली पिचकले. मग शंकरांना शांत आणि प्रसन्न करण्यासाठी रावणाने 'शिवतांडव' नावाचे उत्कृष्ट स्तुतिस्तोत्र रचले. पण शंकरांच्या नंदीने रावणाला शाप दिला की, नंदी स्वतः वानराच्या रूपात येऊन रावणास पराभूत करेल. रावणाला क्षणभर वाटले की, तो शाप खरा होण्याची वेळ आता आली आहे. पण तो विचार मनातून काढून टाकून रावणाने आपल्या मंत्र्याला सांगितले की, तो इथे लंकेत कशासाठी आला आहे, हे त्या वानराला विचारावे.

मंत्र्याने विचारले, ''वानर, घाबरू नका. खरे बोललात तर तुम्हाला कोणीही काही त्रास देणार नाही. हे तर स्पष्टच आहे की, तुम्ही कोणी सामान्य वानर नाही आहात. देवतांनीच तुम्हाला मायावी रूपात इथे पाठवले असणार. तुम्ही खोटे बोललात तर तुम्हाला ठार मारले जाईल.'' यावर हनुमानास काहीही उत्तर देण्याची गरज वाटली नाही.

हनुमान रावणाला म्हणाला, ''मी देवतांचा दूत नाही. मी मायावी रूपातही आलो नाही. मी जन्माने वानर आहे. तुमची वाटिका मी केवळ यासाठीच उद्ध्वस्त केली की, मला तुम्हाला भेटायचे होते. मी श्रीरामांचा दूत आहे. त्यांची पत्नी सीता हिचे तुम्ही अपहरण केले आहे. श्रीरामांशी अयोग्य वागणारा माणूस जिवंत राहू शकत नाही. तुम्ही जर धर्माचे पालन केलेत तर कदाचित तुम्हाला क्षमा केली जाईल. तुम्हाला अनेक देवतांकडून आशीर्वाद मिळाला आहे. तुमच्याकडे अनेक उत्तम गोष्टी आहेत. आपल्या या पराक्रमास एका स्त्रीसाठी नष्ट का करता आहात? तुम्ही बुद्धिमान आहात. धर्माचे ज्ञानी आहात. दुसऱ्या कुठल्या पुरुषाच्या पत्नीचे तिच्या इच्छेविरुद्ध अपहरण करणे उचित आहे का? रामांच्या सामर्थ्याचा सामना करणारी शक्ती तिन्ही लोकांत नाही. तुम्ही धर्माचा विचार

केला पाहिजे. आपले हित कशात आहे हे जाणले पाहिजे. सीतामाईंना आपल्या पतीकडे परत पाठवावे. सीतामाईंना मी पाहिले आहे. त्या अत्यंत दुःखी आहेत. मी एकटा ही सारी लंका नष्ट करू शकतो. श्रीराम स्वतः आले तर काय होईल याचा विचार करा. सीतामाई म्हणजे तुम्ही आपल्या गळ्याला लावून घेतलेला फास आहे. श्रीरामांचा क्रोध घातक आहे. आपली प्रजा, आपले संबंधित, बायकामुले आणि संपत्ती यांचे रक्षण करणे हाच तुमचा धर्म आहे. मी जे बोललो, त्यावर नीट विचार करा आणि मगच पुढचे पाऊल उचला.''

हनुमानाच्या प्रत्येक शब्दाबरोबर रावणाचा राग वाढत गेला. हनुमानाचे बोलणे संपण्याइतकाही त्याला धीर धरवेना. त्याने आपल्या पहारेकऱ्यांना बडबड्या हनुमानास मारून टाकण्याचा आदेश दिला.

रावणाचा भाऊ बिभीषण मध्येच म्हणाला, ''स्वामी, या वानराची हत्या करण्यापूर्वी दुसऱ्यांदा विचार करा. मी मान्य करतो की, त्याने आपले फार नुकसान केले आहे. पण लक्षात घ्या, हा दूत आहे. दूताची हत्या करणे नियमांविरुद्ध आहे.''

रावणाला बौद्धिक चर्चा करण्यात रस नव्हता. हनुमानाला ताबडतोब ठार करण्यात यावे असा त्याने आदेश दिला.

बिभीषणाने पुन्हा म्हटले, ''हा केवळ शत्रूने पाठवलेला दूत आहे. तो स्वतः निर्दोष आहे. या नियमानुसार दूताची हत्या केली जाऊ शकत नाही हे स्पष्ट आहे. आपण त्याला त्रास देऊ शकता. त्याचे मुंडन करू शकता किंवा त्याला फटके मारू शकता पण त्याची हत्या नाही करू शकत. अन्यथा आपल्या यशाला कलंक लागेल. ज्या राजकुमारांनी ह्याला पाठवले आहे, त्यांच्यावर आपण हल्ला केला पाहिजे. त्या दोन माणसांना मारण्यासाठी आपली थोडी सेनाही पुरेशी आहे पण या वानराला मारू नका.''

अखेरीस रावणाने बिभीषणाचे म्हणणे मान्य केले. तो म्हणाला, ''बिभीषण, तू म्हणतोस की दूताची हत्या करता कामा नये पण या वानराला त्याच्या उद्दामपणाबद्दल मी नक्कीच दंड करणार. वानरांना आपली शेपटी सर्वांत प्रिय असते. म्हणून याची शेपटी पेटवून द्या आणि त्याला लंकानगरीमध्ये फिरवा. सगळ्यांना एक मजेदार दृश्य पाहायला मिळेल.''

हा आदेश ऐकून राक्षस खूश झाले. हनुमानाला खेचून दरबारात आणत होते, तेव्हा सारे राक्षस ओरडत होते की, ह्याला मारा. ह्याला जाळून टाका. ह्याला आपण खाऊ या. ते सगळे जण खूश होऊन रावणाच्या शेपटीवर तुटून पडले. त्यांनी शेपटीला तेलात बुडवलेल्या चिंध्या गुंडाळायला सुरुवात केली. ते जितके कापड गुंडाळत होते, तसतसे हनुमानाचे शेपूट लांब होत चालले. लंकेच्या सर्व कापडाच्या दुकानांतून कापड गोळा केले पण तरी कापड त्याच्या शेपटीला पुरेना. शेपूट इतके लांब झाले की, त्याचे लंकेला दहा वेळा वेढे पडले. राक्षस त्रासून गोलगोल पळत होते. शेपटीवर कापड गुंडाळण्याचा प्रयत्न करीत होते. शेपटी सतत लांब होत चालली होती. शेवटी हनुमानासच त्यांची दया आली. त्याने राक्षसांना त्यांचे कार्य पुरे करू दिले. त्या लांबच लांब शेपटीवर कापड गुंडाळल्यावर राक्षसांनी त्यावर तेल ओतले आणि त्यास आग लावली. त्याच्या प्रचंड मोठ्या शेपटीने भयानक आगीचे रूप घेतले. घराघरांतून हे दृश्य पाहण्यासाठी लोक बाहेर आले. हनुमानास राग आला होता. त्याने शेपटीला एक झटका दिला. आजूबाजूचे सर्व राक्षस मरून पडले. त्यानंतर त्याने

स्वतःचा राग आवरला आणि नगरात फिरू लागला. हे नगर आधी त्याने फक्त रात्रीच्या वेळात पाहिले होते. त्याला वाटले फिरताफिरता लंकानगरीचे एक मानसिक चित्र आपल्या मनात तयार झाले तर चांगलेच आहे. सेनेबरोबर आपण परत येऊ, तेव्हा या नगरीची नीट माहिती असली तर त्याचा उपयोग होईल.

काही राक्षशिणी आनंदाने पळत सीतेकडे गेल्या आणि तिला ही बातमी सांगितली. ते ऐकून सीता रडू लागली. तिच्या मनात नुकतीच आशेची ज्योत तेवत होती; पण आता तिला वाटू लागले की, सर्व व्यर्थ आहे. हनुमानाच्या शेपटीला जराही इजा पोहोचू नये म्हणून तिने अग्निदेवाची प्रार्थना केली. अग्निदेवांनी लगेचच हनुमानाच्या शेपटीवरील आपली उष्णता कमी केली. हनुमानाचे पिता वायुदेव हे त्याच्या बाजूला वाहू लागले आणि हनुमानास थोडा गारवा देऊ लागले. हा सारा चमत्कार पाहून हनुमानास आश्चर्य वाटले.

आता हनुमानाला वाटू लागले की, राक्षसांचा राजा रावण ह्याला भेटण्याचा आपला हेतू तर सफल झाला. शिवाय लंकानगरीची पाहणीही झाली. आता पुरे. हनुमान काही कोणी सामान्य वानर नव्हता. राक्षसांकडून होणारी शिवीगाळ आणि त्रास त्याने सहन करण्याचे काहीच कारण नव्हते. त्याने क्षणार्धात आपले दोर तोडून टाकले. शरीराला एक झटका दिला. त्यानंतर थरकाप उडवणारी मोठी आरोळी ठोकून तो नगरद्वारावर चढला. काठी उचलावी तसा त्याने तिथला एक स्तंभ उचलला. प्रहार करून त्याने आधी आजूबाजूच्या सर्व पहारेकऱ्यांना मारून टाकले. किष्किंधा नगरीस जाण्यापूर्वी आणखी कशाचा विध्वंस करावा यावर तो विचार करू लागला.

त्याने विचार केला, ''ज्या अग्नीची सजा मला देण्यात आली, त्या अग्नीला तिचा आहार मिळाला नाही. मी तिला जेवण खाऊ घालतो.'' त्याने नगराच्या मधोमध एक मोठी झेप घेतली. मग एका घराकडून दुसऱ्या घराकडे तो आपल्या जळत्या शेपटीनिशी उड्या मारत जाऊ लागला. घराघरांना आग लागली. माणीकमोत्यांनी झळाळणारे महाल आणि घरे धगधगत खाली पडू लागली. अखेरीस त्याने रावणाच्या महालावर उडी मारून तोही जाळून टाकला. आधी जे लोक उत्साहाने सारे पाहत होते, ते आता भयकंपित झाले. चहुकडे गोंधळ माजला. लोक ओरडत सैरावैरा पळू लागले. त्या भयानक आगीला विझवण्याचा प्रयत्न करू लागले. अख्खी लंका पेटत्या मशालीसारखी वाटत होती. ते एक जबरदस्त दृश्य होते.

हनुमानाचा राग थोडा शांत झाल्यावर त्याला आपल्या कृत्याचा पश्चात्ताप होऊ लागला. ''हे काय केले मी?'' त्याच्या मनात विचार आला, ''मी जे वाचवण्यासाठी आलो होतो, त्यालाच मी रागाच्या भरात नष्ट केले? मी माझ्या क्रोधाचा गुलाम झालो. रागाच्या भरातच लोक सहज मोठा अपराध करून बसतात. संतापाच्या आहारी जाऊन सन्माननीय माणसाचीही हत्या केली जाते. खरा साधू तोच, जो कितीही राग आला तरी त्याला आवर घालू शकतो. माझ्याकडून सीतामाई मारल्या गेल्या असतील तर? आणि त्यांच्या बरोबर मी आपल्या स्वामींनाही मारले की काय?''

त्याने पुन्हा विचार केला, ''नाही, असे नाही होऊ शकत. ज्या अग्नीने मला जराही झळ पोहोचू दिली नाही तो त्यांचीही काही हानी करणार नाही. सीतामाईंच्या पुण्यप्रभावाने

त्यांचे रक्षण केले असेल. त्यांचे तपोबल आणि आपल्या पतीबद्दलची त्यांची निष्ठा त्यांचे रक्षण करेल.'' इतक्यात अवकाशातून जाणाऱ्या काही दिव्य लोकांचे आपसांत चाललेले बोलणे त्याला ऐकू आले. ते म्हणत होते, ''संपूर्ण लंका अग्नीच्या विळख्यात सापडली आहे पण फक्त सीता या आगीपासून वाचली आहे.'' हे ऐकून हनुमानास आनंद झाला. तो लगेचच निरोप घेण्यासाठी सीतामाईंकडे आला. त्याला पाहून सीतामाईंना आनंद झाला. तिने हनुमानास आशीर्वाद दिला आणि लगेच तिथून निघून जाण्यास सांगितले.

श्रीरामांकडे जाण्यास हनुमान उत्सुक होता. त्या नगरीचे शेवटचे दर्शन घेण्यासाठी त्याने मागे वळून पाहिले. आकाश-हृदयावर चमकणाऱ्या मोत्याच्या झुमक्याप्रमाणे दिसणारी ती दिमाखदार लंकानगरी आता त्याच्या समोरच जर्जर होऊन पडली होती. ती नगरी पाहून हनुमानास थोडे वाईट वाटले पण मग नंतर त्याला असे वाटले की, रावणाला अशीच अद्दल घडवायला हवी होती. हनुमान लंकेच्या पर्वतशिखरावर चढला आणि तिथून त्याने मोठे उड्डाण केले. आपले मुख उत्तर दिशेस केले. खाली उफाळणाऱ्या समुद्राकडे पाहत त्याने आपली गती वाढवली. लाल रंगाच्या ढगांमधून तो तीव्र बाणाप्रमाणे वेगाने जात होता. त्याचे वानरमित्र हनुमानाची प्रतीक्षा करीत होते. ते हनुमानाचा जयघोष करू लागले. तो ऐकून हनुमान आनंदित झाला. हनुमान खाली उतरला. हनुमानास पाहून सर्व जण हर्षभरित झाले. हनुमानाने सारी हकिकत त्यांना सांगितली. अशोक वाटिकेत त्याला सीतामाई भेटल्या; लंकेत हनुमानाने आग लावली वगैरे सगळे वर्णन करून त्यांना सांगितले. या सगळ्या गोष्टी ऐकून वानर आनंदाने उड्या मारू लागले. अंगद मोठ्या अभिमानाने म्हणाला की, आपण ताबडतोब लंकेस गेले पाहिजे. रावणाच्या सेनेचा पराभव करून सीतामाईंना परत घेऊन आले पाहिजे. पण हनुमानाने त्यांना सांगितले की, श्रीरामांनी स्वतः येऊन त्यांना मुक्त करावे अशी सीतामाईंची अपेक्षा आहे. त्यासाठी आधी किष्किंधा नगरीस गेले पाहिजे.

साऱ्यांचा उत्साह इतका वाढला होता की, त्यांच्या पायांना जणू पंख फुटले होते! त्या साऱ्यांनी किष्किंधेपर्यंतची यात्रा अर्ध्या वेळात संपवली. नगराच्या प्रवेशद्वारावर मधुवन नावाचे एक उद्यान होते. रसदार फळाफुलांनी तिथले वृक्ष बहरले होते. वानरांनी जांबुवंत आणि हनुमानाकडे ती फळे व मध खाण्याची परवानगी मागितली. विशेष प्रसंगाचा विचार करून त्यांना परवानगी दिली गेली. सगळे वानर उपवनात गेले आणि भरपूर खाऊनपिऊन तृप्त झाले. वानर इतके मद्य प्यायले की त्यांना चालणे कठीण झाले. कोणी गाणे म्हणत होते तर कोणी नाचत होते. सुग्रीवाचे काका त्या उद्यानाचे पहारेकरी होते. त्यांनी वानरांना रोखण्याचा पुष्कळ प्रयत्न केला पण वानरांनी त्यांचे काहीही ऐकले नाही. नशेत इकडेतिकडे फिरणाऱ्या वानरांनी उद्यान भरून गेले. काकांनी सुग्रीवास हे सांगितल्यावर त्याबद्दल काही काळजीचे कारण नाही असे तो म्हणाला. सुग्रीवास खात्री होती की, काहीतरी शुभ समाचार घेऊन हे वानर परत आले असणार. नाही तर आपल्या आवडत्या बागेची त्यांनी अशी नासधूस केली नसती. सुग्रीवाने प्रहरींना सांगितले की, वानरांना इथे घेऊन या. त्या वेळी राम आणि लक्ष्मण यांच्या बरोबर सुग्रीव प्रश्रवण पर्वतावरून नुकताच आला होता. ते सर्व जण हनुमानाच्या आगमनाची बातमी ऐकून आनंदले होते.

वानरांचा घोळका दंगामस्ती करीत तिथे येऊन पोहोचला. प्रत्येक वानर अशी काही ऐट दाखवत होता की जणू त्यानचे स्वतः ते अशक्य काम करून दाखवले आहे. हनुमान आणि अंगद पुढे आले. हनुमानाने श्रीरामांना नमस्कार केला आणि म्हणाला, ''मी सीतामाईंना पाहिले.'' त्याने पहिल्यांदा हेच सांगितले कारण त्याला माहीत होते की श्रीरामांचे हृदय आशेने काठोकाठ भरले आहे. जोपर्यंत ते 'पाहिले' हा शब्द ऐकत नाहीत तोपर्यंत त्यांचे समाधान होणार नाही. आता आणखी एक क्षणही श्रीरामांना त्रास नको म्हणून तो अधीरतेने इतकेच म्हणाला, ''मी सीतामाईंना पाहिले.'' रामास कल्पनातीत आनंद झाला. त्याची पत्नी दुःखी असणार यापेक्षाही ती जिवंत होती, हीच त्याच्यासाठी महत्त्वाची गोष्ट होती. त्याने आनंदातिशयाने हनुमानाची गळाभेट घेतली. त्याला आशीर्वाद दिला.

हनुमानाने सांगितलेली बातमी पुन्हापुन्हा ऐकण्यास वानरांमध्ये चढाओढ लागली. राम सगळ्यांकडे प्रेमभराने पाहत म्हणाला, ''मी सीतेबद्दल ऐकण्यास उत्सुक आहे. काय म्हणाली ती? तिने माझ्यासाठी काही चिन्ह किंवा निरोप दिला आहे का?'' सगळे वानर हनुमानाकडे पाहू लागले. पुढे काय झाले ते सांगण्याची विनंती करू लागले. हनुमानाने रामांना प्रणाम केला आणि मग लंकेवर कसा विजय मिळवला ती सारी कहाणी सांगितली. त्याने रामाची प्रिय पत्नी सीतामाई या एकट्या असताना झालेल्या भेटीविषयीही सांगितले. त्या आपल्या पतीस भेटण्यासाठी व्याकूळ होत्या. हनुमानाने रामांना कावळा आणि लाल कुंकवाबद्दलही सांगितले. सीतामाईंनी बोललेला प्रत्येक शब्द त्याने सांगितला. रामाचे डोळे भरून आले. अंगठी पाहून सीतामाई किती आनंदित झाल्या तेही हनुमानाने त्याला सांगितले. मग त्याने सीतामाईंनी दिलेला मस्तकीचा दागिना रामास दिला. त्याने सीतामाईंच्या या दागिन्यास आपल्या छातीशी धरले. त्याच्या मनात आठवणींचा पूर आला. तो म्हणाला, ''हा दागिना आमच्या लग्नप्रसंगी माझे सासरे राजा जनक यांनी सीतेला दिला होता. विवाहाच्या दिवशी तिने तो घातला होता. हा दागिना घालून ती किती सुंदर दिसत होती!'' असे म्हणून राम आपल्या प्रिय पत्नीच्या आठवणीत हरवून गेला.

राम लक्ष्मणाला म्हणाला, ''मी हा दागिना पाहू शकतो आहे पण तो दागिना घालणारी व्यक्ती मात्र मी पाहू शकत नाही... किती विचित्र आहे हे! ती अजून एक महिना जिवंत राहील असे ती म्हणाली असेल तर तिचं आयुष्य माझ्यापेक्षा जास्त आहे असं म्हटलं पाहिजे कारण मी तर तिला पाहिल्याशिवाय क्षणभरही राहू शकत नाही. हनुमान, मला सीतेकडे घेऊन चल.' असे म्हणून तो दुःखात बुडाला.

हनुमान आणि लक्ष्मण रामाला धीर देऊ लागले. शेवटी राम शांत झाला. त्याने हनुमानाने केलेल्या अद्भुत कार्याबद्दल त्याचे कौतुक केले, ''तू जे कार्य केले आहेस, ते दुसरे कुणीही करू शकले नसते. तुझ्या या कामगिरीबद्दल मी तुला काही साजेसे बक्षीस देऊ शकत नाही, याचे मला वाईट वाटते. तुझे मनोमन आभार मानण्यासाठी मी फ़क्त तुला मिठी मारू शकतो.'' असे म्हणून त्याने हनुमानास आलिंगन दिले. कितीतरी वेळ तो त्या मिठीतच राहिला. सारे जण त्या दोघांना सुखाने पाहत होते.

वसिष्ठ म्हणतात :

"चैतन्य हे ज्ञेय नाही. ते जेव्हा ज्ञेय होऊ इच्छिते, तेव्हा ते ब्रह्मांडाचे रूप घेते. मन, बुद्धी आणि अहंकार या साऱ्या एकाच चैतन्याच्या लाटा आहेत."

हरि:ॐ तत्सत

ॐ

ॐ

सेतुकृते नमः!

खंड ६

युद्ध कांड

ॐ

धनुर्धराय नमः।

अध्याय १

वानरांची यात्रा

आनेतो भेषजद्रे लावांजलानिधे
लंघने दीक्षितोया,
वीर श्रीमान हनुमान मम मानसी वसन
कार्यसिद्धिं तनोतु।।

"हे वीर हनुमान! आपण संजीवनी औषध घेऊन आलात
आणि समुद्र इतक्या सहजपणे ओलांडलात
कृपया माझ्या मनात वास करावा तसेच
माझी सर्व कार्ये पार पाडताना
समान सफलता मिळवण्यास मला मदत करावी."

सीतेचा पत्ता मिळाल्यावर लंकेवर आक्रमण करून सीतेस कसे मुक्त करता येईल ही श्रीरामाची पुढची चिंता होती. सुग्रीवाने त्याला धीर दिला की, अशा लहानसहान समस्यांची चिंता करू नये. सुग्रीवाची सेना त्याचा आदेश तत्परतेने मानण्यास तयार आहे.

"प्रिय मित्र," सुग्रीव म्हणाला, "कष्टी होण्याची ही वेळ नाही. समुद्रावर पूल कसा बांधायचा याची युक्ती शोधून काढा. बाकीचे काम माझी सेना करेल. आम्ही सर्व जण तुमच्या मदतीस हजर आहोत. तुम्हाला पराभूत करेल असे या जगात कोणीही नाही. तेव्हा आता मनामध्ये दुःखाऐवजी क्रोधाची ठिणगी पडू द्या; म्हणजे मग आपण लवकरच शत्रूचा नायनाट करू."

रामाने सुग्रीवाचे बोलणे ऐकले आणि हनुमानास म्हणाला, "समुद्रावर सेतू कसा बांधता येईल याची युक्ती तुम्हाला सुचते का ते पाहा. अन्यथा मी माझ्या तपोबलाने सागरातले सारे पाणी सुकवून टाकेन आणि वानरांसाठी मार्ग तयार करेन. पण आधी तू मला लंकानगरीबद्दल

सांग. त्याचा बंदोबस्त कसा आहे? तिथे सेना किती आहे? कोणत्या दारावर सुरक्षा कशी असते, वगैरे सांग. त्यानंतरच आपण आक्रमणाची योजना तयार करू शकू.''

हनुमानाने श्रीरामांना नमस्कार केला. हनुमान स्वतः लंका पाहून आला होता. त्यामुळे ती लंका आणि तेथील बंदोबस्त यांबद्दल सविस्तर वर्णन हनुमान करू लागला. तो म्हणाला, ''पर्वतशिखरावर वसलेली लंका म्हणजे एक दिमाखदार नगरी आहे. तिच्या भोवती रत्नजडित सोनेरी भिंती आहेत. खाली एक मोठा खंदक आहे. तिथे मगरी, मासे राहतात. या नगरीला लोखंडी सळ्यांचे चार मोठे दरवाजे आहेत. प्रत्येक दारावर एक पूल आहे. भयानक राक्षस तिथे राखण करीत बसलेले असतात. रावणाजवळ अग्नी फेकणारी अस्त्रे आहेत. मोठमोठ्या शिळा दूरवर फेकणारी यंत्रेही आहेत. रावण सदासर्वकाळ दक्ष असतो. या नगरीत प्रवेश करणे जवळजवळ अशक्य आहे; पण आपण घाबरू नये. आपण हे करू शकतो असा मला विश्वास आहे.''

हे विवेचन ऐकल्यावर श्रीराम प्रसन्न झाले आणि म्हणाले, ''माझी खात्री आहे की, आपण लंका नेस्तनाबूत करू. सूर्य आपल्या चरम सीमेवर आहे आणि तो अभिजित नावाच्या नक्षत्रात प्रवेश करतो आहे. या मुहूर्तावर आरंभ केला असता कोणत्याही कार्यात हसखास यश मिळते. नील वानराच्या नेतृत्वाखाली फळे, कंदमुळे मिळतील अशा मार्गावरून सेनेची एक तुकडी आपण पुढे पाठवू या. राक्षसांपासून त्यांना अगदी सावध राहावे लागेल. ते आपल्या पाण्यात विष मिसळू शकतात. कोणत्याही कारणांनी ते आपल्याला त्रास देऊ शकतात. आपल्या मोहिमेबद्दल त्यांना कळले तर ते असा प्रयत्न नक्कीच करतील. मी हनुमानाच्या पाठीवर व लक्ष्मण अंगदाच्या पाठीवर स्वार होऊन आम्ही पुढे जाऊ म्हणजे आम्ही लवकर जाऊ शकू. सेनेच्या वेगवेगळ्या तुकड्या करा. प्रत्येक तुकडीचे नेतृत्व एखाद्या वीर योद्ध्यावर सोपवावे.''

रामाच्या सूचनांनुसार सुग्रीवाने लगेचच आदेश दिले. वेळ न घालवता त्याची सेना पुढे गेली. वानरांमध्ये भरपूर उत्साह होता. ते झाडांवर उड्या मारत, आपल्या शेपट्या हलवत आनंदात चालले होते. एका फांदीवरून दुसऱ्या फांदीवर झोके घेत, फुलं तोडत, फळं, मध खात, हास्यविनोद करीत ते पुढे चालले होते. त्यांच्यात अपूर्व उत्साह संचारला होता. न दमता सहजपणे मैलोगणती अंतर त्यांनी पार केले. वाटेत सरोवरांजवळ ते थोडा वेळ थांबले. वने आणि पहाड ओलांडत थोड्याच वेळात त्यांनी दक्षिण समुद्र गाठला.

महेंद्र पर्वतावर श्रीराम चढला. इथून हनुमानाने उड्डाण केले होते. रामास उफाळता समुद्र दिसला. रामाने पर्वतांमधील जंगलात पडाव टाकण्याचा निश्चय केला आणि पुढील योजनेवर विचार करू लागला. सहस्रावधी वानर तिथे येऊन पोहोचले आणि सागरतीरावर येऊन ते थांबले. खरं तर ते स्वतःच समुद्राप्रमाणे भासत होते. सागरातून उसळणाऱ्या वादळी लाटा पाहून ते अचंबित झाले होते. हा विशाल सागर कसा पार करावा यावर ते विचार करीत होते.

राम लक्ष्मणास म्हणाला, ''या समुद्राला पाहून माझे मन फार दुःखी झाले आहे. असं म्हणतात की, काळ जातो तसे दुःख उणावते. पण माझ्या बाबतीत मात्र तसे होत नाही. माझ्या पत्नीपासून दूर राहिल्याने क्षणोक्षणी माझे दुःख वाढतेच आहे. सीतेकडून

कळलेली मुदत भराभर संपते आहे. दोन महिन्यांपेक्षा जास्त काळ सीता जिवंत राहू शकणार नाही असा सीतेने निरोप दिला आहे. त्यातील एक महिना तर संपलाच. आता काय करायचं आपण?''

आपल्या चेहऱ्यावरून फिरणारी हवा जाणवून श्रीराम म्हणाला, ''हे मंद वाऱ्या, कृपा करून माझ्या प्रिय पत्नीच्या चेहऱ्यालाही स्पर्श कर. मग पुन्हा येऊन मला स्पर्श कर म्हणजे तुझ्या बरोबर आलेला तिचा उष्ण स्पर्श मला जाणवेल. सीतेला या सागरावरून नेले असेल तेव्हा तिने मला कितीदातरी हाका मारल्या असतील. तिच्या अगतिकतेचा विचार मनात आला की मला फार त्रास होतो. ती कुठे आहे हे आता मला कळल्यामुळे तिला पाहण्यास मी अत्यंत व्याकूळ झालो आहे. मला तिचे हास्य पाहायचे आहे. तिच्या चेहऱ्यावरील भाव टिपायचे आहेत. तिचा मधुर आवाज ऐकायचा आहे. ती आधीच सडपातळ आहे. आता तर तेथील व्रतस्थ जगण्यामुळे ती आणखीच दुबळी आणि क्षीण झाली असेल. त्या दुष्ट रावणाला मारून सीतेला भेटण्याचा दिवस केव्हा उगवतोय म्हणून मी अधीर झालो आहे.''

दरम्यान, लंकेमध्ये रावणाने आपल्या सल्लागारांना बोलावून बैठक घेतली. लंकादहनामध्ये झालेल्या विध्वंसावर तो विचार करू लागला. खूप मेहनतीने उभारलेली देखणी लंका काही तासांतच एका सामान्य वानराने नष्ट केली याचा त्याला फार राग आला होता. त्याच्या गुप्तहेरांनी वाढत जाणाऱ्या वानरसेनेविषयी बातमी सांगितली होती. राम समुद्र उल्लंघून येण्यात यशस्वी ठरेल याबद्दल रावणाला शंका नव्हती. बैठकीतील सभासदांकडून काही सल्ला, सूचना मिळाव्यात अशी त्याला अपेक्षा होती. दुर्दैवाने त्याच्या भोवतीचे सर्व जण स्तुतिपाठक, राजाच्या पुढेपुढे करणारे असेच होते. रावणाचा अहंकार आणखी वाढवण्यापलीकडे त्यांना दुसरे काहीही येत नव्हते.

ते म्हणाले, ''हे शक्तिशाली शासक! आपण तर स्वर्गापासून पाताळापर्यंत सर्वांवर विजय मिळवला आहे. आपले नाव घेताच ज्याचा थरकाप होणार नाही, असा कोणीही तिन्ही लोकांत नाही. रामाचे भय बाळगण्याचे आपल्याला काय कारण आहे? त्याच्या सैन्यात फक्त माकडं आणि अस्वलं आहेत. आपल्या सैन्याची रामाच्या सैन्याशी तुलनाच होऊ शकत नाही. आपले पुत्र इंद्रजित यांनी तर स्वर्ग जिंकला होता. आपल्याला जागेवरून हलण्याचीदेखील गरज नाही. सैन्याची मदत न घेता एकटा इंद्रजित, आपला शत्रू समुद्र ओलांडून इकडे येण्यापूर्वीच त्याचा नायनाट करू शकतो.'' आपल्या सर्वोच्च योद्ध्यांचे हे प्रोत्साहनपूर्ण बोलणे ऐकून रावणाचा आत्मविश्वास चांगलाच वाढला आणि तो प्रसन्न झाला. या सभेत रावणाच्या इच्छेला विरोध करणारी एकच व्यक्ती होती; आणि ती होती त्याचा भाऊ बिभीषण.

तो म्हणाला, ''शत्रूच्या ताकदीला कमी लेखणे योग्य होणार नाही. रामांनी आपले काय बिघडवले आहे? आपणच त्यांची पत्नी सीता हिचे अपहरण केले आहे. तिच्या इच्छेविरुद्ध तिला इथे कैद करून ठेवले आहे. दुसऱ्या पुरुषाच्या पत्नीची अभिलाषा ठेवणे हे दुःख आणि अपयश यांना आमंत्रण देणारे ठरते. सीता ही आपल्या आणि आपल्या प्रजेच्या दुःखाचे कारण बनेल. माझा सल्ला ऐका आणि सीतेला रामाकडे पाठवून द्या.

आपण जर ही गोष्ट ताबडतोब केली नाहीत, तर आपल्यावर मोठीच आपत्ती कोसळेल. आपण माझे भाऊ आहात. माझे तुमच्यावर प्रेम आहे. आणि म्हणूनच केवळ हा सल्ला देण्याचे मी धाडस करतो आहे. आपण सगळेच प्रेमाने, सौहार्दाने राहू इच्छितो. माझा सल्ला स्वीकारावा.''

रावण यावर काहीही बोलला नाही. त्याने सभा स्थगित केली. दुसऱ्या दिवशी सकाळी बिभीषण आपल्या भावाच्या महालात गेला आणि त्याला नमस्कार केला. तो आपल्या भयंकर भावापेक्षा अगदी वेगळा होता. बिभीषण स्वभावाने सज्जन आणि सदाचारी होता. त्याने पुन्हा आपल्या भावाला समजावण्याचा प्रयत्न केला. तो चुकीच्या दिशेने चालला आहे याची त्याला जाणीव करून देण्याचा प्रयत्न केला. बिभीषणाने रावणाला नगरात होत असलेल्या अपशकुनी गोष्टींबद्दलही सांगितले. त्यांच्या कुळासाठी त्यातून वाईट संकेत येत होते.

वासनांध झालेल्या रावणाला सुभाषिते व उपदेश ऐकण्याची अजिबात इच्छा नव्हती. तो चिडून म्हणाला, ''कोणालाही घाबरायचे कारण नाही. समस्त देवतांना घेऊन जरी राम आला तरी तो मला पराभूत करू शकत नाही. बिभीषणा, तू जा आता. भेकडांकडून मला सल्ला नको आहे.

बिभीषण उदास होऊन परतला. भावाचे म्हणणे रावणाने धुडकावून लावले असले तरी त्याच्या मनात भीती होतीच. त्याने पुन्हा युद्ध-परिषद बोलावली. बिभीषणासह सर्व मंत्रिगण उपस्थित झाले.

रावण म्हणाला, ''मी तुमच्याकडून सूचना मागवण्यासाठी बोलावले आहे. माझा भाऊ कुंभकर्ण झोपेतून जागा होईल आणि तो काहीतरी सल्ला देईल म्हणून मी वाट पाहत होतो. आता तोही आला आहे. तुम्हा सगळ्यांना माहीत आहे की, माझ्या मनात सीतेबद्दल प्रेम आहे पण ती माझ्याकडे पाहतदेखील नाही. रामाने इथे आपला एक दूत पाठवला होता. त्याने आपल्या नगरात आग लावली. मला आता अशी माहिती मिळाली आहे की, समुद्राच्या पलीकडच्या तीरावर रामाचे सैन्य तैनात झाले आहे. आपण आता पुढे काय करायचे याबद्दल मला इथे जमलेल्या विद्वानांकडून सल्ला हवा आहे. कोसल देशाच्या राजकुमारास ठार मारून वानरांचा नायनाट केला पाहिजे. हे काम आपण कसे करू शकतो?''

रावणाचा भाऊ कुंभकर्ण नुकताच आपल्या दीर्घ निद्रेतून उठला होता. त्याला रावणाच्या अलीकडील कृत्यांची कल्पना नव्हती. तो एकदम जागा होऊन गरजला, ''सीतेचे अपहरण करून तिला इथे आणण्यापूर्वी तू आमचा सल्ला घ्यायला हवा होतास. त्या वेळी तर तू फक्त आपल्या कामवासनेचे ऐकलेस. आता जेव्हा तू संकटात पडलास, तेव्हा आमचा सल्ला कशाला मागतोस? सीतेचे अपहरण म्हणजे विषाची परीक्षा पाहण्यासारखे आहे. राम इथे यापूर्वीच कसा नाही आला, याचेच मला आश्चर्य वाटते आहे. कोणालाही न विचारता ही सारी कुकर्मे तू केलीस. आता तुझ्यामुळे आम्ही कुठल्या संकटात पडू नये ही जबाबदारी तुझी आहे. मी नक्कीच रामाशी युद्ध करेन. त्याला ठार मारेन. त्यानंतर सीता तुझी होईल. मात्र एक लक्षात ठेव, या साऱ्याशी मी मुळीच सहमत नाही.''

भावाच्या परखड बोलण्याशी रावणाला काही देणेघेणे नव्हते. तो गप्प बसला. त्यानंतर एक मंत्र्याने रावणाचीच भलावण केली आणि रावणाने काळजी करण्यासारखे काहीही नाही असे सांगितले. त्याने मग रावणाला विचारले की, त्याला जर सीता इतकी हवी आहे, तर तिच्यावर तो जबरदस्ती का नाही करीत.

रावण म्हणाला, ''पुष्कळ आधी मी रंभा नावाच्या एका अप्सरेशी अशीच जबरदस्ती केली होती. ती कोमेजून कुमुदिनीच्या फुलाप्रमाणे झाली होती. मग तिने आपला पती नलकुबेर याच्याकडे माझी तक्रार केली. त्याला या गोष्टीचा भयंकर राग आला आणि त्याने मला शाप दिला की, रावणा, इथून पुढे तू जर कधी एखाद्या स्त्रीच्या इच्छेविरुद्ध वागलास तर तुझ्या मस्तकाची अनेक शकले होतील. याच कारणामुळे मी सीतेशी शारीरिक जबरदस्ती करू शकत नाही. राम व सीतेला ही गोष्ट माहीत नाही. मात्र मी रामाला जिवंत सोडणार नाही. कुणीही सर्वसामान्य माणूस, माकडांचे सैन्य घेऊन राक्षसांच्या राजाला आव्हान कसे काय देऊ शकतो?'' असे म्हणून एक भीषण गर्जना करीत तो बेभान होऊन उभा राहिला. त्याचे दोन भाऊ सोडून दरबारातील बाकी सर्व जण उठून उभे राहिले. सर्व जण माकडं आणि अस्वलं यांना घेऊन रावणाला पराभूत करण्याच्या हास्यास्पद कल्पनेवर खो खो हसू लागले. पण रावण ब्रह्मदेवाकडून मिळालेल्या वरदानास विसरला. त्याने वरदान देताना सर्व प्रकारच्या दिव्य आणि दैत्य श्रेणीच्या प्राण्यांपासून रक्षण मागितले होते. आपल्या अहंकारामुळे माणसं, वानरं त्याच्या खिजगणतीतच नव्हती. आता तेच सर्व जण आपले ध्येय उराशी बाळगून रावणाकडे वेगाने चालून येत होते.

बिभीषणाने पुन्हा एकदा रावणाला समजावण्याचा प्रयत्न केला, ''सीता म्हणजे आपल्या हृदयाला लपेटलेला एक घातक सर्प आहे... तुम्हाला दिसत नाही का? आपले योद्धे रामाच्या शक्तीपुढे टिकणार नाहीत. आपण आणि आपला भाऊ कुंभकर्ण मिळूनसुद्धा रामाचा सामना करू शकणार नाहीत.'' त्यानंतर बिभीषण इतर मंत्र्यांना उद्देशून म्हणाला, ''राजाला बुद्धिमत्तापूर्ण सल्ला देणं हे मंत्र्याचे कर्तव्य आहे. शक्य असेल तर त्याने राजाने केलेल्या चुकीचे जे परिणाम होतील, त्यांपासून त्याचे रक्षण करायला हवे. तुम्ही सगळे जण रावणाचे पतन व्हावे आणि आपल्या कुळाचा नाश व्हावा असे का वागता आहात? तुम्ही सगळे मिळून रावणास मृत्यूकडे ढकलता आहात.''

रावणाचा पुत्र इंद्रजित अधीर स्वरात म्हणाला, ''पिताजी, मला काकांचे बोलणे ऐकून नवल वाटते आहे. ते भित्रे आहेत. तुम्ही जर त्यांचे ऐकून वागलात तर तुम्ही बदनाम व्हाल. त्यांचा स्वभाव तुमच्यापेक्षा अगदी वेगळा आहे. तुम्हाला जर स्वतःची प्रतिष्ठा राखायची असेल तर त्यांचे काहीही ऐकू नका. मी माझे नाव भीषण योद्धा म्हणून प्रस्थापित केले आहे. मी वज्रधारी इंद्राच्या हत्तीला मारलं होतं. दोन सामान्य माणसांना मी घाबरेन असं वाटतं तुम्हाला?''

आपल्या पुतण्याच्या बोलण्याचा बिभीषणाने राग मानला नाही. तो म्हणाला, ''मुला, मला वाटतं योग्य आणि अयोग्य यांतले अंतर तू समजू शकत नाहीस. तुला धर्म या विषयातले काही ज्ञान नाही; म्हणून तू अशा प्रकारे बोलतो आहेस.'' बिभीषण पुन्हा रावणाला म्हणाला, ''प्रभू, माझे ऐका. आपली मूल्यवान रत्ने घेऊन सीतेसह तुम्ही

रामाकडे जा. त्यानंतर या समस्येतून तुमची कायमची सुटका होईल. तुम्ही असेच करावे अशी मी तुम्हाला विनंती करतो.''

रावणाचे विधिलिखित आधीच ठरलेले होते. त्यामुळे आपला भाऊ हितचिंतक असूनही रावणाने त्याला फटकारले, ''लोकांच्या म्हणण्यामध्ये मला सत्याचा आभास होतो आहे. कोणतीही व्यक्ती आपला शत्रू, अगदी सापाबरोबरसुद्धा सलोख्याने राहू शकते पण जो मित्र असल्याचे भासवतो आणि संधी मिळताच नुकसान करतो, अशा व्यक्तीबरोबर राहूच नये. मला अग्नी, शस्त्रास्त्रांची भीती नाही. आपल्यासारखे निकटवर्ती माझ्या दृष्टीने अधिक धोकादायक आहेत. मध्यमाश्या फुलांच्या परागातील अगदी अखेरचा थेंब चोखून घेतात आणि उडून जातात. तुमच्यासारखे लोकसुद्धा आपला फायदा संपला की त्या व्यक्तीचा त्याग करता. दुसरी कुठली व्यक्ती असे बोलली असती तर मी तिला मारून टाकले असते परंतु तू माझा भाऊ आहेस म्हणून मी तुला सोडतो. तुझा धिक्कार आहे. तू आपल्या कुळावरचा कलंक आहेस.''

बिभीषण आपल्या चार मित्रांबरोबर उभा राहिला आणि म्हणाला, ''महाराज, तुम्ही केलेल्या प्रमादापासून मी आपले रक्षण करू पाहत होतो. मी जे काही बोललो, ते आपल्या हितासाठीच बोललो. गोड बोलून तुम्हाला खूश करणारे लोक पुष्कळ मिळतील, पण राजासमोर निर्भेळ सत्य बोलणारे लोक फार कमी असतात. तुम्ही माझ्यापेक्षा मोठे आहात म्हणून मी तुमची क्षमा मागतो. पण आता मी इथे राहू शकत नाही. स्तुतिपाठक आणि मूर्ख यांच्या गराड्यात तुम्ही सापडला आहात. मला तुम्हाला मदत करायची होती, पण मृत्युपाशात फसलेली व्यक्ती आपल्या हितचिंतकाने दिलेल्या सच्च्या सल्ल्याकडे लक्ष देत नाही.'' असे म्हणून बिभीषण आपल्या चार मित्रांना घेऊन समुद्र ओलांडून रामाच्या शिबिरात दाखल झाला.

असे म्हणतात की, रावण, कुंभकर्ण आणि बिभीषण क्रमाने तीन प्रकारचे गुण किंवा प्रकृती दर्शवतात. रज, तम आणि सत्त्व. बिभीषण सत्त्वगुणाचा होता. सामंजस्य आणि चांगुलपणा यांचे प्रतीक होता. रावण रजोगुण म्हणजे आवेशयुक्त गुणांचे प्रतीक होता; तर कुंभकर्म हा तमोगुणी म्हणजे निष्क्रियता, आळस आणि अलिप्तपणा यांचे प्रतीक होता.

वसिष्ठ म्हणतात :

''परम तत्त्व हे असार आहे. त्यामुळे सूर्यासारखा कोणताही भौतिक प्रकाश त्यास दाखवू शकत नाही. ते स्वयंप्रकाशी आहे. म्हणून ते जड किंवा अंधारे नाही. परम तत्त्व हे दुसऱ्याने सांगून कळत नाही. त्याचा अनुभव घेता येत नाही. परम तत्त्व हेच केवळ परम तत्त्वास जाणू शकते.''

हरि:ॐ तत्सत

ॐ

ॐ

बिभीषण-प्रतिष्ठात्रे नमः!

अध्याय २

लंकासेतू

भज दीनबन्धु दिनेश दानव
दैत्य वंश निकन्दनम्
रघुनन्द आनन्द कन्द
कौशल चन्द्र दशरथनन्दनम्।।

''आनंदमय रघुनंदनास नमस्कार करा
ते दशरथाचे पुत्र आहेत. कौसल राज्याच्या पौर्णिमेचा चंद्र आहेत.
ते दुःखी लोकांना मदत करतात. असुरांचा नाश करतात.''

आपला भाऊ रावण यास सोडून बिभीषण समुद्राच्या दुसऱ्या किनाऱ्यावरील रामाच्या शिबिराकडे आला. प्रवेशद्वारावर पहारा देणाऱ्या वानरांनी बिभीषण आणि त्याच्या चार साथीदारांना हवेत उडताना पाहिले. बिभीषणाने अलंकार घातले होते. त्याच्या हातात गदा होती. सुग्रीवाने त्यास पाहताच त्याने वानरांना युद्धासाठी सज्ज होण्यास सांगितले. ते पाहून बिभीषण आकाशातून बोलला, ''मी रावणाचा धाकटा भाऊ बिभीषण आहे. सीतेला परत पाठवण्याबाबत मी त्याला वारंवार सांगितले. परंतु त्याने माझा अपमान केला व मला हाकलून दिले. मी आता माझ्या कुटुंबासह, सर्वस्वाचा त्याग करून श्रीरामांच्या चरणांशी आश्रय घेण्यास आलो आहे. कारण मी असं ऐकलंय की, ते अत्यंत दयाळू आहेत. सर्व प्राण्यांशी ते मित्रत्वाने वागतात.''

सुग्रीव धावतच रामाजवळ गेला आणि त्यांना सुग्रीवाने सावध केले. ''या निशाचरांवर कधीही विश्वास ठेवू नये. तो रावणाचा भाऊ आहे असे तो म्हणतो आहे पण तो गुप्तहेरही असू शकतो. आपला विश्वास संपादून मग तो आपला विश्वासघात करू शकतो. एकदा घुबडाने योग्य संधीची वाट पाहून, वेळ येताच सर्व कावळ्यांचा निर्वंश केला. त्याचप्रमाणे हादेखील आपल्या बरोबर राहील आणि संधी मिळताच सर्वांना ठार मारेल.''

श्रीरामाने त्याचे बोलणे लक्षपूर्वक ऐकले. मग त्याने इतरांना त्यांचे मत विचारले. बिभीषणावर विश्वास ठेवू नये असेच सगळ्यांचे मत पडले.

अखेरीस हनुमान म्हणाला, ''मी या व्यक्तीस लंकेत पाहिले आहे. रावणाने माझा वध करण्याचा विचार बोलून दाखवला, तेव्हा त्याने त्याचा विरोध केला. याच्यामुळेच रावणाने मला मारण्याचा विचार सोडून दिला. याच्या चेहऱ्यावरून आणि त्याच्या वागण्यावरून तो मला कपटी वाटत नाही. मला वाटतं, बिभीषणाने रावणाला समजावण्याचा प्रयत्न केला असणार परंतु त्याने ह्याचे काही ऐकले नसणार. म्हणूनच हा रावणाला सोडून इथे आला आहे. अधर्मी वागणाऱ्याबरोबर राहू नये, असे शास्त्रात सांगितले आहे. शिवाय हा जर गुप्तहेर असता तर त्याने आपल्या आगमनाची अशी घोषणा केली असती का?''

हनुमानाचे बोलणे ऐकून राम प्रसन्न झाला. कारण त्यालाही असेच वाटत होते. तो म्हणाला, ''जे कुणी माझ्याकडे प्रेमभराने येते, मीही त्याचा प्रेमाने स्वीकार करतो. मला शरण आलेल्या कोणत्याही व्यक्तीस मी निराश करणार नाही; मग भले त्याची नीतिमत्ता वाईट असेल. माझा हाच निर्णय आहे.''

विवेकी सुग्रीवाने पुन्हा एकदा एका राक्षसाला आपला मित्र बनवू नये हे समजावण्याचा प्रयत्न केला. कारण त्याचा स्वतःचाही राक्षसांवर विश्वास ठेवू नये असा अनुभव होता.

राम हसून म्हणाला, ''राक्षसकुळात एखादी धार्मिक व्यक्तीही जन्म घेऊ शकते. बिभीषणाला आपल्या अधर्मी भावाबरोबर राहणे अशक्य झाले असणार हे स्पष्ट आहे आणि म्हणूनच तो माझ्याकडे आला आहे. मी त्याचा स्वीकार करणार आहे.''

सुग्रीव म्हणाला, ''प्रभू, आपण अत्यंत उदार आहात; पण तो गुप्तहेरच आहे याची मला खात्री आहे. सुरक्षिततेच्या दृष्टीने त्याला मारून टाकणे हेच योग्य ठरेल.''

राम हसून म्हणाला, ''तो चांगला आहे की वाईट, याला माझ्या दृष्टीनं काहीही महत्त्व नाही. शरण आलेल्यास कधी निराश करू नये हा धर्माने सांगितलेला नियम आहे. जो कुणी माझ्याशी संबंध जोडण्यासाठी येईल, त्याला मी मदत करेन. माझ्या दृष्टीने त्याचे चारित्र्य कसे आहे, याला महत्त्व नाही. रावण स्वतः जरी माझ्याकडे आला तरी मी हेच करेन. जा, त्याला घेऊन या.''

रामाचे बोलणे ऐकून सुग्रीवास आश्चर्य वाटले. त्याने रामास प्रणाम केला आणि त्याच्या आज्ञेचे पालन करण्यासाठी तो निघून गेला. आपला स्वीकार केला आहे हे ऐकून बिभीषणाला आनंद झाला. तो लगेचच खाली उतरला. त्याने रामाचे पाय धरले आणि म्हणाला, ''प्रभू, मी रावणाचा सावत्र भाऊ बिभीषण आहे. त्याने माझा फार अपमान केला. मी माझे नगर, मित्र आणि संबंधितांना सोडून आपल्या जवळ आलो आहे. आता माझे सर्व काही आपणच आहात. आता माझे जीवन आणि कल्याण आपल्या हातात आहे. मी माझी सुखदुःखे आणि आपले जीवनही आपल्या शुभ चरणांवर अर्पण केले आहे. कृपा करून आपला निष्ठावान दास म्हणून माझा स्वीकार करावा.''

बिभीषणाची निष्ठा पाहून राम भावविवश झाला. त्याने त्याचे हसून स्वागत केले. रामाने बिभीषणाला रावणाची बलस्थाने व दुर्बल स्थाने यांसंबंधी विचारले.

बिभीषण म्हणाला, ''माझ्या भावाला ब्रह्मदेवाने वरदान दिले आहे. त्याला देव, दानव, गंधर्व किंवा सर्प, पक्षी यांपैकी कुणीही मारू शकत नाही. माझा दुसरा भाऊ उत्कृष्ट योद्धा आहे. मुख्य सेनापती प्रहस्त हा अजिंक्य आहे. रावणाचा मोठा मुलगा इंद्रजित याच्याकडे अभेद्य कवच आहे. अग्निदेवाकडून मिळालेल्या वरामुळे इंद्रजित अदृश्य होऊन युद्ध करू शकतो. रावणाच्या सैन्यात कैक सहस्र राक्षस आहेत. ते मांस व रक्त यांवरच जगतात. ते स्वेच्छेने आपले रूप बदलू शकतात. रावणाने स्वतः युद्धामध्ये देवतांना पराभूत केले आहे.''

रामाने या सर्व गोष्टी अगदी लक्षपूर्वक ऐकल्या. मग तो स्मितहास्य करीत म्हणाला, ''बिभीषणा, तू मुळीच घाबरू नकोस. मी त्या सर्वांना ठार करेन आणि तुला लंकेचा राजा करेन. रावण पळ काढून कोणत्याही लोकात गेला तरी त्याला माझ्या बाणांच्या रागापासून कोणीही वाचवू शकणार नाही. हे कार्य पूर्ण केल्याशिवाय मी अयोध्येस परतणार नाही. मी माझ्या तीन भावांची शपथ घेऊन हे सांगतो आहे.''

बिभीषणाने रामाचे पाय धरले आणि म्हणाला, ''मी धर्माची शपथ घेऊन सांगतो की, मी माझ्याकडून शक्य तेवढी सर्व मदत करेन. फक्त एकच गोष्ट... मी माझ्या लोकांना मारणार नाही.''

राम म्हणाला, ''लक्ष्मणा, समुद्रातून पाणी घेऊन ये. मी स्वतः बिभीषणाचा आत्ता आणि इथे राज्याभिषेक करतो.'' लक्ष्मण ताबडतोब समुद्राचे पाणी घेऊन आला. वानरांच्या उपस्थितीत रामाने बिभीषणाच्या मस्तकावर पाणी घालून त्याचा अभिषेक केला आणि त्याला लंकेचा राजा म्हणून घोषित केले.

त्यानंतर समुद्र ओलांडण्यासाठी कोणती योजना आखावी या बाबत श्रीरामाने सुग्रीव आणि बिभीषणास विचारले. बिभीषण म्हणाला की श्रीरामांनी जर सागरदेवतेची प्रार्थना केली तर सागरदेवता त्यांची इच्छा नक्की पूर्ण करेल. ''या समुद्राचे अस्तित्वच सगर बंधूंमुळे आहे. ते रामाचे पूर्वज होते. जलदेवतेस याची नक्कीच कल्पना असेल व त्यामुळे ती नक्कीच तुम्हाला मदत करेल.''

दरम्यान रावणाने आपला गुप्तहेर पाठवून सुग्रीवाशी मैत्रीचा प्रस्ताव पाठवला. वानरांनी त्या गुप्तहेराला पकडून चांगले बदडून काढले. तो रडतओरडत रामाकडे पळाला. आपले रक्षण करावे अशी त्याने रामाजवळ प्रार्थना केली. रामाने त्याला ताबडतोब सोडावे असा आदेश दिला. तो लगेच आकाशात उडाला आणि रामाची स्तुती करू लागला, ''हे राम, आपण खरेच पुरुषोत्तम आहात. रावणाला मी काय सांगू, तेवढे तुम्ही मला सांगा.''

सुग्रीव त्याला रागाने म्हणाला, ''आपल्या धन्याला सांग की सुग्रीव त्याचा मित्र होऊ शकत नाही. तू रामांचा शत्रू आहेस. त्यामुळे माझ्याकडून तुला केवळ मृत्यू प्राप्त होईल.''

श्रीरामाने अशी प्रतिज्ञा केली की, जलदेवतेने त्यांची प्रार्थना स्वीकारली नाही तर तो प्राणत्याग करेल. तो समुद्रासमोर दर्भासनावर बसला आणि ध्यानधारणेत मग्न झाला. तीन दिवस आणि तीन रात्री उलटल्या तरी जलदेवतेने रामाच्या प्रार्थनेकडे लक्ष दिले नाही. रामाचा धीर सुटला. तो लक्ष्मणास म्हणाला, ''मी तुला आधीही म्हणालो होतो की माझ्या नम्रतेस माझा दुबळेपणा समजला जातो. कधीकधी सामर्थ्याच्या जोरावरच इतरांना पराभूत

करावे लागते. अशांपैकीच जलदेवताही एक आहे असे दिसते. माझे धनुष्यबाण आण. एका बाणातच मी हा समुद्र कोरडा करतो. मी ह्याला जळापासून वंचित करेन आणि मग ह्याच्या जवळ रेतीशिवाय काहीही शिल्लक राहणार नाही. मग माझे सैन्य विनासायास रावणाच्या लंकेपर्यंत पोहोचेल.''

असे म्हणून रामाने आपल्या धनुष्याने बाण सोडला. त्याबरोबर जलचरांमध्ये खळबळ माजली. सागरातून पर्वताइतक्या उंच लाटा उसळू लागल्या. पृथ्वी कष्टाने कापू लागली. आकाश काळे झाले आणि विजा कडाडू लागल्या. आकाशात उल्कापिंड चमकू लागले. भयंकर त्रस्त होऊन समुद्र कण्हू लागला, कापू लागला. तेव्हा लक्ष्मणाने रामास दुसरा बाण मारण्यापासून रोखले. जलदेवता भयकंपित होऊन बाहेर आली. सागराच्या गळ्यातील माणकांच्या तेजाने रामाच्या क्रोधाचा अंधकार दूर झाला. सागरदेवतेने मोत्याचा लांब सर घातला होता. त्याचे केस समुद्री शेवाळाने झाकले होते. त्याच्या लांब, पांढऱ्या केसांमधून, दाढीमधून पाणी ठिबकत होते. एका लाटेवर स्वार होऊन तो सागरकिनाऱ्यावर आला होता. तो हळूहळू काठावर आलो आणि हात जोडून नम्रतापूर्वक रामाच्या समोर उभा राहिला.

तो म्हणाला, ''प्रभू, आपण सदाचार आणि दया यांचे आगर आहात. मी तुमच्या पुढे आधीच प्रकट झालो नाही; कारण मी माझ्या स्वभावाविरुद्ध जाऊ शकत नाही. आपण तर जाणताच की पृथ्वी, अग्नी, वायू आणि जल हे सर्व जण प्रकृतीच्या नियमांनी बद्ध आहेत. मी खोल, विस्तृत आणि अथांग आहे. मी आपली प्रकृती बदलू शकत नाही. मात्र मला पार करून जाण्यासाठी मी आपल्याला एक योजना सांगू शकतो. आपल्या सैन्यात नल नावाचा एक वानर आहे. तो देवतांचे शिल्पकार विश्वकर्मा याचा पुत्र आहे. तो सेतू निर्माण करण्यात पटाईत आहे. सेतू बनवण्याचे काम आपण त्याच्यावर सोपवावे. ज्या वेळी आपले सैन्य हा सेतू ओलांडेल, त्या वेळी मी तो पूल मोडणार नाही याची काळजी घेईन. जलचर आपल्या सैन्यास कोणत्याही प्रकारचा त्रास देणार नाहीत असे मी तुम्हाला वचन देतो.'' एवढे सांगून ज्या लाटेवरून समुद्रदेव आला होती, त्यात विलीन होऊन परत गेला.

मग श्रीरामाने नल याला बोलावून घेतले. सेतू निर्माण करण्याची जबाबदारी त्याने ताबडतोब स्वीकारली. सेतू बांधण्यास सुरुवात करण्यापूर्वी रामाने वाळूचे अत्यंत सुंदर शिवलिंग बनवून त्याची पूजा केली. आपल्या कार्यात सफलता प्राप्त व्हावी म्हणून त्याने शंकराची प्रार्थना केली व आशीर्वाद मागितला. ज्या ठिकाणी हे शिवलिंग रामाने स्थापन केले, त्याच जागेस आता रामेश्वरम म्हणतात आणि आजही ते ठिकाण पूजा-अर्चना करण्यासाठी प्रसिद्ध आहे.

सेतुनिर्माणासाठी लागणारी सामग्री नलाच्या आदेशानुसार सर्व वानर भराभर जमवू लागले. त्यांनी वृक्ष उपटून टाकले. आपल्या खांद्यांवर मोठमोठ्या शिळा उचलून आणल्या. प्रत्येक दगड योग्य जागी ठेवत सतत रामनाम मंत्राचा जप चालला होता आणि त्यामुळे कार्य वेगाने होत होते. हा सेतू शंभर योजने लांब आणि दहा योजने रुंद होता. पहिल्याच दिवशी एक पंचमांश भाग तयार झाला आणि पाच दिवसांत पूर्ण सेतू बनून तयार झाला.

राम आणि लक्ष्मण किनाऱ्यावर बसून काम होताना पाहत होते. असं म्हणतात की, एका खारीला हा पूल बांधण्यात रामास मदत करायची होती. ती पुन्हापुन्हा समुद्राच्या पाण्यात डुबकी मारून काठावर येई. रेतीत लोळण घेई आणि मग आपल्या केसात अडकलेली वाळू सेतूवर नेऊन झटकत होती. तिला एवढेच प्रयत्न करणे शक्य होते. वानर तिची चेष्टा करू लागले. म्हणाले की, इथं सारखी येऊ नकोस नाहीतर आमच्या पायाखाली येशील तू. हे ऐकून ती घाबरली आणि उदास होऊन रामाजवळ जाऊन बसली. रामाने तिला आपल्या मांडीवर घेतले. त्यांनी प्रेमाने तिच्या पाठीवरून आपली तीन बोटे फिरवली. तेव्हापासून भारतीय खारींच्या पाठीवर आजही बोटांचे तीन पट्टे उमटलेले दिसतात. राम तिला दिलासा देत म्हणाले की, तिचे प्रयत्नही वानरांच्या प्रयत्नांइतकेच मौल्यवान आहेत. तिने आणलेली रेती वानरांनी आणलेल्या मोठमोठ्या वस्तूंइतकीच महत्त्वाची आहे. अशा तऱ्हेने चिमुकल्या खारीने रामाच्या हृदयात आपले स्थान निर्माण केले.

सेतू तयार झाला. देवतागण त्याचे निरीक्षण करून गेले. वरून पाहताना तो सेतू स्त्रीच्या केसातील भांगाप्रमाणे मनोहर दिसत होता. श्रीरामाने त्या सेतूवर पहिल्यांदा पाऊल ठेवले. त्याच्या मागून लक्ष्मण आणि सुग्रीवही आले. त्यानंतर नाचत, उड्या मारत वानरांचा समूह चालू लागला. ते मध्येच उडी मारून समुद्रात सूर मारत होते. थोडा वेळ पाण्यात पोहत. त्यांच्या गोंधळात समुद्राचा आवाज लुप्त झाला होता. जणू सर्व सैन्य हा लंकासेतू पार करेपर्यंत समुद्राने श्वास रोखून धरला होता. अखेरीस त्यांनी शत्रूच्या भूमीवर पाऊल ठेवले. रामाने लक्ष्मण आणि सुग्रीव यांना शिबिर तयार करण्यास सांगितले. सूर्यास्त झाला होता आणि चंद्र उगवत होता. रात्र झाल्यावर रामाचे सैन्य तिथेच थांबले. दुरून नगराचे आवाज ऐकू येत होते. वानरांचा उत्साह, निष्ठा आणि त्यांचं निखळ प्रेम पाहून रामास गहिवरून आले. वानरही आनंदाने उत्साहात गलबला करीत होते.

रामाने नजर उचलून लंकेचे सोन्याचांदीचे बुरूज पाहिले, तेव्हा त्याला त्या तिरस्करणीय नगरीमध्ये प्रेमाच्या बंधनात असलेली आपली प्रिय पत्नी आठवली. तो तिथेच बसला. बराच वेळ तो तिच्या विचारात बुडाला होता. शेवटी तो उठला आणि त्याने सुग्रीव व आपल्या सेनापतींशी दुसऱ्या दिवशीच्या योजनेसंबंधी चर्चा करण्यास सुरुवात केली. सैन्याचे नेतृत्व कोण करेल इत्यादी ठरू लागले.

वसिष्ठ म्हणतात :

"जे लोक खऱ्या अर्थाने बुद्धिमान असतात, ते जनसमूहांनी आपली प्रशंसा करावी म्हणून आपली बुद्धी किंवा ज्ञान यांचे प्रदर्शन करीत नाहीत."

हरि:ॐ तत्सत

ॐ

ॐ

दयासराय नमः।

अध्याय ३

लंकेची घेराबंदी

अगेथिभीतं, सुजने विनीतम्
त्मोविनाशं मनुवंशदीपम्।
ताराप्रगीतं, व्यसने च मित्रम्
श्री रामचन्द्रं सततं नमामि।।

"मी श्रीरामचंद्रांना नमस्कार करतो.
ते दुष्टांचा कर्दनकाळ आहेत व भल्या लोकांची ते काळजी घेतात.
ते दीनदुबळ्यांचे मित्र आहेत
तसेच अंधारापासून दूर असलेले मनूचे कुलदीपक आहेत."

रावणाने पाठवलेल्या गुप्तहेराने परत आल्यावर सांगितलं, "ज्या समुद्राचे उल्लंघन आजपर्यंत कोणीही करू शकले नव्हते, तो समुद्र रामाच्या सैन्याने सहज पार केला आहे. त्याने लंकेच्या उत्तरेकडील तटावर पडाव टाकला आहे. आपण एक तर सीतेला परत पाठवून द्या अथवा भयंकर युद्धास तयार व्हा."

हे ऐकून रावणाला राग आला. तो ओरडला, "सगळे जग जरी माझ्या विरुद्ध लढले तरी मी सीतेला रामाकडे देणार नाही. हे खरं आहे की, ते समुद्र ओलांडू शकतील असे मला वाटले नव्हते पण त्यांनी ते केले आहे. मला असं वाटतं, तू आणि आणखी एक व्यक्ती वानराचे रूप धारण करून त्यांच्या शिबिरात जावे आणि आता त्यांचा मनसुबा काय आहे, हे जाणून घ्यावे. लगेच जा आणि लवकर परत या."

दोन राक्षसांनी रामांच्या शिबिरात घुसून माहिती मिळवण्यास सुरुवात केली. मात्र बिभीषणाने त्यांना लगेचच ओळखले आणि त्यांना पकडून रामाकडे नेले. ते रामाच्या पायांवर कोसळले व त्याची क्षमा मागू लागले. रामाने हसून त्यांना विचारले, "तुम्ही

तुमचे काम पूर्ण केलेत का? जर अजून काम झाले नसेल तर बिभीषणाला सांगून आमचे शिबिर पाहून घ्या. माझ्याकडे लपवण्यासारखे काहीही नाही. आपल्या स्वामींकडे जाऊन त्यांना सांगावे की, त्यांनी बळजबरीने माझ्या सीतेचे अपहरण केले आहे. आता त्यांच्या शक्तिपरीक्षेची वेळ आलेली आहे. उद्या सकाळी सूर्योदय होताच मी लंका नष्ट करेन; तेव्हा तुम्ही रामाचा कोप काय असतो ते पाहाल. बिभीषणाला तो म्हणाला, ''या बिचाऱ्यांना सोडून द्या. त्यांनी काय केलेय? माझा निरोप पोहोचवण्यासाठी त्यांना परत जाऊ दे.''

दोघा गुप्तहेरांना दिलासा मिळाला. रामाच्या दयाळूपणाबद्दल त्यांनी रामास धन्यवाद दिले आणि लंकेस परतले. रावणाला रामाचा निरोप सांगितला. रावण अत्यंत क्रोधित झाला. सैन्याचे निरीक्षण करण्यासाठी तो महालाच्या बुरुजावर चढला. गडासमोरची सारी भूमी वेगवेगळ्या आकारांच्या आणि रूपांच्या वानरांनी भरली होती. त्याने गुप्तहेरांना बोलावून विचारले की, त्यांचा सेनापती कोण आहे? पण त्या दोघांना काहीही सांगता आले नाही; उलट ते रामाचीच प्रशंसा करू लागले. त्यामुळे त्यांना रावणाने अयोग्य आणि देशद्रोही ठरवले.

रावणाने सीतेला छळण्यासाठी एक नवीन प्रकार शोधला. विद्युज्जिव्हा नावाच्या एका जादूगाराला त्याने बोलावले. रावणाने त्याला सांगितले की, रामाच्या डोक्यातून आरपार गेलेला एक बाण लागलेले मस्तक जादूने तयार कर. ते दाखवून सीतेला भयभीत करण्याचा रावणाचा हेतू होता. रामाचे ते खोटे शिर घेऊन रावण अशोकवनात गेला. तिथे सीता रामांच्या विचारांमध्ये बुडालेली होती. निराश मन:स्थितीत बसली होती.

रावण सावकाश तिचे सौंदर्य निरखत तिच्या जवळ गेला आणि म्हणाला, ''आता तुझ्या कुचकामी पतीला विसरण्याची वेळ आली आहे. सीते, मला हे सांगायला दुःख होते की, रामाचा मृत्यू झाला आहे. यातून हे स्पष्ट होते की, तुझ्या आध्यात्मिक गुणांचा रामाला कोणताही लाभ झाला नाही. तुला फार गर्व होता की तुझा पती अजिंक्य आहे. पण त्याला मी ठार केले आहे. त्याने आपल्या सैन्याचे समुद्रकिनाऱ्यावर शिबिर उभे केले होते. तो झोपलेला असताना माझ्या सेनापतीने जाऊन त्याचा शिरच्छेद केला. बिभीषणाला कैद केले आहे. लक्ष्मण आणि बाकीचे वानर आपले प्राण वाचवून पळून गेले. हनुमानाचा जबडा मी तोडला आणि तो एका वृक्षाखाली मरून पडला आहे. सारा सागरतट मृत वानरांच्या रक्तांनी भिजला आहे.'' रावणाने आपल्या हिरव्या डोळ्यांनी तीक्ष्णपणे सीतेकडे पाहिले आणि म्हटले, ''तुझा माझ्यावर विश्वास बसत नाही असे दिसतेय. मला हे माहीत होतं आणि म्हणून हे सिद्ध करण्यासाठी मी रामाचे शिर कापून आणले आहे.''

रावणाने एका राक्षसाला पाठवून जादूगाराला बोलावून घेतले. तो लगेचच एका दांडीवर टांगलेले रामाचे डोके घेऊन आला. ती भयानक वस्तू सीतेसमोर ठेवली गेली. त्यानंतर रावणाने एक धनुष्य सीतेसमोर टाकले आणि म्हणाला, ''हे रामाचे प्रसिद्ध धनुष्य आहे.'' तो पुढे झुकला आणि सीतेच्या कानात सावकाश म्हणाला, ''आता तरी माझी पत्नी होशील?''

सीता त्या डोक्याला पाहून किंचाळून म्हणाली, ''माझ्या देवा, आपण खरंच मला सोडून गेलात? मी किती पापी स्त्री आहे! माझ्यामुळे तुम्ही मरण पावलात.'' सीता धाय मोकलून रडू लागली. दुःखावेगाने सीता आता आपल्या जवळ येईल म्हणून रावण तिच्याकडे आशेने पाहत होता पण सीतेने रावणाकडे पाहिलेदेखील नाही.

त्याच वेळी कोणत्यातरी महत्त्वाच्या चर्चेसाठी रावणाने सभागारात हजर राहणे आवश्यक असल्याचा निरोप घेऊन रावणाचा दूत आला. रावण घाईघाईने तिथून निघून गेला. तो तिथून जाताच ते जादूचे शिर आणि धनुष्यही दिसेनासे झाले. हे पाहून सीताला मोठे आश्चर्य वाटले. त्याच वेळी बिभीषणाची पत्नी सरमा तिथे आली आणि तिने सीतेला सांगितले की, हा सारा रावणाचा डाव होता.

''सीता, घाबरू नकोस. श्रीरामांना कोणीही मारू शकत नाही. तुझे पती आणि त्यांचे बंधू जिवंत आहेत. त्यांनी डोंगराळ भागाच्या पायथ्याशी शिबिर उभारले आहे. ते लंकेवर आक्रमण करण्याच्या तयारीत आहेत.'' त्याच वेळी रणदुंदुभी वाजू लागल्या. युद्धासाठी सर्व राक्षसांनी एकत्र जमावे अशी घोषणा झाली. दुःखाने भांबावलेल्या सीतेला सरमाने धीर दिला. तिचा हुरूप वाढवला.

पुढे येणाऱ्या वानरसेनेच्या हलकल्लोळाने राक्षसांच्या सैन्याचा धीर सुटू लागला. त्यांना भयभीत झालेले पाहून रावण हसू लागला. म्हणाला, ''मी तर तुम्हाला महान योद्धा समजत होतो. असे असताना राम अजिंक्य आहे या अफवेला तुम्ही घाबरता आहात?''

यावर एक वृद्ध मंत्री म्हणाला, ''मुला, राजाने सदैव आपल्या प्रजेच्या कल्याणाचा विचार केला पाहिजे. तुम्ही एका स्त्रीच्या आकर्षणापोटी आपल्या प्रजेच्या हिताचा बळी देण्यास तयार आहात. राजाने असे करणे योग्य आहे का? ही सारी घृणा आणि द्वेष याचे कारण केवळ सीता आहे. तिला तिच्या पतीकडे पाठवून द्या आणि आपल्या प्रजेस वाचवा. तुम्हाला ब्रह्माने दिलेल्या वरदानाचा विसर पडला आहे का? तुम्ही आपल्या मृत्यूसाठी देवता आणि दैत्य यांच्यापासून सुटका मागितली होती. परंतु त्यांमध्ये माणूस आणि वानर यांचा समावेश नव्हता. आणि आता तेच सर्व जण तुमच्याशी युद्ध करण्यास आले आहेत. सीतेबद्दलचा तुमचा हट्ट तुमच्या आणि आमच्या कुळाच्या पतनास कारणीभूत ठरेल. तिला परत पाठवून द्या आणि आम्हाला शांतपणे जगू द्या.''

रावण स्वतःवरची टीका ऐकू शकत नव्हता. शिवाय सीतेची त्याच्यावर इतकी भुरळ पडली होती की तिला परत पाठवण्याचा विचारदेखील तो सहन करू शकत नव्हता. ''ज्या रामाला तुम्ही इतके घाबरता आहात, तो केवळ एक दुबळा माणूस आहे. त्याच्या वडिलांनी त्याचे राज्य काढून घेतले आहे. आता तो काही वानरांना जमवून, देवतांनाही पराभूत केलेल्या बलाढ्य रावणावर आक्रमण करण्याचे दुस्साहस करीत आहे. खरंच हे सारं हास्यास्पद आहे. मी किती कष्टाने सीतेला हस्तगत केले आहे आणि आता तुम्हाला वाटतंय की त्या भिक्षुक रामाकडे तिला असेच पाठवून द्यावे. मी तिला कधीच परत पाठवणार नाही. मी मरण पत्करेन, पण मी कुणापुढेही झुकणार नाही आणि कुणाचीही क्षमा मागणार नाही.''

असे सगळे धमकीवजा बोलून त्याने आपल्या सेनापतींना नगराच्या दारांवर सुरक्षेसाठी उभे राहण्यास सांगितले. गरज पडली तर मोठ्या युद्धास तयार राहण्यासही सांगितले.

यादरम्यान रामाचे सैन्य इतके जवळ आले होते की, त्यांना दारावर तैनात असलेले पहारेकरी दिसू लागले होते. शत्रूबद्दल हवी असलेली सर्व माहिती गुप्तहेरांनी बिभीषणाला देऊन ठेवली होती. ते लक्षात घेऊन कोणता सेनापती कोणत्या दाराकडे जाईल हे रामाने ठरवले. त्याने स्वतः लक्ष्मणाबरोबर उत्तरेकडील दारावर जाण्याचा निर्णय घेतला. तिथे खुद्द रावण उपस्थित होता. रात्र होऊ लागली. राम आणि लक्ष्मण काही जणांबरोबर जवळच्या एका डोंगरावर चढले. तिथून उगवत्या चंद्राच्या मोतिया रंगाच्या प्रकाशात दिमाखदार लंकानगरीचे भव्य दृश्य दिसत होते. ते लोक रात्री तिथेच मोकळ्या आभाळाखाली झोपले. जागे झाले तेव्हा त्या शापित नगरीतून हजारो उमलत्या फुलांचे धुंद सुगंध येत होते. पक्षी आपल्या मधुर संगीताने उगवत्या सूर्याचे स्वागत करीत होते. त्याच वेळी रामाची दुर्गाच्या बुरुजावर उभ्या असलेल्या रावणावर पहिल्यांदा नजर पडली. त्याच्या मस्तकावर राजेशाही शुभ्र छत्र फडकत होते. त्याच्या लाल रेशमी वस्त्रांवर मढवलेले सोने सूर्यप्रकाशात चमकत होते. रामाजवळ सुग्रीव उभा होता. तोही मोठ्या ऐटीत उभ्या असलेल्या रावणाला पाहत होता. सुग्रीवास रावणाची ही मिजास सहन झाली नाही. तो अचानक हवेत झेप घेऊन रावणाजवळ पोहोचला.

रावण दचकला पण त्याला एकूण अंदाज आला आणि तो म्हणाला, ''वानरराज, ज्या सुंदर मानेमुळे तुम्हाला सुग्रीव हे नाव दिले गेले आहे, ती लवकरच तुम्ही गमावणार आहात.'' आपल्या चुकीची जाणीव होताच सुग्रीव लगेचच हवेत झेपावला आणि रामाजवळ येऊन उभा राहिला. वानरांनी आपल्या नेत्याचा जयघोष केला. पण श्रीरामाने मात्र सुग्रीवास त्याच्या वेड्या धाडसाबद्दल सौम्य शब्दांत फटकारले.

श्रीरामाच्या नेतृत्वाखाली वानरसेना हातात सोटे, दगड, शिळा आणि वृक्ष घेऊन नगरावर चाल करून जात होते. आधी ठरल्यानुसार त्यांनी आपापल्या जागा घेतल्या. रामाने युद्धातही धर्माचे पालन केले. शांतता प्रस्थापित करण्यासाठी एक अखेरचा प्रयत्न म्हणून त्याने रावणाकडे आपला दूत पाठवण्याचा निर्णय घेतला. त्याने अंगदाला बोलावले आणि त्याला रावणाशी चर्चा करण्यासाठी पाठवले.

''रावणाला असे सांग की माझ्या पत्नीचे अपहरण केल्याबद्दल मी दंड देण्यासाठी आलो आहे. पण मी तुला आता अखेरची संधी देतो. तू सीतेला परत पाठवले तर मी हे युद्ध अजूनही रोखून धरेन. अन्यथा हे युद्ध अखेरपर्यंत चालेल आणि राक्षसजातीचा संहार झाल्यावरच संपेल.

अंगद झपाट्याने रावणाच्या दरबारात पोहोचला. तिथे रावण आपल्या मंत्र्यांशी बोलत होता. अंगद निर्भयतेने आत गेला आणि त्याने रावणाला श्रीरामाचा निरोप सांगितला. हा निरोप ऐकून रावण क्रोधित झाला. त्याने अंगदाला पकडून ताबडतोब मृत्युदंड द्यावा असे फर्मान काढले. अंगदाने आपल्याकडे येणाऱ्या पहारेकऱ्यांना धरले आणि त्यांना घेऊन महालाच्या भिंतीवर त्याने उडी मारली. त्या चारही जणांना अंगदाने जमिनीवर आपटले आणि तो रामाकडे परत आला. आता युद्ध होणे अटळ होते. रावणाला अंतिम संधी

देऊन झाली होती. रामाचे सैन्य नगराच्या बुरुजापर्यंत पोहोचले. नगराच्या भिंतींना पाहून इतक्या महिन्यांपासून रामाच्या येण्याची वाट पाहणारी सीता आठवून तो विव्हल झाला. हा एवढाच विचार रामास उग्र रूप धारण करण्यास पुरेसा होता.

श्रीरामांच्या कथेमध्ये लक्षावधी श्लोक आहेत. त्यातला प्रत्येक शब्द भयंकर पापांपासून आपल्याला मुक्त करण्यास सक्षम आहे.

हरि:ॐ तत्सत

ॐ

ॐ

दिव्यास्त्रधारिणे नमः।

अध्याय ४

भीषण युद्ध

शरणागत गोपतारम्
प्रणिपातप्रसादिकम्।
कलामेघानिभकरम्
कर्तास्वरसमप्रभम्।।

''जे समर्पण करतात, त्या सर्वांचे राम रक्षण करतात.
सीतेला जे पूज्य मानतात, त्या सर्वांना सीता आशीर्वाद देते
रामाचा रंग पावसाळ्यातील मेघांसमान आहे
सीतेचा रंग सोनेरी आहे.''

वानरसेनेने धडकी भरवणाऱ्या आरोळ्या मारीत पूर्वेकडील द्वारावर आक्रमण केले. ते भिंतींवर चढले आणि प्रवेशद्वाराची कमान तोडून टाकली. लवकरच त्यांनी इतर तीन भिंतींमधूनही रस्ता काढला. आरडत ओरडत सगळीकडे वानरांनी विध्वंस करण्यास सुरुवात केली. पहिल्या दिवशी राक्षसांच्या सैन्याने आपल्या दुर्गाचे चांगले रक्षण केले. हे युद्ध रात्री उशिरापर्यंत चालले. राक्षस हे निशाचर असल्याने रात्रीच्या वेळी ते अधिक बलवान झाले.

रावणाचा पुत्र इंद्रजित सगळ्यात कुशल योद्धा होता. त्याच्या जन्माच्या वेळी त्याचे नाव मेघनाद होते. परंतु देवतांचा राजा इंद्र याला पराभूत केल्यापासून त्याचे नाव इंद्रजित पडले. तो फार मोठा जादूगार होता. मायावी कलामध्ये तो पारंगत होता. रावणाचा हा करामती मुलगा आपल्या इच्छेने कोणतेही रूप धारण करू शकत होता. असे म्हणतात की, केवळ त्याची आई मंदोदरी हिलाच इंद्रजितचे खरे रूप माहीत होते. अंगदाला जवळजवळ पराभूत केल्यावर इंद्रजित ढगाआड दिसेनासा झाला. तिथूने त्याने घातक असे नागपाश चालवून दोघा भावांना बांधले. या नागपाशाने राम व लक्ष्मण यांच्या मानेभोवती घट्ट

वेढा घातला. त्यामुळे त्या दोघांचा श्वास कोंडला व ते बेशुद्ध पडले. इंद्रजिताच्या घातक बाणांनी राम आणि लक्ष्मण जादूच्या दोरखंडांनी बांधले गेले होते. ते दोघेही रक्तबंबाळ झाले होते. मरणोन्मुख झाले होते. मधूनच एखादी लहानशी हालचाल ते करीत होते. ते पाहून वानरसेना घाबरली. इंद्रजित कोठे आहे, तो एकदातरी दृष्टीस पडावा म्हणून वानर आकाशाकडे पाहत होते. परंतु तो काही त्यांना दिसत नव्हता. बिभीषण मात्र इंद्रजितला पाहू शकत होता पण नागपाशापुढे तोही अगतिक झाला होता. राम व लक्ष्मण या दोन्ही भावांना आपण आता ठार मारले या कल्पनेने इंद्रजितला फार आनंद झाला. वानरसेनेचाही धुव्वा उडवून तो आपल्या वडिलांकडे परतला. त्याने रावणाला कोसल बंधूंच्या मृत्यूचा शुभ समाचार ऐकवला.

सुग्रीवाने राम आणि आणि लक्ष्मण यांना या अवस्थेत पाहिले, तेव्हा तो फार दुःखी झाला. पण बिभीषणाने त्यांना दिलासा दिला, "माझ्यावर विश्वास ठेवा. या दोघांचा मृत्यू झालेला नाही. ते फक्त बेशुद्ध पडले आहेत. काही मंत्रांचा जप केल्यास ते पुन्हा शुद्धीवर येतील. हे दोघे भाऊ शुद्धीवर येईपर्यंत तुम्ही आपल्या सैन्याचे मनोबल राखून ठेवले पाहिजे. रामलक्ष्मण यांच्यावरच्या प्रेमाने दुबळे होऊ नका. ते शुद्धीवर येईपर्यंत त्यांचे आपण रक्षण करायला हवे."

इंद्रजिताने दोनही शत्रूंना ठार मारल्याचे कळल्यावर रावण फार प्रसन्न झाला. त्याने आपल्या शूर पुत्राला आशीर्वाद दिले. त्या रात्री पूर्ण लंकानगरी शांतपणे झोपली. सीतेच्या राखणदार राक्षशिणींना रावणाने सांगितले की, सीतेचा पती युद्धात मारला गेल्याचे सीतेला कळू द्या. रावणाला माहीत होते की, सीतेचा यावर विश्वास बसणार नाही. म्हणून त्याने आदेश दिला की, सीतेला पुष्पक विमानात बसवून युद्धभूमीवर न्यावे व विमानातून तिला रामाचे शव दाखवावे. सीतेला सांगा की आता तिने पतीला विसरून माझ्याकडेच यावे. कारण माझ्या प्रेमाचा स्वीकार करून माझी पत्नी होण्याखेरीज सीतेला आता दुसरा काही पर्याय उरलेला नाही."

राक्षशिणींनी जबरदस्तीने सीतेस पुष्पक विमानात बसवले व रणभूमीवर नेले. रणभूमीवर झालेला इतका मोठा विनाश, वानरांची मृत शरीरे पाहून ती रडू लागली. त्या मृत वानरांच्या सागरात मध्योमध तिने आपला प्रिय पती आणि त्याच्या भावाला निश्चल पडलेले पाहिले. दोघेही रक्तबंबाळ अवस्थेत होते. अश्रूंमुळे सीतेस डोळ्यांसमोर नीट काही स्पष्ट दिसत नव्हते. ती रडत आपल्या नशिबाला दोष देऊ लागली.

"असं कसं झालं? ज्या माझ्या रामांनी जनस्थानावर एकट्याने अनेक राक्षसांना ठार केले होते, ते रावणाच्या दुष्ट पुत्राच्या बाणांपुढे टिकाव धरू शकले नाहीत? आमचे गुरू वसिष्ठ यांनी अशी भविष्यवाणी वर्तवली होती की, राम अनेक अश्वमेध यज्ञ करतील आणि राजा म्हणून त्यांची पुष्कळ ख्याती होईल. मी कधीच विधवा होणार नाही. माझे पुत्र पराक्रमी होतील. या साऱ्या गोष्टी चुकीच्या कशा असू शकतील? आपण कशावरही भरवसा ठेवू शकत नाही. नियती सर्वशक्तिमान आहे. माझ्या पावलांवरील कमळचिन्ह हे दर्शवतात की मी राणी होईन. त्याचे काय झाले? माझ्या शरीरावर उच्च कोटीतील स्त्रीची सर्व बारा लक्षणे विद्यमान आहेत. माझे शरीर सुडौल आहे, माझे दात एकसारखे आहेत.

माझी बेंबी पोटाच्या आत आहे. माझे वक्ष उन्नत आहेत, माझी त्वचा व केस मुलायम आहेत. माझे डोळे हरिणासारखे आणि नाक तिळाच्या फुलासारखे नाजूक आहे. माझे गाल छोटे नि गोल आहेत. माझी मान शंखाकृती आहे. माझा रंग मोत्यासारखा आहे. चालताना माझ्या टाचा व्यवस्थित जमिनीला लागतात. हे सारे असूनही माझ्यावर हे संकट कसे काय आले?''

एक राक्षशीण दयाळू होती. तिने सीतेशी मैत्री केली होती. ती तिला दिलासा देत म्हणाली, ''देवी, तुम्ही रडू नका. तुमच्या स्वामींचा मृत्यू झालेला नाही. दोघांचाही मृत्यू झालेला नाही. बघा, ते वानर त्या दोघांची काळजी घेत आहेत. राम व लक्ष्मण दोघे बरे होण्याची ते वाट पाहत आहेत. या संधीचा फायदा घेऊन तुम्ही आपल्या पतीला पाहून घ्या. कितीतरी काळापासून तुम्ही त्यांच्यापासून दूर आहात. त्यांच्या चेहऱ्यावर अजूनही जिवंत असल्यासारखा तजेला आहे. तुम्ही दुःखी होऊ नका. धीर धरा.''

हे ऐकून सीता रोमांचित झाली. तिने लक्षपूर्वक पाहिले तेव्हा तिच्या लक्षात आले की, राक्षशिणीचे म्हणणे बरोबर होते. सीतेने हात जोडून रामास नमस्कार केला आणि ती परत फिरली.

हळूहळू काही वेळाने नागपाशाचा प्रभाव संपू लागला. राम शुद्धीवर आला. त्याने आपल्या बेशुद्ध भावास पाहिले तेव्हा त्याला वाईट वाटले.

सर्व जण लक्ष्मणाच्या काळजीने तिथे जमले होते, तेव्हा सुग्रीवाचे राजवैद्य म्हणाले, ''काही वर्षांपूर्वी देवांचे व दैत्यांचे युद्ध झाले होते. त्या वेळी अशाच प्रकारे देव जखमी होऊन पडले होते. पण त्यांच्या गुरूंनी क्षीरसागरातून एक विशेष औषधी आणून त्यांना बरे केले होते. त्या औषधी वनस्पतीचे नाव आहे संजीवनी. ती मेलेल्यांना जिवंत करते. तसेच शस्त्रास्त्रांमुळे झालेले मोठमोठे घावही त्या औषधीमुळे भरून येतात. हनुमानास ती वनस्पती घेऊन येण्यासाठी पाठवावे.''

त्यांचे बोलणे पूर्ण होण्यापूर्वीच अचानक आकाशात जोरजोरात वारे वाहू लागले. समुद्रातून उंचउंच लाटा उसळू लागल्या. सोसाट्याचा वारा जणू पर्वतांना उखडून टाकू पाहत होता. मोठमोठे वृक्ष सुकलेल्या डहाळ्यांप्रमाणे उपटले जाऊन समुद्रात जाऊन पडू लागले. पशुपक्षी सैरावैरा पळू लागले. तेवढ्यात त्यांनी पक्षीराज गरूड यास पाहिले. तो गडगडाट करीत असलेल्या आकाशातून पेटत्या ज्वालेप्रमाणे वेगाने येत होता. ते वादळ त्याच्याच विशाल पंखांनी उत्पन्न झाले होते. गरूड हा सर्पांचा मुख्य शत्रू आहे. त्याला पाहताच राम आणि लक्ष्मण यांना विळखा घातलेले साप भयभीत होऊन पळू लागले. सर्व सापांनी गरूड जवळ येताच लक्ष्मणाला पाशातून पूर्णपणे मुक्त केले. लक्ष्मण शुद्धीवर आला. गरूड त्यांच्या जवळ आले आणि त्याने आपल्या पंखांनी दोघांचे चेहरे प्रेमाने कुरवाळले. त्यामुळे दोघा भावांचे घाव लगेचच भरून आले आणि चेहऱ्यावर तेज आले. त्यांची कांती आणि शरीर पहिल्यापेक्षा दसपट तेजस्वी झाली. गरुडाने त्यांना मोठ्या प्रेमाने मिठी मारली. राम म्हणाला, ''तुम्ही तुमच्या पंखांनी मला स्पर्श केला, तेव्हा वाटले की जणू माझे वडीलच मला गोंजारत आहेत. तुमच्या कृपेने आम्ही या घातक नागपाशापासून वाचलो. आपण कोण आहात, हे कृपया सांगावे.''

गरूड म्हणाला, ''मी विनता हिचा पुत्र गरूड आहे. भगवान विष्णूंचे मी वाहन आहे. मी सदैव आपल्या बरोबर आहे. तुम्हाला कळले नाही तरी मी तुमच्या जवळच असतो. हे साप इंद्रजिताच्या मायावी मंत्रांनी बाणांमध्ये परिवर्तित झाले होते. केवळ मीच तुम्हाला या पाशापासून मुक्त करू शकत होतो. मी त्यांचा जुना शत्रू आहे. त्यामुळेच मला पाहताच ते सारे पळून गेले. हे राम, आपण चिंता करू नये. तुम्ही आणि तुमचा भाऊ शत्रूचा नाश कराल हे निश्चित आहे. तुमचे भविष्य अत्यंत उज्ज्वल आहे. आपली धर्मपरायणता हीच आपली शक्ती आहे. आपले शत्रू कितीही लबाडीने वागले तरी आपला विजय नक्की आहे. कृपया, मला आता जाण्याची परवानगी द्यावी. तुम्हाला कधीही माझी गरज पडेल तेव्हा माझी आठवण करा, मी लगेच हजर होईन.''

एखादा चमत्कार घडावा तशी राम व लक्ष्मण यांची तब्येत उत्तम झाल्याचे पाहून वानर आनंदाने हसूनाचू लागले. शेपटी आपटू लागले. रावणाच्या कानांवर त्यांचे आवाज पडले, तेव्हा त्याला आश्चर्य वाटले. ''रामाच्या मृत्यूने हे सर्व जण इतके आनंदित कसे काय झाले?'' त्याच्या मनात विचार आला. त्याने आपल्या गुप्तहेरांना पाठवून काय घडले आहे ते पाहण्यास सांगितले. दोघे भाऊ आश्चर्यकारकरीत्या जिवंत झाल्याचे ऐकून त्याला नवल वाटले.

रावणाने आपला एक सेनापती आणि खूप मोठे डोळे असलेल्या धूम्राक्ष नावाच्या सहकाऱ्यास तिकडे पाठवले पण हनुमानाने त्यास ठार मारले. त्यानंतर रावणाने आपला आणखी एक योद्धा आणि हिऱ्यासारखे दात असलेला वज्रदंत यास रणभूमीवर पाठवले. पण तोही अंगदाच्या हातून मारला गेला. त्यानंतर अकंपन गेला, त्याला हनुमानाने मारले. आपले तीनही सर्वश्रेष्ठ योद्धे मारले गेल्याचे पाहून रावण निराश झाला.

रावणाने आपला मुख्य सेनापती प्रहस्त यास बोलावले व त्यास युद्धावर जाण्याचा आदेश दिला. ''ज्या सैन्याला सैन्यसुद्धा म्हणवत नाही, अशांनी माझ्या सर्वश्रेष्ठ योद्ध्यांना ठार मारले. असे कसे झाले? ते तर केवळ जंगली आणि चंचल वानर आहेत. त्यांना युद्धकौशल्याचे कसलेही प्रशिक्षण नाही. तुझ्यासारख्या प्रतापी सेनापतीच्या मार्गदर्शनानुसार चाल करून येणाऱ्या अत्यंत शिस्तबद्ध सैन्याचा सामना ते कधीच करू शकणार नाहीत.''

आपल्या स्वामींचा एवढा विश्वास आपल्यावर आहे या कल्पनेने प्रहस्त खूश झाला आणि बरोबर सैन्य घेऊन गेला. त्याने वानरसेनेमध्ये धुमाकूळ घातला. पण नंतर त्याचा सामना नील याच्या बरोबर झाला. नील याने त्याच्या रथाचा चक्काचूर केला. त्यामुळे प्रहस्त जमिनीवरून लढू लागला. प्रहस्तचे नीलशी तुंबळ युद्ध झाले. नीलने एक मोठी शिळा प्रहस्तच्या डोक्यात घातली. ते पाहून प्रहस्तचे सैन्य आपल्या सेनापतीला एकट्याला रणांगणात सोडून लंकेकडे पळू लागले.

आपला सर्वश्रेष्ठ सेनापती मृत्यू पावला यावर रावणाचा विश्वास बसेना. आता त्याने स्वतःच रणांगणात उतरण्याचे ठरवले. त्याचे सैन्य आपल्यावर चालून येत आहे असे पाहून रामाने बिभीषणास त्याच्या सेनापतींविषयी विचारले.

बिभीषण म्हणाला, ''सिंहाची पताका असलेला रथ इंद्रजितचा आहे आणि पांढरे छत्र असलेला रथ निशाचरांचा राजा रावण याचा आहे.''

राम बराच वेळ रावणाकडे पाहत राहिला आणि म्हणाला, ''तो खरोखरच ऐटबाज दिसतो. काय तेज आहे! अगदी मध्यान्हीच्या सूर्याप्रमाणे तळपतो आहे. एका शूर नायकाची सर्व लक्षणे रावणामध्ये दिसत आहेत. पण मला त्याची दया येते. तो मृत्यूच्या जवळ येतो आहे.''

रावणाने आपल्या संपूर्ण सैन्याची मांडणी एकदा बघून घेतली आणि तो रणांगणात उतरला. त्याचा सामना करण्यास सुग्रीव उत्सुक होता. त्याने एक शिळा रावणावर फेकली पण रावणाने तिला आपल्या बाणांनी मोडून टाकले. मग रावणाने सुग्रीवावर बाण चालवला. त्यामुळे सुग्रीव जमिनीवर पडला. ते पाहून वानर मदतीसाठी रामाकडे धावले. राम धनुष्य उचलून युद्धासाठी तयार झाला पण लक्ष्मणाने त्याला थांबवले. मला लढण्यास जाऊ द्या, असा त्याने श्रीरामाजवळ हट्ट धरला.

त्याच वेळी हनुमान रावणाच्या रथाकडे गेला आणि म्हणाला, ''तुला पुष्कळ वर मिळालेत पण वानरांपासून रक्षण करणारा एक वर तुझ्याकडे नाही. आता मी तुला माझ्या उजव्या हाताचा प्रसाद देतो.''

रावणाला राग आला. तो म्हणाला, ''मला प्रसाद देण्याची एक संधी तुला देतो. त्यानंतर मी तुझा अंत करेन.''

हनुमानाने आपली मूठ उचलली आणि रावणाच्या छातीवर जोरदार ठोसा दिला. रावण क्षणभर चक्रावला. त्याने हनुमानाच्या शक्तीची वाखाणणी केली पण रावण तिथे फार वेळ थांबला नाही. त्याने आपला रथ नीलकडे नेला. नीलला मारण्याचा त्याने पुष्कळ प्रयत्न केला पण नील हा अग्निदेवाचा पुत्र होता; त्यामुळे रावण त्यास ठार मारू शकला नाही. मग रावण लक्ष्मणाकडे गेला. त्या दोघांमध्ये धुमश्चक्री झाली. रावणाने शक्ती नावाच्या एका अभिमंत्रित अस्त्राने लक्ष्मणाला घायाळ केले. त्यामुळे लक्ष्मण बेशुद्ध होऊन खाली पडला. रावण हसत लक्ष्मणाजवळ आला आणि त्याला उठवण्याचा प्रयत्न केला पण तो लक्ष्मणाला उठवू शकला नाही. त्याला नवल वाटले. एकदा तर आपण कैलास पर्वत उचलला होता आणि आता लक्ष्मणाला उचलता येत नाही? त्याच वेळी हनुमानाने रावणावर वार केला. रावण रथातून खाली पडला व बेशुद्ध झाला. तेवढ्या वेळात हनुमानाने लक्ष्मणाला उठवले व रामाजवळ नेले. रामाजवळ जाताच शक्तिअस्त्र रावणाकडे गेले आणि लक्ष्मण पहिल्यासारखा व्यवस्थित झाला.

रावण वानरसेनेचा विध्वंस करू लागला, तेव्हा श्रीरामाने स्वतः समरांगणात उतरण्याचे ठरवले. रामाने आपल्या खांद्यावरून रावणाशी युद्ध करावे अशी हनुमानाने त्याला विनंती केली. कारण रावण रथामध्यून युद्ध करीत होता. रामाने हनुमानाचे म्हणणे मान्य करून तो त्याच्या खांद्यावर चढला.

अखेरीस दोघे वीर एकमेकांसमोर आले. दोघेही मनातून एकमेकांच्या युद्धकौशल्याची प्रशंसा करीत होते. पण राम म्हणाला, ''तुला वाटतेय, तू मोठा शूरवीर आहेस पण कोणताही वीर असे कृत्य करीत नाही. तू मृत्यूलाच पात्र आहेस आणि मी तुला मृत्युदंड देणारच.''

काही न बोलता रावणाने धनुष्य उचलून हनुमानावर बाण चालवला. तो बाण एखाद्या डहाळीवरून पान पडावे तसा हनुमानास धडकून खाली पडला. हनुमानावर केलेल्या

प्रहाराने राम चिडला आणि त्याने रावणाचा रथ तोडून त्याचे घोडे, सारथी यांना जखमी केले. रामाने पुढचा बाण रावणाच्या छातीवर मारला. रावण जखमी झाला. रामाने अजून एक बाण मारून रावणाचा सोनेरी मुकुट कापून खाली धुळीत पाडला. सगळीकडून कोंडी झाल्याने रावणाचे अर्धे सामर्थ्य तर संपून गेले.

श्रीरामास रावणाची दया आली. तो म्हणाला, ''तू अक्षम्य अपराध केला आहेस पण तू थकला आहेस म्हणून मी तुला आत्ता मारत नाही. घरी जा, थोडी विश्रांती घे आणि पुन्हा दुसरे धनुष्य व रथ घेऊन ये. मग मी दाखवतो तुला माझा पराक्रम.''

रावणाचे पुरते गर्वहरण झाले. तो अगतिक, ओशाळा होऊन लंकेस परत आला.

वसिष्ठ म्हणतात :

''हे चैतन्य आपल्या अनंत प्रभावांचा अनुभव करू इच्छिते. या चैतन्याने स्वत:ला ओळखले असेल तर ते ज्ञानी होते. याने स्वत:लाच ओळखले नाही, तर ते अज्ञानी होते.म्हणून ज्ञान आणि अज्ञान हेसुद्धा विशुद्ध चैतन्याचेच रूप आहे. सत्याचा विचार केल्यास त्या संदर्भात असा कोणताही भेद नसतो.''

हरि:ॐ तत्सत

ॐ

ॐ

श्रीमते नमः!

अध्याय ५

हनुमानाकडून रक्षण

ध्यात्वा नीलोत्पल श्यामम्
रामं राजीवलोचनम्।
जानकीलक्ष्मणोपेतम्
जटामुकुटमण्डितम्।।

"नीलकमलाप्रमाणे वर्ण असलेल्या रामाचे चिंतन करा
त्यांचे नेत्र कमळाच्या पाकळ्यांसारखे आहेत
ते जटाधारी आहेत
त्यांच्या समवेत सीता आणि लक्ष्मण असतात."

घडलेल्या प्रकाराने रावण हताश झाला. रामाने आपल्याला सोडले या त्याच्या औदार्याचे रावणाला कौतुक नव्हते. अपमान आणि सूडभावना यांनी त्याचे मन भरून गेले. रावणाने आतापर्यंत अनेक लोकांना अपमानित केले होते. त्यांनी रावणाला शापही दिले होते. त्या सर्व अप्रिय घटना त्याला आठवू लागल्या. अखेरीस या निराशाजनक विचारांना बाजूला सारून तो उठला आणि म्हणाला, "आता कुंभकर्णाला झोपेतून जागे करण्याखेरीज दुसरा काही पर्याय दिसत नाही." नऊ दिवसांपूर्वी तो दरबारात बैठकीस आला होता. त्यानंतर तो पुन्हा जाऊन झोपला होता.

"जा आणि कुंभकर्णाला उठवा," रावण ओरडला, "नाही तर पुन्हा तो सहा महिने उठणार नाही. तो या युद्धामध्ये दोन्ही कोसल राजकुमारांचा अंत घडवून आणेल."

कुंभकर्णाचे तोंड जांभई देणाऱ्या गुहेसारखे दिसत होते. त्याच्या घोरण्याने शहतीरांचासुद्धा थरकाप होत असे. झोपण्यापूर्वी त्याने पोटभर मद्य म्हणजे रक्त प्याले होते. कुंभकर्णाच्या श्वासातून त्याचा वास येत होता. त्याला उठवण्यासाठी राक्षसांनी बरीच तयारी

केली होती. त्यांनी आपल्या बरोबर गाड्या भरून म्हशी व शूकर यांचे मांस आणि बादल्या भरून रक्त व मज्जातंतू आणले होते. दारूनं भरलेली पिंपंही होती. त्यांनी कुंभकर्णाच्या उघड्या शरीरावर चंदनाचा लेप दिला. गळ्यात माळा घातल्या. अत्तर लावले. त्याला जागे करण्यासाठी सर्व जण जोरजोरात ओरडू लागले. काही जणांनी शंख, बिगुल, तुताऱ्या वाजवल्या. काहींनी त्याला दांडकी व गजांनी उठवण्याचा प्रयत्न केला पण कुंभकर्णाला कशाचा काही पत्ताच नव्हता. तो डाराडूर झोपला होता. मग काही जणांनी त्याच्या कानांवर ओरखडे काढले, त्याचे केस ओढले, पोटावर नाचले. शेवटी तो राक्षस थोडासा हलला. त्याने एक जोरदार जांभई दिली. जे त्या वेळी कुंभकर्णाची दाढी ओढत होते, ते त्याच्या तोंडात जाऊन पडले. कुंभकर्णाची जांभई पूर्ण होऊन त्याचे तोंड बंद होण्याच्या आत ते गडबडीने बाहेर धावले. फक्त नऊ दिवसांतच झोपेतून उठवल्यामुळे कुंभकर्ण फार रागावला होता. त्याने कर्कश आरोळ्या ठोकल्या. रागाच्या भरात त्याने आपल्याला उचलून तोंडात टाकू नये म्हणून सर्व जण तिथून पळून गेले.

समोर अन्नाचे डोंगर दिसल्यावर कुंभकर्ण जरा शांत झाला. भराभर खाऊ लागला. त्या वेळी राक्षसांनी हळूच त्याच्या जवळ जाऊन सांगितले की, त्याचा भाऊ रावण ह्याने त्याला बोलावणे पाठवले आहे. कुंभकर्णाने अन्नाचे सगळे हंडे चाटूनपुसून स्वच्छ केले. अन्न वाहून आणणाऱ्या म्हशींना खाऊन टाकले. त्यानंतर राजाकडे जाण्यासाठी तो वस्त्रे घालू लागला. त्याच्या एकेका पावलाबरोबर धरणी हादरत होती. तो चालू लागला तेव्हा त्याच्या विशाल देहाने रस्त्याची रुंदी व्यापून टाकली.

कुंभकर्ण आलेला पाहून रावण प्रसन्न झाला. तो झोपेत असताना काय घडले ते सारे रावणाने त्याला सांगितले. रावणाकडून वानरसेनेबद्दल ऐकल्यावर तो खदखदून हसला आणि म्हणाला, ''रावणा, तुला दहाच दिवसांपूर्वी स्त्रीमोहाच्या दुष्परिणाबद्दल सांगितले होते पण तू माझे ऐकले नाहीस. जो राजा धर्माचे पालन करतो, विवेकी लोकांचे सल्ले ऐकतो, त्यांना आपल्या सत्कर्मांचे फळ मिळते. जे अशा उपदेशाकडे दुर्लक्ष करून आपल्याच दूषित बुद्धीने काम करतात, त्यांना आपल्या कर्माची फळे भोगावी लागतात. मी आणि बिभीषणाने तुला समजावून सांगितले होते पण तू आमचे ऐकले नाहीस. अजूनही उशीर झालेला नाही. या वेडगळ युद्धाला थांबव आणि रामाशी मैत्री कर. मला असं कळलं की तुझे श्रेष्ठ सेनापती मारले गेले आणि तुझाही जाहीर अपमान झाला आहे. शिरच्छेद होईपर्यंत तू थांबणारच नाहीस का?''

हे ऐकून रागाने रावणाचे ओठ कापू लागले. त्याचे डोळे निखाऱ्यासमान पेटले होते. तो कुंभकर्णावर ओरडला, ''मोठ्या भावाला पित्यासमान सन्मान द्यायला हवा. तू मला उपदेश करण्याचे दुस्साहस करतोस? जे झाले, ते झाले. मला त्याचा जरासुद्धा पश्चात्ताप नाही. जर तुला माझ्याबद्दल प्रेम, आदर वाटत असेल तर आता काय करायला हवं हे तू मला सांग. माझ्याकडून पूर्वी झालेल्या चुकांबद्दल चर्चा करण्यापेक्षा त्यांचे परिणाम सुधारण्याचा प्रयत्न कर.''

कुंभकर्णाच्या लक्षात आले की, सांडापुढे लाल वस्त्र धरल्यावर तो जसा चेकाळतो, तसा रावणाला आपल्या शब्दांनी चेव आला आहे. त्याने आता गोड बोलायचे ठरवले.

"तू काही काळजी करू नकोस. मी नुसता त्यांच्या बाजूला चालत गेलो तरी अनेक जण माझ्या पायांखाली चिरडून जातील. मी त्या इवल्याशा राजकुमारांचे तुकडे करून टाकेन. फक्त एकदा त्यांची गाठ पडू दे. मी त्यांना आपल्या हातांनी कापून टाकेन. मला शस्त्रास्त्रांची गरज नाही. चिंता सोड आणि आपल्या महालात जाऊन आनंदाने राहा. एकदा रामाला मारले की सीता तुझीच होईल."

हे ऐकून रावण प्रसन्न झाला. त्याने कुंभकर्णाला पुष्कळ मौल्यवान अलंकार घातले आणि आशीर्वाद देऊन त्याला रामाच्या सैन्याकडे पाठवले.

कुंभकर्णाने तांब्याचे कवच आणि सोन्याचा मुकुट घातला होता. पूल बांधण्यासाठी जाडजूड साखळ्या असतात तसा त्याचा कंबरपट्टा होता. युद्ध करायचे म्हणून त्याने दोन हजार पिंपं मदिरा आणि काही हजार पिंपं म्हशींचे रक्त रिचवले होते. त्याच्यात विकट उत्साह होता. हातात धगधगता पोलादी भाला होता. त्याच्या पुढे चालणाऱ्या व्यक्तीच्या हातात काळ्या रंगाचा ध्वज होता आणि त्यावर मृत्युचक्र रंगवले होते. कुंभकर्णाच्या मागून राक्षस उत्साहाने हल्लागुल्ला करत चालले होते. त्यांच्या हातात त्रिशूळ, भाले आणि बरच्या होत्या. लंकेच्या द्वारातून जाण्याऐवजी कुंभकर्ण भिंत ओलांडून रणभूमीवर आला. तो भल्यामोठ्या काळ्या ढगाप्रमाणे दिसत होता. त्याला पाहताच वानरांची घाबरगुंडी उडाली.

यादरम्यान बिभीषणाने रामास कुंभकर्णाची कथा सांगितली. त्याला सहा महिने झोपण्याचा शाप मिळण्याचे कारण त्याने सांगितले. लहान असल्यापासून कुंभकर्णाची भूक इतकी अचाट होती की तो त्या वेळीही नाश्ता करताना हजारो प्रकारचे प्राणी खात असे. तेवढेच दुपारच्या आणि रात्रीच्या जेवणातही तो प्राणी खात असे. शिवाय त्याला अधूनमधून काहीतरी तोंडात टाकायला लागतच असे. अखेरीस सर्व प्राण्यांनी मिळून ब्रह्मदेवांकडे प्रार्थना केली. ब्रह्मदेवसुद्धा कुंभकर्णाचा अवतार पाहून घाबरले होते. त्यांनी त्याला शाप दिला की, तो आपले उरलेले जीवन झोपूनच संपवेल. पण मग रावणाने आपल्या भावासाठी रदबदली केली. त्यावर ब्रह्मदेवांनी उःशाप दिला की, सहा महिने कुंभकर्ण झोपेल; एक दिवस उठून तो आपली भूक भागवेल आणि पुन्हा सहा महिने झोपेल.

"हा तर आपले सारे सैन्य सहज खाऊ शकतो," बिभीषण म्हणाला, "त्याला जर हा शाप मिळाला नसता तर पुष्कळ आधी त्याने सर्व प्राणी खाऊन संपवले असते."

कुंभकर्ण भिंत ओलांडून पर्वतासारखा चालू लागला. त्याच्या डोळ्यांची बुबुळं रथाच्या चाकाप्रमाणे फिरत होती. वानर घाबरून सैरावैरा पळू लागले. अंगदाने भयभीत वानरांना रोखण्याचा प्रयत्न केला. त्याने त्यांना समजावले की कुंभकर्ण हा फक्त लढणे शिकवलेले युद्धाचे यंत्र आहे. आपण सगळे मिळून त्याला सहज पराभूत करू शकतो. ते त्याच्या अंगावर मोठमोठे दगड, वृक्ष, शिळा फेकू लागले. पण ते सारे एखादे पीस दगडाला लागून खाली पडावे तसे कुंभकर्णाला लागून खाली पडत होते. वानरांनी त्याच्यावर उड्या मारल्या, त्याला चावले पण त्याने साऱ्यांना माश्यांसारखे पळवले. त्याने त्यांच्याकडे काही लक्षच दिलं नाही. तो आपल्या पायांखाली त्यांना चिरडत चालला होता. अचानक तो सुग्रीवावर तुटून पडला. सरपटणाऱ्या सापाला उचलावे तसे त्याला उचलले. सुग्रीवाने त्याचे

कान ओढले, नाक कापले, आपल्या तीक्ष्ण नखांनी मांड्या ओरबाडल्या. कुंभकर्णाने किंचाळत सुग्रीवास खाली जमिनीवर टाकून दिले. सुग्रीव पळत रामाकडे पोहोचला.

लक्ष्मणाने कुंभकर्णाला लढण्यासाठी आव्हान दिले. त्याच्यावर बाणांचा वर्षाव केला. त्यामुळे कुंभकर्णाच्या हातातली गदा सुटून खाली पडली, पण तो पुढे चालत राहिला. शेवटी तो रामापुढे जाऊन उभा राहिला. त्याने हृदयाचे पाणी होईल एवढी प्रचंड मोठी गर्जना केली. ती ऐकूनच वानर बेशुद्ध पडले. एक मोठीशी शिळा उचलून कुंभकर्णाने रामावर फेकली. पण रामाने भराभर सात बाण मारून ती वाटेतच थांबवली. लक्ष्मण म्हणाला, ''राम, आणखी विध्वंस करण्यापूर्वीच कुंभकर्णाला ठार केले पाहिजे.'' राम कुंभकर्णासमोर उभे राहून म्हणाला, ''वीर राक्षस! तू ज्याला शोधत आहेस तो मीच आहे... दशरथाचा पुत्र राम. मला नीट पाहून घे कारण लवकरच तू काहीच पाहू शकणार नाहीस.''

कुंभकर्ण हसून म्हणाला, ''मी विराध किंवा कबंध नाही. तू मला मारू शकत नाहीस.''

रामाने न डगमगता वायुदेवास आवाहन केले आणि बाण चालवून कुंभकर्णाचा हात कापला. त्याने दुसऱ्या हाताने वृक्ष उपटून रामावर टाकला. रामाने आणखी एक बाण चालवून त्याचा दुसरा हातही कापला. तरीही तो राक्षस पुढे चालत राहिला. त्यानंतर रामाने दोन बाण चालवून कुंभकर्णाचे दोन्ही पाय कापले. मग त्याने एक बाण असा चालवला की कुंभकर्णाचा शिरच्छेद झाला आणि त्याचे डोके घरंगळत मोठा आवाज करीत खाली जमिनीवर पडले. धरणी हादरली. लांब लंकेत रावणाने हा भयंकर आवाज ऐकला आणि तो घाबरला. कुंभकर्णाचे भलेमोठे शिर पर्वतावरून खाली घरंगळत आले व ते रक्तरंजित समुद्रात जाऊन पडले. ते पडताच समुद्रात ऊंच लाटा उठल्या. कुंभकर्ण जगासाठी एक मोठी आपत्ती होती. रावणाची शेवटची आशा तोच होता. पण तो आता रक्ताच्या सरोवरात मरून पडला होता.

आपला प्रिय भाऊ कुंभकर्ण याच्या मृत्यूची बातमी ऐकून रावण बेशुद्ध झाला. शुद्धीवर आल्यावर डोकं हातात धरून त्यानं आकांत मांडला. एका सामान्य माणसाने त्याचा विशालकाय भाऊ ठार केला होता यावर त्याचा विश्वास बसत नव्हता. त्याला रडताना पाहून रावणाची बाकीची मुलं त्याला धीर देऊ लागली. ''आम्ही सर्व जण मिळून आमचे एक दल बनवतो आणि युद्धावर जातो,'' असे ते म्हणाले. रावणाने त्यांची गळाभेट घेतली आणि त्यांना युद्धात भाग घेण्यास अनुमती दिली. ही मुलं पराक्रमी होती पण तरी ते एक-एक करीत सर्व जण मारले गेले. सकाळी उत्साहानं ते रणांगणावर आले होते आणि आता ते कापलेल्या वृक्षांप्रमाणे मरून पडले होते. रावण ही बातमी सहन करू शकला नाही. काय करावं त्याला सुचेना. त्यानं असं ऐकलं होतं की, राम नारायणाचे अवतार आहेत. त्यांनी रावणाचा नायनाट करण्यासाठीच पृथ्वीवर जन्म घेतला आहे. रावण विचार करू लागला, ''हे खरं असेल का?''

रावण असा शोकमग्न बसलेला असताना त्याचा पराक्रमी पुत्र इंद्रजित तिथे आला आणि त्याला धीर देण्याचा प्रयत्न करू लागला. तो म्हणाला, ''पिताश्री! मी असताना

तुम्ही का काळजी करता? मी आत्ताच जातो आणि आपल्या शत्रूला चांगला धडा शिकवतो. आज सूर्यास्त होण्यापूर्वी सीता तुमचीच होईल.''

रावणाने आपल्या पुत्राकडे प्रेमाने पाहिले. त्याची त्वचा आणि केस सोनेरी होते. डोळ्यांमध्ये सोनेरी ठिपके होते. त्याचे कवच, शिरस्त्राण, कंबरपट्टा आणि जोडेसुद्धा सोन्याचे होते. तो आपली आई मंदोदरी हिच्याप्रमाणेच सुंदर होता. त्याचे बोलणे ऐकून रावणाला आनंद झाला. तो म्हणाला, ''जा मुला, विजयी होऊन ये.''

इंद्रजितने आपल्या वडिलांना नमस्कार केला. मायावी रथावर स्वार होऊन ताबडतोब आपल्या मोठ्या सैन्यासह बाहेर पडला. युद्धभूमीवर जाण्यापूर्वी त्याने अग्नी प्रज्वलित केला. आपल्या इष्ट अग्निदेवतेस आहुती अर्पण केली. इंद्रजितने आकाशातून वानरांवर बाणांचा वर्षाव करण्यास सुरुवात केली. त्यामुळे हजारोंच्या संख्येने वानर मरू लागले. थोड्याच वेळात सारी रणभूमी वानरांच्या प्रेतांनी भरून गेली. वानर-सेनापतींनी प्रयत्नांची पराकाष्ठा केली पण ते इंद्रजितला पाहू शकत नव्हते; कारण इंद्रजित मायावी युद्ध लढण्यात पटाईत होता. अदृश्य शत्रूशी लढायचे तरी कसे? जादूच्या ढगांमध्यून रथाचा आवाज आणि धनुष्याचा टणत्कार ऐकू येत होता. मधूनच त्यांना इंद्रजितचे सोनेरी कवच आणि त्याचे सोनेरी केस चमकताना दिसत होते पण तो स्वतः मात्र दृष्टीस पडत नव्हता. हनुमान आणि जांबुवंत सोडून एकापाठोपाठ एक सारे वानर इंद्रजितने मारून टाकले. शेवटी राम आणि लक्ष्मण हे दोघेदेखील इंद्रजितच्या घातक बाणांना बळी पडले.

दिवसभराच्या पराक्रमाने हर्षोत्फुल्ल होऊन इंद्रजित लंकेस परत गेला. बऱ्याच वेळाने बिभीषणाला शुद्ध आली. तो वेदनांनी कण्हत, सरपटत जांबुवंताजवळ गेला. त्याने विचारले की, आता आपण काय करायचं? जांबुवंतही चांगलाच घायाळ झाला होता पण त्याने आधी हनुमानाची चौकशी केली.

हनुमान जिवंत आहे हे कळल्यावर तो म्हणाला, ''मग आता आपल्याला कसली काळजी नाही.'' हनुमानास बोलावून जाबुवंत त्याला म्हणाला, ''हनुमान, आता केवळ तू कोसल बंधूंना व बाकीच्या वानरांना वाचवू शकतोस. तू लवकरात लवकर हिमवान पर्वतशिखरावर जा. तो भाग औषधी वनस्पतींनी भरलेला आहे. तिथून चार प्रकारच्या जादूच्या औषधी घेऊन ये. मृतसंजीवनी औषधी मृत व्यक्तीस पुनर्जीवित करू शकते. विशाल्यकरणी औषधी शस्त्रास्त्रांनी झालेले घाव भरून काढते. उरलेल्या दोन वनस्पती तुटलेली हाडे जोडून शरीराला पूर्ववत करतात.''

हनुमानाने ताबडतोब आपला आकार वाढवला आणि उत्तरेस उड्डाण केले. तो लवकरच जाबुवंताने सांगितलेल्या शिखरावर पोहोचला. पण बरेच प्रयत्न करून त्याला त्या विशिष्ट वनस्पती सापडेनात. जणूकाही त्या वनस्पती तिथून जाऊ इच्छित नव्हत्या आणि म्हणून त्यांनी स्वतःला तिथेच कुठेतरी लपवून ठेवले होते. हनुमान काळजीत पडला. त्याने पर्वताचे पूर्ण शिखर बरोबर घेऊन जाण्याचे ठरवले. त्याने ते शिखर उपटले आणि ते घेऊन आकाशमार्गाने लंकेस पोहोचला. पण इतका विशाल पर्वत ठेवण्यास जागा मिळेना. त्यामुळे ते शिखर तसेच हातावर घेऊन हनुमान रणभूमीवर भ्रमण करू लागला. त्या परिणामकारक वनस्पतींचा प्रभावी सुगंध हवेत पसरला. त्यामुळे राम व लक्ष्मण

झोपेतून जागे झाल्याप्रमाणे उठून बसले. इंद्रजितने ठार केलेले किंवा जखमी केलेले सारे वानरसुद्धा झोपेतून उठल्याप्रमाणे जागे झाले. सगळ्यांच्या प्रकृतीत भराभर सुधारणा होत गेली. मग त्या पर्वतशिखरास हनुमान पुन्हा हिमालयात घेऊन गेला व त्याच्या मूळ स्थानी ठेवून परत आला.

याच औषधी वनस्पतींच्या वासाने राक्षस कसे काय जिवंत झाले नाहीत याचे लोकांना आश्चर्य वाटू शकते. त्याचे कारण असे की, आपली इतकी हानी झाली आहे हे कोणाला कळू नये म्हणून मृत राक्षसांची प्रेते समुद्रात टाकून देण्याचा रावणाचा आदेश होता.

त्या रात्री उत्साही वानरांनी लंकेस दुसऱ्यांदा पेटवून दिले. त्या वेळी रामाचा मृत्यू झाला आहे या कल्पनेने रावण शांतपणे झोपला होता. लोकांच्या किंकाळ्या, धूर यांनी तो जागा झाला. रामाशिवाय वानरसेना युद्ध करते आहे, यावर त्याचा विश्वास बसेना. दोन्ही राजकुमार जिवंत असल्याचे कळल्यावर मात्र तो भयाकुल झाला.

कुंभकर्णाचे दोन पुत्र कुंभ आणि निकुंभ यांना रावणाने बोलावले आणि आपल्या पित्याचा बदला घेण्यासाठी त्यांनी युद्ध करावे, असा त्यांना आदेश दिला. दोन्ही निशाचर भाऊ अत्यंत बलिष्ठ योद्धा होते. त्यांनी प्रतिज्ञा केली आणि युद्धास सज्ज झाले. तरुण वानर त्यांच्या विरुद्ध मोठ्या शौर्याने लढले पण ते पराभूत झाले. अंगद बेशुद्ध पडला. ही बातमी रामास मिळाल्यावर सुग्रीवाने युद्धावर जाण्याचे ठरवले.

तो कुंभास म्हणाला, "मी तुझ्या शस्त्रविद्येने प्रभावित झालो आहे. तुझ्यामध्ये तुझे वडील आणि काका यांचे दृढता आणि नैपुण्य हे दोन्ही गुण आहेत. मी तुम्हाला मारू इच्छित नाही कारण तुम्ही आपल्या कुळाचे भूषण आहात. पण आपण दोघे परस्पर विरोधी आहोत. त्यामुळे हे युद्ध आपल्याला शेवटपर्यंत लढावे लागेल."

सुग्रीवाने केलेल्या स्तुतीने कुंभास आनंदच झाला पण तो सुग्रीवाशी लढण्यासाठीच आला होता. तो गर्जना करीत सुग्रीवावर तुटून पडला. दोघांमध्ये द्वंद्वयुद्ध सुरू झाले. त्यांच्या युद्धामुळे पृथ्वी हलू लागली. वृक्षांच्या फांद्या पडू लागल्या. अखेरीस एक जोरदार प्रहार करून सुग्रीवाने कुंभास ठार केले. आपल्या पराक्रमी भावाचा मृत्यू पाहून निकुंभ वानरांच्या अंगावर धावून गेला आणि त्याने शेकडो वानरांना ठार केले. वानरांची दुर्दशा पाहून हनुमान पुढे झाला आणि त्याने निकुंभच्या छातीवर वार केला. निकुंभाने हनुमानावर एका मोठ्या लोखंडाच्या मुसळाने घाव घातला. सगळ्यांना वाटले की त्या प्रहाराने हनुमान कोसळून पडतील पण हनुमानाच्या अभेद्य छातीवर धडकून मुसळाचे असंख्य तुकडे झाल्याचे पाहून सर्व जण स्तब्ध झाले. काही वेळ लढल्यानंतर हनुमानाने निकुंभाला धरणीवर पाडले. मग तो त्याच्या छातीवर चढून बसला. त्यामुळे निकुंभाचा श्वास कोंडला व तो गुदमरून मेला.

वानरांमध्ये आनंदाची लहर पसरली. फांद्या आणि दगड घेऊन या लांब शेपटीवाल्या, झाडावर राहणाऱ्या वानरांनी रावणाच्या सैन्याची शक्तिशाली आणि आधुनिक शस्त्रास्त्रे निकामी ठरवली याचे रावणाच्या सैन्याला मोठे आश्चर्य वाटले. वानरसेनेमधील कोणीही तलवार किंवा धनुष्य चालवू शकत नाही आणि तरीही ते रावणसेनेस वरचढ ठरले होते.

आता काय करावे रावणाला कळेना. त्याचा मुलगा इंद्रजित उपवनात आपली तंत्रसाधना करीत होता. रावण त्याच्याकडे गेला व त्याने रामाला ठार मारण्याची इंद्रजितला विनंती केली.

इंद्रजित म्हणाला, ''पिताश्री, तुमच्यासाठी मी रामाला एकदा मारले पण त्याला सारी प्रकृतीच मदत करते आहे असे दिसते. नाही तर तो जिवंत कसा राहिला असता? तुम्हाला आठवतं? तुम्ही तरुण असताना साऱ्या विश्वावर तुम्ही धर्माने सत्ता चालवलीत. आता तुम्ही केवळ अधर्मानेच राज्य करता आहात. तुमच्या नावाने जे देव कापतात, ज्या संतांना तुम्ही शाप दिलेत, त्यांची हत्या केलीत ते सर्व जण या युद्धात आपल्या विरुद्ध झालेत. आता युद्धात आपला अंत होणार. तुम्ही तुमच्या अन्यायाने साऱ्या निसर्गालाच पिडले आहे. राम हा धर्माची प्रतिमा आहे आणि म्हणून निसर्ग त्यांना मदत करतो आहे. तरीही मी तुमच्या आज्ञेचे पालन करेन. कोसल बंधूंना मारण्याचे मी तुम्हाला वचन दिले होते. ते मी अवश्य पूर्ण करेन.''

इंद्रजितने नेहमीप्रमाणे अग्निपूजा केली. युद्धावर जाण्यापूर्वी अग्नीला मदतीसाठी आवाहन केले. त्याच्या रथाचा वरचा भाग आणि पताका सोन्याने मढवली होती. त्याचा रथ त्याच्या इच्छेअनुसार प्रकट होत होता किंवा अदृश्य होत होता. इंद्रजित अचानक रणभूमीच्या मधोमध प्रकट झाला. सर्वांवर बाणांनी वर्षाव करू लागला. त्यानंतर तो अचानक अदृश्य झाला. आकाशातून निर्दयतेने त्याने लक्ष्मणावर बाण चालवले. लक्ष्मणानेही त्याच्यावर बाण सोडले. इंद्रजितने आपल्या मायेने दाट धुके उत्पन्न केले. त्यामुळे सारी रणभूमी विषारी वाफेने झाकली गेली. त्यामुळे कोणीच कोणाला दिसेना. इंद्रजितचे सोनेरी कवच तेवढे मधूनच चमकत होते. त्याच्या धनुष्याचे टणत्कार ऐकू येत होते. त्याच्या घातक बाणांनी रामास अनेक ठिकाणी जखमा झाल्या. इंद्रजित अतिशय वेगाने आकाशात चकरा मारत होता. दोघा भावांना त्याने हैराण करून सोडले. ते दोघे मधूनच अंदाजाने बाण मारत होते. वानरांची दुर्दशा पाहून लक्ष्मण ब्रह्मास्त्र चालवणार होता पण रामाने त्याला रोखले आणि म्हटले, ''या ब्रह्मास्त्राने भयंकर विध्वंस होईल. जेव्हा अगदी नितांत आवश्यकता असेल तेव्हाच याचा वापर करायला हवा. ही वेळ त्यासाठी योग्य नाही. मी काही इतर शक्तिशाली मंत्रांचा उच्चार करून इंद्रजितला मारतो.''

इंद्रजितला रामाचा हा विचार कळला. तो रणभूमी सोडून निघून गेला आणि एक नवीन कपट घेऊन तो आला. आपल्या मायावी शक्तीने त्याने सीतेचे प्रतिरूप तयार केले. तिला रथात जवळ बसवून तो रणांगणात आला. रामाची शेवटची भेट झाली, तेव्हा जे पिवळे वस्त्र तिच्या अंगावर होते, तेच तिच्या अंगावर होते. तिच्या शाश्वत सौंदर्याचे तेज जराही कमी दिसत नव्हते. ती एकटी, उदास बसली होती. जणू तिच्या आसपास होणाऱ्या घटनांची तिला काहीच मातब्बरी नव्हती. हनुमान सीतेच्या कष्टी चेहऱ्याने दुःखी झाला. काय होते आहे हे त्याला कळत नव्हते. हनुमानाने इंद्रजितवर झेप टाकली आणि त्याच्याशी तो लढू लागला. इंद्रजित सीतेचे केस पकडून तिला तो आपल्या तलवारीने घाबरवू लागला. ती जोरजोरात रडून रामास हाका मारू लागली. विदेहच्या राजकुमारीला इतकी अपमानकारक दिलेली वागणूक हनुमानास सहन झाली नाही. त्याने इंद्रजितला

पुष्कळ दूषणे दिली पण इंद्रजितने शांतपणे उत्तर दिले. तो म्हणाला, "राक्षसांच्या विनाशास आणि माझ्या पित्याच्या मोहास मुख्यत्वाने कारणीभूत ठरलेल्या सीतेचा मी कसा अंत करतो ते तू पाहाच," मग त्याने सीतेच्या छातीत तलवार खुपसली आणि तिला ठार केले. ती सीता मायावी होती हे माहीत नसल्यामुळे हनुमान रडू लागला. हे युद्धच थांबवण्याचा त्याने निर्णय घेतला. कारण आता युद्ध करण्याचे कारणच संपले होते.

ही बातमी ऐकून राम बेशुद्ध पडला. लक्ष्मणाने त्याला सावरले. त्याची समजूत घालत तो म्हणाला, "बंधो! तुम्ही सदैव धर्मानुसार आचरण केलेत आणि आता पाहा आपल्या बाबत काय होते आहे! धर्मामुळे आपण विजयी होत असतो तर कितीतरी आधीच रावण मेला असता. आपल्याला हे इतके वाईट दृश्य पाहावे लागले नसते. राम, ही वेळ कर्म करण्याची आहे. तुमच्यावर जो अन्याय झाला आहे, त्याचा मी सूड घेईन."

यादरम्यान बिभीषण तेथे आला. त्याने राम बेशुद्ध पडण्याचे कारण विचारले. सीतेला हनुमानासमोर मारले गेले असे त्याला कळले तेव्हा तो म्हणाला, "या गोष्टीवर तुम्ही कसा काय विश्वास ठेवता? रावणाला सीतेचा किती मोह आहे हे तुम्हाला माहीत नाही का? सीतेची हत्या करण्यास रावण परवानगी देईल असे वाटते तुम्हाला? सीतेला परत पाठवून देण्यासंबंधी मी त्याच्याशी कितीतरी वेळा बोललो पण त्याने माझे कधीही ऐकले नाही. वडिलांना अत्यंत प्रिय असणाऱ्या स्त्रीला इंद्रजित मारून टाकेल असे तुम्हाला वाटले तरी कसे? ही सगळी योजना त्या मायावी इंद्रजितने तयार केली आहे. त्याला एक यज्ञ करायचा आहे. तो संपन्न झाल्यावर तो अजिंक्य ठरणार आहे. म्हणून त्याने हे सारे नाटक केले. आपण आत्ता इथे बसलेलो असताना तो आपला यज्ञ करण्यात व्यग्र असेल. आता एक क्षणही न घालवता आपण त्याच्याकडे गेले पाहिजे. त्याचा यज्ञ थांबवला पाहिजे. तुम्ही माझ्या बरोबर लक्ष्मणांना पाठवा. आता आपल्या जवळ मुळीच वेळ नाही. त्याने जर अनुष्ठान पूर्ण केले तर त्याला पराभूत करणे अशक्य होऊन बसेल. तसेही त्याच्या जवळ ब्रह्मदेवाने दिलेले अस्त्र आहेच. त्याने तो अनेकांना मारू शकतो. पण ब्रह्मदेवाने त्याला बजावले आहे की जो त्याचा यज्ञ रोखेल तोच त्याचा वधही करेल."

रामाने लगेचच लक्ष्मणास बिभीषणाबरोबर जाऊन यज्ञ थांबवण्याचा आदेश दिला.

वसिष्ठ म्हणतात :

"चैतन्याची ती रहस्यमय शक्ती अनेक प्रकारची नावे आणि रूपे उत्पन्न करते. हे चैतन्य जेव्हा आपला स्वतःचा अनुभव घेऊ पाहते, तेव्हा ते ज्ञेय ब्रह्मांड होते. यामध्ये कोणतेही प्रत्यक्ष रूपांतर होत नाही. कारण चैतन्याखेरीज काहीही अस्तित्वात नसते."

हरिःॐ तत्सत

ॐ

ॐ

अनंतगुण-गंभीराय नमः।

अध्याय ६

इंद्रजित

सासितुनधनुर्बाणपाणिम्
नक्तांचरन्तकम्।
स्वलील्या जगत्रातुम्
आविर्भूतमजम विभुम्।।

"हातात धनुष्य धारण केलेले
न जन्मलेले, अवताराच्या रूपात
जगाचे रक्षण करण्याच्या हेतूने आचरण करीत होते."

लक्ष्मणाने जाण्यापूर्वी रामाचा आशीर्वाद घेतला. त्याच्या बरोबर बिभीषण आणि जांबुवंतही सैन्य घेऊन निघाले.

"चला, लवकर चला!" बिभीषण म्हणाला, "इंद्रजित जिथे आपली साधना करतो आहे, तिथे मी तुम्हाला घेऊन जातो. अग्निदेव त्याला वाघांचा एक जादूचा रथ देणार आहेत. यामुळे तो अजिंक्य होईल. केवळ राक्षसच हे ठिकाण पाहू शकतात."

लक्ष्मणास घेऊन बिभीषण त्या गुप्त उपवनात पोहोचला. बिभीषणाने लक्ष्मणाला स्पर्श केल्यावर त्याला इंद्रजित दिसू लागला. तो हवनवेदीसमोर गुडघे टेकून आपल्या इष्टदेवास आवाहन करीत होता. त्याच्याकडे इंद्रजितची पाठ होती. तो मंत्रोच्चारण करीत लाकडी डावाने यज्ञवेदीमध्ये तुपाची आहुती देत होता. त्याच्या जवळ बळी देण्यासाठी एक काळी बकरी बांधली होती. ती केविलवाणी ओरडत होती. इंद्रजितने गडद लाल रंगाची वस्त्रे नेसली होती. त्याचे केस विस्कटले होते. त्याने आपला भाला जमिनीवर आपटल्याबरोबर आतून हजारो सर्प बाहेर आले. वेदीजवळ ठेवलेल्या त्याच्या बाणांना त्यांनी स्वतःला लपेटून घेतले. मग इंद्रजितने कुऱ्हाडीने बकरीची मान कापली. ती रक्ताच्या थारोळ्यात

पडली. इंद्रजितने आपल्या मोठ्या डावात बकरीचे रक्त भरले आणि तो उचलून इंद्रजित अंतिम आहुती देण्यासाठी तयार झाला. अग्नीच्या ज्वाळा उंच उठू लागल्यावर त्यातून पिवळ्या रंगाचे वाघ गुरगुरताना दिसले. ते अजिंक्य रथाला खेचून बाहेर आणण्यासाठी तयार होते. बिभीषणाने संकेत करताच लक्ष्मणाने डावावर बाण मारला. अंतिम आहुती देण्यापूर्वीच त्या डावाचे दोन तुकडे झाले.

सर्व साप फूत्कारत मागे हटले आणि पुन्हा पाताळलोकात गेले. इंद्रजित संतापाने मागे वळला आणि बिभीषणावर गुरगुरला, ''देशद्रोही, तुम्ही माझ्याशी विश्वासघात केलात. तुम्ही स्वतःला माझा काका म्हणवता आणि तरीही माझी सर्व रहस्ये तुम्ही शत्रूला सांगितलीत. तुमच्या मदतीशिवाय त्यांना या स्थानाचा ठावठिकाणा कधीच लागला नसता. तुम्ही माझ्या पित्याचे मीठ खाल्लेत आणि शत्रूला जाऊन मिळालात. तुमचा धिक्कार आहे. शत्रूसमोर लोटांगण घालून सत्ता मिळवण्यापेक्षा आपल्या देशात दास बनून राहणे चांगले आहे. आपल्या लोकांना सोडून जी व्यक्ती शत्रूला मिळते तिला देशद्रोही म्हटले जाते. लक्ष्मणाला मारण्याआधी मी तुम्हालाच मारतो.''

बिभीषणाने उत्तर दिले, ''तू माझ्या दुष्ट भावाचे दुष्ट अपत्य आहेस. माझा तुम्हा दोघांशी काहीही संबंध नाही. कैक वर्षांपासून माझा भाऊ पापकर्मांत फसलेला आहे. त्याचा क्रोध आणि अहंकार सगळ्यांना माहीत आहे. मी त्याचे सारे सहन करत राहिलो कारण मी त्या वेळी असहाय होतो. माझा जन्म राक्षसकुळात झालेला असला तरी माझा स्वभाव नेहमीच मनुष्याप्रमाणे होता. अधर्माची साथ देऊन देऊन मी थकलो होतो; म्हणून मी तुमचा त्याग केला. तुम्ही मूर्ख, वाहवत जाणारे आणि अहंकारी आहात. पण आता तुम्ही सावध व्हा. तू आणि तुझा पिता दोघांनाही शाप मिळालेला आहे. तुमची ही लंकाही शापग्रस्त आहे.''

तोपर्यंत जांबुवंत आणि त्याचे अस्वलसैन्यही तिथे आले. त्यांनी इंद्रजितवर जोरदार हल्ला केला. हलकल्लोळ इतका माजला की इंद्रजितला नाइलाजाने आपल्या काकाशी चाललेला वादविवाद थांबवून त्या गुप्त जागेतून मोकळ्या मैदानात येणे भाग पडले. अनुष्ठान भंग पावले याचा संताप इंद्रजितच्या अंगात मावत नव्हता. मृत्युदेवतेसारखा दिसत होता तो. हनुमानाने एक वृक्ष घेऊन त्याला अडवले.

बिभीषणाने लक्ष्मणास हनुमानाच्या मदतीस जाण्यास सांगितले. मय नावाच्या राक्षसाच्या मुलाशीही दोन हात करण्यास सांगितले. लक्ष्मणाने धनुष्याचा टणत्कार करताच क्रोधित इंद्रजित त्याच्या अंगावर धावून गेला. तो नखशिखान्त चांदीने सजलेला होता. चांदीचे शिरस्त्राण, तलवार आणि बाणांचा भाता घेऊन इंद्रजित लक्ष्मणाला सामोरा गेला. हनुमानाने ताबडतोब लक्ष्मणास आपल्या खांद्यावर बसवले.

''लक्ष्मण, आधी झालेला आपला लढा तू विसरलास का?'' इंद्रजित ओरडून बोलला, ''मी तुला आणि तुझ्या भावाला खाली पाडले होते. ह्या वेळी मी तुला आता सोडणार नाही. यमलोकास पोहोचवूनच थांबेन.''

दोघे योद्धे समोरासमोर येऊन लढू लागले. दोघेही अचूक बाण चालवत होते. लक्ष्मणाने इंद्रजितचे कवच कापले, तर इंद्रजितने लक्ष्मणाचे कवच आपल्या बाणाने

फाडले. दोघांनाही आजूबाजूचे भान नव्हते. त्यांचे तेजस्वी अभिमंत्रित बाण आकाशात उल्केसारखे उडत. एकमेकांना धडकून भयंकर विस्फोट होऊन ते नष्ट होत होते. त्यांच्या युद्धाला घाबरून पशुपक्षी सैरावैरा पळत होते. वारासुद्धा जणू आपला श्वास रोखून बसला होता. बिभीषण तिथे आला पण त्याने आपल्या पुतण्याशी युद्ध केले नाही. लक्ष्मणाने चार चांदीचे टोक असलेले बाण चालवून इंद्रजितचे चारही सुंदर व सुसज्ज घोडे मारून टाकले. घोडे नसल्याने रथ वेगाने फिरू लागला. त्याच वेळी लक्ष्मणाने अर्धचंद्राकार बाण चालवून सारथ्याचे शिर धडावेगळे केले. क्षणभर इंद्रजित गडबडला. पण न डगमगता त्याने लक्ष्मणाच्या सैन्यावर एक हजार बाण सोडले. सगळे वानर भराभर लक्ष्मणाच्या मागे जाऊन लपले. अंधारात लपतछपत इंद्रजित आपल्या नगरीत गेला आणि दुसरा रथ घेऊन परत आला. तो ज्या उत्साहाने परतला होता, ते पाहून लक्ष्मणाला नवल वाटले. मात्र काही क्षणांतच लक्ष्मणाने इंद्रजितचा दुसरा रथही उद्ध्वस्त केला. त्या निशाचराने आपला भाला उंच करून जोरजोराने फिरवायला सुरुवात केली. त्यामुळे तो जळत्या चाकासारखा दिसू लागला. पण लक्ष्मणाने भराभर शंभर बाण मारून तो भाला नष्ट केला.

हे भयंकर युद्ध असेच चालत राहिले. अखेरीस लक्ष्मणाने महर्षी अगस्त्य यांनी दिलेला बाण काढला. त्यास इंद्रदेवाच्या शक्तीने ऊर्जा लाभली होती. लक्ष्मणाने बाणाची प्रार्थना केली, ''जर दशरथनंदन राम कधी धर्माच्या मागावरून ढळले नसतील, सत्याशी सदैव निष्ठा त्यांनी ठेवली असेल, ते सत्यमार्गी आणि अद्वितीय आहेत; हे सारे खरे असेल तर या बाणाने रावणपुत्र इंद्रजित याचा मृत्यू व्हायला हवा.'' एवढे म्हणून लक्ष्मणाने तो अभिमंत्रित बाण इंद्रजितवर सोडला. तो बाण वज्राप्रमाणे सरळ गेला आणि त्याने आपले लक्ष्य साधले. त्या बाणाला मध्येच रोखण्याचा अवसर इंद्रजितला मिळाला नाही. त्याने इंद्रजितच्या मस्तकाचा वेध घेतला. खाली पडलेले त्याचे शिर सोन्याच्या कमलपुष्पाप्रमाणे वाटत होते. पर्वतामागे मावळणाऱ्या दीप्तिमान सूर्याप्रमाणे असलेल्या मंदोदरीच्या गौरवशाली पुत्राचे मस्तक कापले गेले होते. इंद्रजितचा शिरच्छेद झाला होता. वानर आनंदाने जल्लोष करू लागले. हा गोंधळ राम आणि सुग्रीव यांच्या शिबिरात ऐकू गेला. राक्षसांच्या सैन्याने आपली शस्त्रास्त्रे टाकून पळ काढला.

बिभीषण, हनुमान आणि जांबुवंत हे तिघेही लक्ष्मणाच्या पराक्रमाने प्रसन्न झाले. हनुमानाने लक्ष्मणाला आपल्या खांद्यावर बसवून रामाकडे आणले. श्रीरामाने त्याचे सहर्ष स्वागत केले. आपला भाऊ लक्ष्मण याची गळाभेट घेतली. त्याने लगेच वैद्यांना बोलावले आणि लक्ष्मणास युद्धात झालेल्या जखमा लवकरात लवकर बऱ्या करण्यास सांगितले. संपूर्ण शिबिरात आनंदाचे वातावरण होते. रामाला वाटत होते की, आपला मुलगा इंद्रजित याच्या मृत्यूची बातमी ऐकल्यावर दुसऱ्या दिवशी रावण स्वतः युद्ध करण्यास येईल.

आपली प्रिय पत्नी मंदोदरीच्या पुत्राच्या मृत्यूची बातमी ऐकून रावण बेशुद्ध पडला. इंद्राला पराभूत करणारा स्वतःच इंद्राच्या अस्त्राने मारला गेला! रावण शुद्धीवर आला तेव्हा तो दुःखाने म्हणाला, ''माझ्या मुला, माझ्या प्रिय मुला, या जगात तुझ्यासारखा दुसरा कोणीही नाही. तू कोणालाही पराभूत करू शकत होतास; तरीही एका साध्यासुध्या

माणसाच्या हातून तुला मृत्यू येणे कसे शक्य आहे? तुझ्याशिवाय मला ही सारी धरणी रिकामी वाटते आहे. तुझ्याशिवाय मला आता जगण्यात काहीही रस नाही. तू मला, आपल्या प्रिय आईला सोडून कुठे गेलास? इंद्रजित तू खरेच मरण पावलास?''

रावण हे विसरला होता की, त्याच्या सर्व पुत्रांच्या मृत्यूस तो स्वतःच जबाबदार होता. रावणाचा शोक लवकरच क्रोधात रूपांतरित झाला. त्याच्या बाबतीत असे नेहमीच होत असे. रावणाच्या पुत्राने मायावी सीतेस मारले होते. पण आता रावणाने खऱ्याखुऱ्या सीतेस ठार मारण्याचा निर्णय घेतला. कारण सीतेमुळे हा सारा विध्वंस होत होता. तो हे विसरला होता की या साऱ्याला दुसरे कोणी जबाबदार नसून तोच उत्तरदायी होता. आपल्या क्रूर आणि अयोग्य कृत्यांमुळेच त्याच्या कुळाचा नाश झाला होता. बिभीषणाने तशी भविष्यवाणीही केली होती. रावणाच्या डोळ्यांतले अश्रू अग्नीच्या थेंबासारखे वाहू लागले. तलवार घेऊन तो वाटिकेकडे निघाला. सीता अजूनही रामाच्या चिंतनात बुडालेली होती. रावणाचे मंत्री व रावणाच्या बायका त्याच्या मागे धावल्या. यापूर्वी एवढा रागावलेला रावण त्यांनी कधी पाहिला नव्हता. शुक्र ग्रहाकडे वेगाने जाणाऱ्या दुष्ट उल्केप्रमाणे तो अशोकवनात आला. सीतेने त्याला पाहिले आणि तिच्या लक्षात आले की, ह्या वेळी तो प्रेमाचे शब्द ऐकवायला आलेला नसून तिरस्काराची तलवार घेऊन आला आहे. जितक्या सहजपणे त्याने सीतेसमोर प्रेम व्यक्त केले होते, तितक्याच सहजतेने तो आता तिच्या जिवावर उठला होता. दुष्ट लोकांचे मन किती झटपट बदलते! एक दिवस ते प्रेम दाखवतात तर दुसऱ्या दिवशी ते रागराग करू लागतात. सीतेला वाटले की रामाचा मृत्यू झाला असणार; सीताही मृत्यूस तयार झाली.

सुदैवाने रावणाचा एक मंत्री इतर मंत्र्यांपेक्षा शहाणा होता. तो रावणाजवळ आला आणि म्हणाला, ''स्वामी, हे पापकर्म आपण कसे करू शकता? सीतेला तुम्ही हरण करून आणलेत हेच मुळात वाईट केलेत. आता ती असहाय आहे, आपल्या दयेवर अवलंबून आहे, अशा वेळी तुम्ही तिला मारू पाहता? या असहाय आणि निराधार स्त्रीला एकटीलाच सोडून द्या. आपल्या पुत्राला ज्यांनी मारले, त्यांच्यावर तुमचा राग काढा. आज कृष्ण पक्षाचा चौदावा दिवस आहे. उद्या अमावस्या आहे. आपल्यासारख्या निशाचरांना तो सगळ्यात उत्तम शुभ मुहूर्त आहे. त्याच वेळी तुम्ही रामावर आक्रमण करा. दोघा भावांना मारून, विजयी होऊन परत आल्यावर सीता तुमचीच होईल.''

रावणाला हा सल्ला चांगला वाटला. दुसऱ्या दिवशी अत्यंत कुशल आणि साहसी योद्धे असलेले सर्वश्रेष्ठ सैन्य त्याने रणांगणावर पाठवले. दोघा कोसल बंधूंना मारल्याशिवाय परत येऊ नका असे त्यांना बजावले. त्या वेळच्या सर्वांत आधुनिक शस्त्रास्त्रांनी सुसज्ज असे ते सैन्य होते. त्या सैन्याने सकाळ होताच कूच केले. दोन्ही सैन्यांमध्ये भयंकर युद्ध झाले. रक्ताच्या नद्या वाहिल्या. जनस्थानमध्ये जसे श्रीरामाने सर्व राक्षसांना एकट्याने पराभूत केले होते, तसेच एकट्या रामाने या सैन्याचा सामना केला. बाणांच्या वर्षावात सैन्य दिसेनासे झाले. अखेरीस रामाने गंधर्व नावाचे दिव्यास्त्र चालवले. या प्रयोगामुळे सर्वत्र शेकडो राम दिसू लागले. कुठे बाण मारायचा, कुणाला ठार करायचे हे रावणाच्या सैन्याला कळेना. तासाभरातच रामाने रावणाची ती सर्वश्रेष्ठ सेना नेस्तनाबूत केली.

युद्धात मारल्या गेलेल्या सैनिकांच्या बायकांच्या विलापांनी सारी लंका भरून गेली. या साऱ्यासाठी त्या शूर्पणखेला दोष देऊ लागल्या. लंकेतले प्रत्येक घर दुःखी झाले होते. ज्या घरांमधून काही दिवसांपूर्वी फक्त संगीत आणि हास्यविनोदाचे स्वर कानीं येत होते तिथे आता आक्रोश आणि हुंदके ऐकू येऊ लागले. त्या रात्री रावण आपल्या शय्यागृहात गेला, तेव्हा मंदोदरी आपले हात रावणाच्या गळ्यात टाकत म्हणाली, ''स्वामी, उद्या तुम्हाला युद्धावर जावे लागणार आहे. तुम्ही विचार बदलू शकणार नाही का?'' मंदोदरी ही मायेचे रचनाकार मय या राक्षसाची मुलगी होती.

रावणाने सावकाश मंदोदरीला दूर केले आणि म्हटले, ''प्रिय, मला जावे लागेल हे तू जाणतेस. पण माझ्यावर विश्वास ठेव. मी तुला निराश करणार नाही.''

''तुम्ही मला कधीच निराश केले नाही स्वामी. ज्या दिवशी आपला विवाह झाला, तेव्हापासून तुम्ही मला नेहमी सुखच दिले. मी हे कसे विसरेन?''

रावण अखेरचा म्हणून आपल्या गडावरच्या कमानीवर चढला आणि सामवेदातील ऋचा गाऊ लागला. या ऋचा तो फार सुंदर गात असे. त्या गाऊन त्याने एकदा महादेवाला प्रसन्न करून घेतले होते. वाऱ्याची झुळझुळ, लाटांचा खळखळाट, झाडांची सळसळ हे सारे सूर जणू रावणाच्या गायनात सूर मिसळून गात होते. निसर्ग त्याला साथ देत होता. श्रीराम आणि त्याचे साथीदार खालून संगीताच्या तालावर नाचणाऱ्या डोलणाऱ्या रावणाच्या बलशाली व्यक्तिमत्त्वाची आकृती पाहून भारावून गेले.

अखेरीस मध्यरात्र झाल्यावर अमावस्येच्या वेळी वारे थांबले. लाटा शांत झाल्या आणि रावण निर्णायक युद्धात उतरला.

रावणाने आपल्या शेवटच्या काही सेनापतींना युद्धासाठी तयार होण्याचा आदेश दिला, तेव्हा पहिल्यांदाच त्याच्या स्वरात भयाची झाक उमटली. त्याने स्वतः युद्धात जाऊन आपल्या प्रियजनांच्या मृत्यूचा सूड घेण्याचा निर्णय घेतला होता. त्याच्या दिव्य रथास जडवलेले रत्न आणि सोनेरी पताका झगमगत होत्या. अत्यंत चलाख घोड्यांनी सुसज्ज अशा त्या रथात सर्व आधुनिक शस्त्रास्त्रे ठेवलेली होती. रथाच्या दाराजवळ जाऊन रावणाने वाघाच्या झपाट्याने आत उडी मारून हातात लगाम घेतले. तो जात असताना मार्गात उभ्या असलेल्या राक्षसांनी उत्साहाने टाळ्या वाजवल्या. बाहेर पडण्यासाठी रावणाने पाचवे दार निवडले. ते मायारूपी दार होते. रावण मध्यारात्री काळ्या आकाशात विशाल काळ्या राजहंसाप्रमाणे प्रकट झाला.

वसिष्ठ म्हणतात :

''सृष्टी आणि तिचे रचनाकार दोघेही विशुद्ध चैतन्य आहेत.
याचा बोध होतो, तेव्हा त्यास ब्रह्म म्हणतात.''

हरिः ॐ तत्सत

ॐ

ॐ

दशग्रीव शोरोहाराय नमः।

अध्याय ७

रावणाचा अंत

लोकाभिरामं रणरंगधीरम्
राजीवनेत्रं रघुवंशनाथम्।
कारुण्यरूपं करुणाकारं तम्
श्री रामचरणं शरणं प्रपद्ये।।

"रघुकुलाचा राजा श्रीराम यांस मी नमस्कार करतो.
त्यांचे नेत्र कमळाच्या पाकळ्यांप्रमाणे आहेत.
साऱ्या जगात ते सर्वांत सुंदर आहेत.
रणांगणात ते आले की त्यांची दहशत निर्माण होते.
मात्र ते दयेने परिपूर्ण आहेत. कृपानिधान आहेत."

वानर चारही दारांवर तैनात होते. पण रावण आकाशातील मायावी पाचव्या दाराने बाहेर आला आणि मोठा आवाज करीत सगळ्यांच्या मध्ये उतरला. असं म्हणतात की, रावण दारातून बाहेर पडताच सूर्याचे तेज मंदावले. पक्षी कलकलाट करू लागले. ढगांमधून रक्ताचे थेंब टपकू लागले. घोडे अडखळून पडू लागले. रावणाच्या चेहऱ्यावरचे तेज संपुष्टात येऊ लागले होते. त्याचा आवाज कर्कश होऊ लागला. त्याचा डावा डोळा आणि बाहू फडफडू लागले. हे सारे मृत्यूचे संकेत होते.

रावणाने या अपशकुनांकडे दुर्लक्ष केले. आपल्या सेनापतींबरोबर वेगाने वानरांच्या सैन्यामधून तो गेला. वानरदलाला धक्काबुक्की करीत, उन्मत्त होऊन रावण युद्ध करू लागला. त्याच्या अत्यंत संतप्त आक्रमणास सहन करण्याची ताकद कोणातच नव्हती. सुग्रीवाने रावणाचा सेनापती विरुपाक्ष याच्याशी युद्ध केले. त्याला आपल्या हातांचे प्रहार करून ठार केले. ग्रीष्म ऋतूच्या आगमनाने सरोवरे सुकू लागतात, त्याच प्रकारे वानरांची संख्याही

कमी होऊ लागली होती. हळूहळू रावणाला हे जाणवू लागले की, नियती रामाच्या बाजूने आहे. नाही तर रावणासारख्या तिन्ही लोकांत अजिंक्य ठरणाऱ्याच्या बाबतीत हे सारे कसे घडू शकते? एका वानराने पंजा मारल्यावर त्याचा पराक्रमी सेनापती विरुपाक्ष हा मारला गेला यावर रावणाचा विश्वास बसेना. रावणाने महोदरास लढण्यासाठी पाठवले तर सुग्रीवाने तलवारीने त्याचे शिर धडावेगळे केले. जणू वृक्षावरून पक्व फळ खाली पडले. रावणाच्या तिसऱ्या महान योद्ध्याचे नाव होते महापार्श्व. वानर राजकुमार अंगद याने त्याला ठार मारले.

आपल्या तीनही सेनापतींच्या मृत्यूची बातमी ऐकून रावणाने आपल्या सारथ्यास रामाजवळ चलण्याचा आदेश दिला. पुन्हा एकदा रावण रामासमोर आला. याआधी एकदा श्रीरामाने त्याला उदार होऊन सोडून दिले होते. ती आधीची झटापट रावणाला आठवावीशी वाटत नव्हती. रामाने आपले कोदंड धनुष्य हातात धरले होते. लक्ष्मण त्याच्या शेजारी उभा होता. रावणाने जेव्हा रामास पाहिले, तेव्हा त्याला वाटले की त्याच्या समोर भगवान नारायण आहेत आणि त्यांच्या शेजारी इंद्र उभे आहेत.

रावण लक्ष्मणाला ओलांडून रामासमोर आला. त्याला समोर पाहून राम प्रसन्न झाला. कारण इतक्या दिवसांपासून तो याच गोष्टीची प्रतीक्षा करीत होता. हे युद्ध दिमाखदार होते. ते पाहण्यासाठी देवतागणही आले. राम आणि रावण दोघेही युद्धकौशल्यात पारंगत होते. इतर सैनिकही आपले स्वतःचे युद्ध थांबवून हे महाबलाढ्य युद्ध पाहू लागले. दोघांकडून सोडल्या जाणाऱ्या विभिन्न प्रकारच्या अभिमंत्रित बाणांच्या चमचमाटाने सारे आकाश प्रकाशित झाले होते. एका दृष्टीने हे अनुचित युद्ध होते. कारण राम जमिनीवर उभा होता आणि रावण रथावर स्वार होऊन लढत होता पण राम त्यामुळे जराही विचलित झाला नाही.

लक्ष्मणास रावणाशी लढण्याची फार इच्छा होती म्हणून तोही या युद्धात सामील झाला. त्याने आपली वहिनी सीतामाई हिला जेव्हा शेवटचे पाहिले होते, तेव्हाचा सीतामाईंचा दयनीय चेहरा तो विसरू शकत नव्हता. त्या वेळी लक्ष्मणास रामाच्या मदतीसाठी जाण्यास त्या सांगत होत्या. हवेत डौलाने फडकणारी रावणाची पताका लक्ष्मणाने एका बाणात कापून टाकली. त्याने रावणाच्या सारथ्याला मारले आणि त्याचा रथ उद्ध्वस्त केला. बिभीषणाने धावत येऊन रावणाचे घोडे ठार मारले. त्यामुळे रावणाला फारच राग आला. रावण रथातून उडी मारून खाली जमिनीवर आला. त्याने आपला भाऊ बिभीषण याच्यावर शक्ती नावाचे प्रसिद्ध अस्त्र चालवले पण दोघांच्या मध्ये लक्ष्मण आला आणि त्याने बिभीषणास वाचवले.

आता रामाचा उद्धट भाऊ लक्ष्मण यास संपवण्याची वेळ आली आहे, असा निर्णय रावणाने घेतला. अग्नीप्रमाणे तांबूस हिरव्या चमकत्या डोळ्यांच्या रावणाने सिंहाप्रमाणे मोठी डरकाळी फोडली. मय दानवाच्या मायावी शक्तींनी बनलेला भाला लक्ष्मणावर फेकला. तो भयंकर आवाज करीत एखाद्या धोकादायक उल्केप्रमाणे लक्ष्मणाच्या दिशेने निघाला. मात्र रामाने मंत्र म्हणून त्या अस्त्राची मारक क्षमता संपुष्टात आणली. पण ते अस्त्र इतके प्रभावी होते की, त्याच्या प्रहाराने लक्ष्मण बेशुद्ध पडला. लक्ष्मणाचे घाव पाहून राम घाबरला पण ही वेळ रडत बसण्याची नव्हती. त्याने एकीकडे लक्ष्मणाला सावरीत रावणाशी युद्ध चालू ठेवले. त्याने सुग्रीव आणि हनुमान यांना बोलावून लक्ष्मणास तिथून

घेऊन जाण्यास सांगितले. रावणाच्या बाणांनी राम स्वतःदेखील घायाळ होत होता पण त्याची त्याला पर्वा नव्हती.

आपल्या प्रिय भावाला उपचारासाठी दुसऱ्यांकडे सोपवल्यावर रामाने आपले सारे लक्ष रावणावर केंद्रित केले. आपल्या मित्रांना उद्देशून तो म्हणाला, "हे उघडच आहे की, या जगात आम्ही दोघे एकाच वेळी राहू शकत नाही. रावण मरेल किंवा माझे प्राण जातील. तुम्ही सर्व जण पर्वतावर आपापल्या जागा घ्या आणि नीट पाहा. जोपर्यंत ही सृष्टी राहील, जोपर्यंत समुद्रावर पृथ्वी टिकून राहील आणि जोपर्यंत पृथ्वीवर प्राणी असतील, तोपर्यंत या महायुद्धाची चर्चा होत राहील." श्रीरामाच्या मनात गेल्या अकरा महिन्यांपासून रावणाबद्दलचा राग खदखदत होता. आता तो पराकोटीला पोहोचला होता. तो उन्मत्त हत्तीप्रमाणे युद्ध करू लागला.

राक्षस निशाचर असतात. रात्रीच्या वेळी ते अधिक बलशाली होतात. पण सकाळ होऊ लागल्यावर रावण अशक्त दिसू लागला. राम आणि रावणाचे हे युद्ध याआधीच्या झटापटीपेक्षा कितीतरी अधिक भयंकर होते. बघणाऱ्यांना फक्त धनुष्याचा टणत्कार आणि बाण सुटल्यावर येणारे प्रत्यंचेचे आवाज ऐकू येत होते. त्यांना योद्धे मोठ्या मुश्किलीने दिसत होते. रावणाच्या बाणांचे फाळ पिशाच्च, सिंह, वाघ आणि लांडग्यांप्रमाणे होते; तर रामाचे बाण अतिशय वेगवान, वज्राप्रमाणे व उल्कापिंडांप्रमाणे वाटत होते. अखेरीस रामाच्या ज्वलंत धनुष्याने सोडलेल्या सोनेरी टोकांच्या बाणांनी जखमी झाल्यावर रावण रणांगण सोडून पळून गेला. तेव्हा मग राम आपला भाऊ लक्ष्मण याला पाहायला आला. त्याने सुग्रीव आणि राजवैद्य यांना लक्ष्मणास वाचवण्यासाठी प्रयत्नांची पराकाष्ठा करण्याची विनंती केली.

"या युद्धात माझा भाऊ मारला गेला तर हे युद्ध मी जिंकलो काय नि हरलो काय सारखेच आहे. मला राज्यही नको आणि माझे स्वतःचे जीवनही नको. सीतेला मुक्त करण्याची माझी इच्छासुद्धा आता संपली आहे. सीतेसारखी पत्नी कदाचित पुन्हा मिळू शकेल पण लक्ष्मणासारखा भाऊ मला पुन्हा कधीच मिळणार नाही. त्याचा जन्म माझ्या बरोबर झाला आणि हा तेव्हापासून मला सावलीसारखा साथ देत राहिला. या दुःखी दिवसांमध्ये तर तोच एक माझा आधार राहिला आहे," असे म्हणत राम रडत लक्ष्मणाजवळ जाऊन बसला.

वैद्य म्हणाले, "प्रभू, लक्ष्मणाच्या चेहऱ्यावरील तेज लोप पावलेले नाही. त्यामुळे माझी खात्री आहे की, ते जिवंत आहेत. त्याची त्वचा काळवंडलेली नाही. म्हणजे यातून मृत्यूचा संकेत दिसत नाही. त्याचे हात अजूनही गुलाबी आणि मऊ आहेत. शिवाय त्यांच्या शरीरावर दीर्घायुषी असण्याची सर्व लक्षणे विद्यमान आहेत. तेव्हा आपण कृपया दुःखी होऊ नये."

वैद्यांनी हनुमानास हिमालयातून मृतसंजीवनी व विशाल्यकारिणी नावाच्या औषधी वनस्पती ताबडतोब आणण्यास सांगितल्या. यांच्यामुळे व्यक्ती लगेच शुद्धीवर येते. वैद्यांचे वाक्य पूर्ण होण्याआधीच हनुमानाने उत्तर दिशेकडे उड्डाण केले होते. आधीप्रमाणेच नेमकी कोणती औषधी वनस्पती आपल्याला घेऊन जायची आहे, ते त्याच्या लक्षात येईना. मग तो पुन्हा पर्वत उचलून घेऊन आला. वैद्यांनी तयार केलेल्या औषधींचा सुगंध लक्ष्मणास

येताच तो झोपेतून जागे झाल्यासारखे उठून बसला. त्याच्या चेहऱ्यावर थकवा किंवा अशक्तपणा अजिबात दिसत नव्हता. राम आणि लक्ष्मण दोघांनी हनुमानास धन्यवाद दिले.

रामाने गहिवरून लक्ष्मणाची गळाभेट घेतली आणि म्हणाला, ''प्रिय बंधो! तुझ्याशिवाय माझे जीवन निरर्थक आहे. तू नसशील तर सीता किंवा राज्य यांची माझ्या दृष्टीने काहीही किंमत नाही.''

हे ऐकून लक्ष्मण ओशाळे होत म्हणाला, ''बंधो, आज तुम्ही रावणाला मारण्याची आणि विदेहीच्या राजकुमारीस मुक्त करण्याची प्रतिज्ञा केली आहे. आता आपले तेच लक्ष्य असले पाहिजे. माझी काळजी करू नका. रावणास युद्धासाठी आव्हान द्या. आपल्याला सूर्यास्त होण्यापूर्वी त्याचा वध करायचा आहे.''

लक्ष्मणाचे म्हणणे बरोबरच होते पण श्रीराम क्षणभरासाठी दिवास्वप्नात गेला होता आणि त्याला वाटले की, रावणाला आपण पराभूत करू शकणार नाही. त्याचा थकलेला, चिंताग्रस्त चेहरा पाहून महर्षी अगस्ती त्याच्या जवळ आले आणि त्याला 'आदित्य हृदय' नावाचा महान मंत्र दिला. यामध्ये सूर्यदेवाची स्तुती होती. यामुळे सर्व संकटांचे निवारण होणार होते.

''हे सूर्यवंशातील राजकुमार, बलशाली राम!'' अगस्ती म्हणाले, ''हा प्राचीन मंत्र नीट समजून घ्या. यामुळे युद्धात तुम्ही सर्व शत्रूंना पराभूत करू शकाल. या ऋचांची इष्ट देवता सूर्यदेव आहेत आणि जर तुम्ही या मंत्राचा जप मनःपूर्वक केला तर आपल्या शत्रूंचा नाश होईल. आपल्याला विजय प्राप्त होऊन सुख मिळेल. या मंत्रामुळे निश्चितपणे सर्व पापे नष्ट होऊन चिंता दूर होतील. म्हणून तुम्ही या ऋचा गाऊन सोनेरी गोलाकार सूर्यदेवाची पूजा करा. कारण समस्त दिव्य प्राण्यांच्या समग्रतेचे सूर्यदेव हे एकमेव प्रतिनिधी आहेत.''

अगस्ती मुनी सर्वज्ञ होते आणि राम हे नारायणाचे अवतार आहेत हे त्यांना माहीत होते. मात्र स्वतःच्या दिव्यत्वाबाबत राम अनभिज्ञ होते. म्हणून अगस्ती मुनींनी सर्वसामान्य माणसांच्या गुरूंप्रमाणे श्रीरामास त्या मंत्राची दीक्षा दिली. या पवित्र ऋचांचे निष्ठापूर्वक उच्चारण केल्यास भौतिक अडचणींबरोबरच सनातन सत्याचा शोध घेणाऱ्यांच्या मार्गातील अडथळेही दूर होतात. अगस्ती मुनी रामांस म्हणाले की त्यांनी सूर्याकडे पाहून या ऋचांचा जप केला तर या युद्धात नक्की त्यांचाच विजय होईल. हे ऐकून राम उत्साहित झाला. सूर्याकडे पाहून पूर्ण श्रद्धेने व निष्ठेने तो मंत्राचे उच्चारण करू लागला.

''हे विजयाचे स्वामी, पूर्व व पश्चिम दिशेचे स्वामी, आपण अमर्याद व देदीप्यमान आहात. आपले अंग सोनेरी असून आपण ब्रह्मांडाचे रचनाकार आहात. आपण सर्व प्राण्यांच्या कर्माचे साक्षी आहात. मी आपणांस पुनःपुन्हा नमस्कार करतो.'' श्रीरामाने तीनदा या मंत्राचे उच्चारण केले आणि रावणास आव्हान देण्यास तो निघाला. त्याच वेळी सूर्यदेवाने आपल्या सर्व तेजाचा आशीर्वाद रामाच्या मस्तकावर अभिसिंचित केला. जणू रामाच्या निर्णयाची ते प्रशंसा करीत होते. रामाने तत्काळ आपले कार्य पूर्णत्वास न्यावे असे त्यांना वाटत होते.

श्रीरामाने रावणाला बाहेर येण्यासाठी ललकारले. रावण दुसऱ्या एका भव्य रथात बसून आला. दोघांमध्ये मोठी धुमश्चक्री झाली. ही लढाई पाहणारे देवतागण म्हणाले की,

ही लढाई असमान आहे. कारण राम जमिनीवर उभे आहेत आणि रावण रथावर स्वार आहे. मग इंद्राने आपला सारथी मातली यास ताबडतोब आपला रथ घेऊन रामाकडे पाठवले. शिवाय रामास मदत म्हणून इंद्राने आपले दिव्यास्त्र व कवचदेखील पाठवले. रामासमोर एक लखलखणारा चांदीचा रथ उतरला. त्यात झगमगणारी शस्त्रास्त्रे ठेवली होती. रथाला चांदीच्या रंगाचे पांढरेशुभ्र दहा घोडे जोडलेले होते.

रथातून उतरून मातलीने रामास प्रणाम केला व तो म्हणाला, ''हे सूर्यवंशाचे महाराज, तुम्हाला विजय मिळवण्यास मदत व्हावी म्हणून मला आपल्याकडे पाठवले आहे. कृपया रथावर स्वार व्हा. आपण युद्ध सुरू करू या.'' रामाने लक्ष्मणाकडे हसून पाहिले. राम व लक्ष्मण शरभंग मुनींच्या आश्रमात गेले होते, तेव्हा हाच रथ बाहेर उभा होता. अगस्ती मुनींनी एकदा रामांना सांगितले होते की, गरज पडली तर इंद्र त्याच्याकडे आपला रथ पाठवून देईल. पण त्या वेळी मुनींच्या बोलण्याचा अर्थ त्यांना कळला नव्हता. राम रथावर स्वार झाला आणि त्याने समोरासमोर रावणाशी युद्ध सुरू केले. दोन्ही सारथी आपापल्या रथांना कौशल्याने व अद्भुत रीतीने चालवत होते. राम आणि रावणाने एकमेकांवर विभिन्न शक्तिशाली मंत्रभारित घातक बाण चालवले. रावणाने सोडलेले अचूक नागबाण आपल्या तोंडातून विष ओकत रामाकडे येत होते आणि राम गरूडबाणांनी त्यांचा मध्येच निःपात करीत होता. हवेत चालणाऱ्या बाणांनी आकाश अंधारले होते. अस्त्रांची परस्परांशी टक्कर होताच विजेचा कडकडाट व्हावा तसे भयंकर आवाज येत होते. रामाचा कोप पाहण्यासाठी सारी सृष्टी एकत्र आली. सूर्याचे तेज क्षीण होऊ लागले. समुद्र आपल्या मोठमोठ्या लाटांनी हे भयावह दृश्य पाहण्यासाठी उसळू लागला. सर्वसाधारणपणे रामाच्या कपाळावर आठ्या फार कमी वेळा पडतात पण त्या दिवशी त्यांना कोपायमान अवस्थेत पाहून रावणसुद्धा घाबरला. पशुपक्षी घाबरून सैरावैरा पळू लागले. वाल्मीकी म्हणतात, ''समुद्राची तुलना फक्त समुद्राशीच होऊ शकते, आकाशाची तुलना फक्त आकाशाशी होऊ शकते त्याप्रमाणे राम-रावण युद्धाची तुलना केवळ राम-रावण युद्धाबरोबरच होऊ शकते.''

अखेरीस रावणाने आपला शूलयुक्त भाला उचलला. त्याचे टोक अत्यंत तीक्ष्ण होते. तो ज्वाळा ओकत होता. जणू रामाची छाती भेदण्यासाठी तो उतावळा झाला होता. रावण ओरडून म्हणाला, ''आता तुझा अंत जवळ आला आहे.'' एवढे म्हणून त्याने तो भाला रामावर सोडला. रामाने त्याला मध्येच काटण्यासाठी अनेक बाण चालवले पण ते सर्व बाण रावणाच्या भाल्यातून निघणाऱ्या अग्नीत जळून भस्म होत होते. हे पाहून राम रागावला. त्याने रथात ठेवलेले इंद्राचे शक्ती नावाचे अस्त्र रावणावर फेकले. दोन्ही अस्त्रे अवकाशात एकमेकांना भिडली आणि रावणाचा भाला शक्तिहीन होऊन त्याचे हजारो तुकडे खाली पडले.

राम रावणास म्हणाला, ''सीता आश्रमात एकटी व असहाय असताना तू तिचे हरण केलेत आणि असे असताना तू स्वतःला वीर समजतोस. तुझ्या पाशवी बळापुढे सीतेचा टिकाव कसा लागणार? तू चोर, वासनांध व भेकड आहेस. पण सावध हो. आज सूर्यास्तापूर्वी तुझे मस्तक भुकेल्या गिधाडांचे भोजन होईल आणि लांडगे तुझे रक्त पिऊन आपली तहान भागवतील.''

रामाचा अविरत उत्साह आणि तो करीत असलेल्या बाणांचा वर्षाव पाहून रावण हळूहळू हताश होऊन त्याला घेरी येऊ लागली. आपल्या स्वामींची ही स्थिती पाहून रावणाच्या सारथ्याने कौशल्याने रावणाला रामापासून दूर नेले. रावण शुद्धीवर येताच तो आपल्या सारथ्याला दूषणे देऊ लागला. रथ वेगाने युद्धभूमीच्या मध्यावर नेण्यास रावणाने त्याला सांगितले व म्हटले, ''रावण आपल्या शत्रूंना कधीही पाठ दाखवत नाही. तो आपल्या शत्रूंचा नायनाट केल्याशिवाय राहत नाही.''

'स्वामी,' सारथी म्हणाला, ''आपल्या स्वामींचे रक्षण करणे हे सारथ्याचे कर्तव्य आहे. आपले घोडे आता दमलेत. आपल्यालाही दमल्यामुळेच मूर्च्छा आली होती. मला अपशकुन होताना दिसले; म्हणून मी आपल्याला तिथून दूर घेऊन आलो.''

रावणाने त्याच्या निष्ठेवर प्रसन्न होऊन त्याला आपल्या हातातले कडे भेट दिले. सारथ्याने आपल्या स्वामींच्या आज्ञेअनुसार घोड्यांवर चाबूक ओढला आणि त्यांना पुन्हा रामासमोर घेऊन आला. रामाने मातलीला रथ एखाद्या चांगल्या ठिकाणी घेऊन जाण्यास सांगितले. लवकरच इंद्राच्या रथाने उडालेल्या धुळीने रावणाचा रथ झाकून गेला. उर्वरित सेना एखाद्या चित्राप्रमाणे स्तब्ध होऊन हे अपूर्व युद्ध मुग्धपणे पाहत होती. रावणाने इंद्राची दिव्य पताका पाडण्याचा प्रयत्न केला पण त्याला त्यात यश आले नाही. रामाने आपल्या बाणाने रावणाची पताका कापून टाकली. श्रीरामास घायाळ करण्याचे आपले सर्व प्रयत्न विफल होत असल्याचे पाहून रावण दातओठ खाऊ लागला. त्याच्या डोळ्यांतून संतापाच्या ठिणग्या उडत होत्या. रामाच्या चेहऱ्यावर मात्र आपले लक्ष्य भेदण्यात यशस्वी झाल्यावर हास्य फुलत होते. रामाने आपल्या धनुष्यावर विषारी नागाप्रमाणे एक बाण चढवला. मोठमोठी कुंडले कानांत घातलेल्या रावणावर तो बाण सोडून त्याचे मस्तक धडावेगळे केले. पण आश्चर्य म्हणजे रावणाच्या पहिल्या मस्तकाच्या ठिकाणी एक नवीन मस्तक आले. अशा प्रकारे प्रत्येक वेळी शिरच्छेदानंतर दुसरे नवीन शिर येत राहिले.

रावणाची ही दहा डोकी प्रचंड अहंकाराचे प्रतीक होती. आपल्याला एक डोके असते पण आपल्या अहंकारावर नियंत्रण करणे आपल्याला कठीण होते. ज्याला दहा डोकी असतील त्याचे काय होत असेल! जितक्या वेळा त्याचे अहंकारी शिर कापले जात होते, तितक्या वेळा तिथे एक नवे दांभिक शिर येत होते. आपल्या बाबतीतही असेच होते. आपल्या अहंकाराला जेव्हा धक्का लागतो, तेव्हा आपण लगेच स्वतःला महत्त्वपूर्ण सिद्ध करण्यासाठी एखादे दुसरे स्थान किंवा परिस्थिती शोधू लागतो.

रामाचा चेहरा शांत दिसत असला तरी तो काळजीत पडला होता. आपल्या धनुष्याने तो सातत्याने बाण सोडत होता. अशा प्रकारे तो दिवसभर प्रयत्न करीत राहिला. तेव्हा इंद्राचा सारथी मातली रामाला म्हणाला, ''प्रभू, आपण कोण आहात याची आठवण करा. रावणाचा अंतकाळ आला आहे. हे ब्रह्मास्त्र चालवून त्याला लवकर ठार करा. त्याच्या डोक्यावर नाही, तर त्याच्या छातीवर वार करा.''

असं म्हणतात की, रामाने रावणाच्या छातीवर नजर टाकली तेव्हा, त्याच्या हृदयात त्याला सीता दिसली. सीतेच्या हृदयात मात्र त्याला तो स्वतःच दिसला. राम द्विधा मनःस्थितीत सापडला. अशा वेळी काय करावे? त्याने वाट पाहिली. ज्या क्षणी रावणाच्या

हृदयात रामाबद्दल क्रोध उत्पन्न झाला आणि सीता तिथून दिसेनाशी झाली, त्याच क्षणी रामाने ब्रह्मदेवास आवाहन केले. सोनेरी टोकाचे अस्त्र सरळ रावणाच्या छातीवर चालवले. हे अस्त्र मानव आणि देवता दोघांसाठी सर्वशक्तिमान होते. अगदी कमी माणसांना त्या अस्त्राच्या शक्तीबद्दल माहिती दिली जात असे. कारण त्याची विध्वंसक शक्ती इतकी अधिक होती की, ज्याचा स्वतःवर ताबा नाही, तो या अस्त्राचे ज्ञान मिळवण्यास पात्र नव्हता. सर्व तत्त्वांचे जे सार होते, त्यापासून ते अस्त्र निर्मिलेले होते. ब्रह्मांडाच्या विनाशाच्या अग्नीप्रमाणे तो बाण प्रज्वलित झालेला होता. काळाच्या शक्तीप्रमाणे तो घातक होता. असा बाण रामाच्या धनुष्यातून विद्युत्शिखेप्रमाणे सुटला आणि सरळ रावणाच्या छातीत घुसला. तो रावणाच्या शरीराला भेदून आरपार निघाला, धरणीमध्ये घुसला. मग तिथून तो पुन्हा वळला आणि नम्र सेवकाप्रमाणे रामाच्या हातात परत आला. राक्षसराज रावण याच्या निर्बल हातातून त्याचे अजिंक्य धनुष्य सुटले. त्याचे दीप्तिमान शरीर वज्राप्रमाणे रथातून खाली कोसळले.

हे दृश्य पाहत असलेल्या देवदेवतांनी आकाशातून पुष्पवृष्टी केली. सूर्यदेव ढगांआडून समोर आले. रावणाचे प्राणोत्क्रमण वेगाने होत होते. राक्षसांचा बलशाली राजा आता रणांगणात मरून पडला होता. त्याने आपल्या बाहुबळावर साऱ्या जगावर सत्ता चालवली होती. आता तोच तिथून जाणाऱ्या प्रत्येक गिधाडाचे व कोल्ह्याचे अन्न होणार होता. पराक्रम आणि बळ यांत त्याला दुसरी तोड नव्हती. सारे जग याला भिऊन होते आणि म्हणूनच याचे नाव 'रावण' (भयभीत करणारा) असे पडले होते. सामवेदाच्या श्रेष्ठ प्रतीच्या गायनाने त्याने महादेव शंकरांना प्रसन्न केले होते. असा रावण भविष्यवाणीअनुसार एक मानवाकडून मारला गेला. त्याने परपुरुषाच्या पत्नीबद्दल वासना धरली. त्याने ज्या अनेक स्त्रियांशी दुष्कर्म केले, त्यांचे शिव्याशाप रावणाचा शेवट होण्यास कारणीभूत झाले. मृत्यूनंतरही त्याची झळाळी कमी झाली नव्हती. मृत्यू झाल्यावरही तो मावळलेल्या सूर्याप्रमाणे दिमाखदार दिसत होता.

त्याला कोसळताना पाहून उरलेले सर्व निशाचर भीतीने ओरडत पळू लागले. वानरांच्या सैन्यात आनंद पसरला. लक्ष्मण, सुग्रीव आणि इतर सर्व जण रामाजवळ आले आणि त्याचे अभिनंदन केले. बिभीषणाला अचानक पश्चात्ताप झाला. आपल्या गौरवशाली भावाच्या दुःखद निधनाने तो रडू लागला. रामाने त्याचे सांत्वन केले. म्हणाले, ''रावणाचा मृत्यू पराक्रमी योद्ध्याप्रमाणे झाला.''

''श्रेष्ठ वीर अशाच मार्गावरून जातात.'' राम म्हणाला, ''क्षत्रियांची जगण्याची आणि मरण्याची एक योग्य पद्धत असते. रावण योग्य पद्धतीने जगला नसला तरी युद्धभूमीवर मरण्याची पद्धत त्याने योग्य अशीच अनुसरली आहे. बिभीषणा, सारे शत्रुत्व मृत्यूबरोबरच संपत असते. आता जा आणि नियमानुसार, जे काही अंतिम संस्कार करायला हवेत ते कर; कारण तुझ्याशिवाय आता हे कार्य करणारे कोणीही शिल्लक राहिलेले नाही.''

रावणाच्या मृत्यूची बातमी वणव्यासारखी लंकेत पसरली. त्याच्या राणीवशातून विश्वभरातून आणलेल्या हजारो सुंदर स्त्रिया बाहेर आल्या. महालाच्या बाहेर येण्याची परवानगी नसल्याने त्यांना यापूर्वी कधी सूर्यानेही पाहिले नव्हते. त्या साऱ्या धावत रक्तरंजित युद्धभूमीवर पोहोचल्या. रावणाचे मृत शरीर पाहून रडू लागल्या.

"ब्रह्मदेवाने आमच्या स्वामींना अमरतेचे वरदान दिले होते. आज त्यांना एका सामान्य माणसाने मारले. आपण आमचे का ऐकले नाही? आम्ही सांगूनसुद्धा आपण सीतेचे हरण केलेत. आपल्या राक्षसकुळाच्या विनाशास तीच जबाबदार आहे. तिला जर रामाकडे परत पाठवले असते तर हे सारे घडलेच नसते. आपण बिभीषणाचा सल्लाही ऐकला नाही. नियती खरेच सर्वशक्तिमान आहे. नियतीने हेच ठरवलेले होते की, राजांचा राजा सर्वश्रेष्ठ रावण, वानर आणि अस्वलांच्या मदतीने एका मानवाच्या हातून मारला जाईल."

रावणाची सर्वांत प्रिय राणी, वीर इंद्रजितची आई मंदोदरी धावतच रणभूमीकडे आली. तिचे केस मोकळे होते. गालांवरून अश्रू ओघळत होते. आपल्या मृत पतीच्या शरीरावर पडून ती विलाप करू लागली.

"हे स्वामी, तुमच्यावर हे संकट कसे कोसळले? एक साधा मनुष्य तुम्हाला कसे मारू शकतो? हे राम म्हणजे नक्कीच कोणी दिव्य पुरुष आहेत. खर आणि दूषण यांना रामाने एकट्याने मारले होते. तेव्हाच तुमच्या लक्षात यायला हवे होते की, हा कोणी सामान्य माणूस नाही. त्यांनी समुद्रावर पूल बांधल्याचे कळले तेव्हा मी ओळखले की हे कुणा साधारण माणसाचे काम नाही. आता मला कळले की, राम कोण आहेत. ते स्वतः भगवान नारायण आहेत. ते पुरुषोत्तम आहेत. त्यांनी जगाच्या रक्षणार्थ मनुष्याचे रूप धारण केले. स्वतः देवतांनी वानरांचे रूप घेतले. तुम्हाला कुणा सामान्य माणसाने मारले नसून नारायणाने मारले आहे. आपल्या इंद्रियांवर पूर्ण संयम ठेवून एकदा तुम्ही घोर तपस्या केली होती. आज तीच इंद्रिये घोड्याप्रमाणे चौखूर उधळल्यामुळे त्यांनी तुम्हाला मृत्यूजवळ खेचत आणले. सीता सदाचारी होती. ती पूर्णपणे आपल्या पतीशी समर्पित होती. तिचा तुम्ही सन्मान करायला हवा होता; पण तुम्ही तर तिचा अपमान केलात. तुम्हाला रामांच्या बाणांनी मारले नसून सीतेच्या निराशा व लज्जा यांच्या अश्रूंनी मारले आहे. तिच्याकडे असे काय होते जे माझ्या जवळ नाही? मी तिच्याप्रमाणेच जन्मले. सौंदर्यातही ती माझ्यापेक्षा सरस नाही. पण वासनांध होऊन तुम्ही आपला भयंकर अंत करून घेतला. ज्या दिवशी तुम्ही सीतेला घेऊन लंकेत आलात, त्याच दिवशी तुम्ही आपला मृत्यूही घेऊन आलात. आता सीता आपल्या स्वामींना भेटेल आणि आनंदाने राहील. मला मात्र तुमच्याविना जीवन कंठावे लागेल. आपले हास्य कुठे निघून गेले स्वामी? माझ्याकडे पाहताना तुमच्या डोळ्यांत जे प्रेम मला दिसत असे, ते कुठे गेले? मला माझ्या सौभाग्याचा केवढा गर्व होता! असुरांच्या शिल्पकाराची मी मुलगी आहे. राक्षसराज रावणाची पत्नी आहे आणि माझा मुलगा जगात सगळ्यात बलवान योद्धा आहे. मृत्यूने एका झटक्यात माझ्या साऱ्या प्रिय गोष्टी माझ्यापासून हिरावून घेतल्या याचा मी कसा स्वीकार करू?" अशा तऱ्हेने दुःख करीत असताना मंदोदरी बेशुद्ध झाली. इतर स्त्रिया तिला तिथून घेऊन गेल्या. आता इथून पुढे कधीच पाहायला मिळणार नाही म्हणून पतीचे अंतिम दर्शन घेण्यासाठी मंदोदरी पुन्हापुन्हा मागे वळून पाहत होती.

रामानी बिभीषणाला रावणाचा अंतिम संस्कार करण्यास सांगितले. त्याच्यासाठी चंदन व इतर सुगंधित लाकडे व औषधी जमा करून चिता तयार केली गेली. त्याचे शरीर काळ्या मृगाजिनात लपेटले. त्याच्या खांद्यावर दहीतूप घातले गेले. त्यानंतर त्याच्या

प्रेतावर अनेक प्रकारची रेशमी वस्त्रे आणि हार घातले गेले. मग सगळ्यांनी मिळून त्याला उचलले व सुगंधित लाकडांच्या चितेवर ठेवले. बिभीषणाने अत्यंत आदरपूर्वक आपल्या भावाच्या पार्थिव शरीरास अग्नी दिला. अंत्यसंस्काराशी संबंधित सर्व अनुष्ठाने बिभीषणाने पूर्ण केली व दिवंगत आत्म्यास श्रद्धांजली अर्पण केली. त्यानंतर बिभीषणाने रामास प्रणाम केला आणि सांगितले की, त्याच्या म्हणण्यानुसार सर्व संस्कार पूर्ण केले आहेत.

श्रीरामाने इंद्राच्या रथाला प्रणाम केला. मातलीला धन्यवाद दिले व त्याला परत पाठवून दिले. त्यानंतर त्याने लक्ष्मण आणि सुग्रीव यांना बिभीषणाला लंकेत घेऊन जाण्यास सांगितले. बिभीषणाच्या राज्याभिषेकासाठी राम स्वतः जाऊ शकत नव्हता कारण त्याची वनवासाची चौदा वर्षे पूर्ण झालेली नव्हती. बिभीषणास घेऊन लक्ष्मण लंकेत गेला. त्याला राजसिंहासनावर बसवून राज्याभिषेक केला आणि बिभीषणास लंकेचा राजा म्हणून घोषित केले.

वसिष्ठ म्हणतात :

"अलंकारांमध्ये मला फक्त सोने दिसते. लाटांमध्ये मला फक्त पाणी दिसते.

झऱ्यामध्ये मला केवळ गती दिसते. मृगजळात मला केवळ उष्णतेच्या लाटा दिसतात.

याच प्रकारे मला सृष्टीमध्ये केवळ ब्रह्म दिसते."

हरिः ॐ तत्सत

ॐ

ॐ

परमात्मने नमः।

अध्याय ८

अग्निपरीक्षा

आपदमापाहारतरम्
धातरं सर्वसम्पदम्।
लोकाभिरामं श्री रामम्
भुयहो भूयो नमाम्यहम्।।

''मी पुन्हापुन्हा श्रीरामांस नमस्कार करतो.
ते सृष्टीचा आनंद आहेत
दुःखी लोकांचे तारणहार आहेत
आणि सौभाग्याचे दाता आहेत.''

श्रीरामाने सीतेजवळ जाऊन ती कशी आहेत ते जाणून घेण्यास हनुमानास सांगितले. तिला विजयाची आनंदाची बातमी सांगण्यास सांगितले. इथे ही गोष्ट लक्षात घेतली पाहिजे की, सीतेस भेटण्याची अनिवार इच्छा असतानाही रामाने रावणाबद्दलचे आपले कर्तव्य आधी पार पाडले. सीतेस भेटायला जाण्यापूर्वी त्याने शत्रूवर संस्कार केले. बिभीषणाला राज्याभिषेक केला आणि मगच त्याने आपल्या पत्नीला निरोप दिला.

हनुमान अशोक वाटिकेत पोहोचला तेव्हा सीता आधीसारखीच दुःखी, हताश आणि उदास होऊन बसलेली होती. यावरून तिला रणभूमीवर घडलेला प्रकार कोणी सांगितलेलाच नव्हता असे दिसत होते.

हनुमान हात जोडून सीतामाईंसमोर उभे राहिले आणि म्हणाले, ''देवी, मी आपल्यासाठी एक शुभ समाचार घेऊन आलो आहे. श्रीरामांनी रावणाचा वध केला. लंकेची सत्ता आता बिभीषणाकडे आहे. श्रीरामांनी तुम्हाला हे सांगण्यासाठी मला तुमच्याकडे पाठवले आहे.''

हे ऐकून सीता इतकी आनंदविभोर झाली की, तिच्या तोंडून शब्द फुटेना. तिच्या डोळ्यांतून आनंदाश्रू वाहू लागले.

हनुमान सीतामाईंना मार्दवाने म्हणाला, ''देवी, माझ्यावर विश्वास ठेवा, आपल्या दयनीय स्थितीचा विचार करीत मी कित्येक रात्री जागून काढल्या. माझ्या स्वामींनी ही आनंदाची बातमी तुमच्यापर्यंत पोहोचवण्यासाठी माझी निवड केली हे माझे सौभाग्य आहे. मी तुमच्याकडे एका गोष्टीसाठी परवानगी मागतो. इतका काळ ज्या राक्षशिणींनी तुम्हाला छळले, त्यांना ठार मारण्याची मला आपण परवानगी द्या.''

सीता मधुर स्वरात म्हणाली, ''प्रिय हनुमान, हे लोक केवळ सेवक आहेत. आपल्या स्वामींच्या आज्ञेचे ते पालन करीत असतात. तुला यांना का मारायचेय? प्रत्येकास पूर्वकर्माची फळे भोगावी लागतात. मी नक्कीच पूर्वजन्मात काही पाप केले असणार आणि म्हणून त्याची शिक्षा मला अशा प्रकारे मिळते आहे. माझा एक नियम आहे. माझ्या मनात सगळ्यांबद्दल, अगदी पापी जनांबद्दलही करुणा आणि दया आहे. सगळ्यांकडून चुका होतात. चूक करणे हा मनुष्यस्वभाव आहे. तू जा आणि माझ्या पतीला सांग की मी उत्सुकतेने त्यांची प्रतीक्षा करीत आहे.''

हनुमानाने सीतामाईंना नमस्कार केला आणि तिथून निघाला. त्याने श्रीरामास सीतामाईंशी भेट झाल्याचे व त्या रामाची उत्सुकतेने प्रतीक्षा करीत असल्याचे सांगितले. हे ऐकून रामाचे डोळे भरून आले पण तो विचारमग्न झाला. मग त्याने बिभीषणास सांगितले की, सीतेला म्हणावे, शुभ स्नान करून सुंदर वस्त्रे नेसावीत. मग बिभीषणाने तिला घेऊन यावे. बिभीषणाने सीतामाईंना रामाचा निरोप दिल्यावर सीता म्हणाली, ''मी ज्या रूपात आहे, त्याच रूपात या क्षणी मी माझ्या पतींना भेटावेसे वाटते आहे.''

बिभीषण सीतामाईंना म्हणाला, श्रीरामांच्या आदेशाचे पालन करणे त्याचे कर्तव्य आहे. ते सीतामाईंना आहे त्या स्थितीत श्रीरामांकडे घेऊन जाऊ शकत नाहीत. मग सीतेने पिवळ्या रंगाची रेशमी वस्त्रे नेसली. अलंकार घातले. तिच्यासाठी पाठवलेल्या पालखीत बसून सीता रामाकडे आली. राम अजूनही आपल्याच विचारात होता. त्याची दृष्टी जमिनीवर खिळली होती. सर्व वानर आणि राक्षस पालखीच्या चारही बाजूंनी जमले होते. ज्यांच्यासाठी आपण एवढे कष्ट केले, राक्षसांचा निर्वंश केला, त्यांचे थोडे तरी दर्शन व्हावे अशी त्यांची इच्छा होती. बिभीषणाने त्यांना मागे ढकलून तिथून जाण्यास सांगितले. कारण राम आपल्या पत्नीला एकांतात भेटणार होता. आणि तसेही सर्वसामान्य लोकांनी राजपरिवारातील स्त्रीस पाहणे उचित नव्हते.

श्रीरामाने बिभीषणाला झिडकारले व म्हणाला, ''स्त्रीचे रक्षण एखादी भिंत किंवा पडद्यांनी होत नसते. तिचे पावित्र्य मर्यादा पाळण्यावर असते. ते सर्व जण जिथे उभे आहेत, तिथे त्यांना उभे राहू दे. सीतेला पाहायचे असेल तर त्यांना पाहू दे. त्यांना विदेहच्या राजकुमारीचे सौंदर्य पाहू द्या. ज्यांनी सीतेसाठी युद्ध केले, त्यांना सीतेला पाहण्याचा अधिकार आहे.''

रामाचे हे विचित्र वागणे पाहून लक्ष्मणाला आश्चर्य वाटत होते. त्याच्या लक्षात आले की, कोणत्यातरी गोष्टीमुळे श्रीराम अस्वस्थ आहेत. बिभीषण सीतेस घेऊन आला. सीतेस वाटत होते की, आपण शक्तिहीन झालो आहोत. ती संकोचून कशीबशी उभी राहिली. तिने आपल्या वस्त्राने चेहरा झाकला होता. ती श्रीरामाजवळ आली. संकोचाने सावकाश

म्हणाली, 'प्रभू!' पुढे तिला बोलवेना. कंठ दाटून आला होता. तिने लाजत रामाकडे पाहिले आणि तहानलेल्या नेत्रांनी ती रामाचे रूप पिऊन घेत राहिली.

रामाने तोंड फिरवून कृत्रिम स्वरात म्हटले, ''मी जे कार्य पूर्ण करण्यास निघालो होतो, ते आता झाले आहे. मी तुझ्या सन्मानाचे रक्षण केले आहे. इक्ष्वाकू कुळाची कीर्ती सुरक्षित ठेवली आहे. मी तुझ्या अपमानाचेही परिमार्जन केले आहे. तुझे अपहरण केलेल्यास ठार मारले. हनुमानाने लंका उद्ध्वस्त केली. आपल्या भावाला सोडून बिभीषण मला सामील झाला. मी या दोघांनाही पुरस्कार दिले आहेत.''

सीता वर्षभरापासून या क्षणाची प्रतीक्षा करीत होती. आपले पती आपल्याला मुक्त करून मिठीत घेतील, आपल्याला धीर देतील आणि मग आपण सारे दुःख, पीडा विसरून जाऊ असे तिला वाटत होते. कधीही कठोर स्वरात न बोललेले राम आज असे का बोलत आहेत हे तिला कळेना. ते आपली नजर का चुकवीत आहेत? सगळ्या इतर घटना का सांगत आहेत? सीतेचे डोळे आसवांनी भरून येऊ लागले. तिने त्यांच्याकडे प्रेमभराने पाहिले. रामाचे हृदय दुःख आणि प्रेम यांनी विदीर्ण झाले होते पण त्याला हेही माहीत होते की, त्याला सीतेच्या पावित्र्याचे रक्षण करायचे आहे.

श्रीराम म्हणाला, ''मी हे युद्ध तुझ्यासाठी लढलो असे समजू नकोस. मी हे युद्ध केवळ आत्मसन्मान आणि आपल्या कुळाची प्रतिष्ठा राखण्यासाठी लढलो. रावणाच्या नगरीत अकरा महिने राहिल्यामुळे तुझ्या चारित्र्यावर कलंक लागला आहे. त्या कामुक, दुष्ट रावणाने तुमच्याकडे वाईट दृष्टीने पाहिले. आपल्या बाहूंत तुला घेऊन तो गेला. तुझ्या बाबतीत अशा अफवा लवकरच पसरतील; म्हणून मी तुझा स्वीकार करू शकत नाही. जानकी, तू तुझ्या इच्छेने कुठेही जाण्यास मोकळी आहेस. मी आता तुझ्याकडे पाहू शकत नाही. दुबळ्या झालेल्या डोळ्यांना सूर्यप्रकाश खुपतो, तसेच मला तुझ्याकडे पाहताना त्रास होतो आहे. मी तुला मुक्त करण्यासाठी आलो होतो. मी माझी जबाबदारी पूर्ण केली आहे. आता माझ्यावर कसलेही ऋण बाकी नाही. मी उच्च कुळातील आहे; त्यामुळे तुला पुन्हा घरात घेणे मला शोभणारे नाही. रावणासारख्या दुष्ट, व्यभिचारी माणसाच्या नगरात अकरा महिने तू राहिलीस. तू इतकी सुंदर व आकर्षक असताना, या काळात रावणाने तुझ्याशी अजिबात दुष्कर्म केले नाही, यावर मी विश्वास ठेवावा अशी तू अपेक्षा करीत आहेस?''

आतापर्यंत कधीही प्रेमपूर्ण शब्दांशिवाय दुसरे काहीही न बोललेल्या पतीकडून अशी क्रूर भाषा ऐकल्यावर सीता निराधार वेलीप्रमाणे थरथरू लागली. तिचे डोळे वाहू लागले. कोमेजलेल्या फुलासारख्या ती दिसू लागली. सर्व संवेदनशील लोकांच्या साक्षीने हे सारे घडत असल्यामुळे परिस्थिती आणखीच गंभीर झाली. रावणाने अपहरण केल्यावर आपले हृदय भंग पावले आहे असे तिला वाटत होते. आता हा इतका भयानक कटू अनुभव घेतल्यावर मात्र तिला वाटले की, याच्यापुढे अपहरणाबद्दल वाटणारे दुःख काहीच नव्हते.

अखेरीस सीता अडखळत म्हणाली, ''माझ्याशी तुम्ही इतके कठोर शब्दांत का बोलता आहात? एखाद्या वेश्येशी सामान्य माणूस अशा प्रकारे बोलतो. पण तुम्ही तर

काही सामान्य नाहीत आणि मीही वेश्या नाही. तुम्हाला माझ्याबद्दल संशय होता तर हनुमानास माझ्याकडे कशाला पाठवले? तुम्हाला माझी आता काही गरज नाही असे तुम्ही त्याला का सांगितले नाहीत? समुद्र ओलांडण्याचे कष्ट कशाला घेतलेत? आपण इथे येऊन आपले आणि आपल्या सहकाऱ्यांचे जीवन धोक्यात टाकले. आपण हे कष्ट घेतले नसते तरी चालले असते. मी माझे जीवन आधीच संपवून टाकले असते. मग मला तुमचे हे कठोर शब्दही ऐकावे लागले नसते. माझे हरण करताना त्या पाप्याचा मला स्पर्श झाला असेल तर तो केवळ मी त्या वेळी दुबळी आणि असहाय होते म्हणून. त्यासाठी तुम्ही मला का दोष देत आहात? असं वाटतं की इतकी वर्षं एकत्र राहूनही तुम्ही मला समजू शकला नाहीत. माझं प्रेम, माझे विचार, पळभरही तुमच्यापासून दूर गेले नाहीत. जनकाची मुलगी म्हणून माझं नाव जानकी आहे हे खरे; परंतु खरे तर मी पृथ्वीचे अपत्य सीता आहे. माझ्याबद्दल अशा निष्कर्षाला पोहोचण्यापूर्वी तुमच्या मनात माझ्या उच्च कुळाचा विचार आला नाही का? माझं प्रेम, माझं सतीत्व यांना तुमच्या दृष्टीनं काहीच अर्थ नाही का? असं असेल तर तुम्ही इथे आलात तरी कशाला?''

सीता लक्ष्मणाकडे पाहून म्हणाली, ''लक्ष्मणा, माझ्यासाठी एक चिता तयार करा. मला जे दुःख आतून जाळते आहे, त्यावर हाच एक उपाय आहे. माझ्यावर खोटे आरोप केले आहेत, त्यामुळे मी आता जगू इच्छित नाही. माझ्या पतीने इतक्या लोकांसमक्ष माझा त्याग केला आहे. मला स्वेच्छेने कुठेही जाण्यास सांगितले आहे. आता जाण्यासाठी मला एकच स्थान शिल्लक आहे आणि ते म्हणजे अग्नी.''

लक्ष्मणाने रागाने रामाकडे पाहिले पण तो पुतळ्यासारखे मान खाली घालून निश्चल उभा होता. लक्ष्मण चिता तयार करू लागल्यावरही रामाने त्याला विरोध केला नाही. सीतेने रामास प्रदक्षिणा घातली आणि जळत्या चितेकडे ती चालू लागली. चितेसमोर उभे राहून ती म्हणाली, ''माझ्या मनात रामाशिवाय दुसरा कुठलाही विचार आला नाही, माझे मन सत्यापासून कधी विचलित झाले नाही; हे खरे असेल तर प्रत्येक घटनेची साक्षी असलेल्या पवित्र अग्निदेवते, तू माझे रक्षण कर. माझ्या पतींना वाटते की, मी कलंकित आहे. माझ्या निष्ठेत, सद्गुणांमध्ये, माझे पती राम यांच्याबद्दल मन, वचन आणि कर्माने कोणतीही कमतरता राहिली नसेल तर अग्निदेव, तुम्ही माझे रक्षण करा. जर सूर्यदेव, चंद्रदेव आणि माझी माता पृथ्वी तसेच चारी दिशांचे दिक्पाल माझे चारित्र्य निष्कलंक आहे हे जाणत असतील तर अग्निदेवा, माझे रक्षण करा.''

एवढे बोलून सीतेने अग्नीस प्रदक्षिणा घातली आणि त्या अग्नीमध्ये तिने प्रवेश केला. तिथे उभ्या असलेल्या राक्षशिणींनी यास विरोध करण्यासाठी आरडाओरडा केला. पिवळ्या रेशमी वस्त्रांनी आणि सोन्याच्या दागिन्यांनी सजलेली सीता अग्नीच्या मधोमध वितळणाऱ्या सोन्याप्रमाणे वाटत होती. राम जमिनीवर नजर लावून पुतळ्याप्रमाणे स्तब्ध उभा होता. त्याचे ह्रदय विदीर्ण झाले होते. सीता तिला आपल्या प्राणांहून प्रिय होती. तरीही तिला वाचवण्यासाठी त्याने काहीही केले नाही. त्याच वेळी वरून ब्रह्मदेव व इतर गंधर्व पृथ्वीवर उतरले. ते रामास म्हणाले, ''सीता अशा प्रकारे आत्मदहन करीत असताना तुम्ही गप्प उभे आहात हे कसे शक्य आहे? तुम्ही आदियुगी पुरुष नारायण आहात आणि सीता आपली सनातन सहचारिणी लक्ष्मी आहे हे आपल्याला माहीत आहे ना? तुमचा जन्म रावणाला

मारण्यासाठी आणि पृथ्वीवर शांती प्रस्थापित करण्यासाठी झाला होता. आपले कार्य आता पूर्ण झाले आहे. धर्माची स्थापना झालेली आहे.''

ब्रह्मदेवाचे बोलणे संपत असतानाच जळत्या चितेतून सीतेस हातात उचलून घेऊन अग्निदेव प्रकट झाले. सीतेने लाल वस्त्रे नेसली होती. तिच्या गळ्यातल्या हारांनाही अग्नीची आच लागली नव्हती. रामाकडे सीतेस सोपवीत अग्निदेव म्हणाले, ''ही आपली पत्नी पूर्णपणे निष्कलंक आहे. मन, वचन किंवा दृष्टी कोणत्याच बाबतीत त्यांची निष्ठा कमी पडली नाही. माझ्यावर विश्वास ठेवा आणि सर्व स्त्रियांमध्ये श्रेष्ठ असलेल्या पत्नीचा स्वीकार करा.''

श्रीरामाच्या डोळ्यांतून अश्रू वाहू लागले. तो म्हणाला, ''मी जाणतो की माझी पत्नी गंगेप्रमाणे शुद्ध व निष्कलंक आहे. माझ्या मनात याबद्दल तिळभरही शंका नाही. पण सीतेने ही अग्निपरीक्षा दिली नसती तर लोकांमध्ये तिच्या व माझ्याबद्दल तऱ्हेतऱ्हेचे प्रवाद उठले असते. त्यांना असे वाटले असते की, दशरथाचा पुत्र आपल्या पत्नीच्या प्रेमाने इतका आंधळा झाला आहे की इतका काळ परपुरुषाच्या निवासात राहूनही त्याने तिचा स्वीकार केला. मला माहीत होते की, सीतेचे पावित्र्यच तिचे रक्षण करेल. रावण सीतेला कधीही कलंकित करू शकत नव्हता. सूर्याबरोबर प्रकाश असतो तशी सीता माझ्या बरोबर असते. कोणताही सत्पुरुष जसा आपल्या यशाचा त्याग करू शकत नाही, तसाच मीही सीतेचा त्याग करू शकत नाही. मी तिला फार कठोर बोललो. सीता आत्मदहन करीत असताना मुकाट्याने पाहत राहिलो. सगळ्यांसमोर सीतेच्या सन्मानाचे रक्षण व्हावे, एवढ्यासाठीच हे सारे मी केले.''

असे म्हणून रामाने सीतेचा चेहरा वर उचलून तिच्या सुंदर डोळ्यांत पाहिले. केव्हापासून रामास हे करायचे होते. सीतेने त्याच्याकडे रुसव्याने अश्रुपूर्ण डोळ्यांनी पाहिले. तेव्हा कोणाला ऐकू जाणार नाही अशा आवाजात राम तिच्याजवळ कुजबजला, ''हे पृथ्वीकन्या, माझ्या प्रिय सीते, मी तुझ्यावर संशय घेऊ शकतो, असे तुला क्षणभरासाठी तरी कसे वाटू शकते? तुला काय वाटलं? तुझ्या मनोहर रूपासाठी नाही, तर या देशाच्या एका किनाऱ्यापासून दुसऱ्या किनाऱ्यापर्यंत फिरून येण्यासाठी मी निघालोय का? तुला भेटण्याची माझी इच्छा नसती तर मी आपलं आयुष्य संकटात टाकून राक्षसराज रावणाशी का युद्ध केले असते? प्रिये, दुसऱ्या कोणीही माझ्या पत्नीवर कसलाही आरोप करू नये म्हणून मी तुला त्यागण्याची भाषा केली.'' रामाचे हे प्रेमळ बोल ऐकल्यावर सीता शांत झाली. तिने मोठ्या प्रेमाने रामाकडे पाहिले. कितीतरी वेळ ते आजबाजूच्या जगापासून अनभिज्ञ असे एकमेकांच्या डोळ्यात पाहत राहिले. तिथे उपस्थित असलेले सर्व जण राम व सीता यांना असे पाहून आनंदित झाले.

राम आणि सीता तिथे उभे असतानाच रामाचे पिता दशरथ यांना देव तिथे घेऊन आले. रामाने पित्याचे दर्शन घेतले आणि तिघांचेही सुखद मीलन झाले. गंधर्वांनी रामास सांगितले की, आता त्यांनी त्वरित अयोध्येस परत जावे. त्यांचा चौदा वर्षांचा वनवासाचा अवधी पूर्ण होत आला आहे. भरत अत्यंत उत्सुकतेने त्यांच्या आगमनाची वाट पाहत आहे.

वसिष्ठ म्हणतात :

"संसाररूपी असलेला हा भयंकर रोग आत्मबोधाशिवाय दुसऱ्या कशानेही बरा होत नाही. वेळ वाया घालवणे आणि मृत्यूची प्रतीक्षा करणे ह्या गोष्टी अत्यंत दयनीय होत."

हरि:ॐ तत्सत

ॐ

ॐ

पद्माभिरामाय नमः।

अध्याय ९

अयोध्येस आगमन

दिव्यसिंहासनासीनम्
दिव्यसुग्वस्त्राभूषणम्।
अनुक्षणं कटाक्षभ्याम्
अन्योन्येक्षणाकांक्षिनौ।।

''दिव्यासनावर बसून
दिव्य वस्त्रे व हार घालून
त्यांनी परस्परांकडे
कृपाळू दृष्टीने पाहिले.''

दुसऱ्या दिवशी सकाळी बिभीषण श्रीरामाजवळ आला आणि म्हणाला, ''मी आपल्या अभिषेक-स्नानासाठी सुगंधित जल, चंदनाचा लेप आणि रेशमी वस्त्र आणले आहे. कृपया, त्यांचा स्वीकार करावा. मला आनंद वाटेल.''

राम हसून म्हणाला, ''तू या साऱ्या वस्तू सुग्रीवास दे. कारण माझं मन आता भरतामध्ये रमले आहे. अयोध्येस परत जाण्याचा मार्ग लांब आणि कठीण आहे. चौदा वर्षे आता संपत आली आहेत. मी ठरलेल्या वेळेत परतलो नाही तर भरत आपले जीवन समाप्त करेल अशी त्याने प्रतिज्ञा केली आहे.''

बिभीषण म्हणाला, ''स्वामी, मी एका दिवसात अयोध्येस पोहोचण्याची तुमची व्यवस्था करू शकतो. माझा भाऊ रावण याने त्याचा भाऊ कुबेर याच्याकडून जबरदस्तीने त्याचे पुष्पक विमान हिरावून घेतले होते. ते अत्यंत मौल्यवान आहे. तुम्ही काही दिवस माझा पाहुणचार घ्या आणि मग आपण त्या विमानातून अयोध्येस जाऊ शकता.''

बिभीषणाची निष्ठा पाहून रामास भरून आले. तो म्हणाला, ''बिभीषणा, तुझ्या मनात माझ्याबद्दल किती प्रेम आहे, हे मी जाणून आहे. पण अयोध्येस जाऊन मी माझ्या भावंडांना, मातांना आणि राज्यातील लोकांना भेटण्यास अधीर झालो आहे. ते माझ्या आगमनाची उत्सुकतेने वाट पाहत आहेत. तू ताबडतोब पुष्पक विमान घेऊन ये; म्हणजे आपण लवकर निघू शकू.''

फुलांनी सजलेल्या त्या रथास दोन पांढरे हंस जोडले होते. राम, लक्ष्मण आणि सीता रथात विराजमान झाले. पुष्पक विमान महालासारखे मोठे होते. राम आपल्या पत्नीजवळ बसला आणि लक्ष्मण त्याच्या शेजारी बसला.

श्रीरामाने अश्रुपूर्ण डोळ्यांनी बिभीषण, सुग्रीव आणि सगळ्या वानरांकडे पाहिले आणि म्हणाला, ''तुम्ही सर्वच माझे खरेखुरे मित्र आहात. तुमचे प्रेम व निष्ठा यांबद्दल कसे आभार व्यक्त करावेत मला समजत नाही. सुग्रीवा, तू कृपा करून आपली सेना घेऊन किष्किंधेस परत जावे. माझा आशीर्वाद तुझ्या बरोबर सदैव राहील. माझ्या पुत्रा, अंगद, मी तुझ्या पराक्रमास कधीही विसरू शकणार नाही. हनुमान, तुझ्यामुळेच आम्हा दोघांचे मीलन झाले. आता कृपया आमच्या नगरीस परत जाण्यास संमती द्यावी. मी इतका दीर्घ काळ वनवास कंठला आहे की, आता माझे हृदय परत जाण्यासाठी व्याकूळ झाले आहे.''

सुग्रीवाने रामास प्रणाम केला आणि म्हटले, ''स्वामी, तुमच्या बरोबर येण्याची आम्हाला कृपया परवानगी द्यावी. आम्ही तुम्हाला वचन देतो की, नेहमी करतो तसा गोंधळ आम्ही तिथे करणार नाही. आम्ही तुमचा राज्याभिषेक पाहण्यास उत्सुक आहोत.'' बाकीच्या सगळ्यांनीही हीच इच्छा व्यक्त केली.

रामाच्या चरित्रातील इतर अनेक वैशिष्ट्यांमध्ये त्याचे पशुपक्ष्यांबद्दलचे प्रेम विशेषत्वाने जाणवते. त्याच्या जीवनाचे वर्णन करणाऱ्या पानांवर वानर, अस्वले आणि पक्षी यांचा उल्लेख येतो. जणूकाही ते त्यांच्या जीवनाचा एक भाग आहेत. त्या साऱ्यांची बरोबर येण्याची इच्छा पाहून राम हसून म्हणाला, ''ज्यांनी मला सगळ्यात जास्त मदत केली, त्यांच्या बरोबर मी आता माझ्या पित्याच्या नगरीत चाललो आहे याचा मला विशेष आनंद होतो. सुग्रीवा, तू आपले दल विमानात घेऊन चल.''

बिभीषण आणि इतर राक्षसांनीही त्याच्या बरोबर येण्याची इच्छा व्यक्त केली. रामाने त्यांनाही आनंदाने संमती दिली आणि ते पुष्पक विमानात बसले. तरीही तिथे इतकी जागा होती की, अजून एक सैन्य त्या विमानात बसू शकले असते.

ते दिव्य विमान सहज निघाले. अवकाशात आल्यावर त्यांच्यावर आकाशातून पुष्पवृष्टी झाली. वानर आनंदाने ओरडू लागले. विमानाच्या काठाशी येऊन खालील धरती डोकावून पाहू लागले. ती जमीन वेगाने मागे पडत होती.

रामाने वाटेत येणारी अनेक रमणीय स्थळे सीतेस दाखवली. या रस्त्याने लांबलचक आणि कष्टप्रद शोध घेत ते लंकेस पोहोचले होते. ते सारे पाहून सीता प्रसन्न झाली. विमान हळूहळू सेतूच्या दुसऱ्या किनाऱ्यावर उतरले. जेव्हा या किनाऱ्यावरून राम लंकेस निघाला होते, तेव्हा त्याने एक मंदिर तिथे स्थापन केले होते आणि त्याने भगवान त्रिनेत्रांना वचन

दिले होते की, आपली पत्नी सीता हिच्यासह परत आल्यावर आम्ही तुमची श्रद्धेने पूजा करू. पूजा झाल्यावर रामाने सीतेस तो दिमाखदार सेतू दाखवला.

''हेच ते ठिकाण आहे, जिथे सेतू बनवला होता. आता आपण सुग्रीवाची नगरी किष्किंधा येथे पोहोचलो आहोत.'' सीतेने विमान खाली उतरवण्यास सांगितले. तिला सुग्रीवाची पत्नी व इतर वानरांच्या बायका यांनाही बरोबर घेऊन जायचे होते.

विमान खाली उतरले. साऱ्या स्त्रिया त्यांच्यात सामील झाल्या. मग रामाने ऋष्यमूक पर्वत दाखवला. इथेच त्याची हनुमानाशी पहिली भेट झाली होती. राम म्हणाला, ''कमलपुष्पांनी भरलेले हे पंपा सरोवर आहे. इथे मला तुझी फार आठवण आली. इथेच आम्ही संत शबरीस भेटलो.''

''बघ सीते, त्या पंचवटीत आपला आश्रम आहे. तिथूनच तुला क्रूरतेने पळवून नेले होते. तुझ्या अपहरणानंतर आम्ही लगेचच ते ठिकाण सोडले. तुझ्याशिवाय त्या जागेत राहणे असह्य होते.'' असे म्हणून राम काही वेळ गप्प झाला. गतकाळातील दुःखी क्षणांचे त्याला स्मरण झाले. सीताही रामाच्या खांद्यावर डोके ठेवून रडू लागली.

त्यानंतर ते चित्रकूटावर पोहोचले. इथे त्यांनी खूप चांगला काळ घालवला होता. अखेरीस ते भारद्वाज मुनींच्या आश्रमात पोहोचले. तिथे पुष्पक विमान खाली उतरवले. भारद्वाजांनी रामास आग्रह केला की, त्यांनी त्या दिवशी आश्रमातच राहावे. दुसऱ्या दिवशी सकाळी पुढे जावे. रामाने हनुमानास तसे सांगितले, ''मी ऋषिवरांचा आग्रह मोडू शकत नाही. तू जाऊन भरताला सगळी हकिकत सांग. भरताचा चेहरा पाहून तुला किंचित जरी असे वाटले की माझ्या येण्याने तो नाराज होईल किंवा अयोध्येचे राज्य त्याला स्वतःजवळच राहावे असे वाटते आहे, तर लगेच परत येऊन मला तसे सांगावे. मी त्याच्या मार्गात येणार नाही. कधीकधी सर्वश्रेष्ठ व्यक्तीसुद्धा सुख व वैभव यांच्या प्रलोभनातून सुटत नाही.''

हनुमानाने मनुष्याचे रूप धारण केले आणि नंदिग्रामला पोहोचला. त्याने भरताला पाहिले. त्याचे केस डोक्यावर बांधले होते. दाढी वाढली होती. त्याने वल्कले नेसली होती. भरत अगदी अशक्त वाटत होता कारण त्याने गेल्या चौदा वर्षांत आपल्या तब्येतीकडे मुळीच लक्ष दिले नव्हते. आपला भाऊ परत येईपर्यंत राज्यरक्षणाची त्याने प्रतिज्ञा केली होती आणि तेच त्याच्या जीवनाचे ध्येय होते. तो एखाद्या ब्रह्मर्षीप्रमाणे दिसत होता. डोळे अर्धवट मिटलेले, गहन ध्यानामध्ये मग्न झालेले. हनुमानाने ब्राह्मणाचा वेश घेतला आणि नम्रपणे भरताजवळ पोहोचला. तो जाणून होता की, एका अतिशय श्रेष्ठ व्यक्तीसमोर तो उभा होता, जिने आपल्या इंद्रियांवर संयम ठेवला होता आणि त्याला भौतिक सुखांची कसलीही इच्छा नव्हती.

हनुमान म्हणाला, ''राजकुमार, मी आपले बंधू श्रीराम यांच्याकडून आलो आहे. एरवी आपण ज्या सुखमय जीवनाचा भोग घेतला असता, त्याचा तुम्ही श्रीरामांसाठी त्याग केला आहे. त्यांनी मला तुम्हाला हे कळवण्यासाठी पाठवले आहे की, राम, लक्ष्मण व सीता लवकरच इथे येत आहेत.''

गेली चौदा वर्षे भरत याच क्षणाची प्रतीक्षा करीत होता. ही बातमी ऐकल्यावर तो अत्यंत हर्षभरित झाला. या आनंदाच्या धक्क्यातून त्याने कसेबसे स्वतःला सावरले

आणि हनुमानास मिठी मारत म्हणाला, ''मी तुम्हाला ओळखत नाही पण तुम्ही माझ्या जीवनातील सर्वश्रेष्ठ बातमी मला सांगितली आहे. म्हणून तुम्ही माझे सगळ्यात चांगले मित्र आहात. कितीतरी वर्षांपूर्वी माझे बंधू वनात गेले होते. त्यांच्या परत येण्याची मी तेव्हापासून वाट पाहतो आहे. मला सांगा, मी तुम्हाला काय बक्षीस देऊ?''

भरताचे असे समर्पण पाहून हनुमानाचे डोळे भरून आले. त्याला वाटत होते, त्याच्यापेक्षा जास्त रामावर कोणाचेच प्रेम नसेल पण आता त्याला कळले की, अनेक जणांच्या मनात रामांबद्दल अत्यंत प्रेमभाव आहे. मग हनुमानाने रामांनी वनात प्रस्थान केल्यापासून कायकाय घडले ते भरतास सांगितले. शेवटी म्हणाला, ''आत्ता राम भारद्वाज मुनींच्या आश्रमात आहेत. उद्या ते अयोध्येस पोहोचतील.''

भरत आणि शत्रुघ्न लगेचच रामाच्या आगमनाच्या तयारीस लागले. इतक्या वर्षांपासून निर्जीव पडलेली अयोध्यानगरी अचानक सळसळून जागी झाली. पुन्हा एकदा राजमहालाच्या कमानींवर पताका व ध्वज फडकू लागले. संगीतकारांनी पुन्हा आपल्या वीणा उचलून छेडायला सुरुवात केली. वृक्षांवर फुलं उमलली. रस्त्यांवर गुलाबपाणी आणि अक्षदा टाकल्या गेल्या. पुन्हा एकदा कारंजी उडू लागली. जलधारा वाहू लागल्या. हवा पुन्हा एकदा हसली आणि प्रसन्नतेने झुळझुळू लागली. नगरवासीयांनी सुंदर वस्त्रे नेसली. गेली चौदा वर्षे ते कपडे कपाटात बंद होते. नटूनसजून सर्व जण रस्त्यावर आले. नंदिग्रामपासून अयोध्येपर्यंतच्या राजमार्गावर सुंदर रंगीत रांगोळ्या घातल्या होत्या. त्यातून शुभ संकेत व्यक्त होत होते. सजवलेल्या एका पांढऱ्या हत्तीवर श्रीरामांच्या पादुका ठेवल्या गेल्या. त्याच्यावर श्रेष्ठतेचे प्रतीक म्हणून पांढरेशुभ्र छत्र लावले होते. भरत आणि शत्रुघ्न हजारो नागरिकांबरोबर चालले होते. त्याच वेळी पुष्पक विमान नंदिग्रामास पोहोचले. काही वेळ ते हवेतच फिरत होते. कारण राम उत्साही वानरांना व राक्षसांना तिथली विभिन्न स्थळे दाखवीत होता.

''ही माझ्या पित्याची नगरी. सूर्यवंशातील राजांची नगरी अयोध्या आहे. ही शरयू नदी. तिच्या मांडीवर अयोध्यानगरी वसली आहे. आणि ते पाहा, माझे प्रिय भाऊ भरत आणि शत्रुघ्न मला खालून नमस्कार करीत आहेत.''

विमान सावकाश खाली उतरले आणि सर्व भाऊ एकमेकांकडे धावले. भावंडांचे हे हृदयस्पर्शी मीलन पाहून वानरांच्या डोळ्यांत अश्रू आले. चौदा वर्षे ज्या पादुकांच्या आधारे भरताने राज्य केले, त्या पादुका उचलून त्याने रामाच्या पायात अलगद घातल्या. म्हणाला, ''मी आपले राज्य आपल्याला परत करतो आहे. याची जबाबदारी तुम्ही माझ्यावर सोपवली होती. मला हे फार अवघड होते पण मी काळजीपूर्वक अयोध्येचे रक्षण केले आहे. आज माझ्या आईच्या नावावर लागलेला कलंकही पुसला गेला आहे. त्या पापाचे मी पायश्चित्त घेतले आहे. चौदा वर्षांपूर्वी व्हायला हवा होता, तो राज्याभिषेक आता आपण करू या.''

श्रीरामाने भरताचे म्हणणे मान्य केले. मग सर्व भावांनी आपल्या वाढलेल्या दाढीमिशा कापल्या. स्वच्छ स्नान केले आणि राजकुमारांची वस्त्रे त्यांनी नेसली. कौसल्या, सुमित्रा आणि कैकेयी यांनी सीतेस प्रेमाने स्नान घातले आणि सुंदर वस्त्रे नेसवली. कौसल्येने वानरांच्या बायकांनाही सजवले. हा राजेशाही सन्मान मिळाल्यामुळे त्या अगदी खूश झाल्या.

सारथी सुमंत्र याने राजवाड्यातून रथ आणला आणि त्यात राम व सीता बसले. मग ते तिथून मुख्य महालात जाऊ लागले. मार्गाच्या दोन्ही बाजूंना आनंदविभोर झालेले नगरवासी उभे होते. सुग्रीव आणि त्याच्या पत्नीला रामाच्या महालात येण्याचे निमंत्रण दिले गेले. सुग्रीवाने सर्व वानरांना रामाच्या राज्याभिषेकासाठी पवित्र नद्या व समुद्रांमधून पाणी आणण्यास सांगितले. पुढील कार्यक्रमाची जबाबदारी मंत्र्यांनी महर्षी वसिष्ठ यांच्यावर सोपवली.

वसिष्ठ मुनींनी श्रीरामास सीतेबरोबर इक्ष्वाकू कुळाच्या रत्नजडित सिंहासनावर बसवले. सर्व महान ऋषींनी धरतीच्या सर्व पवित्र समुद्र व नद्यांमध्यून आणलेले जल वैदिक ऋचा म्हणत श्रीरामाच्या मस्तकावर घातले. शत्रुघ्नने रामावर पांढरे छत्र धरले होते. लक्ष्मण आणि भरत त्याच्या दोन बाजूंना उभे होते. सुग्रीव आणि बिभीषण हे राजावर चवऱ्या ढाळत होते. सगळीकडे हर्षोल्लास पसरला होता. त्यानंतर रामाने काही ब्राह्मणांना एक लाख गायी आणि घोडे भेट दिले. त्याने सुग्रीवाला रत्नजडित सुवर्णहार दिला. वालीचे पुत्र अंगद यास मूल्यवान रत्नांनी केलेले हिऱ्याचे बाजुबंद दिले. मग त्याने सीतेस इंद्राने दिलेला मोत्यांचा हार व अनेक मौल्यवान भेटवस्तू दिल्या. सर्व वानरांना आणि राक्षसांनाही उत्तम भेटवस्तू दिल्या. हनुमानास मात्र काहीच मिळाले नाही. सीतेकडे प्रेमाने पाहत राम म्हणाला, ''निष्ठा, सत्य, कौशल्य, शिष्टाचार, दूरदृष्टी, बळ आणि बुद्धी हे सर्व गुण असलेल्या महानायकाला तू स्वतः बक्षीस दे. आपल्या आसपास पाहा आणि अशा व्यक्तीला तू आपला हार बक्षीस म्हणून दे.''

क्षणाचाही विचार न करता सीतेने हनुमानास तो मौल्यवान हार दिला. हनुमानाने त्या हाराचे निरीक्षण केले. त्याचा वास घेतला. मग तो मोडून, तोडून पाहिला आणि मग हा काही उपयोगाचा नाही असे समजून फेकून दिला. सीतेचे हनुमानावर प्रेम होते. त्याने सीतामाईंसाठी पुष्कळ काही केले होते. तो असे वागल्याचे पाहून सीतेस आश्चर्य वाटले. तिने हनुमानास त्याबद्दल विचारले तेव्हा त्याने उत्तर दिले, ''माझ्यासाठी केवळ रामांचे नाव मौल्यवान आहे. ज्यात राम नाही, ते माझ्या दृष्टीने व्यर्थ आहे. त्यांचे नाव त्या हारात कुठे आहे का, ते मी पाहिले. रामांचा सुगंध त्या हाराला येतो आहे का तेही पाहिले. पण त्या मोत्यांमध्ये मला असे काहीच सापडले नाही. ते मोती तोडल्यावर तरी काही दिसते का ते शोधले पण मला त्यातून काहीच मिळाले नाही. तो साधासा मोत्यांचा हार होता. माझ्यासारख्या वानराला त्याचा काय उपयोग? देवी, तो हार मला तुम्ही भेट दिलात याबद्दल मी स्वतःला भाग्यवान समजतो पण मी तो घालू शकत नाही, याबद्दल मला कृपया क्षमा करावी.''

हनुमानाचे बोलणे ऐकून तिथले लोक चकित झाले. मग सीतेने त्याला विचारले, ''हनुमान, तुझ्या शरीराचे काय? या शरीरातही राम आहे?''

हनुमानाने सुग्रीवास आपल्या हृदयाजवळ कान देऊन ऐकायला सांगितले. सुग्रीवाने जेव्हा असा कान दिला, तेव्हा त्याला हनुमानाच्या हृदयातून निरंतर 'राम राम' असा आवाज ऐकू येत होता. त्याला नवल वाटले. त्यानंतर त्या अनन्य भक्ताने नखांनी आपली छाती फाडली. हनुमानाच्या हृदयात राम दिसत होते. हे पाहून समस्त जनता स्तब्ध झाली.

श्रीरामाने हनुमानास प्रेमाने मिठी मारली आणि त्याच्या जखमेवर आपला हात ठेवला. रामाच्या स्पर्शाने छातीवरची जखम नाहीशी झाली.

राज्याभिषेकाबरोबर राम आणि सीतेची गौरवशाली कथा संपते. रामाने सगळ्यांना सुरेख भेटवस्तू दिल्या. कोणी शिल्लक राहिले नाही. अगदी कुबड असलेल्या मंथरेलासुद्धा भेटवस्तू दिली. दिवसभर नगरवासी आणि वानर यांनी मस्त खाल्ले-प्याले आणि मजा केली. त्या रात्री चौदा वर्षांनंतर पहिल्यांदा लक्ष्मण आपली पत्नी उर्मिला हिच्या मिठीत झोपला.

एक महिन्यानंतर सुग्रीव आणि त्याचे वानरदल किष्किंधेस परतले. बिभीषणही लंकेस परत गेला. हनुमान मात्र रामाशिवाय राहणे शक्य नव्हते; त्यामुळे तो त्याच्या जवळच राहिला. लक्ष्मणास युवराजाचे पद द्यावे असे रामाने सुचविले पण लक्ष्मणाने ते नाकारून भरतास युवराज म्हणून घोषित केले.

श्रीरामांचे राज्य विश्वभरात सगळ्यात गौरवशाली राज्य म्हणून प्रसिद्ध आहे. रामराज्यात कोणताही रोग किंवा दुःख नव्हते. कुणाचाही अकाली मृत्यू होत नसे. वन्य पशुपक्षी कुणाला त्रास न देता चांगल्या तऱ्हेने राहत होते. राज्यात समृद्धी होती. लोक गुण्यागोविंदाने नांदत होते. श्रीरामांना ईश्वराचा अवतार मानत होते. प्रत्येकाजवळ पुरेसे धनधान्य असल्यामुळे रामराज्यात चोरी होत नसे.

वसिष्ठ म्हणतात :

"मनातून विचारांचे इंधन बाजूला केल्यास 'स्व'बद्दलची धारणा संपून जाते. जे काही शिल्लक राहते, तो ईश्वर होय. त्याच्यातच ज्ञान, ज्ञानी आणि ज्ञात एकरूपतेने वसतात."

हरिः ॐ तत्सत

ॐ

ॐ

धर्मकृते नमः!

खंड ७

उत्तर कांड

ॐ

सत्यवाचे नमः।

अध्याय १

सीतेचा त्याग

राजेन्द्रं सत्यसन्दं दसराथाथनयम्
श्यामलं शान्तिमध्यर्तिम्।
वन्दे लोकाभिरामं रघुकुलतिलकम्
राघवं रावणारिम्।।

''रघुकुलातील वंशज राघव यांचा जयजयकार असो।
ते रावणाचे शत्रू आहेत. संसारातील मांगल्य आहेत.
ते राजांचे राजा असून सत्यावतार आहेत.
श्रीराम दशरथाचे पुत्र आहेत.
ते सावळे असून त्यांना शांती प्रिय आहे.''

उत्तर कांडात वाल्मीकींनी निशाचरांचा राजा रावण याचा पूर्वेतिहास सांगितला आहे. या कांडात रामांनी सीतामाईंचा त्याग केल्याची दुःखद घटनाही सांगितली आहे. महर्षींनी असे का लिहावे याचे आपल्याला आश्चर्य वाटू शकते. कदाचित सीतामाईंवर आत्यंतिक प्रेम करणाऱ्या दोन पुरुषांच्या, दोन विरुद्ध टोकांच्या विलक्षण व्यक्तिमत्त्वांची तुलना त्यांनी केली असेल. एक होता तो, कामुक प्रवृत्ती असलेला बलवान राक्षस रावण. परस्त्रीविषयीची आपली वासना शमवण्यासाठी आपले कूळ, भाऊ, मित्र- अगदी आपल्या मुलांनासुद्धा मृत्यूच्या हवाली करण्यास तो तयार होता. तर दुसरे होते राम. त्यांचे व्यक्तिमत्त्व दिव्य होते. धर्मासाठी आपल्या सर्वप्रिय गोष्टीचा त्याग करण्यासही ते तयार होते. यावरून हे सिद्ध होते की, राजाने सगळ्यात आधी ईश्वर, त्यानंतर आपला देश आणि मग शेवटी आपली व्यक्तिगत इच्छा यांना स्थान द्यायला हवे. रावण आपल्याबरोबर कुळाचा नाश करून संपला. मात्र संत असलेल्या रामराजांच्या राजवटीत कोसल देश अधिकाधिक समृद्ध होत गेला.

श्रीरामाने अनेक वर्षे सीता, आपले कुशल मंत्री, प्रिय बंधू यांच्या समवेत राज्य केले. लंकेतील अशोक वाटिकेपेक्षाही सुंदर अशी अशोक वाटिका राजमहालाजवळ होती. त्यात चंपक, कदंब, अशोक आणि चंदनाचे वृक्ष होते. आंबे, डाळिंबं यांनी ही बाग बहरली होती. आपले कामकाज संपल्यावर राम आपल्या पत्नीबरोबर त्या बागेत फिरत असे. एक दिवस दोघे जण गप्पा मारत असताना रामाच्या लक्षात आले की, सीता गर्भवती आहे. तिने लाल रंगाचे झळाळणारे वस्त्र नसले होते. तिची त्वचा शाश्वत सौंदर्याने कांतिमान दिसत होती. रामास फार आनंद झाला. सीतेचा हात धरून राम तिला वाटिका-कुंजामध्ये घेऊन गेला. तिथे तिला रत्नजडित आसनावर आरामात बसवले. मधमाश्यांनी स्पर्श न केलेल्या फुलांच्या परागांपासून रस तयार करून रामाने तो प्याला सीतेच्या ओठी लावला. त्याने आपल्या पत्नीला प्रेमाने मिठी मारली व तो म्हणाला, "प्रिये, तू किती सुंदर दिसते आहेस. तू गर्भवती आहेस. आपल्या जीवनात मुलाचाच अभाव होता. आपले अपत्य अत्यंत विलक्षण असेल यात मला शंका नाही. मला सांग प्रिये, मी तुला कशा प्रकारे प्रसन्न करू? पुरी न झालेली तुझी एखादी इच्छा सांग. तू जे म्हणशील ते मी तुला देईन."

हे ऐकून सीतेने आपला कमळासारखा चेहरा उचलला आणि सावकाश म्हणाली, "स्वामी, मी स्वतःला सगळ्यात सौभाग्यशाली समजते. मी सदैव तुमच्या जवळ असावे याखेरीज तुमच्या पत्नीची दुसरी काय इच्छा असू शकते?"

पण राम आग्रहाने म्हणाला, "प्रिये, तरीसुद्धा, मी तुला यापेक्षा अधिक सुखी करू इच्छितो. मला सांग, मी तुझ्यासाठी काय करू शकतो? मी तुझ्यावर माझे सारे काही उधळून टाकायला तयार आहे. गर्भवती स्त्रीच्या सर्व इच्छा पूर्ण कराव्यात असं म्हटलं जातं."

सीतेने हसून प्रेमाने त्याच्याकडे पाहिले आणि म्हणाली, "तुम्हाला ते चित्रकूटचे वन आठवते? तिथे आपण हातात हात गुंफून फिरत होतो. तिथले ऋषी-मुनी, त्यांच्या पत्नी, त्यांच्या आश्रमात असणारी शांतता तुम्हाला आठवते? पुन्हा एकदा तिकडे जाऊन मला त्यांना भेटायचे आहे. वनातील कंदमुळे, फळे खायची आहेत. गंगेचे शुद्ध पाणी प्यायचे आहे. तिथे एकदोन दिवस तरी राहावे अशी माझी फार इच्छा आहे."

रामाने आपल्या पत्नीकडे प्रेमाने पाहिले. तो सीतेच्या कोणत्याच गोष्टीला नाकारू शकत नव्हता. इतक्या वर्षांमध्ये त्याचे आपल्या पत्नीवरचे प्रेम अधिकच वाढले होते. इतर राजांप्रमाणे आपल्या आणखीही राण्या असाव्यात अशी त्याला कधीही इच्छा झाली नाही. तशी कल्पनादेखील तो सहन करू शकत नव्हता. त्याच्या दृष्टीने सीता ही सगळ्यात सुंदर स्त्री होती. रामाने कधीही परस्त्रीचा विचार मनात आणला नाही.

सीतेचा हात आपल्या हातात घेऊन रामाने तिच्या निरागस डोळ्यांत पाहिले व म्हणाला, "वैदेही, प्रिये, तुझी जर खरंच अशी इच्छा असेल तर तू नक्कीच तिथे जाशील. मी तुला उद्याच तिकडे पाठवण्याची व्यवस्था करतो."

सीतेस वचन देऊन राम तिथून उठला. आपल्या सहकाऱ्यांशी बोलू लागला. बोलण्याच्या दरम्यान त्याने आपला मित्र भद्र यास विचारले, "भद्र, मला सांग की, अयोध्यावासी माझ्याविषयी, माझी पत्नी आणि माझे भाऊ यांच्याविषयी काय बोलतात?

राजेलोक नेहमी सामान्य जनतेसाठी निंदेचे विषय होतात. लोक काय विचार करतात हे राजाने जाणून घेणे आवश्यक असते.''

हात जोडून भद्र म्हणाला, ''लोक तुमची नेहमी प्रशंसा करतात. कधीकधी ते पूर्वीच्या आठवणी काढतात. त्या वेळी तुम्ही दशाननाला मारून वैदहींची सुटका केली होती. ते अशक्य काम तुम्ही करून दाखवले होते. तुमच्या कर्तृत्वाबद्दल सगळे उत्साहाने बोलत असतात.''

''ते अजून काय म्हणतात, भद्र? मला सगळं काही सांग. तू तुझं तोंड का लपवतो आहेस? मला सांगू नये असं काही आहे का? तू घाबरू नकोस. मी माझ्याबद्दल बोललं जाणारं चांगलं-वाईट दोन्ही जाणून घेणार आहे. कोणताही राजा आपल्या प्रजेला काय वाटते, त्याकडे दुर्लक्ष करू शकत नाही. म्हणून तू मला सगळे काही स्पष्टपणे सांग.''

भद्र अडखळत म्हणाला, ''लोक असंही म्हणतात की, राक्षस रावणाला मारण्याचे तुमचे कार्य प्रशंसनीय आहे पण आपल्या पत्नीबरोबरचा आपला व्यवहार लज्जास्पद आहे. जी स्त्री रावणाच्या मांडीवर बसली होती, इतके दिवस त्याच्या जवळ राहिली होती, तिचा स्वीकार एक राजा कसा काय करू शकतो? स्वतःचा केलेला अनादर राणी कसा विसरू शकते? आता आपल्यालाही आपल्या पत्नीशी असेच वागावे लागेल. ती खुशाल दुसऱ्या पुरुषाकडे जाईल आणि नाइलाजाने आपल्याला तिचा स्वीकार करावा लागेल. 'यथा राजा तथा प्रजा!''' क्षणभर थांबून भद्र म्हणाला, ''लोक अज्ञानाने काहीही बोलतात.''

आपल्याबद्दल आणि आपल्या निष्कलंक पत्नीविरुद्ध असा अपमानजनक आरोप ऐकून रामाच्या चेहऱ्यावरचे भाव भराभर पालटले. तो काहीही बोलू शकला नाही. तिथे बसलेल्यांनी त्याला दिलासा देत म्हटले, ''राजन, उच्च कुळातील लोकांबद्दल वाईट बोलणे हा सर्वसामान्य माणसांचा स्वभाव असतो. अशा निरर्थक आरोपांकडे राजाने लक्ष देऊ नये.''

रामाचे तिकडे लक्ष नव्हते. नेहमीप्रमाणे रामाने त्यांचा निरोप घेतला व तो बागेत जाऊन विचारमग्न होऊन बसला. कोणताही निर्णय घेण्यापूर्वी त्याची नीट माहिती घ्यायला हवी असे त्याने ठरवले. त्याच दिवशी त्याने सर्वसाधारण माणसासारखे कपडे घातले आणि नगरात गुप्तपणे फेरफटका मारण्यास निघाला. योगायोगाने तो नगराच्या मागच्या बाजूस असलेल्या एका गल्लीतील परटाच्या घराजवळून जात होता. त्याला त्या घरातून रागावलेल्या पुरुषाचा आवाज आला. तो दाराजवळ गेला आणि बाहेर उभे राहून आतील बोलणे ऐकू लागला. तो पुरुष आपल्या पत्नीला रागावत होता. ''मी तुझ्या दुर्वर्तनाबद्दल ऐकले आहे. तुला रस्त्यामध्ये दुसऱ्या एका पुरुषाशी बोलताना मी पाहिले आहे. तू तुझ्या घरी परत जा. मी तुला ह्या घरात ठेवून घेऊ शकत नाही. मी उच्च कुळातला आहे. चारित्र्यहीन स्त्रीला पत्नी म्हणून मी स्वीकारून शकत नाही. तू पाहिजे तिकडे जा.''

बिचारी स्त्री सांगू लागली की, ती निर्दोष आहे आणि तिने केवळ पुरुषाने विचारलेल्या प्रश्नाचे उत्तर दिले. त्यावर परीट कठोरपणे म्हणाला, ''तुझे अशा प्रकारचे वागणे सहन करायला मी राम आहे असं वाटतंय की काय तुला? ते राजा आहेत आणि म्हणून ते हवं तसं वागू शकतात. माझ्या बाबतीत म्हणशील तर परपुरुषाशी बोलणाऱ्या स्त्रीला, मी माझी पत्नी म्हणून स्वीकारू शकत नाही.''

श्रीराम काही क्षण स्तंभित झाला. त्याला वाटलं की, आपण वृक्ष आहोत आणि आपल्यावर वीज कोसळली आहे. लंकेहून परत आल्यावर त्याच्या हृदयात आशांची पालवी फुटली होती. स्वप्नांच्या कळ्या उमलल्या होत्या. पण आता त्याला वाटले की, आपल्या हृदयातून मूक आणि जळलेल्या, सुकलेल्या काळ्या फांद्या प्रकट होत आहेत. आपले शरीर जळते आहे असे त्याला वाटले. कसातरी अडखळत, चाचपडत तो आपल्या महालात पोहोचला. त्याने आपल्या भावांना बोलावून घेतले. भावांना नवल वाटले. ते लगेचच उपस्थित झाले. दाराकडे रामाची पाठ होती. बाहेरचे शांत उद्यान तो पाहत होता. त्याचा चेहरा विवर्ण झाला होता. डोळे भकास दिसत होते. त्याने वळून आपल्या भावांकडे पाहिले. त्याचे हात थोडेसे कापत होते.

लक्ष्मण त्याच्या समोर गुडघ्यावर बसला आणि म्हणाला, ''बंधू, काय झाले आहे? मला सांगा. आपला शत्रू कुठे आहे? तुम्ही जाणताच की तुम्ही फक्त मला आज्ञा द्या; मी लगेच त्याचे पालन करेन.''

राम कोरडेपणाने म्हणाला, ''मी आणि सीता यांच्याबद्दल लोकांमध्ये काय प्रवाद आहेत, तुला माहीत आहे?''

सगळ्यांनी आपल्या माना खाली घातल्या. राम म्हणाला, ''मला वाटतं, तुम्हा सगळ्यांना हे आधीपासून माहीत होतं; पण इतकी वर्षे हे सत्य तुम्ही माझ्यापासून लपवलेत. लक्ष्मणा, अग्निपरीक्षा देऊन सीतेचे पावित्र्य सिद्ध होईपर्यंत मी तिचा स्वीकार केलेला नव्हता, या गोष्टीचा तू साक्षी आहेस. तरीही मी एखादा मोठा अपराध केल्यासारखे लोक बोलत आहेत. माझे मन दुःखी, घायाळ झाले आहे. मी दुःखसागरात बुडून चाललो आहे. पण राजा म्हणून मला माझ्या कर्तव्याची जाणीव आहे. राजाचे सगळ्यात प्रथम कर्तव्य प्रजा आहे. सीता मला प्राणांहून प्रिय आहे पण प्रजेसाठी सीतेचा त्याग करण्याखेरीज माझ्याकडे दुसरा पर्याय नाही. लक्ष्मणा, तू सुमंत्राला घेऊन जा. सीतेला घेऊन गंगेपलीकडे, तमसा नदीजवळ तिला सोडून ये. आम्ही दोघे तिथे बराच काळ राहिलो होतो. काल सकाळीच तिकडे जाण्याबद्दल ती मला बोलली होती. तिची इच्छाही पूर्ण होईल आणि तिला कसली शंकाही येणार नाही.''

लक्ष्मण आश्चर्यचकित होऊन म्हणाला, ''बंधो, तुम्ही त्यांच्याशी असे वागू शकत नाही. अग्नीतून उजळून निघालेल्या सोन्याप्रमाणे त्या शुद्ध आहेत. कृपा करून तुम्ही मला असले काही करायला सांगू नका. तुम्ही मला दुसरे काहीही सांगा; पण ही गोष्ट माझ्याच्याने होणार नाही. त्यांच्या पोटात तुमचे मूल आहे, हे माहीत आहे ना तुम्हाला? तुम्ही असे कसे वागू शकता? तुम्ही तुमच्या मुलाच्या जन्माचीदेखील वाट पाहू शकत नाही?''

रामांचा चेहरा पाषाणाप्रमाणे कठोर दिसत होता. तो रूक्षपणे म्हणाला, ''मुलाच्या जन्मासाठी थांबायचे तर तू म्हणशील, की मूल अंगावर पिते आहे तोपर्यंत थांबा, मग म्हणशील की पाच वर्षे थांबा. हे असे अनिश्चित काळापर्यंत चालू शकते आणि शेवटी स्वतःच्या आनंदासाठी प्रजेशी विश्वासघात केल्याचा दोष माझ्या माथी येईल.''

राम तिखट स्वरात म्हणाला, ''मी कुणाचंही काही ऐकणार नाही. मला कुणाचीही कसली सूचना नको आहे. मी तुमचा राजा आहे आणि तुम्ही निर्विवाद आज्ञापालन

कराल अशी माझी अपेक्षा आहे. काही क्षण स्तब्धता पसरली. सर्व जण गप्प होते. राम स्वतःदेखील आपल्या भावनांना आवर घालण्याच्या प्रयत्नांत जोरजोरात श्वास घेत होता.

अखेरीस हताश होऊन, चेहऱ्यावर खोटाच कठोरपणा आणून राम म्हणाला, "जा लक्ष्मणा, सीतेला गंगेच्या किनाऱ्यावर, तमसा नदीच्या तटावर एकान्त स्थानावर एखाद्या आश्रमाजवळ सोडून लगेच परत ये. तिच्याशी बोलत बसू नकोस. तिला काही समजावतही बसू नकोस. तिचा माझ्याबद्दल काय समज व्हायचा असेल तो होऊ दे; खरे कळले तर तिला फार वाईट वाटेल. मी काहीतरी चुकीचे करतोय, असा काय तू पाहतो आहेस माझ्याकडे? जो कोणी माझ्या निर्णयात बाधा आणेल तों माझा शत्रू होईल. लक्ष्मणा, तिला याच क्षणी घेऊन जा. आता मी तिला एकदा जरी पाहिले तरी तो अपराध होईल. मी माझ्याच आदेशाचे पालन करू शकणार नाही. मी सीतेच्या निरागस डोळ्यांत विनवणी पाहिली तर मी तिच्या डोळ्यांतच हरवून जाईन. जगाने निंदा केली तरी चालेल, पण तिने माझ्या जवळच राहावे असे मला वाटेल. म्हणून माझ्या मनाने दगाबाजी करून माझी प्रतिज्ञा मोडण्यापूर्वीच तू तिला घेऊ जा. तू इतका का घाबरतो आहेस? मी, इथला नरेश, तुला आज्ञा देतो आहे." तीनही भाऊ एकही शब्द बोलू शकले नाहीत. ह्या क्लेशदायक आज्ञेचे पालन करावे लागणार म्हणून लक्ष्मण आपल्या नशिबाला दोष देत होता.

राम रडत होता. तो कसाबसा बाहेर उद्यानातील एकान्त स्थळी जाऊन बसला. इथून त्याला सीता दिसणार नव्हती.

ती रात्र रामाने उद्यानातच तारे बघत घालवली. तो जर आपल्या महालात जाऊन प्रियतमेच्या मिठीत गेला असता तर त्याला माहीत होते, तो सीतेस कधीही दूर पाठवू शकला नसता. त्याच्या मनात कोणत्या विचारांचे थैमान चालले होते कोण जाणे! पण त्याने आपली प्रतिज्ञा मोडली नाही. धर्म त्याचा देव होता आणि धर्मरक्षणासाठी तो आपल्या पत्नीचा आणि अजून न जन्मलेल्या अपत्याचा बळी देण्यास तयार झाला होता.

त्या रात्री सीतेस एकटीला झोपावे लागले. पती झोपायला आले नाहीत म्हणून तिला नवल वाटले पण तिने विचार केला की, एखाद्या महत्त्वाच्या कामात ते अडकले असणार. आपली आता उद्या भेट होईल, मग ते आपल्याला कोणती भेटवस्तू देतील, या विचारांमध्ये ती लहान मुलासारखी झोपून गेली. आयुष्यातील काही सर्वश्रेष्ठ क्षण तिने आपल्या पतीसमवेत जिथे घालवले होते, तिथेच आणखी एक रात्र ऋषींच्या पत्नींबरोबर आश्रमात घालवायला मिळणार या आनंदात ती होती. तिने आश्रमवासीयांसाठी आधीच काही भेटवस्तू आपल्या बरोबर घेतल्या होत्या. सीता जाण्यासाठी तयार होतच होती, तितक्यात लक्ष्मणाने तिचे दार वाजवले.

सीतामाईंकडे न बघता, भावशून्य आवाजात लक्ष्मण म्हणाला, "तुमचे पती, आमचे राजा राम यांनी मला आदेश दिला आहे की, मी गंगेच्या किनाऱ्यावरील आश्रमात जाण्याची आपली इच्छा पूर्ण करावी. आपण येण्यास तयार आहात ना?"

सीता आनंदली आणि ती लक्ष्मणाबरोबर बाहेर जाऊन रथात बसली. झुंजुमुंजू झाले होते. दोघे जण निघाले. सुमंत्र आणि लक्ष्मण दोघांनीही सीतेच्या नजरेला नजर दिली नाही. सीता स्वतःतच गुंग होती. तिने वळून एकदा साखरझोपेत असलेल्या आपल्या नगरीकडे

पाहिले. हे आता आपण शेवटचे पाहत आहोत, याची तिला कल्पनाही नव्हती. अचानक तिच्या मनात चलबिचल झाली. काहीतरी अशुभ घडते आहे असे अपशकुन तिला जाणवू लागले. तिचा उजवा डोळा आणि उजवा बाहू फडफडू लागला. तिला अचानक थकल्यासारखे झाले.

तिने क्षुब्ध स्वरात विचारले, ''सुमित्रानंदन, मला सांगा, तुमचे बंधू खुशाल आहेत ना? काल रात्रीपासून मी त्यांना पाहिलेले नाही. ते कुठे आहेत? काहीतरी अप्रिय घडते आहे असे मला वाटते.''

लक्ष्मण भरल्या गळ्याने म्हणाला, ''तुमचे पती अगदी व्यवस्थित आहेत. आज सकाळी लवकर उठून आपल्याला लांबच्या कठीण प्रवासास निघायचे होते म्हणून तुम्हाला विश्रांती मिळावी यासाठी काल रात्री ते तुमच्याकडे झोपायला आले नाहीत. त्यांनी तुमच्यासाठी शुभेच्छा सांगितल्यात.'' याखेरीज आणखी काही लक्ष्मण बोलू शकला नाही.

दुपारी ते गोमती नदीच्या काठी पोहोचले. एका आश्रमाजवळ त्यांनी मुक्काम केला. दुसऱ्या दिवशी सकाळी रथात बसून ते पुढे निघाले आणि लवकरच पवित्र गंगा नदीवर पोहोचले. इथे आल्यावर मात्र लक्ष्मणास आपल्या भावना अनावर झाल्या आणि तो लहान मुलाप्रमाणे रडू लागला.

''लक्ष्मणा, तुम्ही का रडता आहात?'' सीतेने विचारले. ''तुम्हाला असे पाहून मला भय वाटू लागले आहे. माझी इथे येण्याची फार इच्छा होती. पण आता तुम्ही मला घेऊन आला आहात तरी तुम्ही रडता आहात. यामुळे मलाही दुःख होते. दोन दिवस राम भेटणार नाहीत म्हणून तुम्हाला इतका त्रास होतो का? मग माझे तर काय होत असेल? मी तर किती रडायला हवे? मी तर त्यांच्याशिवाय जिवंत राहू शकत नाही. चला आता, आपण लवकर आश्रमात जाऊ या. त्या सर्वांना भेटवस्तू देऊ या आणि लगेचच परत जाऊ या. मला आज काहीतरी चुकीचे घडते आहे असे वाटते आहे. माझे राम संकटात आहेत की काय, अशी भीती मला वाटते.''

लक्ष्मणाने आपले अश्रू पुसले आणि मग तो एक नाव घेऊन आला. तिच्यात बसून त्यांनी नदी ओलांडली. त्यानंतर मात्र लक्ष्मण स्फुंदून स्फुंदून रडू लागला. सुमंत्रही एका बाजूला उभा राहून मूकपणे रडत होता. हे पाहून मात्र सीता खरोखरच चिंताग्रस्त झाली. ''लक्ष्मण, मला सांगा, काय झाले आहे? माझ्या प्रिय पतीला काही झाले आहे का? ते आपल्या बरोबर का नाही आले? ते आपल्या बरोबरच येतील अशी मला आशा होती.'' अखेरपर्यंत सीतेचे विचार रामाभोवतीच घुटमळत होते. राम हेच तिचे सर्वस्व होते. वाटेत होणारे सारे अपशकुन हे स्वतःच्या बाबतीतले होते, याची तिला मुळीच कल्पना नव्हती.

लक्ष्मणाने अश्रूभरल्या नेत्रांनी सीतामाईंकडे क्षमायाचनेच्या दृष्टीने पाहिले आणि म्हणाला, ''हे देवी, मला जे काही करावे लागले, त्याबद्दल मला क्षमा करा. तुम्हाला इथे सोडून देण्याचे निंदनीय काम माझ्यावर सोपवले आहे. त्यांच्या अशा आज्ञेचे पालन करण्यापेक्षा मरण बरे; अशी माझी अवस्था झाली आहे,'' असे म्हणून तो सीतामाईंच्या पायांवर पडला.

सीतेचा आपल्या कानांवर विश्वास बसत नव्हता. तिने वाकून लक्ष्मणास सावकाश उठवले आणि म्हणाली, ''काय झाले लक्ष्मण? तुम्हाला काय म्हणायचेय? माझ्या पतीने अचानक असा निर्णय घेण्याचे काय कारण आहे?''

''देवी, तुम्ही आणि राम यांच्याबद्दल चहुकडे प्रवाद पसरले आहेत. मी तुम्हाला सगळे काही तर सांगू शकत नाही. तुम्हाला काही सांगू नये असे रामांनी मला सांगितले आहे. मी इतकेच सांगू शकतो की, आपल्यावरील कुटिल आरोप ऐकून त्यांचे मन विचलित झाले आहे. परंतु ते राजा आहेत. धर्मावतार आहेत. आपल्या प्रजेच्या हिताचे रक्षण करणे हे राजाचे कर्तव्य आहे. अयोध्येच्या महाराणी, कृपा करून त्यांना आणि मला क्षमा करा. मी यापेक्षा अधिक काही बोलू शकत नाही. आता रात्र होऊ लागली आहे. मी तुम्हाला इथे एकट्याला सोडून कसे जाऊ शकतो? तुमच्या रक्षणाची सर्व व्यवस्था नीटपणे झाल्याशिवाय मी तुम्हाला क्षणभरासाठीदेखील एकटे सोडू नये अशी रामांची आज्ञा आहे. आम्ही दोघे एकदाच तुम्हाला एकट्याला सोडून गेलो होतो, तेव्हा त्या राक्षसाने तुमचे हरण केले होते. आता इथे तुमच्याकडे कोण बघणार? आपली माता पृथ्वी हिने आपले रक्षण करावे अशी मी प्रार्थना करतो. आकाशाने आपले छत्र बनावे. ही पवित्र नदी आपल्या सर्व इच्छा पूर्ण करो. लक्षात ठेवा देवी, की आपल्या पोटात इक्ष्वाकू कुळाचा वंश वाढतो आहे. सर्वतोपरी त्याचे रक्षण करणे आपले कर्तव्य आहे.'' लक्ष्मणास अशीही भीती वाटत होती की, निराशेच्या भरात सीतामाईंनी आत्महत्या वगैरे काही करू नये.

भयभीत झालेल्या हरिणीप्रमाणे सीता लक्ष्मणाचे बोलणे ऐकत होती. त्यानंतर त्या म्हणाली, ''मी असा काय अपराध केला, की त्यासाठी पतीने माझा दोन वेळा त्याग केला? माझा जन्म दुःख सहन करण्यासाठीच झाला आहे. दुःख हेच माझा जन्मभराचा साथीदार आहे. मला सहनशील झाले पाहिजे. रामांची असहायता मी समजून घेतली पाहिजे. मी सगळ्यांना सोडून आपल्या पतीबरोबर वनात गेले. वन्य पशू, राक्षस यांच्यात राहिले. कोणतीही स्त्री माझ्यासारखी वागली नसती; पण तरीही पतीने माझा त्याग केला. राक्षसाने मला पळवून नेले ही काय माझी चूक होती? तपस्वींनी मला विचारले की, मी असा काय अपराध केला आहे, ज्यासाठी पतीने मला त्यागले आहे, तर मी त्यांना काय उत्तर देऊ? माझे काय चुकले? मी या पवित्र नदीत उडी मारून आत्महत्याही करू शकत नाही. तसे केले तर इक्ष्वाकू कुळाची उच्च वंशावळ मी खंडित केल्याबद्दल मलाच दोष दिला जाईल. लक्ष्मण, तुम्ही दुःखी होऊ नका. तुम्ही मला इथे सोडून तुमचे राजा, माझे पती यांच्याकडे परत जा. त्यांना सांगा की त्यांच्या पत्नीने त्यांच्यासाठी शुभेच्छा दिल्या आहेत. एका स्त्रीसाठी तिचा पती हाच देव असतो. मी त्यांना नेहमी तसेच मानले आहे. राजधर्म पाळल्याबद्दल त्यांना चिरंतन कीर्ती प्राप्त होवो अशी मी ईश्वरचरणी प्रार्थना करते. माझ्या त्रासापेक्षा त्यांचा सन्मान अपराजित राहणे अधिक महत्त्वाचे आहे. रामांच्या अपयशाचा दोष सीतेवर कधीही येता कामा नये. तुम्ही आता जा लक्ष्मण. तुम्ही माझ्यासाठी भावापेक्षा जास्त आहात. माझ्या मनात तुमच्याबद्दल अगाध आदर आहे. मी तुम्हाला कोणत्याही गोष्टीबद्दल दोष देत नाही. लवकरच रात्र होईल. आता तुम्ही जायला हवे. नाही तर माझे स्वामी तुम्हाला रागावतील.''

लक्ष्मण सीतामाईंच्या पाया पडला. एक शब्दही न बोलता तो हळूहळू नावेकडे गेला आणि त्याने नदी ओलांडली. त्याने सीतामाईंस पाहिले. ती आपली माता, पृथ्वीच्या छातीवर पडून मुसमुसून रडत होती.

सीतेने नजर उचलली. लक्ष्मणाचा रथ दूर गेला होता. एक मोराने आपल्या जोडीदाराला करुण हाक मारली. ती ऐकून सीतेच्या अंगाचा थरकाप झाला. गंगा शांतपणे वाहत होती. जणू तिला दिलासा देत होती. ती मुग्धपणे झुळझुळणाऱ्या पाण्याकडे पाहत राहिली. क्षणभर तिला वाटले की हे पाणी डोक्यावरून गेले तर मलम लावल्यासारखे वाटेल का? पण तिला आपल्या पोटात हलणाऱ्या जिवाची जाणीव झाली. तिला माहीत होते, हा सरळ रस्ता तिच्यासाठी नव्हता.

वसिष्ठ म्हणतात :

"ज्ञानी मनुष्य दुसऱ्यांच्या इच्छेसाठी जीवन जगतो. तो योग्य कर्मासाठी स्वत: ला सहजपणे प्रवृत्त करतो. तो दुसऱ्यांसाठी जगतो. त्याच्या हृदयात सर्व प्राण्यांबद्दल करुणा असते."

हरि:ॐ तत्सत

ॐ

ॐ

व्रतधाराय नमः!

अध्याय २

धर्माचा विजय

कूजंतं रामरामेति
मधुरं मधुराक्षरम्।
आरुह्य कविताशकम्
वन्दे वल्मीकी कोकिलम्।।

"वाल्मीकिरूपी त्या कोकिळेचा विजय असो.
ती कवीच्या वृक्षावर बसून मधुर स्वरात
राम, राम, राम असे कूजन करते."

लक्ष्मण जड अंतःकरणाने अयोध्येस परत आला. त्याला अजूनही सीतामाईच आठवत होत्या. त्या कशा असतील? वाल्मिकींच्या आश्रमात त्या गेल्या असतील का? लक्ष्मणास काहीच कळत नव्हते आणि त्याचा त्याला त्रास होत होता. त्याने आपल्या भावाच्या महालात प्रवेश केला तेव्हा राम डोकं धरून उदास बसला होता.

लक्ष्मणाने प्रणाम करून त्यास म्हटले, "मी आपल्या आदेशाचे पालन केले. आपल्या निर्दोष पत्नीस गंगेपलीकडे सोडून आलो. आता तुमचे समाधान झाले असेल अशी आशा आहे. आपण का उदास आहात? तुमचा निर्णय व्यवस्थित अमलात आणला गेला आहे हे कळल्यावर तुम्हाला आनंद व्हायला हवा. आपल्याला माहीत आहे, कोणतीही गोष्ट कायम नसते. जो वर्धिष्णू होत असतो, त्याचा क्षय निश्चित आहे. जे फुलते, ते कोमेजते आणि जो उभा राहतो तो पडतो. मीलन आणि वियोग हे जीवनाच्या खेळाचाच एक भाग आहेत. जन्मानंतर मृत्यू होणे अटळ असते. मग आपण कशाला दुःखी होता?" यावर रामाने काहीही उत्तर दिले नाही.

आपल्या राजाच्या माथ्यावरचा कलंक पुसला गेला या गोष्टीने प्रजा प्रसन्न होती; पण रामाच्या आयुष्यात आता सुख राहिलेले नव्हते. राम आणि सीता दोघांनीही आपल्या जीवनात अखेरपर्यंत विरह-वेदना सहन केली. मात्र रामराज्यात देश समृद्ध झाला. त्या कालखंडाचा आजही गौरवपूर्ण उल्लेख केला जातो. प्रकृतीचे नियमही त्या महात्मा पुरुषासमोर नतमस्तक झाले होते. कारण धर्मरक्षणासाठी त्यांनी आपल्या सुखाचा त्याग केला होता. रामराज्यात भूमी संपन्न होती. वेळच्या वेळी पाऊस पडत होता. पृथ्वीवर मुबलक धान्य उगवत होते आणि देवदेवता प्रसन्न होत्या. त्या युगात पुनर्विवाह ही परंपरा होती पण श्रीरामाने पुष्कळ दबाव येऊनही पुन्हा विवाह केला नाही. परस्त्रीकडे पाहिलेदेखील नाही. त्याने तपस्व्याप्रमाणे आपले जीवन व्यतीत केले.

दररोज राम आपल्या सभागृहात बसत असे आणि लक्ष्मणाला म्हणत असे, ''बाहेर दारावर जाऊन पाहा, कोणी तक्रार घेऊन आलेय का?'' कोणी आले असेल तर त्याला आत बोलावून त्याच्या तक्रारीचे तो निवारण करी.

एक दिवस एक कुत्रा आला. रामाने त्याला आत बोलावले आणि विचारले की, त्याला काय हवे आहे? कुत्र्याने सांगितले की, एका ब्राह्मणाने त्याच्या डोक्याला दुखापत केली. रामाने दरबारातील सभासदांना सांगितले की, ब्राह्मणासाठी योग्य तो दंड ठरवावा. मात्र सभेचे मत होते की, ब्राह्मणाला दंड करता येत नाही. रामाने कुत्र्याला सांगितले की, त्याची तक्रार कशी दूर करायची ते त्याने स्वतःच सांगावे. कुत्रा म्हणाला की, त्या ब्राह्मणाला एखाद्या मठाचा मठाधीश केले जावे.

रामाने त्याला या विचित्र दंडाचे कारण विचारले, तेव्हा कुत्रा म्हणाला, ''महाराज, मी आधीच्या जन्मात एका मठाचा मठाधीश होतो. मी प्रामाणिक आणि निष्ठावान होतो. तरीही त्या पदाच्या जबाबदाऱ्या संकटांनी इतक्या भरलेल्या होत्या की, मला मृत्यूनंतर कुत्र्याच्या रूपात जन्म घ्यावा लागला. ज्याचे आपल्या रागावर जराही नियंत्रण नाही, अशा लोभी व्यक्तीची तुम्ही कल्पना तरी करू शकता का?''

दरम्यान, तमसा नदीच्या तीरावर, लक्ष्मणाने सोडलेल्या ठिकाणी सीतामाई असहाय अवस्थेत एकटीच बसली होत्या. वनवासींसाठी आणलेल्या भेटवस्तू तिच्या आजूबाजूला पडल्या होत्या. त्यांचे काय करावे हे तिला कळत नव्हते. त्याच वेळी वाल्मीकींच्या आश्रमातील काही ब्रह्मचाऱ्यांनी सीतामाईंना अशा दुःखी अवस्थेत नदीकिनाऱ्यावर बसलेले पाहिले. ते धावतच आश्रमात गेले व त्यांनी वाल्मीकींना ते सांगितले. वाल्मीकींना नारद मुनींनी सांगितलेले आठवले. त्यांना प्राप्त परिस्थितीचा अंदाज आला. ते लगेचच आपल्या शिष्यांबरोबर नदीतटावर गेले आणि सीतामाईंना आपल्या बरोबर आश्रमात घेऊन आले.

वाल्मीकी तिला म्हणाले, ''घाबरू नकोस, सीता. मी ओळखतो की, तू निष्कलंक आहेस. माझ्या बरोबर आश्रमात चल. आश्रमातील तपस्व्यांच्या पत्नी बाळंतपणात तुझी काळजी घेतील.''

सीता वाल्मीकींबरोबर निघाली. आश्रमात येऊन तीही तपस्विनींप्रमाणे जीवन घालवू लागली. कालांतराने प्रसूतीची वेळ आली.

सीतेने दोन जुळ्या मुलांना जन्म दिला. ही बातमी वाल्मीकींना कळताच ते धावत तिथे आले. रामाच्या दोन पुत्रांना पाहिल्यावर वाल्मीकींचे मन आनंदाने भरून गेले. ते दोघे जुळे भाऊ देवांसारखे तेजस्वी वाटत होते. त्यांनी थोड्या दूर्वा घेतल्या. त्याच्या टोकाने त्यांनी एका बाळाला स्पर्श केला आणि म्हणाले, ''याचे नाव कुश ठेवायचे.'' दुसऱ्या टोकाने दुसऱ्या बाळाला स्पर्श करून ते म्हणाले, ''ह्याचे नाव लव असेल.'' त्यानंतर लहान बाळाच्या जन्माशी संबंधित सर्व योग्य ते संस्कार त्यांनी बाळांवर केले आणि मोठ्या आनंदाने त्यांना शुभाशीर्वाद दिले.

याच वेळी वाल्मीकींनी 'रामायण' नावाचे अमर महाकाव्य रचण्यास सुरुवात केली. लव व कुश यांना बोलता येऊ लागले. वाल्मीकींनी त्यांना कवितेतून धडे शिकवण्यास प्रारंभ केला. मुलं बारा वर्षांची होईपर्यंत वाल्मीकींनी ग्रंथाची रचना पूर्ण केली. मग लव आणि कुश ही दोन मुले तानपुरा आणि लहानसा मृदंग साथीला घेऊन हे महाकाव्य गाऊ लागली.

इकडे अयोध्येमध्ये यादरम्यान रामाकडे एक ब्राह्मण आला. त्याच्या हातात आपल्या मुलाचे प्रेत होते. तो अत्यंत शोकाकुल होऊन रडत होता. तो म्हणाला, ''मी आपल्या पूर्वजन्मात कोणते पाप केले होते कोण जाणे! माझ्या वृद्धावस्थेत माझा एकुलता एक पुत्र मला सोडून गेला. ज्या राज्यात निर्दोष मुलांचा मृत्यू होतो, त्या राज्याचा राजाच दोषी असतो. हे राम, तुम्ही जर माझा पुत्र मला परत जिवंत करून दिला नाही तर मी व माझी पत्नी आपल्या महालाच्या बाहेर प्राणत्याग करू. ब्राह्मणाच्या मृत्यूसाठी तुम्हालाच दोषी समजले जाईल. वयात येण्यापूर्वीच जर मुलांचा मृत्यू होत असेल तर आपल्या राज्यात मुलांची सुरक्षितता काय असणार! राजा आपल्या कर्तव्याबद्दल बेसावध असतो, तेव्हा राज्यात अपराध वाढतात आणि अराजकता पसरते.''

हा नवीन आरोप ऐकून रामास नवल वाटले. त्याने आपल्या सल्लागारांना बोलावून राज्यातील या प्रकारच्या घटनेचे कारण शोधून काढण्यास सांगितले. रामाकडून काय चुकले होते?

या वेळी देवर्षी नारदांनी त्याला समजावून सांगितले, ''महाराज, त्या मुलाच्या अकाली मृत्यूचे कारण ऐका. प्रत्येक युगात त्याचे नियम आणि सिद्धान्त असतात. त्यांचे पालन केल्यास राज्य संपन्न होते. मात्र त्यात चूक झाली तर संपूर्ण ब्रह्मांडाची व्यवस्था अस्ताव्यस्त होते. सत्ययुगाच्या सुवर्णकाळात फक्त ब्राह्मण तपस्या करीत असत. त्रेतायुगात क्षत्रियही तपस्या वगैरे करू लागले. याच युगात पुढील दोन वर्णांची रचना झाली. वैश्य व्यापार करीत तर शूद्र इतर तीन वर्णांची सेवा करीत असत. द्वापरयुगात अधर्माची वृद्धी झाली. वैश्यही तपस्यादी कर्मे करू लागले. मात्र तेव्हा शूद्रांना तशी परवानगी नव्हती. कलियुगात शूद्रांनाही तपादी आचरण करण्यास मान्यता मिळाली. हे त्रेतायुग आहे आणि बहुधा आपल्या राज्यात कोणी शूद्र तपश्चर्या करीत असावा. यास रोखले नाही तर आपल्या राज्यावर अशी संकटे येत राहणार. धर्माविरुद्ध कार्य करण्यास आपण त्याला थांबवावे. राजा म्हणून आपले ते कर्तव्य आहे. मनुष्याला केवळ स्वधर्माचे पालन केल्याने मोक्ष प्राप्त होतो. मनुष्याने स्वतःचे कर्तव्य दुय्यम श्रेणीचे वाटले, तरीसुद्धा तेच केले पाहिजे. स्वधर्माने सांगितलेले कर्तव्यच उच्च कोटीचे मानले जाते. दुसऱ्या वर्णाचे कर्तव्य कितीही

चांगल्या प्रकारे केले तरी ते धर्माविरुद्ध असल्याने स्वतःला अपयश येते व देशावर संकट येते. कोणत्याही व्यक्तीचे कर्तव्य दुसऱ्या व्यक्तीच्या कर्तव्यापेक्षा गौण किंवा उच्च नसते. राजाचे कर्तव्य आणि प्रजेची जबाबदारी या दोन गोष्टी परस्परभिन्न असतात. पण प्रत्येकाने स्वधर्माचे पालन करावे. हाच सृष्टीचा नियम आहे. याच प्रकृतीच्या नियमाचे पालन केल्यास व्यक्ती सद्‌गुणी ठरते. तपश्चर्या हाही सद्‌गुणच आहे परंतु जर कोणी शूद्र वर्णाची व्यक्ती या युगात तप करेल, तर ते तिच्यासाठी व देशासाठीही आपत्तिजनक ठरेल.''

रामाने नारदांचा सल्ला ऐकला व ब्राह्मणास सांगितले की ते परत येईपर्यंत आपल्या पुत्राचे प्रेत त्याने व्यवस्थित ठेवावे. लंकेहून आल्यावर रामाने पुष्पक विमान कैलास पर्वतावर पाठवून दिले होते. त्याने ते मागवले व त्यात बसून तो अपराध्याच्या शोधात देशभर फिरू लागला. अखेरीस दक्षिण भागात एक व्यक्ती झाडाला उलटी लटकल्याचे त्याला दिसले. ती कठोर तप करीत होती. रामाने तिच्याजवळ जाऊन ती काय करते आहे हे तिला विचारले. त्या व्यक्तीने सांगितले की तो शूद्र आहे. त्याचे नाव शंबूक असून तो प्रायश्चित्त घेतो आहे.

श्रीरामाने काही न बोलता तलवार उपसली व त्याचा शिरच्छेद केला. ज्या व्यक्तीने आपले राज्य, देश यांच्या हितासाठी आपल्या पत्नीचा त्याग केला होता, तिला नियमाविरुद्ध काम करणाऱ्याचे शिर धडावेगळे करणे काही मोठी गोष्टी नव्हती. त्यानंतर रामाने त्या ब्राह्मणाच्या पुत्राला पुनर्जीवित करावे म्हणून देवांकडे प्रार्थना केली. राम जेव्हा राजधानीस परतला, तेव्हा तो मुलगा निरोगी व जिवंत झाला होता. देश व प्रजा यांच्याबद्दलच्या कर्तव्यापेक्षा रामासाठी दुसरे काहीही महत्त्वाचे नव्हते. व्यापक हितासाठी लहानांच्या हिताचे बलिदान करणे आवश्यक होते.

बारा वर्षांनंतर श्रीरामाने अश्वमेध यज्ञ करण्याचा निर्णय घेतला. त्याने सर्व ऋषी-मुनींना बोलावण्यास लक्ष्मणास सांगितले. ते आल्यावर रामाने हात जोडून समस्त ऋषी-मुनींना आपला निर्णय सांगितला. मुनिजन प्रसन्न झाले. मात्र हा यज्ञ पत्नीच्या अनुपस्थितीत करणे अयोग्य असल्याचे त्यांनी सांगितले. रामाने पुनर्विवाह करावा अशी त्यांनी रामास विनंती केली. परंतु या प्रस्तावास रामास नकार दिला. क्रूर जगाने त्याची प्रिय पत्नी त्याच्यापासून हिरावून घेतली होती. आता दुसरी पत्नी करण्याची त्याची तयारी नव्हती. अखेरीस त्याने सीतेची सुवर्णप्रतिमा तयार केली आणि अनुष्ठानाच्या वेळी त्या प्रतिमेस आपल्या शेजारी ठेवले.

एक वर्ष चालणाऱ्या त्या यज्ञाच्या कार्यक्रमास सुरुवात झाली. त्यासाठी नैमिषारण्य निवडले गेले. शुभ चिन्हे असलेले सोन्याचांदीचे अलंकार एका काळ्या रंगाच्या घोड्यावर घालून रामाने त्याला सोडले. तो अश्व एक वर्ष देशभर फिरणार होता. त्याच्या मागे लक्ष्मण व त्याचे सैन्य होते. जर कोणी तो घोडा पकडला, बांधून ठेवला तर या उद्धटपणाबद्दल त्या व्यक्तीशी लक्ष्मणाचे सैन्य युद्ध करेल. घोडा जर बिनविरोध परत आला तर अश्वमेध करणाऱ्या राजाला सम्राटाचा मान दिला जातो.

नैमिषारण्याचे स्वर्गासारखे रूपांतर केले. मंडप घातला. संगीत कक्ष, उद्यान, यज्ञशाळा उभारल्या. देशातील सर्व राजांना श्रीरामाचा सन्मान करण्यासाठी व त्याच्या सत्तेचा स्वीकार

करण्यासाठी आमंत्रित केले गेले. फक्त राजांनाच नाही; तर वनात राहणारे तपस्वी, ऋषी यांना आमंत्रण गेले. किंष्किंधेचे वानर व लंकेतले राक्षस यांनाही बोलावले गेले. किष्किंधेहून सुग्रीव आणि लंकेहून बिभीषण आले. भोजन, वस्त्र, आभूषणे, रत्ने, सोने, चांदी यांचे सढळ हाताने दान दिले गेले. इथे येऊन कोणीही रिकाम्या हातांनी परतले नाही.

महर्षी वाल्मीकीही लव आणि कुश यांना बरोबर घेऊन तिथे पोहोचले. त्यांनी या दोन मुलांना राजा आणि समस्त ऋषी-मुनी यांच्या समोर रामायणाच्या वीस अध्यायांचे गायन करण्यास सांगितले. त्यांनी मुलांना हेही सांगून ठेवले होते की, आपल्या या गायनाबद्दल कोणताही मोबदला घ्यायचा नाही. कुणी जर त्यांना त्यांच्या कुळाबद्दल विचारले तर त्यांनी इतकेच सांगावे की, ते महर्षी वाल्मीकींचे शिष्य आहेत.

ठरल्याप्रमाणे लव व कुश या दोघा भावंडांनी सर्वांसमोर आपल्या मधुर आवाजात वीस सर्ग गायले. या दोन तपस्वी बालकांना पाहून आणि त्यांचा मधुर आवाज ऐकून अयोध्यावासी मंत्रमुग्ध झाले. रामाशी त्यांचे असलेले साम्यही त्यांना जाणवले. काही वर्षांपूर्वी वल्कले नेसून, वर जटा बांधून राम वनवासाला गेले तेव्हाही ते असेच दिसत होते. श्रीराम त्या बालकांवर प्रसन्न झाले. त्यांनी लक्ष्मणास सांगितले की, त्या दोन मुलांना वीस हजार सुवर्ण मुद्रा आणि मौल्यवान वस्त्रे भेट द्यावीत. पण मुलांनी उत्तर दिले की, तपस्वी लोक कंदमुळांवर राहतात. या साऱ्या वस्तूंची आम्हाला आवश्यकता नाही. आम्हाला काहीही नको."

हे ऐकून राम चकित झाला. त्याने विचारले, "हे महाकाव्य कोणी लिहिले आहे? याचे किती सर्ग आहेत?"

मुलं म्हणाली, "या महाकाव्याची रचना महर्षी वाल्मीकींनी केली आहे. त्यात आपले जीवनचरित्र वर्णन केले आहे. यामध्ये वीस हजार श्लोक असून सहा कांड आहेत. सातवे कांड उत्तर कांड आहे... सध्या तेच चालू आहे. आपली संमती असेल तर आम्ही हे संपूर्ण महाकाव्य अश्वमेध यज्ञाच्या अनुष्ठानांच्या वेळी गाऊन दाखवू."

"होय, माझी संमती आहे." राम म्हणाला.

राम, त्यांचे भाऊ, ऋषी-मुनी, राजे, वानर या सर्वांनी संपूर्ण रामकथा बरेच दिवस ऐकली. त्यांचे गायन ऐकून सर्व जण मुग्ध झाले. कथा संपत आली तेव्हा रामाची खात्री पटली की, ही दोन मुलं म्हणजे आपण आणि सीता यांचेच पुत्र आहेत. इतकी वर्षे त्याने मनात दाबून ठेवलेल्या भावना उसळून आल्या. सीतेस भेटण्याची त्याला तीव्र इच्छा झाली. लव आणि कुश दोघे रामासारखेच दिसत होते. सीतेसारखे त्यांचे हास्य होते. ज्या दिवशी रामाने सीतेचा त्याग केला होता, त्याच दिवशी त्याने सीतेस आपल्या हृदयमंदिरात स्थापन करून बंदोबस्तात ठेवले होते. मात्र आता या दोन बालकांनी ती दारे उघडली होती. हृदयात भावनांचा सागर पुन्हा उचंबळू लागला होता. आपण या भावनांच्या प्रवाहात वाहून जाऊ की काय, असे रामास वाटू लागले. मुलांच्या हसऱ्या चेहऱ्यांमुळे रामास सीतेचा मनमोहक चेहरा आठवू लागला. सीतेला पाहण्याची त्याची उत्कट इच्छा वाढत गेली. त्याला वाटू लागले की, नियती या अंतिम क्षणी तरी त्याला सुखापासून वंचित ठेवणार नाही. नगरवासीयांनी आधीच सांगितले होते की, रामाने सीतामाईंना परत

बोलावून घ्यावे. श्रीरामाने वाल्मीकींच्या आश्रमात आपले दूत पाठवून म्हणाला, ''महर्षी वाल्मीकिंच्या आश्रमात जाऊन मुलांना व त्यांच्या मातेला ताबडतोब माझ्याकडे घेऊन या. माझी खात्री आहे की, या मुलांची आई म्हणजे माझी पत्नी सीताच आहे. सीता निर्दोष व निष्कलंक आहे असे महर्षींना वाटत असेल तर त्यांना सांगा की, सीतेने स्वतः इथे येऊन स्वतःला निर्दोष सिद्ध करण्यास त्यांनी संमती द्यावी. उद्या सकाळी विदेहच्या राजकुमारीचे स्वागत आहे. तिने इथे येऊन आपले पावित्र्य सिद्ध करावे.''

दुसऱ्या दिवशी सर्व जण, यज्ञासाठी आमंत्रित केलेले अतिथी एकत्र जमले. या दिवशी त्यांचा राजा आणि राणी यांच्या जीवननाट्याचे अंतिम दृश्य दिसणार होते. प्रत्यक्ष बसलेल्या त्या लोकांच्या मौन सभेत वाल्मीकींनी सीतामाईंसह प्रवेश केला. सीतेचे मस्तक निष्ठेने झुकले होते. तिंचे हात प्रार्थना करतात तसे जुळलेले होते. डोळ्यांत अश्रू आणि हृदयात राम होते. वल्कले नेसलेली तपस्विनी सीता अत्यंत सुंदर दिसत होती. जमलेल्या लोकांनी स्वागताच्या टाळ्या वाजवल्या. ज्या लोकांनी सीतामाईंना निर्वासित केले होते, तेच आता सीतामाईंचा स्वीकार करण्यासाठी आतुर झाले होते.

वाल्मीकी सीतामाईंना घेऊन रामांकडे गेले आणि म्हणाले, ''दशरथनंदन, ही आपली निष्कलंक आणि पवित्र पत्नी सीता आहे. तिच्या स्पर्शाने अग्नीदेखील थंडावतो. कारण ती अग्नीपेक्षादेखील पवित्र आहे. बारा वर्षांपूर्वी तुम्ही या पवित्र स्त्रीला लोकनिंदेच्या भयाने माझ्या आश्रमाजवळ सोडले होतेत. पण मी तुम्हाला खात्रीपूर्वक सांगतो की, ही अत्री ऋषींच्या अनसूयेइतकीच पवित्र आहे. सीता अपवित्र असेल तर माझी सारी तपस्या व्यर्थ आहे. प्रजेच्या हितासाठी तुम्ही तुमच्या पतिव्रता पत्नीचा त्याग केलात. तिच्यावर तुमचे फार प्रेम होते. तुमच्या सांगण्यामुळे ती आता पुन्हा स्वतःला निर्दोष सिद्ध करण्यासाठी आली आहे.''

'तथास्तु!' राम म्हणाला, ''देवतांना साक्षी ठेवून सीतेने याआधीही लंकेमध्ये आपले पावित्र्य सिद्ध केले आहे. पण तरीही लोकांनी प्रवाद उठवले. तिची निंदा केली आणि म्हणून राजधर्मानुसार मला सीतेचा त्याग करावा लागला. सीतेने कितीतरी आधी वानर, राक्षस यांच्या समक्ष अग्निपरीक्षा दिली होती. मी वचन देतो की, सीतेने जर त्याच प्रकारे अयोध्यावासीयांसमोर अग्निपरीक्षा दिली, तर मी तिला पत्नी म्हणून स्वीकारेन. तसेच लव आणि कुश या माझ्या दोन पुत्रांचा स्वीकार करेन.''

असे म्हणून रामाने आपल्या प्रिय पत्नीकडे पाहिले. सीतेच्या अंगावर दागिने नव्हते. तिने शृंगार केलेला नव्हता. वल्कले नेसलेली होती. केस डोक्यावर बांधून टाकले होते. अशा रूपात राणी, अयोध्येची महाराणी, त्याच्या हृदयाची स्वामिनी त्याच्या समोर उभी होती. सीतेस पाहत असताना त्याचे हृदय विव्हल झाले. न कळत त्याचा हात सीतेकडे गेला. सीतेने काहीही विचार न करता आपले गुलाबी तळवे त्याच्या हातात ठेवले. शृंगाराविनाही ती अत्यंत सुंदर दिसत होती. राम तिच्याकडे एकटक पाहत होते. ते दोघे नजरेने, हातांनी एकमेकांना आलिंगन देत होते. त्यांना वाटत होते की, डोळ्यांतील प्रेमसागरात ते डुंबत आहेत. त्या दोघांनी जणू आपल्या हातांमध्ये अनंतता आणि डोळ्यांत असीमता धरून ठेवली होती. त्यांच्या चारही बाजूंना उत्सुक प्रेक्षकांचा गराडा होता. पण राम आणि सीता त्या घेऱ्यात एकटे होते. परस्परांना पाहून घेत होते. जणू आता

त्यांना पुन्हा दूर व्हायचे नव्हते! बारा वर्षे ते या सुखाला वंचित झाले होते. परस्परांच्या डोळ्यांत पाहत ते जणू दुसऱ्याच कुठल्या जगात पोहोचले होते. काळ थांबला होता. दोघे एकमेकांना पाहत असताना त्यांचे संपूर्ण जीवन, त्यांच्या समोरून एखाद्या स्वप्नाप्रमाणे सरकत होते. एकमेकांवरून त्यांची नजर हटत नव्हती.

अखेरीस सीतेने मौन सोडले आणि हळू आवाजात म्हणाली, ''स्वामी आता सगळ्यांसमोर अग्निपरीक्षा देण्यास आपली संमती आहे?''

रामाने होकार भरला. सीतेने तपस्विनीप्रमाणे वस्त्रे नेसली होती. ती वधूप्रमाणे सुंदर दिसत होती. पृथ्वीकन्या सीतेने सर्वांसमक्ष हात जोडून माता पृथ्वीस प्रणाम केला आणि म्हणाली, ''हे माधवी, पृथ्वीमाता! माझ्या पतीखेरीज एका क्षणासाठीसुद्धा मी दुसऱ्या कुठल्या पुरुषावर कधी प्रेम केले नाही. तुझा जर यावर विश्वास असेल तर कृपा करून तू हात पसरून तुझ्या मुलीचा स्वीकार कर. मला आता या अश्रुपूर्ण जगात राहणे सहन होत नाही. या जन्मी तरी केवळ दुःखच मला मिळाले. माते, आता मला तुझ्या मिठीत समाधानाने राहायचे आहे. तू जसे मला तुझ्या गर्भातून काढून माझे पिता जनक यांच्या शेतात स्थान दिलेस, त्याच प्रकारे तू मला तुझ्या हृदयात पुन्हा स्थान दे.''

सीतेचे बोलणे संपताच भयंकर गडगडाट करीत धरणी दुभंगली. त्यातून सुंदर फुलांनी सजलेले एक आसन प्रकट झाले. त्यावर समृद्ध अशी, फुलांनी सजलेली, हातात नऊ प्रकारची धान्ये घेऊन देवी पृथ्वी विराजमान झालेली होती.

देवीने आपले हात पसरले. सीता पळत गेली आणि आपल्या मातेबरोबर त्या आसनावर बसली. भोवतालची गर्दी मंत्रमुग्ध होऊन पाहत होती. सीता व तिची माता बसलेले आसन हळूहळू खाली जाऊ लागले, धरणीच्या मांडीत सामावून गेले. आकाशातून देवतागण पुष्पवृष्टी करीत होते. पुन्हा मोठा गडगडाट झाला आणि वाऱ्याच्या लाटांमध्ये धरणीची ती फट बंद झाली. लोक उसासे टाकत भानावर आले.

दृश्य पाहताना श्रीराम स्तंभित झाला होता. पण सीता अदृश्य झाल्यावर तो त्या धक्क्यातून बाहेर आला. पळतच सीता जिथून अदृश्य झाली होती, तिथे करुणपणे तिला हाका मारू लागला.

त्याने यज्ञशाळेजवळून एक काठी उचलली. कारण त्याला उभेही राहवत नव्हते. तिच्या साह्याने त्या जागेवर जाऊन म्हणू लागला, ''हे जानकी, हे वैदेही, सीते! तू मला का सोडून गेलीस? मी तर परत बोलावले होते ना? एकदा दुष्ट रावणाने तुला पळवून नेले होते, तेव्हा मी तुला परत घेऊन आलो होतो. त्यानंतर मला पुन्हा तुला दूर पाठवावे लागले. त्या वेळी मी तो विरह केवळ यामुळेच सहन करू शकलो की, तू जिवंत आहेस. कुठेतरी तुझी काळजी घेतली जाते आहे. पण आता मी जिवंत राहू शकत नाही. कारण मला माहीत आहे की मी आता तुला पुन्हा पाहू शकणार नाही. तुझा एकदा त्याग केला होता; त्याचीच ही शिक्षा मला मिळते आहे.''

थोड्याच वेळात त्याच्या दुःखाचे रागात रूपांतर झाले. काठी जमिनीवर आपटत तो म्हणाला, ''देवी पृथ्वी, तुम्ही माझी पत्नी ताबडतोब परत करा. मी फार कष्ट सहन केलेत. आता मी सीतेविना राहू शकत नाही. नाही तर तुमचे हात पुन्हा एकदा पुढे करा

आणि माझाही स्वीकर करा. राजा होऊन इथे राहण्यापेक्षा सीतेबरोबर मी धरणीमध्ये राहणे जास्त पसंत करेन. लक्षात घ्या, मी तुमचा जावई आहे. कृपया माझ्यावर दया करा. माझी क्षमता तुम्ही जाणता. माझी प्रार्थना ऐकली नाहीत तर मी तुम्हालाच नष्ट करेन. तुमचे वन मी जाळून टाकेन. पर्वतांचा चक्काचूर करेन. प्रत्येक वस्तू मी बदलून टाकेन.''

रामाच्या स्वरातील राग आणि दुःख ऐकून सर्व लोक घाबरले. त्याला काही बोलण्याचे धाडस कुणातच नव्हते. अखेरीस, सृष्टीचे रचनाकार ब्रह्मदेव रामाजवळ आले आणि म्हणाले, ''राम, तुम्ही कोण आहात याचे भान ठेवा. मी तुमच्या देवत्वाची तुम्हाला आठवण करून देतो. पवित्र सीतेशी तुमची पुन्हा स्वर्गात भेट होईल. कारण ती तुमचीच पत्नी लक्ष्मी हिचा अवतार आहे. दुःखी होऊ नका. आपल्या मुलांबरोबर सुखाने राहा. आपल्या जीवनाची उरलेली कथा उद्या मुलांच्या तोंडून ऐका. हे एक सुंदर तऱ्हेने लिहिलेले महाकाव्य आहे. यात एका धर्मपरायण राजाच्या जीवनाची कथा वर्णन केलेली आहे. हे महाकाव्य ऐकणारी तुम्ही पहिलीच व्यक्ती आहात; कारण ही जीवनकथा तुमच्यासाठीच लिहिली आहे. हे राम, तुम्ही फक्त राजा नाही आहात. तुम्ही सर्व ऋषींपेक्षाही श्रेष्ठ आहात.'' एवढे म्हणून ब्रह्मदेव अंतर्धान पावले.

राम आणि त्याच्या पुत्रांनी ती क्लेशदायक रात्र वाल्मीकींच्या कुटीमध्ये सीतेसाठी रडण्यातच घालवली. राम रात्रभर बडबडत होता, ''तू मला सोडून का गेलीस? तू मला सोडून का गेलीस? तुला माहीत नाही का, की मी तुझ्याशिवाय राहू शकत नाही? मी तुझा त्याग केला होता, तेव्हा तुलाही असेच दुःख झाले असेल हे मी जाणतो. म्हणूनच माझ्या वाट्याला ही विरहवेदना आली. त्या वेळी निदान मला हे तरी माहीत होते की तू जिवंत आहेस आणि पाहिजे तेव्हा मी तुला भेटू शकतो. पण आता तर तू मला सोडून पृथ्वीमध्ये सामावून गेली आहेस. माझे जीवन भकास वाळवंटासारखे झाले आहे. हे सीते, हे सीते, तू माझ्याकडे येणार नाहीस का?''

लव आणि कुश हे दोघेही आपली माता निघून गेल्यामुळे फार दुःखी होते. वाल्मीकी त्या तिघांना शांत करण्याचा प्रयत्न करीत राहिले. एका पक्षिणीच्या शोकाने सुरुवात झालेल्या काव्याचा अंत, प्रेमी युगलाच्या दुःखानेच व्हावा हे स्वाभाविकच होते. पक्ष्याला बाण लागल्याने तो घायाळ होऊन मरताना वाल्मीकींनी पाहिले होते. त्या वेळी त्यांना वाटले होते की, तो बाण जणू त्यांच्याच हृदयास लागला. आता दुःखव्याकूळ राजाला लांबचलांब असीम रात्र एकट्याने रडताना पाहून त्यांना किती दुःख होत असेल?

दुसऱ्या दिवशी सर्व जण जमले असताना रामाने आपल्या दोन मुलांना महाकाव्याचा शेवटचा भाग गायला सांगितला. त्यानंतर त्यांनी सर्व लोक, ब्राह्मण, नगरवासी, वानर, अस्वले आणि लंकेहून आलेले निशाचर या सर्वांना धन वगैरे वाटले. यज्ञ संपन्न झाला आणि सर्व जण घरोघरी परत गेले. या समारंभासाठी मोकळ्या केलेल्या जागेवर पुन्हा जंगल उगवून आले.

राम अयोध्येस परतला. त्याने आपले उर्वरित सर्व जीवन तपस्व्याप्रमाणे व्यतीत केले. सीतेविना जीवन जगण्यात त्याच्या दृष्टीने काही अर्थ नव्हता. त्याने पुनर्विवाह केला नाही. तो सदैव आपल्या बरोबर सीतेची सुवर्णप्रतिमा ठेवत असे. रामाने आपले गुरू व

प्रजा यांना प्रसन्न करण्यासाठी दहा हजार अश्वमेध यज्ञ आयोजित केले. त्याची राजवट आदर्श मानली जाते. राज्य समृद्ध होत गेले. रामराज्यात राहणारे लोक नेहमी सुखात राहिले. राम आणि सीता या दोघांनी निरंतर आपले अश्रू वाहून या गौरवपूर्ण काळाचे मोल चुकवले होते. आपली प्रजा प्रसन्न, समृद्ध आणि सुखी राहावी यासाठी ते दोघे क्लेश सहन करीत राहिले. नगरवासीयांना हे कधी कळलेही नाही की, त्यांच्या राणीने या समृद्धीसाठी आपले बलिदान केले होते. सीतामाईंनी या भूमीवर आपले अश्रू शिंपडले होते. दुःख पदरात घेऊन त्यांना प्रसन्न ठेवले होते. सीतामाई म्हणजे यज्ञाची समिधा होत्या. लोकांच्या भावनांशी ही समिधा बांधली गेली होती. लोकांच्या विषारी बोलण्यामुळे त्यांना वनात पाठवले गेले आणि त्यांच्याच संशयावरून धरणीमातेने सीतामाईंना पोटात घेतले. नगरवासी आपल्या बायकांसमवेत आनंदाने राहत होते. त्यांचा राजा मात्र आपल्या महालात एकटा सीतामाईंच्या आठवणीत रात्र कंठत होता.

श्रीरामाने आपले उरलेले जीवन त्याच्या स्वभावानुसार कर्तव्य आणि धर्माचे पालन करीत व्यतीत केले. सगळ्यांशी तो आनंदाने वागत होता. फक्त लक्ष्मणास कळत होते की, हा केवळ त्यांचा देखावा आहे. प्रत्यक्षात पत्नीशी केलेल्या वर्तणुकीचे त्याला वाईट वाटत होते. आता सीतामाईंशी स्वर्गात होणाऱ्या भेटीचीच त्याला उत्कंठा लागली होती.

अशा प्रकारे काही वर्षं गेली. कालौघात कौसल्या, सुमित्रा व कैकेयी यांचे देहावसान झाले. एक दिवस रामाच्या महालात काळाने ब्राह्मणाच्या रूपात प्रवेश केला. राम त्याचीच वाट पाहत होते. त्यांनी फार वेळ काळाची प्रतीक्षा केली होती. रामांनी ब्राह्मणाला सुवर्णासनावर बसवले व विचारले की, त्यांची काय इच्छा आहे?

त्यांनी उत्तर दिले, ''तुमच्या मनात जर माझ्याबद्दल आणि देवांबद्दल आदर असेल तर तुम्हाला एक वचन द्यावे लागेल. आपली ही भेट पूर्णपणे गुप्त राहील. जो कोणी आपल्या भेटीत हस्तक्षेप करेल, त्याचा तत्काळ मृत्यू होईल.''

'तथास्तु,' राम उत्तरले, ''मी दारावर लक्ष्मणाला उभे करतो म्हणजे आपल्या भेटीत कोणाचाही व्यत्यय येणार नाही.'' त्याप्रमाणे रामांनी लक्ष्मणास दारावर उभे राहण्यास सांगितले. त्याला सांगितले की, कोणीही जरी आत आले तर त्याला मृत्युदंड दिला जाईल. त्यानंतर त्यांनी ब्राह्मणाला सांगितले की, जे काही बोलायचे असेल ते त्याने बोलावे. त्यात कोणताही अडथळा येणार नाही.''

''हे पाहा राजन,'' काळ म्हणाला, ''मला ब्रह्मदेवाने आपल्याला पुन्हा घरी घेऊन जाण्यासाठी पाठवले आहे. पृथ्वीवरील आपला वेळ संपला आहे. आपल्याला जी कार्ये करावयाची होती ती तुम्ही पूर्ण केली आहेत. तुम्ही स्वतः विष्णू आहात. सनातन, अचल, सर्वव्यापी आणि सृष्टीचे पालनहार आहात. मानवांमध्ये राहण्याचा आपला काळ आता पुरा झाला आहे. तुम्ही आपल्या घरी परतण्याची वेळ आली आहे.''

राम हसून म्हणाले, ''मी आपल्या आगमनाने धन्य झालो आहे. आपण जे बोललात, त्याने मी प्रसन्न झालो आहे. तुम्ही म्हणाल तसेच मी करेन.''

आतमध्ये हे बोलणे चालू असताना संतापी स्वभावाचे दुर्वास ऋषी तिथे आले. त्यांना ताबडतोब रामांना भेटायचे होते. लक्ष्मणाने नम्रतापूर्वक त्यांना थांबवले. सांगितले

की, कुणालाही आत सोडू नये असा रामांचा आदेश आहे. आतल्या दालनात राम दुसऱ्या व्यक्तीला खासगीत भेटत आहेत. हे ऐकून दुर्वासांच्या रागाला पारावार राहिला नाही. ते ओरडले, ''रामांना ताबडतोब माझ्या येण्याची बातमी सांग. नाही तर मी तुला, तुझ्या भावांना आणि तुमच्या समस्त कुळाला, कोसल राज्याला शाप देईन आणि मग ही कथा ऐकवण्यासाठी कोणीही जिवंत राहणार नाही.''

लक्ष्मणाने क्षणभर विचार केला व निर्णय घेतला, आपल्या राज्याच्या रक्षणासाठी आपले स्वतःचे बलिदान करणेच योग्य ठरेल. म्हणून मग तो आत गेला. रामांना ऋषी आल्याची बातमी सांगितली. राम लक्ष्मणास पाहून भयभीत झाले. पण ते आधी सगळे सोडून ऋषींना भेटण्यास बाहेर गेले. त्यांनी नम्रतेने ऋषींना विचारले की, त्यांना काय हवे आहे? त्यांनी रामांना सांगितले की, शंभर वर्षे चाललेला उपवास त्यांनी आत्ताच संपवला आहे. त्यांना पोटभर जेवायचे आहे. रामांनी लगेच त्यांच्या जेवणाची व्यवस्था केली. दुर्वास ऋषी प्रसन्न झाले. त्यांनी रामांना, राज्याला आशीर्वाद दिला आणि ते त्यांच्या आश्रमात परत गेले. काळाला दिलेले वचन रामांना आठवले. ते घाईघाईने नतमस्तक होऊन आत गेले. आता काय अखेरचा यज्ञ होणार होता की काय? धर्मासाठी रामांना आता आपल्या भावाचे, जिवाभावाच्या मित्राचे बलिदान द्यावे लागणार होते?

रामांच्या मनात काय विचार चाललेत हे लक्ष्मणाच्या लक्षात आले. तो हसून म्हणाला, ''बंधू, तुम्ही काहीही संकोच करू नका. याच क्षणी तुम्ही मला ठार मारा. मी त्यासाठी तयार आहे. मी विचार केला की, संपूर्ण राज्याला ऋषींचा शाप भोगावा लागण्यापेक्षा मी स्वतःच मेलेले चांगले. तुम्ही धर्मपरायण आहात. मला ताबडतोब मारा. दिलेल्या वचनाचे पालन न करणारा नरकात जातो. तुम्ही वडिलांनी दिलेले वचन पूर्ण करण्यासाठी राज्यत्याग करण्यास तयार झाला होतात. त्या तुलनेत माझे काहीही महत्त्व नाही.''

राम काही बोलले नाहीत. त्यांनी आपले मंत्री आणि पुरोहित यांना बोलावून त्यांचा सल्ला मागितला. रामांनी ब्राह्मणास वचन दिले होते की, जी कुणी व्यक्ती त्यांच्या भेटीत बाधा आणेल तिला ठार मारले जावे. ही रामांची अखेरची कसोटी होती. पुरोहित आणि मंत्रिगण गप्प राहिले. आपल्या राजाला या साऱ्याचा किती मनस्ताप होतो आहे याची त्यांना कल्पना होती. अखेरीस वसिष्ठ म्हणाले, ''राजाने आपले वचन पूर्ण केले नाही तर धर्म भ्रष्ट होतो. राज्याच्या आदर्शांचे पतन होते. पण मृत्यूऐवजी राज्यातून हाकलून देता येईल. म्हणून लक्ष्मणाला निर्वासित करणे तुमचे कर्तव्य आहे.''

लक्ष्मण मान ताठ करून निर्भयतेने रामांच्या डोळ्यात पाहत होता. रामांनी लक्ष्मणास प्रेमाने पाहिले. लहानपणापासून लक्ष्मणास ते पाहत आले होते. लक्ष्मण सावलीसारखा सदैव रामांबरोबर राहिला होता. त्याला माहीत होते की आपल्या सावलीपासून वेगळे होऊन कोणाचा मृत्यू होत नाही परंतु त्या सावलीचे काय? शरीरापासून वेगळी झाली तर ती संपून नाही का जाणार? रामांच्या डोळ्यात वेदना आणि लक्ष्मणाच्या डोळ्यात स्नेह भरला होता.

''यात विशेष काही नाही होणार बंधू,'' लक्ष्मणाने समजावणीच्या सुरात म्हटले, ''तुम्ही ज्या कठोरपणे सीतामाईंना वनात घेऊन जाण्याची मला आज्ञा केली होती, त्याच कठोरपणे मलाही जाण्याची आज्ञा द्या.''

रामांना फार त्रास होत होता. ते पुन्हा पुन्हा म्हणत होते, ''सारे काही संपणार आहे. काहीही शिल्लक राहणार नाही. काळ सगळ्यात बलवान आहे. काळाच्या ओघात सारे काही वाहून जाईल. मला माझे वचन पूर्ण करायचे आहे. मी जी गोष्ट आयुष्यभर करीत आलो, तीच मला आता करायची आहे... धर्माचे पालन. माझी पुन्हा पुन्हा परीक्षा घेतली गेली पण मी कधीही त्यात पराभूत झालो नाही. याही वेळी अयशस्वी होणार नाही.''

ते लक्ष्मणासमोर उभे राहिले पण लक्ष्मणाच्या डोळ्याला डोळा ते भिडवू शकत नव्हते. त्यांनी लक्ष्मणाच्या डोक्यावरील एक बिंदूवर आपली दृष्टी रोखली आणि अगदी भावशून्य आवाजात म्हणाले, ''मी सत्य आणि धर्म यांचे सदैव पालन केले आहे. त्यांचा आदर राखून मी तुम्हाला नेहमीसाठी या राज्यातून निर्वासित करतो. लक्ष्मणा, तू अखेरपर्यंत कधीही कोसल राज्यात येऊ शकणार नाहीस.''

लक्ष्मणाने प्रेमाने आपल्या भावाकडे पाहिले. त्यांची आज्ञा लक्ष्मण नेहमीच पाळत असे. तो म्हणाला, ''प्रिय बंधू, तुम्ही दुःखी होऊ नका. मी तुमच्यावर नेहमीच प्रेम केले आहे. मुकाट्याने तुमच्या आज्ञेचे पालन केले आहे. आत्ताही तुमच्या इच्छेचे पालन होईल. मला जाण्यास संमती द्यावी. तुम्ही नेहमी आनंदात राहा. या जन्मी तर काही आपली भेट होणार नाही, पण स्वर्गात आपली नक्की भेट होईल.''

एवढे म्हणून लक्ष्मणाने रामांना तीनदा प्रदक्षिणा घातल्या आणि वळून न पाहता महालाच्या दारातून बाहेर पडला. तो शरयू नदीच्या खळाळत्या पाण्याजवळ आला. ही नदी अयोध्या नगरीच्या चारही बाजूंनी गोलाकार वाहत होती. लक्ष्मणास रामांशिवाय जगण्याची कल्पना करणेही अशक्य होते. त्यापेक्षा त्याला मृत्यू चांगला, असे वाटले. जास्त विचार न करता शरयूच्या काठावर लक्ष्मण योगामध्ये मग्न झाला. त्याने आपला प्राणवायू रोखून धरला. आपला आत्मा आत खेचून तो ब्रह्मात लीन केला. अशा प्रकारे त्याने समाधी घेतली. विष्णूचे चौथे अवतार लक्ष्मण यांना स्वर्गात नेण्यासाठी देवराज इंद्राचा रथ आला. स्वर्गात जाऊन लक्ष्मण परमात्म्यामध्ये विलीन झाले.

तिकडे अयोध्येमध्ये रामांना माहीत होते की, लक्ष्मण रामांशिवाय जगू शकणार नाही. त्यांना स्वतःलाही हे निरर्थक जीवन जगण्याची आता इच्छा नव्हती. त्यांना वाटले की, धर्मपालनाच्या स्वयंशिस्तीवर दृढ राहिल्यामुळे एक-एक करून त्यांचे प्रियजन त्यांच्यापासून दुरावत चालले आहेत. ते असेच मानत होते की, जीवन हे एक स्वप्न आहे. हे एक नाटक आहे आणि त्यात त्यांना आपली भूमिका निभवायची आहे. आता त्यांची भूमिका पूर्ण झाली होती. हे शेवटचे दृश्य होते. त्यांना आधीच मंच सोडण्यास सांगितले गेले आहे. त्यांनी आपले मंत्री व पुरोहित यांना बोलावून त्यांना आपला निर्णय सांगितला. ''मी भरताला अयोध्येचा राजा म्हणून नियुक्त करीत आहे. कोसल राज्याचा दक्षिणेकडील भाग कुश याला दिला जाईल तर उत्तरेकडील भाग लव यास दिला जाईल. मी लक्ष्मणाच्या मागे जात आहे.''

भरत आणि शत्रुघ्न दोघांनीही रामांशिवाय राहण्यास नकार दिला. त्यांनी रामांबरोबर चलण्याचा निर्णय घेतला. ज्या नगरवासींसाठी रामांनी आपले सर्वस्व दिले होते, तेही राम नसतील तर अयोध्येमध्ये राहण्यास तयार नव्हते. रामांचा आता पृथ्वीवरून निघून जाण्याचा निर्णय कळल्यावर वानर, अस्वले रामांना भेटण्यास आली. समुद्रापलीकडून बिभीषणही आले आणि त्यांनी रामांबरोबर येण्याचा हट्ट धरला.

राम म्हणाले, ''राक्षसराज, तुम्ही लंकेतच राहा आणि आपल्या जबाबदाऱ्या सांभाळा. धर्माने राज्य करा. धरणीवर जोपर्यंत लोक माझी आठवण काढतील तोपर्यंत तुमचे शासन चालेल.''

राम हनुमानांना म्हणाले, ''आयुष्यमान भव, हनुमान! जिथे कुठे माझी कथा सांगितली जात असेल, माझे स्मरण केले जात असेल ते ऐकण्यासाठी तुम्ही तिथे उपस्थित राहाल. जोपर्यंत सूर्य व चंद्र आहेत, पृथ्वीवर लोक राहतील, तोपर्यंत रामकथा सांगितली जाईल आणि ती ऐकण्यासाठी तुम्ही इथे राहाल.''

जाबुवंतास पाहून राम म्हणाले, ''हे विवेकशील जांबुवंत, यदुकुलातील कृष्णाच्या रूपात मी परत येईपर्यंत तुम्ही पृथ्वीवर राहाल. तोपर्यंत तुमचा पराभव होणार नाही. तुम्ही ज्या वेळी कोणाकडूनही पराभूत व्हाल, तेव्हा समजून जा की, मी परत आलो आहे.''

मग उरलेल्या लोकांना राम म्हणाले, ''जे माझ्या बरोबर येऊ इच्छितात, ते येऊ शकतात. या दिवशी तुम्ही सर्व जण माझ्या बरोबर स्वर्गात प्रवेश करू शकाल.''

अयोध्येचे बरेचसे लोक प्रेमाने, निष्ठेने रामांबरोबर निघून गेले. गायी, बकऱ्या, हत्ती, वानर, अस्वले, पशुपक्षीसुद्धा त्यांच्या बरोबर गेले. अयोध्येच्या रस्त्यावरील पाषाण रडू लागले. कारण ते काही रामाबरोबर जाऊ शकत नव्हते. मार्गातील वृक्षांनी झुकून रामांच्या मस्तकाला स्पर्श केला. जो कुणी प्राणी चालूफिरू शकत होता, ते सारे जण रामांबरोबर निघून गेले. सारा जमाव, अयोध्येच्या चारही बाजूंनी चांदीच्या कंबरपट्ट्यासारख्या वाहणाऱ्या शरयू नदीजवळ पोहोचला. तिथे सुमंत्र लाल रंगाच्या चार घोड्यांना घेऊन उभा होता. त्याने अश्वांना रथापासून वेगळे केले. निषादराज गुह्य हाही तिथे उपस्थित होता. राम सगळ्यांबरोबर नदीच्या बर्फगार पाण्यात उतरले. हळूहळू पाण्याच्या धारा आशीर्वादासारख्या त्यांच्या डोक्यावरून वाहू लागल्या. आकाशातून पुष्पवृष्टी झाली.

राम येताच ब्रह्मदेव म्हणाले, ''हे विष्णू, आपल्या वसतिस्थानात आपले स्वागत आहे. आपण सर्व जीवांचा आत्मा आहात. आपण अजर, अमर आणि सनातन आहात. मायेच्या या रूपाचा त्याग करून आपल्या स्वरूपात या.''

त्यांचे बोलून होताच पाण्यातून भगवान विष्णू अत्यंत मनोहर रूपात प्रकट झाले. त्यांच्या हातांमध्ये चक्र, शंख, गदा आणि पद्म शोभून दिसत होते. जे लोक रामांसमवेत गेले होते, ते सर्व जण दिव्य रूपात पाण्यातून बाहेर प्रकट झाले. मखमली संधिप्रकाशात, ब्रह्मांडाच्या संगीत लहरींमध्यून स्वर्गाकडे त्यांनी प्रस्थान केले.

श्रीराम आपल्या वसतिस्थानावर पोहोचल्यावर चोवीस हजार श्लोक पूर्ण झाले. तिकडे वैराण झालेल्या अयोध्या नगरीत लव आणि कुश यांनी अदृश्य श्रोत्यांसमोर महाकाव्याचे अखेरचे पद्यांश गाऊन आदिकवी, वाल्मीकी यांनी रचलेले आदिकाव्य रामायणाचे समापन केले.

हरिः ॐ तत्सत

ॐ

आता फलश्रुतीविषयी बोलू या. म्हणजेच रामायणाचे अध्ययन केल्याने किंवा त्याचे श्रवण केल्याने कोणकोणते लाभ होतात ते जाणून घेऊ या. त्याआधी या पुस्तकाच्या अध्ययनातून आपल्याला काय मिळाले हे पाहू या. रामायण या महाकाव्याचा दुःखाने प्रारंभ झाला आणि त्याचा शेवट शोकाने झाला. हे महाकाव्य जीवनातील सत्याकडे आपले लक्ष वेधून घेते. आपले जीवन भेटणे आणि दुरावणे यांनी भरले आहे. यामध्ये सतत आपली मनःस्थिती द्विधा होते. अशा वेळी सर्वसाधारण मनुष्य गोंधळून जातो. एखाद्या उच्च स्थानावर आपण कसे पोहोचू शकणार असा विचार त्याच्या मनात येतो. श्रीरामांना अशा परिस्थितीस वारंवार तोंड द्यावे लागते. काही लोकांना अध्यात्म हाच सर्व दुःखांवरील इलाज वाटतो. अशा सामान्य अध्यात्मवादी लोकांना संतुष्ट करण्यासाठी वाल्मीकींनी रामांबद्दल कधीही अर्धसत्य सांगून त्यांच्या व्यक्तिमत्त्वातील दुबळ्या गोष्टी लपवण्याचा प्रयत्न केला नाही. संपूर्ण मानवजातीबद्दल प्रेम असलेल्या रामांसारख्या निष्ठावान लोकांसाठी वाल्मीकींचा हा ग्रंथ आहे. अशी माणसे स्वतःमधील व समाजात असलेल्या वाईट गोष्टींचा समूळ नाश करण्याच्या हेतूने हातात शस्त्र, सुरा घेऊन साहसाने पुढे होतात. या सुऱ्याचा उपयोग केवळ दुष्ट शक्तींविरुद्धच असतो असे नाही. आपल्या स्वतःमधील दुबळ्या गोष्टींवर मात करण्यासाठीही हा सुरा वापरता येतो. राम शेवटपर्यंत धर्माच्या सिद्धान्तावर दृढ राहिले. या बाबतीत त्यांनी स्वतःवर, दुसऱ्या कोणावर किंवा आपल्या प्रियजनांवरही दया दाखवली नाही. रामायण ग्रंथात सांगितलेल्या धर्माच्या चारही तत्त्वांबद्दल श्रीरामांच्या मनात अतूट निष्ठा होती.

ही चार तत्त्वे म्हणजे सत्य, दया, तप आणि त्याग. वाल्मीकींच्या काव्यात या साऱ्या तत्त्वांचे फार सुंदर तऱ्हेने विवरण केले आहे. रामांची सत्यावर अचल निष्ठा होती. त्यांच्याकडे येणाऱ्या सर्वांबद्दल त्यांना करुणा वाटत असे. वनवासाच्या दरम्यान ते तपस्वी जीवन जगले. सीतामाईंपासून दुरावल्यानंतर इतरांसाठी आपल्या हिताचे बलिदान करण्याची त्यांची क्षमता या महाकाव्यात दिसून येते. वाल्मीकींनी अशा मनुष्याचे चित्रण केले आहे की, ज्याने कठोर लौकिक सिद्धान्तांवर अचल राहून स्वतःचे ईश्वराच्या रूपात परिवर्तन केले. राम खरोखर एक धर्मात्मा होते.

श्यामवर्ण आणि कमलाप्रमाणे नयन असलेल्या श्रीरामांचे चिंतन करा.
त्यांच्या हातात तलवार, धनुष्य आणि बाणांचा भाता असतो.
ते निशाचरांचा वध करतात, ते अजन्मा आहेत.
त्यांनी पृथ्वीच्या रक्षणासाठी अवतार घेतला आहे.

जय श्रीराम!

हरिःॐ तत्सत

ॐ

उपसंहार

फलश्रुती : लाभांची यादी

हे महाकाव्य ऐकल्यावर समस्त संकटांपासून बचाव होईल. रामायण दीर्घायुष्य, विजय आणि शक्ती प्रदान करते. मूल नसलेल्यांना मुलाची प्राप्ती होईल. जे यश हवे असेल ते यश मिळेल. रामायणाचा निष्ठेने अभ्यास केल्याने धर्म, अर्थ, काम आणि मोक्ष यांची प्राप्ती होते. अशा भक्तांवर सदैव भगवान विष्णूंचा आशीर्वाद राहतो. कारण राम हेच नारायण आहेत. सर्वव्यापी, अनादी, अनंत आहेत. ते प्राचीन क्षीरसागरात राहतात. महालक्ष्मीच्या रूपात सीता हीच त्यांची सनातन अर्धांगिनी आहे. ती सृष्टीची जननी आणि सर्व शुभ गोष्टी व समृद्धी यांची दात्री आहे.

ईश्वराजवळ प्रार्थना आहे की, जो कोणी हे महाकाव्य निष्ठेने आणि प्रेमाने वाचेल, अभ्यासेल त्याला स्वास्थ्य, संपत्ती आणि बुद्धी प्राप्त होवो.

हे वनमाली! मी आपणांस रामायण नावाचा हा अविनाशी हार अर्पण करते.

सर्वेषां स्वस्तिर भवतु।
सर्वेषां शांतिर्भवतु।
सर्वेषां पूर्णम् भवतु।
सर्वेषां मंगलम्भवतु।
सर्वे भवन्तु सुखिनः।
सर्वे सन्तु निरामयाः।
सर्वे भद्राणि पश्यन्तु।
मा कश्चित दुःख भाग्भवेत्।।

''सर्वांनी स्वस्थ राहावे
सर्व जणांनी शांततेने राहावे
सर्व जण संतुष्ट होवोत
सर्व जण आनंदात राहोत

सर्व जण दुःखमुक्त होवोत
सर्वांना सर्वत्र सत्याचे दर्शन होवो
कोणीही दुःखी राहू नये.''

महर्षी वाल्मीकींचे रामायण इथे समाप्त होते.

ॐ शांति शांति शांतिः
ॐ

अनुवादकाचा परिचय

माधुरी तळवलकर यांनी पुणे येथील टेल्को कंपनी, तसेच सकाळ पेपर्स लि., पुणे इथे एकूण वीस वर्षे नोकरी केली.

आतापर्यंत त्यांची तेवीस पुस्तके प्रकाशित झाली आहेत. त्यातील पाच पुस्तके अनुवादित आहेत.

त्यांच्या 'कॉलसेंटर डॉट कॉम' या कादंबरीस 'राज्य शासनाचा सर्वोत्कृष्ट वाङ्मयाचा पुरस्कार' व आजरा येथून 'मृत्युंजय पुरस्कार' मिळाला असून, या कादंबरीची दुसरी आवृत्ती प्रकाशित. 'कॉलसेंटर डॉट कॉम' व 'व्यक्तिमत्त्व फुलताना' ही दोन पुस्तके ब्रेल लिपीत झालेली आहेत.

'तनहाई' या त्यांच्या कथासंग्रहातील 'कैद' नावाच्या कथेस पुण्यातील 'महाराष्ट्र साहित्य परिषदचा गंगाधर गाडगीळ कथा पुरस्कार' प्राप्त.

किशोरवयीन मुलांसाठी लिहिलेल्या 'तळ्याचे गुपित' या कादंबरीस मुंबई येथील 'पार्वतीबाई आव्हाड स्मृती राज्यस्तरीय उत्कृष्ट बालवाङ्मय पुरस्कार' मिळाला असून, या पुस्तकाची दुसरी आवृत्ती प्रकशित. लहान मुलांसाठी लिहिलेल्या पाच पुस्तकांतील 'जंगलचा फेरफटका' या चित्रमय पुस्तकास 'मराठी बालकुमार साहित्यसभा, कोल्हापूर' यांच्याकडून पुरस्कार.

'काळंपांढरं' या तीन दीर्घकथांच्या पुस्तकास 'राजेन्द्र बनहट्टी पुरस्कार' हा प्रतिष्ठेचा पुरस्कार मिळाला असून, 'अविवाहिता' ही त्यांची कथा एफवायबीएच्या अभ्यासक्रमात नेमलेली आहे.

'मिळून साऱ्याजणी' या मासिकाने गेल्या पंचवीस वर्षांतील अंकांमधून पंधरा सर्वोत्कृष्ट कथांची निवड करून प्रकाशित केलेल्या 'साऱ्याजणींच्या कथा' पुस्तकात 'कैद' नावाच्या कथेचा समावेश.

'झुंबर' या लेखसंग्रहामध्ये साठ विविध विषयांवर रोचक लेख असून 'पाणकळा' या कादंबरीचे संक्षिप्तीकरण केलेले पुस्तक प्रकाशित. 'साहित्यातील वेचक-वेधक' या आस्वादात्मक समीक्षा असलेल्या पुस्तकाची व 'धुके दाटलेले...' या कादंबरीची दुसरी आवृत्ती प्रकाशित.

'शीळ' व 'एका फांदीवरची पाखरं' या दोन कादंबऱ्या, माधवी महाजनी यांचे 'भुलले मी...' हे शब्दांकन केलेले आत्मचरित्र व 'चतुरस्त्र व्यक्तिमत्त्वासाठी रामदासांची शिकवण' ही पुस्तके प्रकाशनाच्या मार्गावर.

वैविध्यपूर्ण विषयांवर कसदार लेखन हे माधुरी तळवलकर यांचे मुख्य वैशिष्ट्य आहे.

माधुरी तळवलकर

panchami6300@gmail.com

अनुवादकाचे मनोगत

ब्रह्मर्षी वशिष्ठ यांनी श्रीरामांना आत्मज्ञान व ब्रह्मसुख यांसंबंधी उपदेश केला होता. आत्मज्ञान प्राप्त करून ते मर्यादापुरुषोत्तम बनले आणि शेवटी भगवान श्रीरामचंद्र झाले. धर्मपालनासाठी लागणारा निग्रह श्रीरामांच्या अंगी होता. स्वतः सुखी होण्यापेक्षा सदाचारी जीवन जगण्यास त्यांनी महत्त्व दिले. केवळ धर्माला अनुसरूनच माणूस शाश्वत सुख मिळवू शकतो हे ते जाणून होते. राम संयमी आणि शालीन होते. शांत आणि अंतर्मुख होते. आयुष्यभर त्यांनी आपल्या प्रत्येक भूमिकेत केवळ धर्मपालनच केले.

युद्धासाठी लंकेच्या सीमेवर आल्यावरही श्रीरामांनी रावणाला एक अखेरची संधी दिली की, अजूनही तू माझ्या पत्नीस माझ्याकडे सोपवलेस, तर हे युद्ध आपल्याला थांबवता येईल. चौदा वर्षांचा वनवास संपवून अयोध्येस येण्यापूर्वी त्यांनी आधी हनुमानाला ब्राह्मणाच्या वेशात भरताकडे पाठवले. राज्य सोडू नये असे भरताला किंचित जरी वाटत असेल, तर त्यांनी परत फिरायचे ठरवले होते. खरोखर त्यांच्यासारखा आदर्श राजा दुसरा नाही. भारतवर्षाला राम, सीता, लक्ष्मण, भरत असे एकापेक्षा एक आदर्श लाभले हे आपले केवढे भाग्य!

'श्री राम लीला' पुस्तकाचा अनुवाद करताना श्रीरामांची कमालीची निःस्पृह वृत्ती आणि धर्माशी असलेली निष्ठा यांनी मी भारावून गेले. श्री वनमाली यांच्या पुस्तकाचा अनुवाद करताना मी दोन पथ्ये पाळण्याचा कसोशीने प्रयत्न केला. एक म्हणजे मूळ वाक्य कितीही मोठे असले तरी त्याची मी छोटी छोटी अर्थपूर्ण वाक्ये करून लिहिली. दुसरे, हे पुस्तक स्वतंत्रपणे वाचले, तर ते अनुवादित नसून, मराठीतलेच पुस्तक आहे असे वाचकांना वाटण्यासाठी मी त्यानुसार शब्द योजले, ओघवती वाक्यरचना केली. हा प्रयत्न किती यशस्वी ठरला आहे, हे आता वाचकांनीच ठरवायचे आहे.

माधुरी तळवलकर

panchami6300@gmail.com